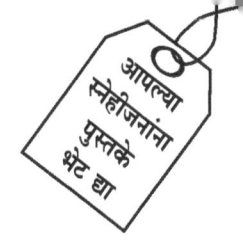

ब्रेअर आयलंड

लेखक

ॲलिस्टर मॅक्लीन

अनुवाद

अशोक पाध्ये

D9900595

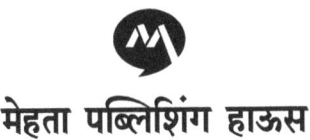

मेहता पब्लिशिंग हाऊस

✆ +91 020-24476924 / 24460313

Email : info@mehtapublishinghouse.com
production@mehtapublishinghouse.com
sales@mehtapublishinghouse.com

Website : www.mehtapublishinghouse.com

- *या पुस्तकातील लेखकाची मते, घटना, वर्णने ही त्या लेखकाची असून त्याच्याशी प्रकाशक सहमत असतीलच असे नाही.*

BEAR ISLAND by ALISTAIR MACLEAN

Copyright © Alistair MacLean, 1971

Originally Published by HarperCollins Publishers Ltd., London
Translated into Marathi Language by Ashok Padhye

बेअर आयलन्ड / अनुवादित कादंबरी

TBC-27 Book No. 2

अनुवाद : अशोक पाध्ये

मराठी अनुवादाचे व प्रकाशनाचे हक्क मेहता पब्लिशिंग हाऊस, पुणे.

प्रकाशक : सुनील अनिल मेहता, मेहता पब्लिशिंग हाऊस,
१९४१, सदाशिव पेठ, माडीवाले कॉलनी, पुणे ३०

अक्षरजुळणी : इफेक्ट्स, २१/६ब, आयडिअल कॉलनी, कोथरूड, पुणे ३८

मुखपृष्ठ : चंद्रमोहन कुलकर्णी

प्रकाशनकाल : नोव्हेंबर, २०१७

P Book ISBN 9789386888419

वाचण्यापूर्वी...

उत्तर ध्रुवाभोवती सारा बर्फ आहे. तिथली भूमी हीच बर्फाची आहे. एका मोठ्या खंडाएवढी व काही किलोमीटर जाडीची बर्फाची लादी पाण्यावर तरंगते आहे. वृक्ष नाहीत, नद्या नाहीत, पशुपक्षी नाहीत अन् अर्थातच मानवी वस्तीही नाही. या बर्फभूमीच्या खंडाला 'आर्क्टिक खंड' म्हणतात. अशा ठिकाणी फक्त संशोधक मोहिमेपुरते जाऊन येतात. असल्या या ओसाड बर्फभूमीवरती कुठले नाट्य असणार?

परंतु जेव्हा तिथे एका बेटावर चित्रपटाच्या चित्रीकरणासाठी माणसे जातात तेव्हा मात्र नाट्य निर्माण होते. माणूस जन्माला आला तोच आपल्याबरोबर विविध प्रवृत्ती घेऊन आला. संघर्ष छेडण्याची वृत्तीही त्यात आल्याने मग त्या ओसाड बर्फमय वाळवंटातही नाट्य निर्माण होते. त्या थरारक नाट्याची कहाणी ॲलिस्टर मॅक्लीनने 'बेअर आयलन्ड' या कादंबरीत निर्माण केली आहे.

नेहमीप्रमाणेच मराठी वाचकाला एका अनोख्या विश्वाचे दर्शन यात घडते आणि ॲलिस्टर मॅक्लीनच्या अफलातून प्रतिभेचे दर्शन होते.

कमीतकमी व्यक्ती, ओसाड भूमी, जगापासून वेगळे झालेले एकाकी वातावरण अशा पार्श्वभूमीवरती कादंबरी रचणे व ती थरारक करणे यात खरा बुद्धीचा कस लागतो. यापुढे शहरी वातावरणात प्रेमकथा, सूडकथा, श्रीमंत-गरीब संघर्षकथा लिहिणे किती सोपे असते हे वाचकाला समजून येईल. ॲलिस्टर मॅक्लीनने एकूण २७ कादंबऱ्या लिहिल्या. त्यातील 'गन्स ऑफ नॅव्हारन', 'फोर्सटेन फ्रॉम नॅव्हारन', 'व्हेअर ईगल्स डेअर' आणि 'बेअर आयलन्ड' या अत्यंत गाजलेल्या कादंबऱ्या आहेत.

– अशोक पाध्ये

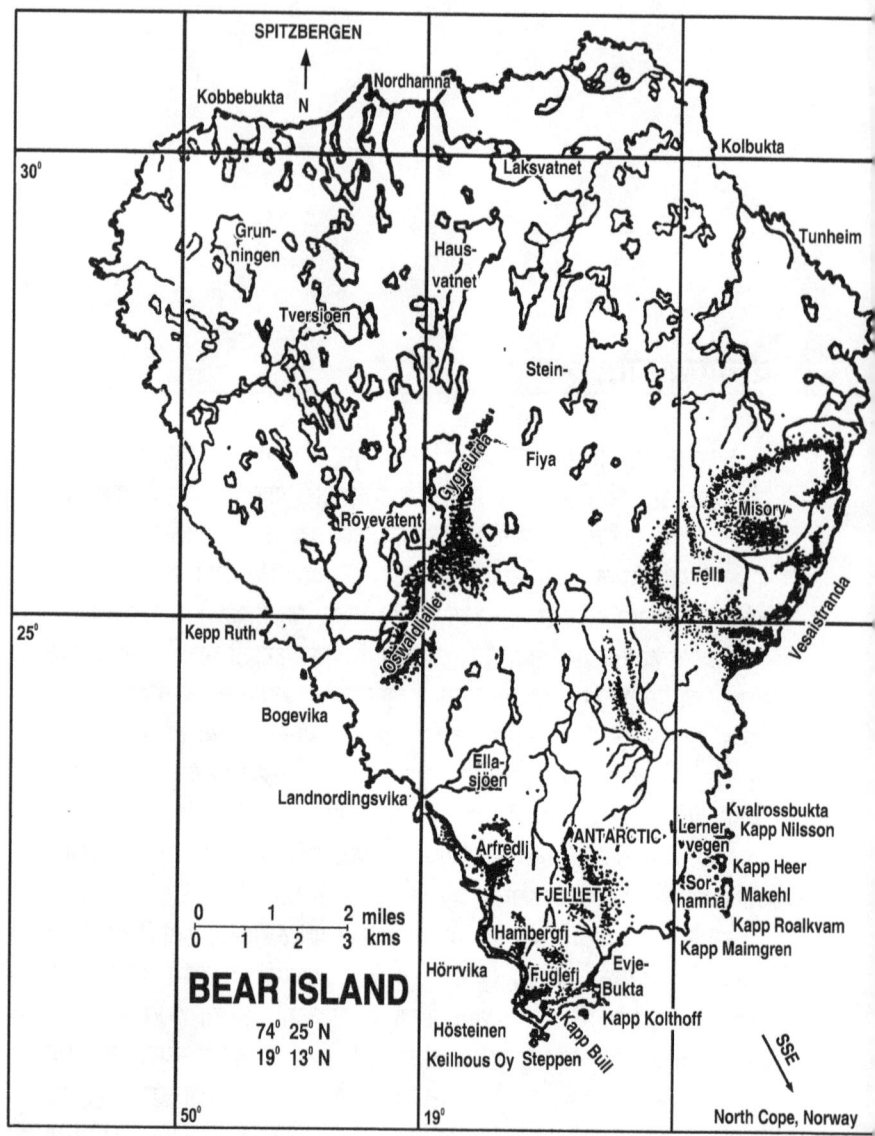

SPITZBERGEN

Kobbebukta N

Nordhamna

Kolbukta

30°

Grun-
ningen

Laksvatnet

Tunheim

Haus-
vatnet

Tversjoen

Stein-

Fiya

Røyevatent

Gygreurda

Misory

Fell

Vesalstranda

25°

Kepp Ruth

Oswaldfjallet

Bogevika

Ella-
sjöen

Landnordingsvika

Kvalrossbukta

Lerner
vegen

Kapp Nilsson

ANTARCTIC

Arfredlj

Kapp Heer

Sor
hamna

Makehl

FJELLET

Hambergfj

Kapp Roalkvam

Kapp Maimgren

Evje-
Bukta

Hörrvika

Fuglef

0   1   2 miles

0   1   2   3 kms

BEAR ISLAND

74° 25° N

19° 13° N

Kapp Kolthoff

Höstelnen

Keilhous Oy Steppen

Kapp Bull

SSE

50°

19°

North Cope, Norway

चार

एक

सकाळी उमलणारे गुलाबाचे फूल किती प्रसन्न वाटते! अशा फुलाचे नाव *'मॉर्निंग रोज'* त्या बोटीला ठेवले होते; परंतु आता इतक्या वर्षांनी त्या बोटीचे रूप पाहता तेच नाव तिला विशोभित दिसत होते. त्या बोटीने आपल्या प्रदीर्घ आयुष्यात विविध कामगिऱ्या बजावल्या होत्या. त्याच्या खुणा बोटीवर जागोजागी उमटल्या होत्या. पोचे आलेली, मोडतोड झालेली, शेकडो ठिकाणी दुरुस्त्या झालेली ही बोट आपल्या आयुष्याचा सूर्यास्त पाहत होती. तिला पाहिल्यावर तिचे *मॉर्निंग रोज* हे नाव कोणालाही हास्यास्पद वाटेल. आर्क्टिक परिसरात मोठ्या प्रमाणावर मासेमारी करणारी ट्रॉलर बोट म्हणून तिची रचना करण्यात आलेली होती. तिचे वजन ५६० टन होते, लांबी १७३ फूट होती, भरपूर गोडे पाणी व इंधन यांचा साठा ठेवण्याची सोय तिच्यावर होती. वाफेच्या इंजिनावर ती बोट चालत होती. 'जॅरो स्लिपवेज' या गोदीत बांधलेली ही बोट १९२६ साली पाण्यात सोडण्यात आली होती. त्याच वर्षी सर्वत्र मोठा संप झाला होता. मात्र आता ही बोट म्हातारी झाली होती, जराजर्जर झाली होती.

पेन्शनीत आलेल्या *मॉर्निंग रोज* बोटीची चाल मंद झाली होती. पत्रे कुरकुर वाजत होते. जिथे जोड होते ते सुटू लागले होते. पाण्यातून जाताना ती सारखी डुचमळत जायची. तरीही ही मोडीत काढलेली म्हातारी बोट आता एका मोहिमेच्या कामासाठी जुंपली गेली होती. बोटीचा कप्तान इम्रे आणि मिस्टर स्टोक्स हे दोघेही असेच होते. *मॉर्निंग रोज* जरुरीपेक्षा जादा इंधन खाऊन प्रवास करत होती. कॅप्टन इम्री आणि मिस्टर स्टोक्स यांची वये बोटीसारखीच सत्तरीच्या पुढे गेलेली होती.

बोटीच्या भट्टीत जसा सारखा कोळसा टाकावा लागत होता, तसेच ते दोघेही सारखे आपल्या पोटात दारू टाकत होते. कॅप्टन इम्री व्हिस्की प्यायचा, तर मिस्टर स्टोक हा जमेकामधली रम प्यायचा.

बोटीच्या डायनिंग हॉलमध्ये दोन लांबलचक टेबलं होती. मी जेव्हा-जेव्हा तिथे पाहिले, तेव्हा टेबलावर मोजके लोक जेवत असत. ते चिंतातूर झालेले दिसत होते. त्यांच्या जेवणात कसलीही अडचण नव्हती. यामागे एक कारण होते आणि त्या रात्री जेवण्यासाठी फारच कमी माणसे आली होती, त्यामागेही तेच कारण कारण होते. जेवणासाठी तसे भरपूर पदार्थ होते व ते पदार्थ तसे खाण्यास चांगले होते किंवा त्या भोजनगृहाची रचना सौंदर्यशास्त्राच्या दृष्टीने ठीक नव्हती, असेही नव्हते. उलट मासेमारीच्या कोणत्याही ट्रॉलर बोटीवर नसेल इतके ते भोजनगृह आकर्षक व सुंदर होते. सागवानी लाकूड, वाइनच्या रंगाच्या सतरंज्या व पडदे यांचा सुरेख मेळ तिथे बसवलेला होता. जेव्हा एखाद्या ट्रॉलर बोटीकडून मासेमारी होणे थांबावावे लागते तेव्हा तिचे रूपांतर एखाद्या आलिशान प्रवासी बोटीत केले जाते. तसे करण्यासाठी त्या ट्रॉलर बोटीने आजवर भरपूर मत्स्यसंपत्ती मिळवून मालकाला पैसा कमावून दिलेला असेल तर ते रूपांतर करणे शक्य असते. मग पार इंजिनापासून सारे काही बदलून टाकता येऊन ट्रॉलर बोटीचा एक तरंगता राजवाडा बनवता येतो. जर बोटीचा मालक श्रीमंत असेल, समुद्राचे त्याला आकर्षण असेल आणि तो खूपच अज्ञानी असेल तरच ही गोष्ट घडते.

पण आज रात्रीच्या चिंतेचे कारण हे दुसरेच काहीतरी होते. ते कारण बोटीवर नव्हते. आर्क्टिक सर्कलच्या उत्तरेला ३०० मैलांवर आम्ही होतो. आता येथील हवामान कधी नव्हे ते अतिशय रम्य झाले होते. पृथ्वीवर कुठेही नसेल एवढी कमालीची नीरव शांतता येथे पसरली होती. समुद्राचे पाणी स्तब्ध, सपाट व आरशासारखे झाले होते. बर्फामुळे दुधासारखा पांढरा झालेला समुद्र हा सर्व दिशांना क्षितिजापर्यंत पोहोचला होता. त्यावर निळ्या आकाशाचे घुमट होते. रात्रीमुळे तो घुमट काळ्या रंगाचा झाला होता. घुमटाला काही चांदण्या चिकटवलेल्या होत्या. त्या चांदण्या, ते तारे, जणू काही गोठलेल्या आगीचे तुकडे वाटत होते. असे मनोहर दृश्य व अशी शांतता आर्क्टिक सर्कलचे अक्षवृत्त ओलांडून आल्यावर क्वचितच पाहावयास मिळते, निदान उन्हाळ्यात तरी. आता तो उन्हाळा केव्हाच मागे पडला होता. येथे ऑक्टोबर महिना चालू होता. वादळी वाऱ्यांचा काळ होता. नक्कीच निसर्गाचे काहीतरी चुकले असावे किंवा बिनसले असावे. दोन स्ट्युअर्टनी हुशारीने सर्व खिडक्यांवरील पडदे लावून टाकले आणि बाहेरच्या दृश्यावर पडदा टाकला.

परंतु बाहेरची परिस्थिती आम्हाला पाहायची नव्हती. आम्हाला आतमध्ये ते

ऐकू येऊ लागले होते व त्याची जाणीव होऊ लागली. जे ऐकू येत होते तो बोटीमध्ये घुसणारा वारा होता. निरनिराळ्या फटीतून घुसताना तो भयानक धमकी दिल्यासारखा घुमायचा, शिट्ट्या मारायचा, मधेच आवाज वाढवायचा, तर अचानक डरकाळी फोडल्यासारखा आवाज यायचा. पण बाहेरच्या जगात मात्र वारा नव्हता, वादळ नव्हते की हवेत कसलाही खळबळाट नव्हता. जो वारा आत घुसत असेल त्यात जोर नसणार; परंतु बोटीच्या असंख्य फटी व भोके यामुळे भयप्रद आवाजाची निर्मिती व्हायची. जणू काही एखादी चेटकीण आपला प्रभाव पाडण्यासाठी तसे आवाज काढीत आहे, असे वाटत होते. कधी-कधी तर ठराविक वेळाने तो गुणगुणल्यासारखा एकसुरी आवाज वाढत जायचा. ते गुणगुणणे हे ख्रिश्चन अन्त्यविधीच्या वेळी म्हटल्या जाणाऱ्या मंत्रांसारखे वाटे. तर कधी-कधी बोटीची पुढची बाजू प्रवास करताना थोडीशी उचलली जाऊन पाण्याच्या पृष्ठभागावर ती धपकन आपटे. त्या आपटण्याचा स्फोटक आवाज अधून-मधून उमटे व ऐकणाऱ्याला दचकवून टाके. जो वारा बोटीकडे येत होता तो ७०० मैल दूर असलेल्या ग्रीनलँडकडून येत होता. त्यामुळे सबंध बोट एकदा पुढच्या बाजूला खाली-वर होई, तर एकदा मागच्या बाजूला खाली-वर होई. मागच्या बाजूचा पाणी मागे ढकलणारा पंखा हा निम्मा वर आलेला दिसे. तर पुढच्याच क्षणी तो पाण्यात बुडी मारून अदृश्य होई. यामुळे इंजिनाच्या आवाजात जो चढ-उतार होई, तोही आम्हाला ऐकू येई.

या सर्व आवाजांच्या कोलाहलामुळे लक्षात येई की, बाहेरची परिस्थिती शांत वाटत असली, तरी ती शांतता वादळापूर्वीची आहे. लवकरच एक वादळ चाल करून येणार हे प्रत्येकाने ओळखले होते. आत्ताच्या भेसूर आवाजापेक्षा त्या संभाव्य वादळामुळे बहुतेक जण मनात हादरलेले होते. एकदा तर बोट आपल्या दोन्ही अंगावर कलू लागली होती. मग टेबलापाशी जेवत असलेली मंडळी उजवीकडे-डावीकडे झुकू लागली. तर कधी-कधी बोट पुढून व मागून एवढी खाली-वर होई की, नेमके कुठे पकडून धरावे हे बसलेल्यांना समजेनासे होई. यावरून एक नक्की समजले की, बाहेरचा शांत व सपाट पृष्ठभाग असलेला समुद्र मागे पडलेला असून आपण एका खळबळाटी समुद्रात शिरलो आहोत. त्यातून *मॉर्निंग रोज* ही मासेमारीची ट्रॉलर बोट होती. अशा खळबळाटी समुद्रात ती तशीच वागणार होती. आम्ही सर्व खालीवर होत होतो व त्याच वेळी डावीकडे-उजवीकडे डोलू लागलो होतो. दोन्हींचा मिळून होणारा परिणाम अत्यंत चमत्कारिक व वाईट होता. आम्ही त्याला 'कॉर्कस्क्रूईंग' परिणाम म्हणायचो.

मी समुद्रावर गेली आठ वर्षे काढली होती. अशा गोष्टींची मला सवय होती. अशा गोष्टींमुळे मी कधीही खचून गेलो नव्हतो. मला ती *'माल डी मेर'* नावाची मानसिक व्याधी जडली नव्हती. समुद्रप्रवास करताना बोटीच्या हलण्यामुळे अनेकांना

अशी व्याधी जडे. ओशाळवाणे हसणे, स्वत:शीच संवाद करत त्यात दंग होऊन जाणे, अन्नपदार्थांसारख्या भासणाऱ्या वस्तूंकडे नजर जाताच तेथून दृष्टी फिरवणे व तिकडे पाहणे टाळणे, अशी त्या व्याधीची लक्षणे होती. मला तसले काहीही झालेले नाही हे कोणी मला सांगण्याची गरज नव्हती. शिवाय मी एक खराखुरा डॉक्टर होतो. सी-सिकनेस हा विषय खरोखरीच सुरुवातीला एक करमणूक करणारा विषय असतो; पण नंतर मात्र तो माणसाला गंभीर करत नेतो. गेल्या आठ वर्षांत जहाजावरील अनेक अशा रुग्णांना मी त्यावर गोळ्या देत आलो होतो. पण आत्ताची प्रवाशांची गंभीर लक्षणे पाहता माझ्याजवळच्या गोळ्यांचा उपयोग कितपत होईल, हे सांगणे कठीण होते. कॉलरा झाल्यावर ॲस्पिरिनची गोळी द्यावी तसला काहीसा प्रकार नेहमीच्या गोळ्या देऊन झाला असता.

जेवण टाकून कोण प्रथम स्वच्छतागृहाकडे धाव घेईल याचा मी अंदाज घेत होतो. जेवणाऱ्यांचे चेहरे निरखत होतो, त्यांच्या हालचाली न्याहाळत होतो. ॲन्टोनिओ नावाच्या एका उमद्या तरुणाकडे माझे लक्ष गेले. त्याचे सोनेरी व कुरळे केस होते. पण त्याने ते अशा रीतीने वाढवले होते की, ती केशरचना हास्यास्पद वाटत होती. प्राचीन काळातील तो एक सडपातळ अंगयष्टीचा रोमन तरुण वाटत होता. जेव्हा एखाद्या व्यक्तीच्या पोटात मळमळू लागते, तेव्हा उलटी करेपर्यंत त्या व्यक्तीचा मूळ चेहरा बदलत कसातरीच होऊन जातो. त्या व्यक्तीच्या चेहऱ्यावरील मूळचे रंग चमत्कारिक छटा धारण करतात; पण ॲन्टॉनिओच्या चेहऱ्यावर आता अशी काही रंगछटा प्रगट झाली होती की, तशी मी अद्याप कधीही पाहिली नव्हती. पण काही का असेना, ते एक बोट लागल्याचे प्रभावी लक्षण होते. एकदम त्याने आपला चेहरा कसनुसा केला व तो झटकन उठला आणि पळत-पळत भोजनगृहातून बाहेर गेला. जाताना त्याने शिष्टाचारानुसार इतरांना 'एक्सक्यूज मी' असे म्हटले नाही. हलत्या जमिनीवरून तो कसाबसा धडपडत पळत निघून गेला होता.

त्याची ही अवस्था पाहून इतरांनाही तसे होऊ लागले. *आपल्यालाही असेच होणार* अशी सूचना जणू काही त्यांच्या मनाने स्वीकारली होती. काही सेकंदांतच तीन प्रवासी उठले. एक तरुणी व दोन पुरुष घाईघाईने उठले व तेही भोजनगृह सोडून निघून गेले. दोन मिनिटांत इतरही उठले व गेले. शेवटी भोजनगृहात मी, गेरान, हेसमान, कॅप्टन इम्री आणि मि. स्टोक्स एवढेच उरलो.

कॅप्टन इम्री व स्टोक्स यांनी संकेताप्रमाणे आपापल्या मानाच्या जागा पकडल्या होत्या. त्यांनी एकमेकांकडे थोड्याशा नवलाने पाहिले, आपल्या माना खेदाने हलवल्या आणि शांतपणे ते आपल्या पोटात मद्याचे इंधन रिचवत बसले. कप्तानचा देह हा भव्य होता. कुटुंबप्रमुखासारखा तो त्याच्या शरीरयष्टीमुळे आदरणीय वाटत होता. सिंहाच्या आयाळीसारखे त्याचे दाट पांढरे केस त्याच्या मानेवर रुळत होते

व तेथून ते खांद्यावर उतरले होते. त्याच्या लांबलचक दाढीच्या केसांमुळे जेवणाच्या प्रसंगी घातलेला खास टाय हा झाकून गेला होता. त्याचे निळे डोळे मात्र भेदक होते. त्याच्या रूपाकडे पाहिले की, बायबलमधून एक प्रेषित येथे आला आहे असे वाटे. त्याने घातलेल्या कोटाला सोनेरी रंगाच्या गुंड्या होत्या व तो कोट डबल ब्रेस्टचा होता. कोटावर एक जाड पांढरे कडे होते व ते रॉयल नेव्हीमधील कमांडरचे पद दर्शवत होते. मात्र तसा त्याचा त्या कड्याशी काहीही संबंध नव्हता. त्या कड्याखाली चार सन्मानदर्शक रंगीत पट्ट्या होत्या. त्या मात्र त्याने मिळवलेल्या होत्या. आपले डोके हलवत त्याने स्कॉच व्हिस्कीची बाटली उचलली व त्याने आपला ग्लास जवळ-जवळ पूर्णपणे भरला. जी काही थोडीफार जागा उरली होती त्यात त्याने पाणी भरून पार काठापर्यंत ग्लास भरला. याच वेळी *मॉर्निंग रोज* बोट समुद्रातील एका लाटेवर तिरपी होऊन वर चढली. लाटेच्या माथ्यावर काही काळ बोट रेंगाळली. तो काळ नको तितका लांबलचक वाटला. अन् मग पुढे झुकून, दोन्ही अंगावर वळत-वळत *मॉर्निंग रोज* लाटेवरून खाली पाण्यावर धाडदिशी आपटली. त्या आपटण्यामुळे सारी बोट हादरली. बोटीवरील प्रत्येक वस्तू हादरली. तरीही कॅप्टन इम्रीच्या हातातल्या ग्लासातील व्हिस्कीचा एक थेंबही बाहेर सांडला नाही. मग त्याने एका दमात अर्धा ग्लास आपल्या पोटात रिचवला. ग्लास खाली ठेवून त्याने आपला पाइप हात लांब करून घेतला. कॅप्टन इम्री याने हलत्या बोटीत ग्लासातील एक थेंबही दारू न सांडण्याची कला हस्तगत केली होती.

पण तशी गोष्ट मिस्टर गेरान याची नव्हती. त्याने आपल्याजवळील लॅम्ब चॉप्स, ब्रुसेल्स स्प्राउट्स, बटाटे आणि दारूचा ग्लास यांच्याकडे पाहिले; पण हे अन्नपदार्थ जिथे असायला हवे होते, तिथे नव्हते. ते सारे त्याच्या नॅपकिनवर होते आणि तो नॅपकिन त्याच्या मांडीवर होता. त्याच्या चेहऱ्यावर एक प्रश्नचिन्ह उमटले होते. प्रवासातली ही एक किरकोळ समस्या होती; पण गेरान त्या बाबतीत काहीही करू शकत नव्हता; परंतु मोक्सॉन हा एक तरुण स्ट्युअर्ट होता. तो बोटीवरतीच काम करत असल्याने त्याला अशा गोष्टींची सवय होती. त्याने जवळ एक नॅपकीन व छोटी प्लॅस्टिकची बादली तयारीत ठेवली होती. कुठूनतरी तो अचानक उगवला आणि त्याने साफसफाई सुरू केली. गेरान तिकडे पाहू लागला. त्याच्या चेहऱ्यावर घृणा पसरली होती.

गेरानचे डोके आकाराने लहान होते व माथ्याकडे ते निमुळते होत गेले होते. त्यातून त्याचा जबडा रुंद होता, गाल गोबरे होते. त्यामुळे एखाद्या साच्यात ओतून अनेक मुखवटे बाहेर काढावेत तसा त्याचा चेहरा वाटत होता. गेरान बुटका होता, पाच फूट दोन इंच होता. त्याने मुद्दाम उंच टाचांचे बूट घातलेले होते. त्याचे वजन जास्त होते, ११० किलो होते. त्यामुळे त्याला उभे राहताना कष्ट होत असत.

शक्यतो तो बसून राहत असे. क्वचितच उठत असे. त्याने अंगात घातलेले कपडे त्याला तंग बसत. शिवाय त्याला ते अगदीच बेंगरूळ दिसत. असे वाटे की, शिंप्याने शेवटी कंटाळून ते काम कसेतरी घाईघाईने उरकले असावे. त्याच्याकडे पाहिले की, एका मानवी गोळ्याचा भास होई. त्याची गर्दन तर कधीच दिसत नसे. त्याचे हात लांब होते व हडकुळे होते. त्याची पावले लहान होती. अशा चमत्कारिक मापाचा माणूस मी आजवर कधीही पाहिला नव्हता. त्याच्या मांडीवर व खाली जमिनीवर पडलेले सर्व अन्न गोळा करून झाल्यावर त्याने मान वर करून कॅ. इम्रीकडे पाहिले. त्याच्या चेहऱ्यावर जांभळी छटा होती. याचा अर्थ त्याला राग आला होता असे नव्हे. कारण गेरानने आजवर कधीही आपला राग प्रकट केला नव्हता. त्याला तसे करताच येत नाही, अशी एक सार्वत्रिक समजूत त्यामुळे पसरली होती. त्याच्या चेहऱ्याचा रंग फिका होणे ही एक नैसर्गिक गोष्ट होती.

"कॅ. इम्री, खरोखरीच ही एक विपरीत घटना घडत आहे,'' गेरान म्हणाला. त्याच्या स्थूल देहयष्टीच्या मानाने त्याचा आवाज बराचसा वरच्या पट्टीतला व किनरा होता. अनेकांना त्याचे नवल वाटे. तो पुढे म्हणाला, "या अशा भयंकर वादळातून आपण पुढे जात राहिलेच पाहिजे का?''

"वादळ?'' कॅ. इम्रीने आपल्या हातातील ग्लास खाली ठेवत गेरानकडे अविश्वासाने पाहत म्हटले, "तुम्ही 'वादळ' म्हणालात का? हा तर एक वाऱ्याचा थोडासा धक्का आहे.'' मग त्याने माझ्याकडे पाहिले. मी स्टोक्स यांच्या शेजारी बसलो होतो. "मिस्टर स्टोक्स, हा वारा 'फोर्स सेव्हन' तीव्रतेचा आहे असे मला वाटते. कदाचित तो 'फोर्स एट'ला पोहोचला असेल. हो ना?''

मि. स्टोक्स हा आणखी रम घेण्याच्या बेतात होता. तो मागे वाकून ताठ बसला. कॅ. इम्रीसारखे त्याच्या मानेवर केस नव्हते. त्याला टक्कल पडले होते व ते चकाकत होते. चेहऱ्यावरची कातडी ब्राऊन होती व त्यावर असंख्य सुरकुत्या पडल्या होत्या. त्याची मान बारीक व उंच होती. तो वयस्कर होता खरे; पण किती वयस्कर असेल याचा अंदाज करणे कठीण होते. गेलापागोस बेटावरील कासवे शतकानुशतके जगणारी असतात. त्यांचे वय ओळखणे जसे कठीण असते, तसेच स्टोक्सचे वय ओळखणे कठीण होते. त्यांच्या हालचाली कासवासारख्याच मंद असायच्या. स्टोक्स आणि इम्री या दोघांनीही एकाच वेळी आरमारात आपली नोकरी सुरू केली होती. पाण्यात पेरलेल्या सुरुंगांचा शोध घेऊन ते काढण्याच्या जहाजावर त्यांना नोकरी लागली होती. ही गोष्ट महायुद्धातील होती. तेव्हापासून ते दोघे एकत्रच होते. अगदी दहा वर्षांपूर्वी नौदलातून निवृत्त होईपर्यंत. ते एकमेकांना 'कॅ. इम्री' आणि 'मिस्टर स्टोक्स' एवढेच संबोधत. फारच झाले तर खासगीमध्ये ते 'स्किपर' व 'चीफ' एवढेच म्हणत. (मि. स्टोक्स हे चीफ इंजिनिअर होते.)

काही क्षणांनी स्टोक्सने आपले मत विचारपूर्वक मांडले. तो म्हणाला, "सात!"

"सात!" एखाद्या संचार झालेल्या देवऋषीने कौल द्यावा तसे कॅ. इम्रीने ते मत तत्काळ स्वीकारत म्हटले.

मग त्याने परत एकदा आपला ग्लास भरला. त्याच्या मनात आले : काही का असेना. ब्रिजवर स्मिथ हा मेट आता जहाजाचे नियंत्रण करतो आहे. त्याला समुद्रीदेवता जोपर्यंत साहाय्य करत आहेत, तोपर्यंत कसलीही काळजी नाही. मग तो म्हणाला, "पाहिलंत मिस्टर गेरान? सात म्हणजे काहीच नाही. तुम्ही उगाच काळजी करू नका." त्या वेळी गेरानने आपल्या हाताने टेबल घट्ट पकडून धरले होते. कारण बोट जवळ-जवळ ३० अंशातून कलली होती. त्याने कॅप्टनच्या बोलण्यावर काहीच उत्तर दिले नाही. कॅप्टन पुढे बोलत राहिला, "वादळ? वादळ म्हटले की, मिस्टर स्टोक्स आणि मी हीच *मॉर्निंग रोज* बोट घेऊन प्रथम निघालो होतो तो प्रवास आठवतो आहे. त्या वेळी आम्ही बेअर आयलन्डजवळच्या पाण्यातील मासे पकडण्यासाठी गेलो होतो. त्या पाण्यात ट्रॉलर बोटीचा पहिलाच प्रवेश होता. तोपर्यंत तिथे कोणतीही ट्रॉलर बोट पोहोचली नव्हती. येताना आम्ही बोटीतील सर्व गोदामे भरून मासे आणले होते. ही गोष्ट बहुतेक १९२८ सालची होती. किंवा, मला वाटते की–"

"१९२९," स्टोक्स म्हणाला.

"होय, १९२९!" असे म्हणून कॅ. इम्रीने आपले निळे डोळे गेरान व जॉन हेसमान यावर रोखले. हेसमान हा एक लहान चणीचा माणूस होता. त्याच्या चेहऱ्यावर सतत घाबरलेले भाव असायचे. त्याचे हातही कधी स्थिर नसायचे. कॅप्टन पुढे बोलला, "एकदा तसे ते वादळ झाले होते. आम्ही तेव्हा ॲबरडीन बंदरातून एक ट्रॉलर बोट घेऊन बाहेर पडलो होतो. आमच्या बरोबर आणखी एक बोट होती. त्या बोटीचे नाव मी विसरलो."

"*सिल्व्हर हार्वेस्ट*, हे नाव होते," स्टोक्स म्हणाला.

"होय, *सिल्व्हर हार्वेस्ट*. त्या वेळी वादळ झाले. त्याची तीव्रता, त्याचा जोर हा 'फोर्स टेन' एवढा होता. अन् नेमके त्याच वेळी त्या बोटीचे इंजिन फेल झाले. त्या बोटीचा कॅप्टन हा... कोण बरं होता...."

"मॅकॲन्ड्र्यू. जॉन मॅकॲन्ड्र्यू."

"थँक यू, मिस्टर स्टोक्स. त्याच्या मानेला त्याच वेळी इजा झाली. मग आम्ही त्याच्या मानेला लाकडी पट्ट्या बांधल्या आणि त्याची बोट चक्क ओढत आणली. आम्ही जवळ-जवळ ३० तास तशा वादळी परिस्थितीत, म्हणजे 'फोर्स टेन' तीव्रतेच्या वादळात होतो. त्यातले चार तास तर 'फोर्स इलेव्हन' मध्ये होतो. तुम्ही त्यावेळचा समुद्र पाहायला हवा होता. अरे, पाण्याचे डोंगर समुद्रात तयार व्हायचे.

अनेक डोंगरातून वाट काढीत आम्ही बोट नेत होतो. बोटीचा पुढचा भाग तर कधी-कधी ३० फूट उंच व्हायचा, ३० फूट खाली जायचा. म्हणजे एकदा बोट पुढच्या बाजूने तिरपी, तर एकदा मागच्या बाजूने तिरपी होत राहायची. अन् हे सारे तासन्तास चालायचे. मी आणि मिस्टर स्टोक्स एवढे सोडलो, तर प्रत्येक जण आतून हादरून निघला होता–'' एवढे बोलून तो एकदम थांबला. कारण हेसमान घाईघाईने उठून उभा राहिला आणि लगबगीने तिथून निघून गेला. कॅप्टनने गेरानला म्हटले, ''तुमचा मित्र अस्वस्थ झालेला दिसतो. हो ना?''

गेरान काकुळतीला येऊन म्हणाला, ''आपल्याला आता काहीतरी केलेच पाहिजे. किंवा आपली बोट थांबवायला पाहिजे किंवा कोठे तरी आश्रय घेतला पाहिजे.''

''आश्रय? अन् तो कशापासून? मला आठवते–''

मी कॅप्टनचे बोलणे तोडीत त्याला म्हणालो, ''मिस्टर गेरान आणि त्यांची माणसे यांना समुद्रप्रवासाचा फारसा अनुभव नाही.''

''खरे आहे, खरे आहे; पण बोट थांबवून काय उपयोग? लाटा व पाण्यातला खळबळाट थोडाच थांबणार आहे! अगदी जवळचे आश्रयस्थान म्हटले तरी ते ३०० मैलांवरील 'जान मेयेन' बेट आहे. तिथे जातानाही खळबळाटी हवा वाटेत लागणार.''

''मग ती हवा खळबळाटी व्हायच्या आत आपण झटकन निघून गेलो तर?'' गेरान अजाणतेपणे म्हणाला.

''होय, तसे झाले तर मग नंतर आपण शांत हवेतून प्रवास करू शकू. तुम्हाला असेच हवे आहे ना? पण आपण जो करार केला आहे त्यात असे म्हटले आहे की, *धोक्यातून बाहेर पडण्यासाठी जे जे काही करावे लागेल तेवढे सोडले तर कॅप्टन हा त्याला दिलेले सर्व हुकूम पाळेल.''*

''ठीक आहे, ठीक आहे.''

''असे पाहा मिस्टर गेरान, ही अशी चमत्कारिक हवा अजून एक-दोन दिवस राहणार आहे.''

मघापेक्षा आता बोटीचे हलणे तात्पुरते का होईना कमी झाले होते. गेरानने चेहऱ्यावर किंचित हसू आणीत म्हटले, ''कॅप्टन, निसर्गाच्या लहरीपणावर आपले नियंत्रण नाही, हेच खरे.''

''मग पूर्वेकडे ९० अंशांतून वळून जायचे का?'' कॅप्टनने विचारले.

''तुमच्या हातात हे जहाज सुरक्षित आहे, कॅप्टन.''

''मी काय विचारले ते तुमच्या नीट ध्यानात आले नाही, असे दिसते. आपण जर त्या मार्गाने गेलो तर आपल्याला आणखी जादा दोन किंवा तीन दिवस लागतील. आपण जर पूर्वेकडे गेलो तर 'नॉर्थ केप'च्या वर उत्तरेला जी हवा आहे

ती इथल्यापेक्षा अधिक खराब असते. मग जवळच्या हॅमरफेस्ट बेटावर आपल्याला आश्रय घ्यावा लागेल. यात आपला एक आठवडा जाईल. कदाचित जास्तच दिवस लागतील. तुम्ही दिवसाला जे शेकडो पौंड भाडे मोजता आहात, त्या खर्चात कितीतरी वाढ होईल. त्यातून तुम्ही तुमच्या कॅमेरामन आदी तंत्रज्ञ मंडळींनाही रोजची काही रक्कम मोजत असाल. शिवाय अभिनय करणाऱ्या नट-नट्या यांनाही दर दिवशी मोठी रक्कम देत असाल. त्यातील काही जणांना तर या जादा रकमेमुळे काहीही न करता फार मोठा लाभ होणार. अन् तोही झटपट!'' एवढे बोलून कॅप्टन इम्री थांबला आणि आपली खुर्ची मागे सारून म्हणाला, ''तर मी काय सांगत होतो? हंऽ! तुमच्यासारख्या माणसाला कदाचित या जादा रकमेचा भार फारसा वाटत नसेल. ते असो. मी आता ब्रिजशी जरा बोलतो.'' ब्रिज म्हणजे जहाजावर उंचावर असलेली खोली. जिथे कॅप्टन व इतर काही जण नौकानयन करतात. एक जण सुकाणूचक्र फिरवून जहाजाला योग्य मार्गावर ठेवतो. येथून कॅप्टन सर्वांना हुकूम देतो. ब्रिजमध्ये २४ तास सतत कोणी ना कोणीतरी असते व जहाजाच्या प्रवासावर लक्ष ठेवले जात असते.

''थांबा जरा,'' गेरान म्हणाला. त्याचा चेहरा पडला होता. साऱ्या फिल्म जगतामध्ये गेरानचा कंजूष स्वभाव प्रसिद्ध होता. कॅप्टनच्या सूचक बोलण्याने तो हादरला होता. त्याने विचारले, ''एक आठवडा! सबंध एक आठवडा जादा लागणार?''

कॅप्टनने आपली खुर्ची पुन्हा टेबलाकडे सरकवून मद्याची बाटली पुढे ओढत म्हटले, ''जर आपण सुदैवी असू तर एक आठवडा जादा लागेल.''

''पण आत्तापर्यंत आपले तीन दिवस वाया गेले आहेत. ऑर्कनी क्लिफसपासून जाताना तो वेळ गेला. ते वाया घालवलेले अंतर एका फुटानेही आपण भरून काढू शकलो नाही.'' गेरानचे हात टेबलाखाली असल्याने मला दिसत नव्हते. पण नक्की तो दोन्ही हात चोळत असला पाहिजे.

''अन् तुमचे दिग्दर्शक व तंत्रज्ञ मंडळी अजूनही गेले चार दिवस निवांतपणे पाठीवर पडून राहिली आहेत.'' कॅप्टन इम्री सहानुभूतीने म्हणत होता. हे म्हणताना कॅप्टनच्या मिशाखाली गूढ हास्य दडलेले असेल, तर ते दिसू शकत नव्हते. ''तर निसर्गाचा लहरीपणा हा आपल्याला असा भोवत असतो, मिस्टर गेरान.''

गेरान म्हणाला, ''आम्ही एकूण ३३ दिवसांचे बजेट तयार करून कर्कवेलहून निघालो. कर्कवेल ते परत कर्कवेल असे हे ३३ दिवसांचे बजेट आहे. त्यातील चार दिवस हे उगाचच खर्ची पडले.'' गेरानचा चेहरा दुःखी झाला होता. फिल्मचे अंदाजपत्रक विचारले, ''आता येथून 'बेअर आयलन्ड' किती दूर राहिला आहे, कॅप्टन?''

"तीनशे मैल. यात कमी अधिक होईल. आपल्याला जर बोटीचा वेग नीट ठेवता आला तर आपण २८ तासांत तिथे जाऊन पोहोचू."

"तुम्हाला जमेल ना हे?"

"मला *मॉर्निंग रोज* बद्दल कसलीही शंका नाही. ती कोणत्याही संकटाला तोंड देऊ शकते. तिची मला काळजी नाही. मला काळजी वाटते ती तुमच्या माणसांची. ती कितपत या प्रवासाला टिकतील? त्यांना ही बोट एवढी लागते आहे की, या बोटीऐवजी जर एखाद्या वल्हवणाऱ्या नौकेतून त्यांनी प्रवास केला तरच त्यांना बरे वाटेल."

"होय, बरोबर. अगदी बरोबर," त्या कृपण माणसाला पैसे वाचवण्याच्या दृष्टीने ही कल्पना पसंत पडली असावी. मग तो मला म्हणाला, "डॉ. मार्लो, समुद्र लागण्याच्या, म्हणजे सी-सिकनेसच्या अनेक केसेस तुम्ही नौदलात आतापर्यंत हाताळल्या असतील." एवढे बोलून तो क्षणभर थांबला. मी त्याचे मत खोडून काढले नाही. म्हणून तो पुढे म्हणाला, "बोट लागल्याने आजारी पडल्यावर बरे होण्यास किती काळ लागतो?"

"ते कितपत आजारी पडले आहेत त्यावर ते अवलंबून आहे," फारसा विचार न करता मी उत्तर दिले. पण ते तर्कशास्त्रानुसार बरोबर होते. मी पुढे म्हणालो, "माणूस सी-सिकनेसमुळे किती आजारी आहे आणि किती काळ आजारी आहे याच्या तीव्रतेवर सारे अवलंबून असते. इंग्लिश चॅनेलच्या समुद्रात वादळी हवेत दीड तास प्रवास केला तर, दहा मिनिटे पावसात भिजल्यामुळे जितके आजारपण उद्भवेल तितके उद्भवते. अटलांटिक महासागरावरील वादळात तुम्ही चार दिवस सापडलात तर, जहाज पुन्हा परत स्थिर होईपर्यंत तुम्ही आजारी पडलेला असाल."

"पण सी-सिकनेसमुळे लोक मरत नाहीत ना? हो ना?"

गेरानचा निर्णय कधीही लवकर होत नसे. तो चंचल होता. बोलता-बोलता त्याचे मत बदले व तसे तो बोलून दाखवत असे. त्यामुळे त्याच्या मागे तो नेहमी लोकांच्या हसण्याचा विषय बनत असे. मी त्याला म्हणालो, "सी-सिकनेसमुळे मृत्यू झाल्याची एकही केस आत्तापर्यंत माझ्या ऐकीवात नाही." माझ्या प्रथमच लक्षात आले की, जरी गेरान हा चंचल असला तरी तो कोठेतरी ठामपणा धारण करतो आणि एकदा त्याने ठामपणा पत्करला की, मग आपला निर्णय तो कठोरपणे राबवत असला पाहिजे. पैशाचा घटक आला की नेहमीच असे होत जाते, असे मला वाटते. मी पुढे म्हणालो, "एखादी व्यक्ती मुळातच हृदयरोगाने, दम्याने, खोकल्याने किंवा पोटातल्या अल्सरने व्याधीग्रस्त असेल, तर मग कदाचित ती व्यक्ती सी-सिकनेस झाल्यावर टिकणार नाही."

माझ्या या खुलाशावर तो काही क्षण गप्प राहिला. कदाचित आपल्या सर्व

माणसांची शारीरिक स्थिती तो मनात अजामावत असावा. मग तो म्हणाला, ‘‘मला माझ्या माणसांची काळजी वाटते आहे हे मी कबूल केले पाहिजे. मला वाटते की, तुम्ही त्या सर्वांच्या प्रकृतींची एक वरवर तपासणी करावी, कराल ना? नफ्यापेक्षा आरोग्याचे महत्त्व जास्त असते. नफा! अलीकडच्या दिवसात गचाळ फिल्मपासूनही नफा करायला पाहतात. डॉक्टर म्हणून तुम्ही माझ्या मताशी नक्की सहमत व्हाल.’’

‘‘अगदी बरोबर! आपण लगेच सुरुवात करू या,’’ मी म्हणालो. गेल्या वीस वर्षांत गेराननने ढोंगबाजी असलेल्या चित्रपट सृष्टीत जे नाव कमावले होते ते त्याच्या या चाणाक्षपणामुळेच असणार.

गेराननने माझ्या तोंडून सी-सिकनेसबद्दलची सारी माहिती वदवून घेतली होती. मी म्हणालो होतो की, नुसत्या सी-सिकनेसमुळे, बोट लागण्यामुळे माणूस मरत नाही. त्याची नट-नट्या मंडळी, तंत्रज्ञ आणि नोकर यांना मी जर तपासले तर गेरान नक्कीच त्यांना काही आधीचा विकार किंवा व्याधी आहे की नाही याची खातरजमा करून घेणार. मग पुढे जर कोणी बोट लागल्यामुळे आजारी पडून मृत्यू पावला, तर माझे त्याच्याबद्दलचे आधीचे मत तो पुरावा म्हणून पुढे करणार; परंतु येथे बोटीवर माझ्याजवळ फारच थोडी वैद्यकीय साधने होती. त्याच्या साहाय्याने मी कशी काय एखाद्याच्या प्रकृतीबद्दल ठाम मत देण्याइतपत तपासणी करू शकणार होतो? तसेच, इंग्लंडहून निघण्याआधी प्रत्येकाच्या प्रकृतीचा भला मोठा विमा उतरवला गेला असणार. विमा कंपनीने प्रत्येकाची कसून तपासणी केलेली असणार. जर मी एखाद्याला पूर्णपणे निरोगी ठरवले व ते मत विमा कंपनीच्या डॉक्टरने ठरवलेल्या मताविरुद्ध गेले तर? तसेच, मी जर सर्वांनाच तंदुरुस्त असल्याचे ठरवले तर मग गेरान बेअर आयलन्डकडे वेगाने जाण्याचा आग्रह धरेल. कालहरणात फार पैसा वाया जाऊ नये म्हणून तो तसे करणारच. त्या वेळी तो आपली माणसे बोट लागल्यामुळे आजारी असली, तरी तो त्या बेटाकडे वेगाने पोहोचण्याचा आग्रह धरणार. इतकेही करून जर कोणाचा मृत्यू झाला, तर त्याचा ठपका शेवटी माझ्यावरतीच येणार. कारण मीच सर्वांना तंदुरुस्त ठरवलेले असणार. शेवटी काहीही घडो वा न घडो, मीच मोठ्या गुंत्यात अडकलो होतो.

माझ्या ग्लासात गेराननने थोडीशी ब्रॅन्डी ओतली होती. ती ब्रॅन्डी सुमार होती, फारशी दर्जेदार नव्हती. मी ती एका घोटात संपवली व उठून उभा राहिलो. मग मी त्याला विचारले, ‘‘तुम्ही येथेच तुमच्या केबिनमध्ये असाल ना?’’

‘‘होय. डॉक्टरसाहेब, तुमच्या सहकार्याबद्दल धन्यवाद!’’

‘‘आमचा तो व्यवसाय आहे आणि तो चोवीस तास चालूच असतो. आम्हाला आमचे दुकान कधीच बंद करता येत नाही.’’ मी म्हणालो.

दोन

स्मिथीबद्दल मला फारशी माहिती नव्हती; पण मला ही व्यक्ती आता आवडू लागली होती. त्याच्याबद्दल माहिती काढायचा मी कधीही प्रयत्न केला नाही. अन्‌तशी माहिती काढणे हे माझ्या व्यवसायाच्या दृष्टीने विचारातही घेण्याजोगे नव्हते. तो सहा फूट दोन इंच उंच होता. त्याचे वजन ९० किलोच्या खाली नक्कीच नव्हते. वैद्यकीय शस्त्रक्रियेसाठी तो जर माझ्याकडे आला, तर त्यासाठी योग्य असा तो रुग्ण नव्हता.

मानेनेच खूण करून स्मिथी मला म्हणाला, ''त्या तिथे फर्स्ट-एडच्या कपाटात कॅ. इम्री यांचे एक खासगी औषध आहे. ते एक संजीवनी देणारे औषध आहे. फक्त आणीबाणीच्या प्रसंगीच ते वापरले जाते.''

मी व्हीलहाउसमध्ये होतो. व्हीलहाउस म्हणजे जिथे बोटीच्या सुकाणूचे चाक धरून बोटीला योग्य मार्गावर ठेवले जाते. हे काम चोवीस तास चालते. त्या चाकाभोवती पार्टिशन उभे करून एक छोटी खोली करतात. त्या खोलीला व्हीलहाउस म्हणतात. स्मिथी अर्थातच सुकाणूचक्र हातात धरून उभा होता. कोपऱ्यात मंद प्रकाशात एक छोटे फर्स्ट-एडचे कपाट होते.

मी ते कपाट उघडले. आतमध्ये विविध बाटल्या होत्या. स्पंजासारख्या फेल्टच्या चिमट्याने त्या हलणार नाहीत, अशी आत रचना केलेली होती. मी त्यातली ती विशिष्ट बाटली काढली आणि चार्ट टेबलवरील दिव्याच्या प्रकाशात ती नीट पाहू लागलो. स्मिथी खरोखरच हुषार आहे, असे मी मनात म्हटले. ७० उत्तर अक्षांशाच्या वर असलेल्या कडाक्याच्या थंडीत आणि एका म्हाताऱ्या ट्रॉलर बोटीवरच्या

प्रवासात त्या बाटलीचा शोध घेणे हे कोणालाच जमणार नाही. निदान व्हीलहाउसमधल्या माणसाच्या मनात अशी गोष्ट सुकाणूचक्र धरताना कधीच येणार नाही. स्मिथीला मात्र सगळे ठाऊक होते असे दिसते. त्या बाटलीवरील लेबलवर छापले होते : Otard Dupuy V.S.O.P. ती एक ब्रॅन्डीची बाटली होती.

मी त्याला प्रश्न केला, ''पण आत्ता तुझ्यापुढे कोणती आणीबाणी उभी राहिली आहे?''

''तहान!'' त्याने उत्तर दिले.

मी एका ग्लासात थोडीशी ब्रॅन्डी ओतली आणि तो ग्लास स्मिथीपुढे केला. त्याने ग्लासातील थोड्याशा ब्रॅन्डीकडे पाहून मान हलवली, हात पुढे करून ग्लास घेतला. मग थोडीशी चव घेऊन त्याने आपला ग्लास एखादी दुर्मीळ व पवित्र वस्तू खाली ठेवावी तसा ठेवला.

मी म्हणालो, ''अशी ब्रॅन्डी केवळ तहान भागवण्यासाठी वापरायची म्हणजे या ब्रॅन्डीचा अपमान करण्यासारखे आहे. जर कॅप्टन इम्री येथे आले आणि त्यांना आपल्या राखीव साठ्यातील ब्रॅन्डी काढलेली दिसली तर माझे काय होईल याची कल्पना करा.''

''कॅप्टन इम्री हे नेहमी शिस्तीने वागतात. नियमांचे ते ताबेदार आहेत. रात्री ८ ते सकाळी ८ ब्रिजवर ते कधीही येत नाहीत. मी आणि बॉसन* ओक्ले असे दोघे जण रात्री आळीपाळीने येथे ड्यूटी करतो. त्यामुळे बोटीवरचा प्रत्येक जण सुरक्षित राहिलेला आहे. पण ते जाऊ दे. ही ब्रॅन्डी घेण्याखेरीज येथे येण्याचा तुमचा काय हेतू होता, डॉक्टर?''

''कर्तव्य! दुसरा कोणता हेतू असणार? मिस्टर गेरान यांच्या गुलामांची प्रकृती तपासण्याआधी मला हवामानाचा अंदाज घ्यायचा होता. गेरान यांना भीती वाटते की, हवामान असेच राहिले तर त्यांनी आर्थिक करार केलेली चित्रपट उद्योगातील मंडळी चिलटासारखी पटापट मरणार तर नाही ना?'' मला आत्ताचे हवामान हे या बोटीसाठी फार खराब वाटत होते. विशेषत: ती बोट आपल्या दोन्ही अंगावर ज्या पद्धतीने डुचमळत होती तसे मी यापूर्वी कधीही पाहिले नव्हते. कदाचित मी येथे उंचावरील ब्रिजवर आल्यामुळे मला तसे वाटत असावे. कारण उंची वाढली की डोलणे, डुचमळणे हे जास्त वाटू लागते; परंतु तरीही आत्ताचे बोटीचे डोलणे हे खरोखरीच भयप्रद होते.

''मिस्टर गेरान यांनी तुम्हाला या प्रवासात बरोबर आणायला नको होते. त्याऐवजी त्यांनी एखाद्या हस्तसामुद्रिकाला किंवा ज्योतिषाला बरोबर आणायला हवे होते.'' स्मिथी हा एक सुशिक्षित, शांत व बुद्धिमान वाटायचा. तो थोडासा विनोदीही होता हे मला आज कळले. तो पुढे सांगू लागला, ''संध्याकाळी ६ वाजता या

भागातील हवामानाबद्दल जे बातमीपत्र वायरलेसवरून प्रसारित होते त्यावरून या भागातील हवामानाची बऱ्यापैकी कल्पना येते. ती बातमीपत्रे या भागासाठी फारशी उत्साहवर्धक नसतात. शिवाय या भागात तशी फार वायरलेस केन्द्रे मुळातच नाहीत.''

''मग तुमचा काय अंदाज आहे?''

''या हवामानामध्ये सुधारणा होणार नाही, हे नक्की.'' एवढे म्हणून तो हसला व पुढे म्हणाला, ''पण यावर भाष्य करण्याइतका मी काही मोठा माणूस नाही. माझ्या मते यावर एकच तात्पुरता उपाय आहे तो म्हणजे ही ब्रॅन्डी. ती घेतल्यावर तुमचे वजन तासभर तरी नाहीसे होते व हलक्या शरीराने तुम्ही बोटीवर वावरू शकता. नंतर तुम्ही मिस्टर गेरान यांना भेटा व सांगा की, त्यांच्या भाषेतील ते 'भाडोत्री गुलाम' हे डेकवर नाच करत आहेत.''

''मला असा संशय येतो आहे की, मि. गेरान यांचा कोणावरही विश्वास नसल्याने प्रत्येक गोष्ट, प्रत्येकाचे म्हणणे ते नीट तपासून खातरी करून घेतात. मी जरा आणखी एक पेग–''

''हो, घ्या ना.''

मग त्या बाटलीतील एक पेग ब्रॅन्डी माझ्या ग्लासात काढून घेतली व बाटली नीट बूच लावून कपाटात ठेवली. स्मिथी हा बडबड्या नव्हता. पण आत्ताची शांतता आम्हाला बरी वाटत होती. मग त्याने सहज माझ्याबद्दल विचारले, ''डॉक्टर, तुम्ही आधी आरमारात होता का?''

''होय. ती गोष्ट आता भूतकाळात जमा झाली आहे.''

''मग आत्ता या फिल्मी मंडळींबरोबर कसे काय आलात?''

''ही माझी अधोगती झाली आहे, असे मी समजतो. तुम्हाला नाही वाटत तसे?''

''च् च्!'' असे म्हणून तो हसला. तिथल्या अंधूक उजेडात त्याचे पांढरे दात मला स्पष्टपणे दिसले.

''तुमच्यावर काय आरोप ठेवले होते? वैद्यकीय आचारसंहितेचा भंग किंवा रुग्णावर शस्त्रक्रिया करताना दारू प्यायलेला होता किंवा असलेच काही तरी? त्यांना उगाचच एखाद्याला झोडपायला आवडते.''

''नाही. असला काहीही गंभीर प्रकार नव्हता. 'वरिष्ठांशी हुज्जत घालणे' असे फालतू कारण त्यांनी दाखवले.''

''हं, बरोबर. इथे बोटीवर माझ्यावरही तसलेच आरोप करतात.'' एवढे बोलून तो थोडावेळ थांबला. मग त्याने हळू आवाजात मला विचारले, ''ते तुमचे मिस्टर गेरान, ते ठीक आहेत ना? त्यांची तब्येत बिघडली नाही ना?''

"होय. निदान मला तसे आश्वासन इन्शुरन्स डॉक्टरने दिले आहे."

"मला तसे म्हणायचे नव्हते."

"मि. गेरान यांनी मला हे काम दिले आहे. तेव्हा त्यांच्याविरुद्ध मी वाईट कसे बोलू?"

यावर तो हसला. पुन्हा त्याचे पांढरे दात मला दिसले. मग तो म्हणाला, "उत्तर देण्याची हीसुद्धा एक पद्धत आहे. पण हा तुमचा माणूस किंवा मालक, मला जरासा विक्षिप्त किंवा वेडसर वाटतो. माफ करा, मी माझे स्पष्ट मत देतो."

"एक चित्रपट निर्माता म्हणून म्हणाल, तर ते तसे आहेत खरे."

"पण हा कसला वेडेपणा? हिवाळा तोंडावर आला असताना कोणताही चित्रपट निर्माता बेअर आयलन्डवर जाऊन चित्रीकरण करण्याचे धाडस करणार नाही."

"त्यांना वास्तवपूर्ण दृश्ये दाखवायची असल्याने तिथे जाण्याचा आग्रह त्यांनी धरला."

"खरोखर या तुमच्या गेरानचे डोके तपासले पाहिजे. वर्षातील या दिवशी तिथली परिस्थिती कशी असते याची त्यांना काही कल्पना आहे?"

"ते फार मोठी स्वप्ने पाहणारे आहेत."

"या बेरेन्टस समुद्रात अशा स्वप्नाळू माणसांसाठी अजिबात स्थान नाही. मला कळत नाही, त्या अमेरिकी माणसांनी चंद्रावर आपल्या माणसाला कसे काय पाठवले–"

"आपले हे ओटो गेरान अमेरिकी नाहीत. ते मध्य युरोपातून आलेले आहेत. तिथे भव्य, दिव्य स्वप्ने नेहमी पाहिली जातात. डॅन्यूब नदीच्या उगमाजवळच्या प्रदेशात तर अशी माणसे जास्त आहेत."

"मग युरोपातील विक्षिप्त गुन्हेगार आणि जादा आगाऊ असलेली माणसे कुठे असतात?"

"सगळ्या प्रकारची माणसे एकाच प्रदेशात थोडीच असणार?"

"ते डॅन्यूबचा प्रदेश सोडून खूप वाटचाल करत आज येथवर पोहोचलेले आहेत."

"ओटो गेरान यांना दुसऱ्या महायुद्धाच्या आधी जर्मनी अत्यंत घाईघाईने सोडावा लागला. त्या वेळी मोठ्या संख्येने लोकांना स्थलांतर करावे लागले होते. मग ते अमेरिकेत गेले. दुसरीकडे कुठे जाऊ शकत होते? नंतर ते हॉलिवूडला पोहोचले. नाइलाजच होता. तुम्हाला त्यांच्याबद्दल जे काही म्हणायचे असेल ते म्हणा – बरेच जण त्यांच्याबद्दल तुमच्यासारखेच बोलतात; परंतु परिस्थितीतून मार्ग काढून मोठ्या युक्तीने आपले डोके वर काढणारा तो माणूस खरोखर विलक्षण आहे.

व्हिएन्नामध्ये त्यांचा चित्रपट निर्मितीचा व्यवसाय तेजीत चालला होता. त्यांना त्याच्यावर पाणी सोडून कॅलिफोर्नियात जावे लागले. तिथे त्यांनी अल्पावधीत आपले बस्तान बसवले.''

''तसे असेल तर मग त्यांनी अफाट कष्ट घेतले असले पाहिजेत. ही काही लहानसहान बाब नाही.''

''मी त्यांची जुनी छायाचित्रे पाहिली आहेत. त्यात ते आत्तापेक्षा खूपच बारीक दिसतात. त्या वेळी अमेरिकेत आताएवढ्या सुखसोयी नव्हत्या. प्रवासासाठी ग्रेहाऊंड कंपनीच्या बसेस नव्हत्या. गेल्या काही वर्षांत मात्र त्यांच्या दृष्टिकोनात बदल झाला. पूर्वी ते नाझीवादाविरुद्ध होते. आता ते कम्युनिझमच्या विरोधात असतात. ते जेव्हा चार-पाच प्रखर राष्ट्रवादी चित्रपटांची निर्मिती करू लागले, तेव्हा मात्र त्यांची भरभराट होत गेली. या चित्रपटांवर टीकाकारांनी खूप टीका केली, तर प्रेक्षक मात्र बेहद्द खूष झाले होते. नंतर हॉलिवूडवर मंदीची छाया पसरली. ओटो गेरान यांनी ते हेरले. एव्हाना जवळ बराचसा पैसा गाठीशी बांधल्याने त्यांनी अमेरिका, आपली दत्तक भूमी सोडली व ते इंग्लंडला येऊन स्थायिक झाले. नवीन काहीतरी करायचे म्हणून त्यांनी आर्ट फिल्म्स तयार केल्या. त्या चित्रपटांवर टीकाकार मंडळी खूष झाली होती, तर प्रेक्षक मंडळींनी टीका केली व आपली पाठ फिरवली. पुन्हा ओटो गेरान हे अडचणीत आले.''

''तुम्हाला हे ओटो गेरान चांगलेच ठाऊक आहेत असे दिसते,'' स्मिथी म्हणाला.

''त्यांनी आपल्या शेवटच्या चित्रपटाबद्दल जे माहितीपत्रक काढलेले आहे, त्यातील पहिली पाच पाने वाचली तर 'ओटो' ही काय चीज आहे ते कळून येईल. मी तुम्हाला त्या माहितीपत्रकाची एक प्रत वाचायला देईन. त्यामध्ये फिल्मबद्दल फारसे लिहिलेले नाही, ओटोबद्दलच जास्त लिहिले आहे. फिल्मबद्दल जे काही लिहिले गेले आहे, त्यामध्ये वृत्तपत्रांतील परीक्षणेही त्रोटक स्वरूपात दिली आहेत. 'कंटाळवाणा', 'निरुत्साही करणारा' हे शब्द अर्थातच वगळले गेले आहेत. तुम्हाला त्या मजकुरामागचा खरा अर्थ शोधून वाचावे लागेल. पण काही का असेना, तुम्हाला थोडीफार तरी ओटोबद्दल कल्पना करता येईल.''

''मला ते वाचायला द्या,'' असे स्मिथीने म्हटले. मग काही विचार करून तो पुढे म्हणाला, ''जर सध्या ते आर्थिक अडचणीत असतील, तर मग त्यांच्या या चित्रपटाला भांडवल कोण पुरवते?''

''तुमचे आयुष्य हे अत्यंत सुरक्षित आहे, म्हणून तुम्हाला याची कल्पना करता येणार नाही. चित्रपट निर्माता जेव्हा आर्थिकदृष्ट्या चिंतेत नसतो, तेव्हा त्याच्या स्टुडिओबाहेर कर्जवसुलीसाठी बेलीफ मंडळी तळ ठोकून बसलेली असतात. तो

स्टुडिओ अर्थातच भाड्याने घेतलेला असतो. जेव्हा बँका आपल्या कर्जवसुलीसाठी त्याच्यावर जालीम उपाय करण्याची तयारी करू लागतात आणि विमा कंपन्या निर्वाणीच्या भाषेत नोटिसा काढू लागतात, त्या वेळी हाच निर्माता एखाद्या पंचतारांकित हॉटेलात कोणाला तरी पार्टी देत असतो. आपले हे ओटोसाहेब सध्याच्या काळातील फार मोठे निर्माते आहेत. यांचे हे चित्रपट उद्योगाचे विश्व निसर्ग नियमानुसार असेच चालत असते. तेव्हा, तुमच्या डोक्यात जर या फिल्मी जगात प्रवेश करण्याचा विचार असेल, तर तो काढून टाका. तुम्ही या जहाजाच्या विश्वात सुखी आहात बरं, मिस्टर स्मिथ.'' शेवटचे वाक्य मी त्याला सहानुभूती दाखवत म्हणालो.

''स्मिथ नाही, स्मिथी म्हणा.'' मग तो पुढे म्हणाला, ''या तुमच्या ओटो महाशयांना कोण भांडवल पुरवते आहे?''

''काही कल्पना नाही. जेव्हा पैशाचा प्रश्न येतो, तेव्हा ओटो अत्यंत गुप्तता राखतात.''

''पण कोणीतरी हातात भांडवल घेऊन त्यांच्या पाठीशी उभे असणारच.''

''खरे आहे.'' एवढे म्हणून मी माझा ग्लास रिकामा करून खाली ठेवला. मी त्याला म्हणालो, ''तुमच्या आदरातिथ्याबद्दल तुमचे मी आभार मानतो.''

''एवढे एका मागोमाग एकेक चित्रपट कोसळले असताना त्यांना अजूनही आर्थिक मदत केली जाते, याचे आश्चर्यच आहे. मला हे खटकते आहे. यात काहीतरी चमत्कारिक व गूढ आहे, असे वाटते.''

''स्मिथी, यालाच 'चित्रपट जग' म्हणतात. ते नेहमीच चमत्कारिक व गूढपणे वागणाऱ्या लोकांचे जग असते.'' आमच्या या जहाजावर असेच एक चित्रपट जगाचे प्रतिनिधित्व करणारे जग आता निर्माण झाले होते.

''किंवा कदाचित ओटो यांच्या हातात एखादे जबरदस्त कथानक आले असेल. म्हणून त्यांना यश मिळेल असा आत्मविश्वास वाटत असेल.''

''हंऽऽ! चित्रपट कथा! बरोबर, हाच तो मुद्दा असणार. ती कथा एवढी जबरदस्त असणार की, त्यावर केलेला चित्रपट हमखास यशस्वी होणार, अशी ओटोला खातरी वाटत असणार. तुम्ही त्यांच्याशी या विषयावर बोलून पाहा. त्या कथेचा लेखक हेसमान आहे व त्याच्याखेरीज फक्त ओटो गेरान यांनीच ती कथा वाचली आहे.''

तीन

'**ब्रि**ज' ही कॅप्टनची उंचावरची खोली असते. तिथूनच बोटीला सतत योग्य मार्गावर ठेवले जात असते. मी ब्रिजच्या बाहेर आलो. तिथून डेककडे जाणाऱ्या शिडीवर पाय ठेवून सावकाश उतरू लागलो. हा मार्ग बाहेरच्या हवेतून गेला होता. ब्रिज ते डेक असा आतून एखादा मार्ग असता तर पाऊस, हिमवर्षाव, वारे यापासून बचाव झाला असता. तसेच, ब्रिज आणि डेक यांच्यामध्ये कोठेही टेलिफोनसारखे संपर्क माध्यम नव्हते. वाफेवर चालणाऱ्या जुन्या ट्रॉलर बोटीसारखाच हा प्रकार होता. पूर्वी मोठ्या प्रमाणात या ट्रॉलर बोटीकडून मासेमारी चाले. आता त्याचे रूपांतर प्रवासी बोटीत केलेले होते. बाहेरच्या हवेत आल्यामुळे मला कळून चुकले की, मघापेक्षा आताचे हवामान एकदम खराब झाले आहे आणि ते आणखीनच खराब होत चालले आहे. अतिथंड वारे एवढ्या वेगाने माझ्यावर मारा करत होते की, मला शिडी दोन्ही हातांनी घट्ट पकडावी लागत होती. *मॉर्निंग रोज* ही बोट एवढी डोलत होती की, वारा नसता तरीही मी खाली पडू शकलो असतो. मी हातांची पकड अत्यंत घट्ट करून सावकाश एकेक पायरी खाली उतरत गेलो. बोटीचे दोन्ही अंगांवर डोलणे हे जवळ-जवळ ५० अंशांतून होऊ लागले होते. हे फारच झाले. पण याहीपेक्षा अधिक, म्हणजे बोट १०० अंशांतूनही डोलू शकते. म्हणजे उजवीकडे ५० अंश झुकते व डावीकडेही ५० अंशांतून झुकते. अन् तरीही ती आपल्या अंगावर कलंडत नाही. एका क्रूझरवर मला हा अनुभव आला होता. मला आणखी दोन हात असते तर किती बरे झाले असते. मग मी चार हातांनी ती शिडी अधिक घट्ट पकडू शकलो असतो.

कोणतीही रात्र गडद अंधारी असली तरीही तेवढ्या रात्रीसुद्धा समुद्र नजरेला जाणवतोच. समुद्रावर १०० टक्के अंधार कधीच नसतो. मात्र क्षितिजरेषा समजत नाही. समुद्र कुठे संपला नि आकाश कुठे सुरू झाले हे रेखीवपणे कळणे कठीण असते; परंतु त्या क्षितिजरेषेच्या जरा खाली आणि जरा वर, अशा दोन्ही बाजूंना आपण स्पष्टपणे सांगू शकतो की, 'येथे समुद्र आहे' किंवा 'येथे आकाश आहे.' कारण समुद्राचा रंग हा आकाशापेक्षा नेहमीच अधिक गडद असतो. पण आज रात्री *मॉर्निंग रोज* जहाज एवढे डोलत होते की, समुद्र व आकाश यांच्यातील नेमका भेद नीट जाणवत नव्हता. निरीक्षण करायला किंचित काळ तरी बोट स्थिर राहायला हवी होती. क्षितिजरेषा धूसर बनली होती. शिवाय वातावरणातील दृश्यता ही फक्त दोन मैल एवढीच होती. त्या पलीकडचे सारे धूसर होऊन गेले होते. समुद्राच्या पृष्ठभागावर बर्फाचे पातळ पापुद्रे दिसू लागले होते. नॉर्वेजवळच्या समुद्रांचे ते वैशिष्ट्य होते. हिमनद्यांवरून वाहत आलेले थंड वारे हे फिओर्डच्या पाण्यावरून म्हणजे जमिनीत घुसलेल्या समुद्राच्या फाट्यांवरून जाताना अशी किमया करून जातात. मला समुद्रात उठणाऱ्या लाटांचे माथे वाऱ्याकडून मोडले जात असलेले दिसत होते. त्या लाटांच्या अंतर्वक्र भिंतीवर पांढऱ्या फेसांच्या रेषा दिसत होत्या. *मॉर्निंग रोज* जहाजावर त्या लाटा आदळताना फिस्स असा आवाज करायच्या.

डेकवरून आत जाण्यासाठी मी दाराकडे वळलो. जरा पुढे जाताच मी कशावर तरी आदळलो. कोणीतरी शिडीच्या मागे उभे होते त्या व्यक्तीवर मी आदळलो होतो. त्या व्यक्तीने आधारासाठी ती शिडी घट्ट पकडून ठेवली होती. तिच्या डोक्यावरचे केस वाऱ्यामुळे पार विसकटून गेले होते. ती व्यक्ती अंधारात ओळखता येणे अशक्यच होते. ते केस हे लांबसडक होते. अन् अशी व्यक्ती जहाजावर एकच होती. ती मेरी स्ट्युअर्ट होती. ओटो गेरानच्या फिल्मी तुकडीत ती कन्टिन्युटी गर्लचे काम करे. तिला सारे जण चेष्टेने 'मेरी डार्लिंग' म्हणत. मी मात्र तिला 'मेरी डियर' म्हणे. तिचे मेरी स्ट्युअर्ट हेही नाव खरे नव्हते. तिचे खरे नाव होते 'इलोना विस्निओवेस्की'; परंतु चित्रपटांच्या दुनियेत शिरताना असले अवघड नाव थोडेसे अडचणीचे ठरेल म्हणून त्याऐवजी तिने 'मेरी स्ट्युअर्ट' हे नाव धारण केले होते. ते स्कॉटिश नाव तिला का आवडले हे कळणे मात्र कठीण होते.

मी तिला म्हणालो, ''मेरी डियर, अशा भयंकर रात्री एवढ्या उशिरा तू बाहेर उघड्यावर का आलीस?'' मी तिच्या गालाला स्पर्श केला. ते गाल बर्फासारखे गारठणक पडले होते. मी पुढे म्हणालो, ''थोडा वेळ ही हवा छातीत भरून घेणे ठीक आहे. पण आता बास. चल, आपण आत जाऊ या.'' मी तिच्या दंडाला धरून आत नेऊ लागलो; पण ती कमालीची थरथरत होती. एवढे थरथरणे नुसत्या थंड

हवेमुळे होत नाही. ती अक्षरश: गदगदा हलत होती. ती निमूटपणे माझ्याबरोबर आत आली.

ज्या दारातून आम्ही आत जात होतो त्याला 'ॲकोमोडेशन डोअर' म्हटले जायचे. कारण आत प्रवेश केल्यावर समोरच रांगेने राहण्याच्या खोल्या होत्या. दोन रांगांमधून एक बोळ गेला होता. तो जहाजाच्या दोन्ही बाजूंना जोडत होता. बहुतेक खोल्यांत आमचा चित्रपटवाल्यांचा गट राहत होता. बोळाच्या टोकाशी भिंतीमध्ये एक छोटा बार होता. त्यामध्ये दारूच्या दोन बाटल्या व काचेचे पेले होते. त्या भिंतीतल्या बारला किंवा कपाटाला दोन काचेची दारे होती व त्यावर एक लोखंडी जाळी होती. तिला एक भक्कम कुलूप घातले होते. त्याची किल्ली ओटो गेरानच्या खिशात होती.

मी तिच्या दंडाला धरून आत नेताना ती मला म्हणाली, ''डॉक्टर मला मुद्दाम धरून नेऊ नका,'' आपल्या नेहमीच्या खालच्या आवाजात ती म्हणाली, ''जे झाले ते झाले. मी आत येते आहे.''

''पण तू मुळात बाहेर का गेलीस?''

''डॉक्टरांना नेहमी सगळे सांगायलाच हवे असते का?'' तिने अंगावर एक कातडी कोट घातला होता. त्या कोटाच्या मधल्या बटणाकडे बोट करत ती म्हणाली. बोटीच्या डोलण्यामुळे, तिच्या पोटातील परिस्थिती बिघडल्याचे मला समजून आले; परंतु जरी समुद्र शांत असता, अगदी त्याचा पृष्ठभाग स्तब्ध होऊन आरशासारखा चकचकीत असता, तरीही ती बाहेरच्या थंड डेकवर गेलीच असती. ती तशी अबोल होती. कोणाशीही ती फारसे बोलत नसे व कोणीही तिच्याशी फारसे बोलत नसे.

विसकटलेले केस तिच्या तोंडावर आले होते. त्यांचा गुंता सोडवून तिने ते मागे सारले. तेव्हा मला तिचा पांढराफटक पडलेला चेहरा दिसला. तिच्या तपकिरी डोळ्यांखालची कातडी थकल्याचे चिन्ह दाखवू लागली होती. लाटव्हियन वंशातली ती असावी, असा माझा अंदाज होता. तिच्या गालाची हाडे जराशी वर आलेली होती. तिचा चेहरा मोहक होता. अन् मला वाटते की, एवढेच तिचे भांडवल असावे. तिने फक्त दोन चित्रपटांत कामे केली होती. ते चित्रपट साफ कोसळले होते. ती एक शांत स्वभावाची तरुण मुलगी होती, एकलकोंडे राहणे तिला आवडत असावे. पण तरीही ती मला आवडत होती. फक्त मीच एकटा तिचा चाहता होतो. बाकी कोणीही नव्हते.

मी तिला म्हटले, ''डॉक्टर्स हे सहसा चूक करत नाहीत. निदान हा डॉक्टर तरी. तू काय करत होतीस? बाहेर का गेली होतीस?''

''हे सारे वैयक्तिक प्रश्न आहेत.''

"आमचा वैद्यकीय व्यवसाय हा वैयक्तिक प्रश्न विचारणारा असतो. डोकेदुखी काय म्हणते आहे? अन् अल्सर ठीक आहे ना? बर्सायटिस कसा आहे आता?" तिच्या पायाच्या टाचेत बर्सायटिसमुळे तिला खूप दुखत असे. "आणखीन काही तक्रारी असतील तर मला सांग."

"मला पैसे हवे आहेत."

"होय, तुम्हाला आणि मला, असे आपल्या दोघांनाही पैसे हवे आहेत," मी तिच्याकडे पाहून हसत म्हणालो; पण तिने उलट हसून मला प्रतिसाद दिला नाही. म्हणून शेवटी मी तिचा नाद सोडून दिला. मग तिचा निरोप घेऊन मी 'कम्पॅनियन वे'च्या जिन्याने खाली गेलो. तिथे वरच्यासारख्याच खोल्या होत्या. हा मजला मुख्य डेकच्या पातळीवर होता. इथल्या खोल्या प्रवाशांना राहण्यासाठी पूर्वी नव्हत्या. त्यांचा वापर गोदामासारखा करत. येथे मासे साठवून ठेवले जात. नंतर या खोल्या राहण्यासाठी करण्याचे ठरवल्यावर आधी त्या वाफेने स्वच्छ करण्यात आल्या. मग औषध फवारणी करून निर्जंतुक करण्यात आल्या. असे दोन-तीनदा करूनही या खोल्यांमध्ये अजूनही मासळीचा दर्प जाणवत होता. येथे कॉडलिव्हर ऑइलच्या वासासारखा वास येत होता. एरवी येथे कोणीही राहायला तयार होत नसे. त्या वासाने मळमळल्यासारखे होत असे; परंतु आता जहाज लागल्यामुळे रुग्णाईत झालेल्यांना येथे ठेवले जाई. त्यामुळे त्यांची प्रकृती लवकर सुधारून ते आपली खोली सोडत. मी उजवीकडच्या पहिल्या खोलीच्या दारावर मी टकटक केली आणि दार उघडून आत शिरलो.

जोहान हेसमान हा भिंतीलगतच्या कॉटवर निश्चल पडला होता. त्याने अशी स्थिती धारण केली होती की, एखादा योद्धा विश्रांती घेत पहुडला असावा असे वाटावे. त्याचबरोबर मध्ययुगीन काळातील एखादा बिशपचा दगडात कोरलेला मृतदेह आहे, असेही वाटत होते. त्याने आपले दोन्ही हातांचे पंजे एकमेकात गुंतवून छातीवर ठेवले होते. त्याचे छोटे नाक वर आढ्याकडे रोख धरून होते. आपले डोळे त्याने मिटले होते. जणू काही तो आता मृत झाला होता असे वाटत होते. सोव्हिएट रशियात त्याने श्रम छावणीत वीस वर्षे हालात काढल्याचे मात्र त्यावरून वाटत नव्हते.

"मिस्टर हेसमान, कसे काय वाटते आहे?"

आपले डोळे त्याने उघडले; पण माझ्याकडे बघत तो कण्हू लागला. "ओह्, गॉड!" असे म्हणून त्याने पुन्हा आपले डोळे मिटले. तो म्हणाला, "मला कसे वाटते?"

"माफ करा; परंतु मिस्टर गेरान यांनी आपली चौकशी–"

"ओटो गेरान हा एक महामूर्ख माणूस आहे, चक्रम आहे," तो चिडून

म्हणाला. त्याची प्रकृती बिघडल्याचे हे लक्षण आहे, असे मात्र मी मानले नाही. मग तो ओरडून म्हणाला, ''क्रॅकपॉट! डोके फिरलेला माणूस!''

हेसमानचे हे मत तसे वास्तवतेच्या जवळपासचे आहे, असे एरवी मी खासगीत कबूल केले असते; परंतु त्याच्या बोलण्यावर मी माझी मते व्यक्त केली नाहीत. ओटो गेरान व हेसमान हे दोघेही माझे जुने स्नेही होते. त्यांच्या एकमेकांच्या संबंधात मी काही बोलून ढवळाढवळ करणे योग्य ठरले नसते. चाळीस वर्षांपूर्वी, म्हणजे १९३८ मध्ये, ते शाळेत असताना एकमेकांचे दोस्त बनले होते. त्या दोघांनी मिळून आपला चित्रपट व्यवसाय भागीदारीत चालू केला होता. व्हिएन्नामध्ये त्या दोघांच्या मालकीचा एक स्टुडिओ होता. युरोपातील भावी राजकारणाची व महायुद्धाची पावले ओटोला लवकर जाणवली. मग त्याने सर्व संपत्तीवर पाणी सोडून दिले व सरळ हॉलिवडूची वाट धरली. इकडे काय झाले ते त्याला कळले नाही. आपला मित्र व भागीदार कुठे गेला, त्याचे काय झाले हे त्याला समजले नाही. अशीच २५ वर्षे गेली आणि हेसमान पुन्हा प्रगट झाला. तो रशियात कसा गेला व तिथे सैबेरियातील श्रमछावण्यात त्याला कसे टाकले हे त्याला कळले नाही; परंतु तीन वर्षांपूर्वी हेसमान प्रकट झाला. आश्चर्य वाटावे अशा रीतीने त्या दोघांची गाठ पडली. तोपर्यंत आपला दोस्त मेला असावा, अशा समजुतीखाली ओटो होता. सैबेरियाचा कडक हिवाळा आणि अतिरिक्त श्रम यातूनही तो वाचला होता. त्याने आपला दोस्त ओटो गेरान याला शोधून काढले. हेसमान हा कसा गायब झाला, का झाला हे ओटोला ठाऊक असावे. कदाचित म्हणूनही त्याने आपल्या मित्राला याबद्दल चकार शब्दानेही कधी विचारणा केली नाही. त्याच्या भूतकाळाबद्दल कधी चर्चा केली नाही. त्या दोघांबद्दल दोन गोष्टी ठाऊक झाल्या होत्या. हेसमानजवळ दुसऱ्या महायुद्धापूर्वीच्या डझनभर तरी चित्रपटकथा होत्या. त्यामुळेच आर्क्टिकच्या बर्फमय प्रदेशात गेरान चित्रीकरणासाठी आला होता. हेसमानला त्याने आपल्या चित्रपट निर्मितीच्या व्यवसायात 'ऑलिम्पस प्रॉडक्शन' मध्ये निम्मी भागीदारी दिली होती. तर अशा या पार्श्वभूमीवर त्या दोघांच्या संबंधात बाधा येईल, असे मी कसे काय बोलू शकत होतो? म्हणून हेसमानच्या बोलण्यावर माझी प्रतिक्रिया मी व्यक्त केली नाही.

मी त्याला एवढेच म्हणालो, ''मिस्टर हेसमान, जर तुम्हाला कशाची गरज वाटत असेल तर–''

''मला कशाचीही गरज नाही. मला काहीही नको,'' असे म्हणून त्याने आपल्या पापण्या उघडून माझ्याकडे पाहिले. त्याच्या पापण्या खूपच पातळ आहेत हे माझ्या लक्षात आले. मग माझ्याकडे रागाने डोळे रोखून तो म्हणाला, ''तुमचे उपचार त्या जर्मन ओटोवरतीच करत रहा.''

"उपचार?"

"होय. म्हणजे मेंदूवरची शस्त्रक्रिया!" एवढे बोलून त्याने आपले डोळे बंद केले व पुन्हा ती मघाची निजण्याची स्थिती धारण केली. मी तिथून निघालो.

त्या केबिनमध्ये आणखी दोन प्रवासी होते. दोघेही चित्रपटाच्या कामासाठी आले होते. त्यातल्या एकाला बोट लागली होती, तर दुसऱ्याला कसलाही त्रास होत नव्हता. नील डिव्हाइन हा युनिट डायरेक्टर होता. बोट लागल्यामुळे तो एवढा हैराण झाला होता की, आता आपल्यासमोर मृत्यू उभा राहिलेला असून, त्याला शरण गेले पाहिजे अशी वृत्ती धारण करून तो निपचित पडून होता. त्याने माझ्याकडे पाहून एक क्षीण हास्य केले. बोटीवर चढल्यापासून त्याला त्रास सुरू झाला होता. मला त्याची दया आली. त्याची आपल्या कामावर अत्यंत निष्ठा होती. तो नेहमी सर्वांशी मृदू बोले, हळू आवाजात बोले; परंतु तो नेहमी ओटो गेरानच्या भीतीच्या छायेखाली वावरत असे. गेरान त्याला एखाद्या सामान्य आर्टिस्ट एवढीच किंमत देत असे. अत्यंत बुद्धिमान असलेला गेरान असे का वागतो, याचे उत्तर माझ्याकडे नव्हते. काही माणसांमध्ये दुसऱ्यावर हुकूमत गाजवण्याची विकृत इच्छा असते. त्यांच्या वागण्याने ती इच्छा राबवण्याच्या वृत्तीला अशा रीतीने थोडीशी वाट मिळते. जी माणसे प्रतिकार करू शकत नाहीत, उलट बोलू शकत नाहीत, अशी माणसे जर त्यांच्या सहवासात आली तर मग असेच घडणार. गेरान हा त्यामुळेच तसे वागत असावा; परंतु दोघांचे अंतर्गत संबंध नक्की कसे आहेत हे मला ठाऊक नसल्याने याबाबतीत मी फार काही मत व्यक्त करू शकत नव्हतो.

"हं, यावर हाच खरा उपाय आहे," माझ्या मागून एक आवाज आला. मी घाईघाईने मागे वळून पाहिले तर एक जण भिंतीला अडकवलेल्या बर्थवर अर्धवट बसून बोलत होता. भिंतीतून बाहेर आलेल्या एका कातडी पट्ट्याला त्याने घट्ट धरून ठेवले होते. दुसऱ्या हातात त्याने स्कॉच व्हिस्कीची बाटली धरलेली होती. ती बाटली आता ७० टक्के रिकामी झाली होती. तो म्हणत होता, "जहाज वर येवो वा खाली जावो, हा सारा दैवाचा खेळ आहे. आपण मरू किंवा जगू. पण त्याआधी भल्या माणसा मला तुम्ही पिण्यासाठी कंपनी देणार का?"

"नंतर. लोनी, मी तुला नंतर जरूर कंपनी देईन," मी त्याला म्हणालो. लोनीला व मलाही आतून जाणवत होते की, ती नंतरची वेळ कधीही येणार नाही. मी त्याला म्हणालो, "तुम्ही रात्रीच्या जेवणाला हजर राहिलात? मला कुठे दिसला नाहीत. मला वाटले की–"

"रात्रीचे जेवण!" एवढे बोलून तो थांबला. आपण हे शब्द कसे उच्चारले यावर तो विचार करू लागला. त्यामध्ये हवी तेवढी तुच्छता प्रकट न झाल्याचे जाणवून त्याने परत तेच शब्द अधिक तुच्छतेने उद्गारले, "रात्रीचे जेवण! ते काय जेवण होते? जेवणाचे ते एक विडंबन होते. निदान माझ्यासारख्या चोखंदळ माणसाला

तरी. भयानक चवीचे ते जेवण अन् तेही चमत्कारिक वेळी. सगळाच रानटी प्रकार. अगदी तो ऐतिहासिक काळातील हूण जमातीचा 'अटिला' आला तरी–''

''म्हणजे तुम्ही सुरुवातीच्या मद्य पिण्याचा कार्यक्रम झाल्यावर लगेच निघून गेलात?''

''अगदी बरोबर! माणूस दुसरे काय करणार?'' हा प्रश्न लोनीने, आमच्या प्रॉडक्शन मॅनेजरला विचारला. लोनी हा एक वयस्कर माणूस होता. लहान मुलांसारखे त्याचे डोळे स्वच्छ निळे होते. त्याचे उच्चार शुद्ध होते, निर्दोष होते. एरवी लोनी अत्यंत नम्र व विनयशील होता; परंतु '*मॉर्निंग रोज*' बोटीवर आल्यापासून त्याचा तो शांत व नम्र स्वभाव त्याला सोडून गेला होता; परंतु तसा प्रकार सर्व जणांच्या बाबतीत थोड्या फार प्रमाणात झाला होता. आपले आत्तापर्यंतचे सारे आयुष्य लोनीने चित्रपट व्यवसायात घालवले होते. त्याला प्रचंड अनुभव होता. या क्षेत्रात तो एक अत्यंत बुद्धिमान माणूस समजला जात होता. तशा बुद्धिमत्तेचा माणूस यानंतर कधीच निपजणार नव्हता; परंतु चित्रपटाच्या उद्योगात जो क्रूरपणा लागतो, दुसऱ्याच्या डोक्यावर पाय देऊन वर जाण्याची जी मानसिकता लागते ती लोनीजवळ नव्हती, हवी तेवढी ईर्षा नव्हती, महत्त्वाकांक्षा नव्हती. जणू काही हा एक त्याच्या स्वभावाला शाप लागला होता. हा शाप होता का वरदान होते, यावर कोणीही चर्चा करत बसावे; पण लोनीचे मात्र त्यामुळे नुकसान होत होते. तरीही लोनी त्याबद्दल दोष देत नव्हता. तो चुकूनही कोणाविरुद्ध वाईट बोलत नसे. त्यामुळे तो सर्वांमध्ये लोकप्रिय होता. जे लोक दुसऱ्यांचे नेहमी दोष काढून वाईट बोलत असतात ते मात्र याला अपवाद होते.

मी म्हणालो, ''मला त्याबद्दल काहीही म्हणायचे नाही. मला फक्त तुमच्या प्रकृतीची काळजी आहे. तुम्हाला आता कसे वाटत आहे?''

''मला?'' असे म्हणून लोनीने आपले टक्कल पडलेले डोके मागे झुकवले. आपल्या दाढीवर पडलेले औषधाचे काही थेंब त्याने पुसले. तो पुढे म्हणाला, ''माझ्या आयुष्यात इतके वाईट दिवस मी आत्तापर्यंत कधीही अनुभवले नव्हते,'' मग त्याने आपले डोके दोन्ही बाजूंना वळवून म्हटले, ''हंऽ! वाटलेच.''

''काय वाटले?'' मी विचारले. लोनी काहीतरी ऐकायचा प्रयत्न करत होता. बोटीच्या नाळेचा भाग हा वर उचलला जाऊन परत खाली पाण्यावर आपटत होता. आपटल्यावर त्या दणक्याने ती पोलादी बोट जबरदस्त हादरून निघे. एक मोठा आवाज होई. असे सतत होत बोट पुढे जात होती. पण लोनी वेगळेच काही ऐकायचा प्रयत्न करत होता.

लोनी म्हणत होता, ''सैतानाचा हुंकार ऐकू येतो आहे. अगदी बारीक असला तरी आवाज स्पष्टपणे कळतो आहे. ऐका नीट ऐका! कान देऊन ऐका!''

मग मी नीट कान देऊन ऐकले. मला तो आवाज ऐकू आला, खरोखरीच ऐकू आला. तो आवाज मी याआधी अनेक वेळा ऐकला होता. मी या जहाजावर पाय टाकल्यापासून तो आवाज मला ऐकू येत होता. हळूहळू त्या आवाजातील भीतिदायकता वाढत चालली होती. एक भीषण रणकंदन आता सुरू होणार हे सूचित करणारा तो आवाज होता. त्या आवाजाची पट्टी अगदी वरची होती.

जोश हेन्ड्रिक या संगीत दिग्दर्शकाचे तीन तरुण मदतनीस हे जहाजावर चढल्यापासून आपल्या आधुनिक संगीताचा सराव करत होते. त्या तिघांना संगीताची लिपी बिलकुल वाचता येत नव्हती. त्यांनी आपले केस वाढवून ते पार खांद्यापर्यंत वाढवले होते. अंगावर चमत्कारिक पोषाख धारण केलेले होते. रात्री एखाद्या लॉन्ड्रीमध्ये चोरून घुसून अंधारात हाताला येतील ते कपडे पळवून आणलेले असावेत, असे त्यांच्याकडे पाहिल्यावर वाटत होते. आपल्याजवळचा सारा वेळ ते जहाजाच्या रिक्रिएशन रूममध्ये घालवत होते. तिथे त्यांची ध्वनिमुद्रणाची सामग्री, गिटार, ड्रम वगैरे वाद्ये घेऊन ते दिवसरात्र सराव करत होते. आपण आता आधुनिक संगीतात फार मोठी क्रांती करणार आहोत, अशी त्यांची पक्की समजूत झाली होती. त्यांनी आपल्या तिघांना मिळून एक नवीन नाव धारण केले होते. Three Apostles हे ते नाव होते. त्याचा अर्थ होता 'तीन प्रेषित' नवीन संगीताचा प्रचार करणारे आपण तीन प्रेषित आहोत, असे त्यांना वाटत होते. त्यांच्या वाद्यातून ते भयप्रद सूर मधेच उमटत होते.

"निदान आजच्या अशा या वादळी रात्री तरी त्यांनी आपले गाणे बजावणे थांबवायला हवे," मी आपले मत बोलून दाखवले.

यावर लोनी म्हणाला, "माय डियर बॉय, तुम्ही या तीन पोरांना अजून नीट ओळखले नाही. ती पोरे कितीही कर्कशपणे वाजवू देत; पण अंत:करणाने ती दयाळू आहेत. त्यांना प्रवाशांच्या स्थितीचे भान आहे. म्हणून तर त्यांनी त्यांचे संगीत ऐकण्यासाठी सर्वांना आज निमंत्रण दिले आहे. त्यामुळे त्यांचे लक्ष संगीताकडे वळल्याने तेवढेच प्रवाशांचे हाल कमी होती, असा होरा आहे." तेवढ्यात त्या संगीतामधली एक तान किंवा तसला कसला तरी आवाज ऐकू आला. तो आवाज कर्णकटू होता. एखादे जनावर जसे वेदनेमुळे विव्हळावे तसा तो आवाज होता. लोनी पुढे म्हणाला, "हंऽ, त्यांचा संगीत कार्यक्रम सुरू झालेला दिसतो आहे."

मी म्हणालो, "त्यांचे मानसशास्त्र तसे काही वाईट नाही. त्यांचा कार्यक्रम संपल्यावर इथले भयप्रद वादळी वातावरण हे श्रोत्यांना एकदम वसंत ऋतूसारखे जाणवेल."

माझ्या बोलण्यातील उपरोध ओळखून लोनी म्हणाला, "असे बोलून तुम्ही

त्यांच्यावर अन्याय करत आहात.'' एवढे बोलून त्याने दारूची बाटली तोंडाला लावून एक घोट घेतला. बाटलीतील पातळी एक इंच खाली गेली. मग बाटली नीट ठेवून तो बोलणे संपवण्याच्या उद्देशाने म्हणाला, ''वाटल्यास तुम्ही तिकडे जाऊन स्वत: ऐका.''

म्हणून मी खरोखरच त्या केबिनमध्ये गेलो. त्यांचे संगीत ऐकू लागलो. तिथला प्रकार पाहून आपण खरोखरच त्यांच्यावर अन्याय करत होतो, असे मला वाटू लागले. 'तीन प्रेषित' असे नाव धारण केलेले ते तीन तरुण तिथे एका छोट्या स्टेजवर उभे होते. त्यांच्या भोवती मायक्रोफोन्स, ॲम्प्लिफायर्स, लाऊड स्पीकर्स आणि बरीच आधुनिक इलेक्ट्रॉनिक यंत्रणा यांचा गराडा पडला होता. पूर्वीच्या गायकांना त्या यंत्रणा हाताळणे कधीही जमले नसते आणि गाणी म्हणत गावोगाव भटकणाऱ्या गायकांनाही ती यंत्रे बाळगणे व हाताळणे कठीण गेले असते. हे तीन तरुण गात असताना, वाद्ये वाजवत असताना कितीही बोट हलली, डोलली, डुचमळली तरी आपला तोल अत्यंत कौशल्याने सांभाळत होती. त्यांनी पायात निळ्या जीन्स घातल्या होत्या. अंगात चटया-पटयांचे चित्रविचित्र शर्ट घातले होते. माईकमध्ये वाकून ते गात होते. त्याच वेळी ते झुलत होते, डुलत होते, आपल्यातील कला प्रगट करण्याची पराकाष्ठा करत होते. त्यांनी वाढवलेले केस त्यांच्या मानेवर रुळत होते. स्वत:ला ते देवाने पाठवलेले 'प्रेषित ऊर्फ देवदूत' म्हणवून घेत होते; परंतु कानात इअर प्लग असलेले देवदूत ही कल्पना मला चमत्कारिक वाटत होती.

तिथे १५ श्रोते जमले होते. त्यातले दहा जण हे प्रॉडक्शन युनिटमधले होते व पाच जण हे अभिनय करणाऱ्यांपैकी होते. त्यातल्या दहा-बारा जणांना बोट लागल्याचा त्रास होत होता; परंतु त्यांनी या नवीन संगीत कार्यक्रमासाठी मोठा संयम करून तो त्रास कसाबसा काबूत ठेवला होता. आता संगीत टिपेला पोहोचले होते. कुणाचा तरी हात माझ्या खांद्यावर पडला. मी वळून पाहिले तर तो कॉनरॅड होता.

कॉनरॅड हा एक तीस वर्षे वय असलेला नट होता. चित्रपटात त्याची एक प्रमुख भूमिका होती. नावाजलेल्या नटात त्याची गणना होत नव्हती; पण त्याला हळूहळू आंतरराष्ट्रीय प्रसिद्धी मिळत चालली होती. त्याच्या डोक्यावर दाट तपकिरी केस होते व त्या केसांच्या बटा त्याच्या डोळ्यांवर सारख्या येत होत्या. त्याचे डोळे गर्द निळे होते. चेहरा रापलेला व कणखर वाटत होता. त्याचे दोन दात स्वच्छ पांढरे होते. एवढे स्वच्छ पांढरे की एखाद्या दंतवैद्यानेही तशा दातांचा हेवा केला असता. दिसायला आनंदी असलेला कॉनरॅड वागायला अत्यंत नम्र होता. तो तसे मुद्दाम वागत होता का त्याचा तसे मुळचेच वागणे होते हे समजायला कठीण होते.

तो डोळे मिचकावत म्हणत होता, ''या पोरांचे हे वाढलेले केस फिल्म कंपनीशी केलेल्या करारात बसतात का?''

मी त्यावर म्हणालो, ''नाही. तुमचे केस तसे आहेत का?''

''मी त्या पोरांना सहानुभूती दाखवण्यासाठी माझे केस वाढवलेले आहेत. कामगार एकजुटीचा विजय असो,'' असे म्हणून तो हसला व पुढे म्हणाला, ''या संगीत कार्यक्रमामुळे बोट लागण्याचा त्रास कमी होईल का?''

''या त्रासातून आपण बाहेर पडणार आहोत हे नक्की. मी माझ्या पेशंट मंडळींना नेहमी सांगतो की, कोणताही बदल करणे म्हणजे एक प्रकारची विश्रांतीच असते.'' समोरचे संगीत एकदम थांबले म्हणून मी हलक्या आवाजात पुढे म्हणालो, ''पण हा बोट लागण्याचा त्रास आता फार झाला आहे. म्हणून मिस्टर गेरान यांना तुमच्या सर्वांच्या प्रकृतीची काळजी वाटते आहे.''

''गेरान यांना आपला हा जनावरांचा कळप अत्यंत सुस्थितीत बाजारात सादर करायचा आहे, म्हणून ते काळजीत आहेत,'' कॉनरॅड म्हणाला.

''असे पाहा, तुम्ही सर्व जण म्हणजे त्यांचे एक प्रकारचे मोलाचे भांडवल आहात.''

''हुडूत! त्या लठ्ठंभारतीने आमची खरेदी अगदी स्वस्तात केली आहे आणि तो चिक्कू माणूस शूटिंग संपल्याखेरीज आमच्या हातावर एक पेनीही टिकवणार नाही.''

मी त्याला म्हणालो, ''मला तसले काही म्हणायचे नव्हते. पण असे पाहा, आपण सारे लोकशाहीत राहत आहोत. कोणीही आपल्याला गुलामीत ठेवू शकत नाही. आपण स्वतःला कधी गुलामांच्या बाजारात विकून टाकू?''

''आपण फक्त तेवढेच करायचे बाकी राहिलेले आहे. पण डॉक्टर, तुम्हाला चित्रपट उद्योगाबद्दल कितपत माहिती आहे?''

''शून्य! काहीही नाही.''

''ते तर उघडच आहे. या चित्रपट उद्योगाच्या इतिहासात पूर्वी कधीही झाली नाही एवढी मंदी आता आली आहे. ८० टक्के तंत्रज्ञ व नट-नट्या सध्या बेकारीत आहेत. उपाशी मरण्यापेक्षा काही नाण्यांसाठीही मी काम करेन.'' तो गुरगुरत म्हणाला. पण काही क्षणातच त्याचा मूळचा विनोदी स्वभाव प्रकट झाला. मग तो म्हणाला, ''त्या वल्लीला जाऊन सांगा की चार्ल्स कॉनरॅड हा माणूस कोणत्याही योजनेत व हवामानात जसा ठणठणीत असतो, तसाच आत्ताही आहे. शिवाय मला आनंद वाटावा अशी एक गोष्ट त्याच्या हातून घडली तर फार बरे होईल. ती गोष्ट म्हणजे तो सपशेल आपल्या नाकावर आपटला पाहिजे.''

''ठीक आहे, ठीक आहे. मी हे सारे त्यांना सांगेन बरे,'' असे मी हसत हसत म्हणालो. मग आजूबाजूला पाहत म्हणालो, ''आता कोण-कोण राहिले आहे? मला

सर्वांच्या प्रकृतीची चौकशी करायची आहे.'' समोरचे ते गायक तरुण आल्यापासून केलेली 'जिंजर बिअर' पीत होते. त्यांनी याहीपेक्षा एखादे कडक पेय प्यायला हवे होते. मी त्यांच्याबद्दल म्हणालो, ''बाकी काही म्हणा, ही पोरे आपले म्युझिक लोकांमध्ये खपवणार नक्की.''

''असं? नुसते पाच मिनिटांत एवढे ऐकून तुम्ही अंदाज व्यक्त केलात?'' कॉनरॅड म्हणाला.

''माझे अंदाज सहसा चुकत नाहीत. पण ते जाऊ दे, आता कोणाच्या प्रकृतीची चौकशी करायची राहिलेली आहे बरं?''

त्याने आजूबाजूला पाहत म्हटले, ''हेसमान येथे दिसत नाही–''

''मी त्यांना पाहिले, भेटलो व त्यांच्याशी बोललोही. नीललाही भेटलो. लोनीलासुद्धा भेटलो. शिवाय मेरी स्ट्युअर्टलाही. ती आत्ता इथे येणे शक्य नाही.''

''हंऽऽ! म्हणजे ती जगाला तुच्छ मानणारी स्लाव्ह वंशाची सुंदर तरुणी ना?''

''तुमचे मत मी अर्धेच मान्य करीन. लोकांना टाळायचे असेल तर जगाबद्दल कोणी तुच्छता बाळगत नाही.''

''मला तिच्याबद्दल तसे नीट म्हणता आले नाही. तशी ती चांगली आहे. निदान आपल्या त्या 'माताहारी' बाईंपेक्षा तरी.''

''तुम्ही मिस हेन्स यांनाच माताहारी म्हणून बोलत आहात ना?''

''होय. अगदी ठामपणे मी तसे म्हणतो. आत्ता ती बाई येथे येणार नाही. ती आता तिच्या दोन्ही कुत्र्यांना जवळ घेऊन झोपली असेल.''

''आता कोण राहिले बरे?'' मी विषय बदलीत म्हणालो.

''ॲन्टोनिओ,'' तो हसत-हसत म्हणत होता, ''तो काऊंटच्या खोलीत राहतो त्याला जबरदस्त त्रास होतो आहे. म्हणून रात्री तो खोली सोडून बाहेर पडणार नाही.''

यावर मी म्हणालो, ''जेवण लवकर उरकून ते डायनिंग रूममधून घाईघाईने बाहेर पडलेले मी पाहिले.''

मग मी तिथून काऊंटपाशी गेलो. तो एका टेबलाजवळ बसला होता. काऊंटचा चेहरा इतिहासातील एखाद्या प्रसिद्ध उमरावासारखा होता. भव्य कपाळ, गरुडाच्या चोचीसारखे नाक, ओठांवर पेन्सिलीने रेघ मारल्यासारखी ठेवलेली बारीक काळी मिशी, भुवया बाकदार नसून सरळ जाड रेघा असाव्या तशा होत्या. डोक्यावर उलटे मागे नेणारे विंचरलेले केस होते. त्याची प्रकृती ठीक असावी, असे वरवर पाहिल्यावर तरी वाटत होते. एका भल्या मोठ्या ग्लासात त्याने ब्रॅन्डी भरून घेतली होती. ती ब्रॅन्डी फ्रेन्च कोनॅक होती. ज्या अर्थी काऊंट ती ब्रॅन्डी पीत होता त्या अर्थी ती अत्यंत उत्कृष्ट दर्जाची असणार हे समजत होते. काऊंटची अभिरुची फार वरच्या दर्जाची होती. चैनीच्या बाबतीत तर तो अत्यंत चोखंदळ होता. मग ते मद्य असो, खाद्यपदार्थ

असो किंवा एखादे प्रेमपात्र असो. सर्वोत्तम, सर्वोत्कृष्ट, अत्यंत परिपूर्ण अशाच गोष्टींचा हव्यास त्याला होता. तसेच, तो वागताना नेहमी कर्तव्यकठोर असे. आपले कर्तव्यपालन जसे तो करे तसेच दुसऱ्याकडून तो तशी अपेक्षा करे. त्यामुळेच उमरावासारखा वागणारा व दिसणारा काऊंट हा युरोपातील किंवा जगातीलही एक सर्वोत्कृष्ट कॅमेरामन ठरला होता. त्याची प्रकाशयोजना नेहमी बिनचूक असे. आत्ता तो पीत असलेली कोनॅक ब्रॅन्डी त्याने कोठून मिळवली ते मला समजेना. लोक म्हणत की, बहुतेक तो फार पूर्वीपासून ओटो गेरानला ओळखत असला पाहिजे किंवा त्याचे गेरानशी प्रदीर्घकाळ साहचर्य असले पाहिजे. नाही तर गेरानबरोबर कुठेही बाहेरगावी जाताना तो आपल्याबरोबरचा मद्याचा खासगी साठा कसा काय नेऊ शकत होता. त्याचे नाव होते काऊंट तेद्युस्झ लेस्झ्युन्स्की. जे नाव उच्चारायला चमत्कारिक असल्याने सर्व जण त्याला नुसतेच 'काऊंट' म्हणत. तो पोलंडकडून निर्वासित म्हणून आला होता. तिथे त्याची अफाट मालमत्ता होती. कम्युनिस्ट क्रांतीमुळे सर्व काही सोडून त्याला देशाबाहेर पडावे लागले होते. म्हणजे मूळचा तो खरोखरीच 'काऊंट' होता, एक उमराव होता.

मी त्याला म्हणालो, ''गुड इव्हिनिंग काऊंट. तुमची तब्येत तशी ठीक दिसते आहे.''

''होय, माझी तब्येत तशी ठणठणीत आहे, हे आपल्याला सांगायला मला आनंद होतो. मी नेहमी रोगप्रतिबंधक औषधे घेत असतो ना, म्हणून माझी प्रकृती एवढी चांगली आहे.'' त्याने आपल्या कोटाच्या आतल्या खिशात जे काही ठेवले होते त्याचा फुगवटा बाहेरून समजून येत होता. त्याने त्या फुगवट्याला हात लावून पुढे म्हटले, ''तुम्ही हे रोगप्रतिबंधक औषध माझ्याबरोबर घेणार का? मला कंपनी द्याल त्यासाठी? तुमची ती पेनिसिलीनसारखी तथाकथित आधुनिक औषधे ही वैदूच्या औषधांसारखी आहेत.''

त्याच्या कोटाच्या खिशात दुसरी ब्रॅन्डीची बाटली होती हे मी ओळखले. मद्याचा तो 'रोगप्रतिबंधक औषध' म्हणून उल्लेख करत असे. मी मानेने त्याला नकार देत म्हणालो, ''मला डॉक्टरची ड्यूटी बजावायची आहे. त्यासाठी मी राऊंड घेऊन प्रत्येकाला बघतो आहे. प्रत्येक जण या चमत्कारिक हवामानात ठीक आहे ना हे मिस्टर गेरान यांना पाहायचे आहे.''

''हंऽ! पण खुद्द ओटो गेरान महाशय हे स्वत: ठीक आहेत ना?''

''होय, बऱ्यापैकी.''

''सगळेच काही प्रत्येकाला मिळते असे नाही.''

''कॉनरॅड यांच्याकडून मला असे कळले की, तुमच्या खोलीतील पार्टनर ॲन्टोनिओ हा थोडासा आजारी असावा.''

"त्या अॅन्टोनिओचे तोंड बांधून, हातपाय स्ट्रेट जॅकेटमध्ये आवळून ठेवले पाहिजेत. तो लेकाचा सारखा बोट डोलू लागली की, खोलीत गडबडा लोळतो. तसेच, सारखा विव्हळत असतो." मग आपले नाक खाजवत काऊंट पुढे म्हणाला, "फार त्रास देतो तो."

"मला कल्पना आहे त्याची."

"तसा तो फार हळवा आहे म्हणून हे सारे घडते आहे. जरा काही लागले, खुपले की तो हादरून जातो. लक्षात येतय ना तुमच्या?"

"अर्थात!"

"शेवटी मी त्याच्याकडे सरळ दुर्लक्ष करू लागलो."

"ठीक आहे. पण तरीही मला त्याच्याकडे लक्ष दिले पाहिजे," मी माझी खुर्ची मागे सरकवली. जहाजाच्या डोलण्यामुळे सर्व खुर्च्या भरकटत जातात. म्हणून त्यांना खाली साखळीने बांधून ठेवलेले होते. ती साखळी लांब होईतोपर्यंत मी माझी खुर्ची मागे सरकवली. माझ्या शेजारच्या खुर्चीवर स्ट्रायकर बसला होता. ऑलिम्पस प्रॉडक्शन कंपनीत तो एक भागीदार होता. त्याला एकाच वेळी प्रॉडक्शन डिझाईनर आणि कन्ट्रक्शन मॅनेजर म्हणून भूमिका कराव्या लागत होत्या. यामुळे कमीतकमी खर्चात चित्रपट निर्मिती कशी होईल याकडे पाहिले जात होते. गेरानचा तर यावरच कटाक्ष होता. स्ट्रायकर हा उंच, रापलेल्या वर्णाचा आणि अत्यंत देखणा होता. त्याला पाहून कोणीही तो एक चित्रपटसृष्टीतील मॅटिनी सिनेमातील नायक (Matinee Idol) समजू शकत होते. त्याचे वय पस्तिशीच्या आसपासचे होते. त्याने आपले केस वाढवले होते व ते त्याच्या पाठीवर आले होते. ते केस तो कधी नीट विंचरत नसे. त्याचा स्वेटर त्याचा गळाही झाकून टाकत होता. तो चांगलाच कणखर व रांगडा वाटत होता. स्वभावाने तो थोडासा चक्रमच होता असे म्हटले पाहिजे. त्याच्याबद्दल मी जे काही थोडेफार ऐकले होते त्यावरून तो नीती-अनीती या कल्पना अजिबात बाळगणारा नव्हता. त्याचे आणखी एक असे वैशिष्ट्य होते की, त्या बाबतीत कोणीही त्याची बरोबरी करूच शकत नव्हते. तो गेरानचा जावई होता.

तो मला म्हणाला, "डॉक्टर, इतक्या उशिरा तुम्ही क्वचितच दिसता." आपल्या हातातील एक रशियन सिगारेट एका सिगारेट होल्डरमध्ये काळजीपूर्वक खोचत होता. जणू काही रोल्स राईस इंजिनांचे टॅपेटस एखादा इंजिनिअर जितके काळजीपूर्वक बसवण्याची खबरदारी घेत असतो, तेवढी काळजी तो सिगारेट खोचताना घेत होता. मग आपले काम कसे झाले आहे ते पाहण्यासाठी त्याने ती खोचलेली सिगारेट नीट न्याहाळली. तो पुढे म्हणाला, "डॉक्टर, तुम्ही सर्वांमध्ये आत्ता मिसळलात, हे चांगले केलेत बघा." मग त्याने आपली सिगारेट पेटवली, तोंडातून एक धुराचा ढग बाहेर सोडला व तो माझ्याकडे लक्ष देऊन पाहू लागला.

तो म्हणाला, ‘‘तुम्ही मित्रत्वाने सर्वांमध्ये मिसळणारे आहात असे मला वाटले. पण यावर पुन्हा विचार केला असता तुम्ही तसे नाहीत, असेही मला वाटते. पण आम्हाला मात्र मिळून मिसळून राहावे लागते. तुम्हाला तसे वागणे जमणार नाही. कारण तुम्ही स्वभावाने शांत व अतिथंड आहात, अतिवैद्यकीय दृष्टिकोनातून पाहत असता, जास्तच निरीक्षण करत असता. माझ्या मते तुम्ही एकलकोंड्या स्वभावाचे आहात. बरोबर?’’

‘‘हे एक बऱ्यापैकी कोणत्याही डॉक्टरला लागू पडणारे वर्णन आहे.’’

‘‘परंतु येथे बोटीवरही तुम्ही असेच वागणार?’’

‘‘मला वाटते की होय. माझ्या वागण्यात फारसा फरक पडणार नाही.’’

‘‘आता तुम्हाला येथे त्या बुढ्ढ्याने पाठवले ना? मी अगदी पैजेवर हे सांगतो.’’

तो गेरानचा उल्लेख ‘बुढ्ढा’ असा करत होता. मी त्यावर म्हणालो, ‘‘होय, मिस्टर गेरान यांनी मला येथे पाठवले.’’ ओटो गेरानच्या स्वभावामुळे असेल किंवा अन्य काही कारणांमुळे असेल, त्यांच्याबद्दल कोणीही चांगले बोलत नव्हते. तो लोकप्रिय नव्हता.

‘‘म्हणजे तोच तो ‘बुढ्ढा!’ ’’ एवढे म्हणून स्ट्रायकरने काऊंटकडे पाहत पुढे म्हटले, ‘‘ओटो हे आपल्या माणसांची काळजी चमत्कारिकरीत्या करतात. हो की नाही? यामागे त्यांचा काय उद्देश आहे, ते मला समजत नाही.’’

यावर काऊंटने काहीही उत्तर न देता एक चांदीचा पेला घेतला व शांतपणे त्यात कोनॅक ब्रॅन्डी मघापेक्षा जास्त ओतली. मीही यावर काहीही प्रतिक्रिया व्यक्त केली नाही. कारण मला स्ट्रायकरच्या प्रश्नाचे उत्तर ठाऊक होते. माझे मत हे मी पाहिलेल्या वस्तुस्थितीवरून बनवत होतो, कोणाच्याही सांगण्यावरून नव्हे. मी स्ट्रायकरला म्हटले, ‘‘मिस हेनिस इथे कुठे दिसत नाही? ती ठीक आहे ना?’’

‘‘नाही. ती ठीक नाही. खलाशांसारखा तिला थोडाच समुद्रप्रवासाचा अनुभव असणार? पण आपण तरी काय करणार? हवा तशी आहे ना. ती माझ्याकडे गुंगीच्या गोळ्या किंवा झोपेच्या गोळ्या मागत होती. अन् वर ‘डॉक्टरांनीच मला त्यासाठी तुमच्याकडे पाठवले आहे’ असेही म्हणत होती. मी तिला अर्थातच नकार दिला.’’

‘‘का?’’

या भुक्कड बोटीवर चढल्यापासून ती सारखी तसल्या गोळ्या का खात आहे. कदाचित त्या गोळ्यांमुळेच तिची प्रकृती ठीक राहत असेल, असे मला वाटले. बोटीचा कॅप्टन इम्री आणि मिस्टर स्टोक्स हे त्याच टेबलापाशी बसले नव्हते म्हणून बरे झाले. नाहीतर त्यांना आपल्या बोटीबद्दलचा शेरा ऐकून वाईट वाटले असते.

"बोट लागू नये म्हणून आणलेल्या गोळ्या तिच्याकडे आहेतच. त्या गोळ्या ती अधूनमधून सारखी खात आहेच. शिवाय झोपेच्या गोळ्याही ती खात आहे. आता मी दिलेल्या गोळ्याही तिने खाल्ल्या तर तिचे काय होईल?"

"काय होईल?"

"हंऽऽ!"

"ती दारू पिते का? म्हणजे भरपूर प्रमाणात?"

"दारू? ती त्याला कधीही स्पर्शसुद्धा करत नाही."

मी एक निःश्वास सोडला व म्हटले, "प्रत्येकाने आपल्याला ठरवून दिलेले काम करावे. तुम्ही तुमचे फिल्म बनवण्याचे काम करा, मी माझे आरोग्य सांभाळण्याचे काम करतो. आज तिने अशा किती गोळ्या खाल्ल्या आहेत? सगळ्या जर खाल्ल्या असतील तर एव्हाना ती बेशुद्ध पडली असेल."

"मीही तसा तर्क करू शकतो."

मी माझी खुर्ची मागे सरकवत म्हणालो, "त्या गोळ्या घेतल्यावर तिला पंधरा मिनिटांत झोप लागेल. आत्ता ती झोपेत असेल."

"नक्की? तुमची तशी खातरी आहे? म्हणजे मला असे म्हणायचे आहे की–"

"ती कोणत्या खोलीत आहे?"

"त्या बोळात गेल्यावर उजवीकडची पहिली खोली."

"आणि तुमची?" मी काऊंटला विचारले.

"डावीकडची पहिली खोली माझी."

मी उठून तिथून निघालो. तिच्या खोलीपाशी गेलो आणि तिच्या दारावर टकटक केली. मला आतून एक झोपेत बरळल्यासारखा आवाज अस्पष्टपणे ऐकू आला. ज्यूडिथ हेन्स ही आपल्या बिछान्यात होती. आपले डोके वर उचलून ती दाराकडे पाहत होती. काऊंट म्हणाल्याप्रमाणे तिच्या बिछान्यात दोन्ही बाजूला तिची दोन्ही कुत्री होती. त्यातले एक कुत्रे कॉकर स्पॅनिएल जातीचे होते. त्याची निगा खूप छान रीतीने राखलेली दिसत होती. तिने आपले सुंदर डोळे फडफडवीत माझ्याकडे पाहिले व एक क्षीण हास्य केले. त्या दिलखेचक हास्यामुळे माझ्या काळजाचा ठोकाच चुकला.

"छान झाले तुम्ही आलात ते, डॉक्टर," ती म्हणाली. तिचा आवाज अत्यंत मधाळ होता. तो आवाज ऐकल्यावर कोणालाही तिच्याबद्दल प्रेम वाटू लागेल असा होता. तिने आपल्या अंगावर एक गुलाबी ओव्हरकोट चढवला होता. त्यावर सुंदर भरतकाम केलेले होते. गळ्याभोवती एक हिरव्या रंगाचा शिफॉनचा मफलर गुंडाळला होता. तोही तिला खुलून दिसत होता. तिचा चेहरा पांढरा पडला होता.

मी तिला म्हणालो, ''तुम्हाला बोट लागल्याचा खूप त्रास होतो आहे, असे मला कळले. मिस्टर स्ट्रायकर यांनी मला तसे सांगितले.''

''ओऽ! ते जरा जास्तच काळजी करतात,'' मी तिच्या बिछान्याच्या कडेला बसून तिचे मनगट हातात घेतले व तिची नाडी बघू लागलो. तो कॉकर-स्पॅनिएल कुत्रा माझ्या बाजूलाच होता. तो आपल्या घशातून गुरगुरल्याचा आवाज काढू लागला व आपले दातही तो विचकून दाखवू लागला. मी तिला म्हटले, ''हा तुमचा कुत्रा चावणार नाही ना?''

''नाही. 'रफस'ने आत्तापर्यंत साध्या माशीलाही मारले नाही. हो ना रे रफस?'' शेवटचे वाक्य तिने लाडात आपल्या 'रफस' नावाच्या कुत्र्याला उद्देशून म्हटले.

मी यावर गप्प बसलो. मग तिने माझ्याकडे पाहून एक खेदपूर्ण हास्य केले व म्हटले, ''डॉक्टर मार्लो, तुम्हाला कुत्र्याची ॲलर्जी आहे का?''

''मला कुत्रे चावण्याची ॲलर्जी आहे.''

तिच्या चेहऱ्यावरचे हास्य मावळले. मला तिची फारशी माहिती नव्हती. जी काही माहिती होती ती सारी ऐकीव होती. चित्रपट उद्योगातील लोकांनी बोलून दाखवलेली माहिती होती. अर्थात, त्यातील ९० टक्के माहितीवर मी विश्वास ठेवला नव्हता, ही गोष्ट वेगळी. या चित्रपट उद्योगात एखाद्याच्या मागे त्याच्या विरुद्ध बोलण्याची फॅशन होती. त्या बोलण्यात खोटी माहिती, अतिरंजित माहिती, थापा, चारित्र्यहनन, वगैरे वाटेल ते भरलेले असते. त्यात खरे किती व खोटे किती हे समजणे कठीण असते... म्हणून मी त्या तसल्या गप्पांवर कधीच विश्वास ठेवीत नसे.

मिस हेन्स ही तिच्या म्हणण्यानुसार चोवीस वर्षांची होती. गेली १४ वर्षे ती आपल्या कामात, विषयात तज्ज्ञ होती, असे सांगण्यात येई. तिचा कल शिफॉन कापडाकडे जास्त होता. त्याचे नाना अर्थ लोक काढीत. तिने जी दोन कुत्री जवळ बाळगली होती त्यावरून वाईट अर्थ काढून लोक तिच्यामागे तिला 'बिच' असे बोलत. तर काही जण असे म्हणत की, तिच्यावर आत्तापर्यंत कोणीच प्रेम केले नसल्याने कुत्री बाळगून ती आपली हौस भागवते आहे. तिने याआधी मांजरे पाळली होती; पण तिच्यापाशी ती टिकायची नाहीत. ती कुत्री मात्र मनापासून तिच्या प्रेमाला प्रतिसाद देत होती; परंतु तिच्याकडे पाहिल्यावर एक गोष्ट मात्र पटे. ती स्वत: उंच होती, तिचे केस आकर्षक होते आणि ती एवढी सुंदर होती की, आपण एक ग्रीक शिल्प पाहत आहोत असे तिच्याकडे पाहिल्यावर वाटे. मिस हेन्स हिला उत्तम अभिनय करता येतो, असे सर्व प्रेक्षकांचे मत होते. त्यामुळे तिचे सर्व चित्रपट हे बॉक्स ऑफिस हिट ठरायचे. तिच्या चेहऱ्यावर अतृप्तीचे उदास भाव पाहिल्यावर कोणालाही तिच्याबद्दल कणव येई. पण त्याच

वेळी तिच्या चेहऱ्यावर राजघराण्यातील तेज आहे असे प्रेक्षकांना वाटे. तिचे खासगी आयुष्य मात्र याच्या बरोबर विरुद्ध होते. ती ओटो गेरान याची कन्या होती. मायकेल स्ट्रायकर याची माजी पत्नी होती. पण म्हणून कोणी तिची दखल घेत नव्हते तर, ती आपल्या अभिनय गुणांमुळे प्रसिद्ध होती. ऑलिम्पस प्रॉडक्शन कंपनीत ती स्वत: एक भागीदार होती.

आत्ता तिला काहीही होत नसावे हे तिच्याकडे पाहिल्यावर मला दिसून आले. मी तिला 'दिवसभरात किती औषधाच्या गोळ्या खाल्ल्या?' असे विचारले. आपल्या लांबसडक निमुळत्या बोटांनी तिने पटापट गणित केले व मला सांगितले. मी माझ्याकडच्या काही गोळ्या तिला दिल्या आणि कोणती गोळी केव्हा घ्यायची हे तिला सांगितले. तिच्या कुत्र्यांना मात्र मी औषध दिले नाही. ती कुत्री ठीक दिसत होती.

नंतर मी तिच्या केबिनच्या समोरच्या केबिनमध्ये गेलो. काऊंट आणि अॅन्टोनिओ त्यामध्ये राहत होते. दारावर दोनदा टकटक करूनही आतून काहीही प्रतिसाद मला मिळाला नाही म्हणून मी तसाच आत गेलो. मला उत्तर का मिळाले नाही याचा खुलासा आत गेल्यावर मला ताबडतोब झाला. केबिनमध्ये अॅन्टॉनिओ होता; परंतु मी अगदी अनंत काळ जरी दार ठोठावत बसलो असलो तरी माझे ठोठावणे त्याला कधीच ऐकू गेले नसते. हसरा व आनंदी अॅन्टोनिओ हा शेवटी मरण्यासाठी बेरेन्टस समुद्रावर आला होता. मरण्यासाठी हे ठिकाण त्याला बिलकुल साजेसे नव्हते. युरोपातील निरनिराळ्या शहरातील उंची हॉटेलात नेहमी वास्तव्य करणारा अॅन्टोनिओ एका ट्रॉलर बोटीवरील केबिनमध्ये खाली जमिनीवर मरून पडला होता.

तो आपल्या बंकमध्ये – भिंतीला जोडलेल्या पलंगामध्ये मेला नव्हता. त्याने आपली मान एवढी मागे केली होती की शरीराशी तिचा काटकोन झाला होता. त्याच्या तोंडातून रक्त बाहेर आले होते. तो एवढे रक्त ओकला होता की त्याचे एक थारोळे जमिनीवर झाले होते. ते रक्त अजून गोठायचे होते. कल्पनाही करवणार नाही एवढे त्याचे शरीर वेडेवाकडे झाले होते. त्याचा मृत्यू वर पलंगावर झाला असावा. पण तो होत असताना त्याची एवढी तडफड झाली होती की, त्यामुळे केलेल्या हालचालींमुळे तो खाली पडला असावा. त्याने नक्कीच किंकाळ्या फोडल्या असणार. घशात रक्त साठले असतानाही त्याने किंकाळ्या फोडायचा प्रयत्न केला असणार. नेमका त्याच वेळी संगीत जलसा चालू असला पाहिजे. त्यातले संगीत टिपेला पोहोचले असले पाहिजे. त्या गदारोळात त्याचा आवाज, त्याच्या किंकाळ्या विरून गेल्या असणार. मग मला एकदम आठवले. जेव्हा मी लोनीशी त्याच्या केबिनमध्ये बोलत होतो तेव्हा काहीतरी चमत्कारिक आवाज ऐकल्याचे मला

जाणवले होते. त्या वेळी क्षणभर माझ्या मानेवरचे केस ताठही झाले होते. पण मला त्या वेळी वाटले की, ती किंकाळी नसून गायकांनी आपला आवाज उंचावला असावा.

मी गुडघे टेकून खाली बसलो. त्या प्रेताची एक वरवर तपासणी केली. रोखून एकटक पाहणाऱ्या त्याच्या डोळ्याच्या पापण्या मी हाताने बंद केल्या. त्याचे वेडेवाकडे झालेले हातपाय सरळ केले. तसे करताना थोडेसे बळ वापरावे लागेल, असे मला वाटत होते; परंतु आश्चर्य वाटावे एवढ्या सहजतेने त्याचे हातपाय मला सरळ करता आले. मग मी केबिनमधून बाहेर आलो. दाराचे अंगचे कुलूप होते. ते फिरवून केबिन बंद केली व किल्ली माझ्या खिशात ठेवली. यावर काऊंट नक्कीच हरकत घेणार नव्हता.

चार

“**म**रण पावला?” मी ती बातमी दिल्यावर ओटो गेरान म्हणत होता. त्याच्या चेहऱ्यावरचे रंग झरझर बदलत होते. त्याने पुन्हा म्हटले, “मरण पावला? तुम्ही असेच म्हणाला ना?”

“होय, मी अगदी तसेच म्हणालो,” मी उत्तरलो. बोटीच्या डायनिंग सलूनमध्ये मी व ओटो असे दोघे जणच होतो. आता रात्रीचे दहा वाजले होते. कॅप्टन इम्री आणि मिस्टर स्टोक्स हे दोघे साडेनऊ वाजताच झोपायला निघून गेले होते. दहानंतर त्यांच्याशी कोणीही संपर्क साधू शकत नव्हते. त्यांचा तो आजवरचा प्रघात होता. ओटोच्या टेबलावर एक फायर-वॉटरची बाटली होती. फायर-वॉटर म्हणजे कडक व्हिस्की. हे नाव रेड इंडियन लोकांनी दिले होते. मी ती बाटली उचलली. त्यावर कोणीतरी मुद्दाम 'ब्रॅन्डी' लिहिलेले एक लेबल चिकटवले होते. ब्रॅन्डी म्हणून कोणी ती कडक व्हिस्की पिऊ लागले तर त्याला जबरदस्त ठसका बसून त्याची फजिती व्हावी, असा त्या मागचा उद्देश होता. मी ती बाटली पॅन्ट्रीमध्ये नेऊन ठेवली व तिथून जाताना 'हाईन' ब्रॅन्डीची बाटली घेऊन आलो व ओटोपुढे बसलो. तेवढा वेळ ओटो हा धक्का बसलेल्या अवस्थेत बसून होता. मी पॅन्ट्रीमध्ये जाऊन आल्याचे त्याला कळलेच नाही. तो आता पापणीही न हलवता माझ्याकडे बघत होता. मी बाटलीतील मद्य माझ्या ग्लासात दोन बोटे उंचीइतके ओतले. ओटोला बसलेला धक्का हा जबरदस्त होता यात शंका नाही. पण एवढा मोठा धक्का त्याला का बसावा? त्यामागे काही गूढ कारण होते का? कोणाच्याही मृत्यूची बातमी ऐकली की, धक्का बसणारच. अन् जवळच्या किंवा प्रिय व्यक्तीच्या मृत्यूची बातमी

कळल्यावर माणसाला बधीर करण्याइतपत धक्का बसतो. ओटोला ॲन्टोनिओ एवढा जवळचा वाटत होता? किंवा प्रिय होता? तसे असेल तर त्याच्याबद्दलची माया ममता त्याने इतके दिवस अत्यंत कौशल्याने लपवून ठेवली असली पाहिजे. किंवा समुद्र-सफरीमध्ये एखाद्याचा मृत्यू झाल्यास तो एक अपशकून असतो, ते एक अशुभ लक्षण असते या समजुतीवर त्याचा इतरांप्रमाणेच विश्वास असावा. या बातमीमुळे आपल्या फिल्म युनिटमधील कर्मचारी आणि अभिनेत्री व अभिनेते लोकांवर खचवून टाकणारा परिणाम घडेल म्हणून तो हादरला होता का? ॲन्टोनिओचा जर खून झाला असेल तर कोणी केला असेल? त्याच्या जवळ जाणाऱ्यांपैकी फक्त मेकअप आर्टिस्ट, हेअर ड्रेसर आणि वॉर्डरोब मॅन हे असणार; परंतु ओटोच्या चिक्कूपणामुळे ही तिन्ही कामे त्याने एकाच व्यक्तीकडे सोपवली होती. ओटोने मग मोठ्या कष्टाने आपली नजर माझ्याकडे वळवली.

"तो कसा मरण पावला?" ओटो विचारत होता.

"त्याचे हृदय थांबले. त्याचा श्वासोच्छ्वास थांबला. अशा रीतीने मरण पावला. कोणीही माणूस असाच मरतो."

ओटोने हात लांब करून मी आणलेली ब्रॅन्डीची बाटली उचलली व आपल्या ग्लासात थोडीशी ब्रॅन्डी ओतली. 'ओतली' म्हणण्यापेक्षा त्याने थोडीशी ब्रॅन्डी आपल्या ग्लासात एकदम शिंपडावी तशी ओतली. त्यामुळे ब्रॅन्डीचे काही थेंब हे टेबलावरच्या पांढऱ्या कापडावर उडाले, तर काही माझ्या हातावर उडाले. ओतताना ओटोचा हात चांगलाच थरथरत होता. त्याने आपल्या ग्लासात माझ्यापेक्षा जास्त, म्हणजे तीन बोटे ब्रॅन्डी ओतून घेतली होती. त्याचा ग्लास हा फुगीर काचेचा म्हणजे 'बलून' आकाराचा होता. तर माझा ग्लास हा उंच व अरुंद असा 'ट्यूलिप' आकाराचा होता. म्हणजे त्याने माझ्यापेक्षा बरीच जास्त ब्रॅन्डी ओतून घेतली होती. मग त्याने थरथरत ग्लास उचलून एका घोटात ग्लासातील अर्धी ब्रॅन्डी संपवली. पण बरीच ब्रॅन्डी त्याच्या शर्टावर सांडली. त्याच वेळी माझ्या मनात ती कल्पना चमकून गेली. समजा मी एखाद्या संकाटात सापडून माझे सर्वस्व गमावले आणि आता जगण्याची फक्त अंधूक आशा मनात उरली असेल तर त्या वेळी मला साहाय्य करण्यासाठी कोण माझ्या खांद्याला खांदा लावून उभे राहील काय? जर कोणी तसे उभे राहिले तर ती व्यक्ती ओटो गेरान नक्कीच नसणार, बिलकुल नसणार. ऐन प्रसंगात हा माणूस ढेपाळणारा आहे, कच खाणारा आहे, स्वत:पुरते बघणारा आहे.

"तो कसा मरण पावला?" ओटो विचारत होता. त्याच्यावर ब्रॅन्डीचा थोडासा बरा परिणाम झाला असावा. त्याचा आवाज आता बराच खाली आला होता. कुजबुजण्यापेक्षा थोडी जास्त आवाजाची पातळी होती; परंतु आवाजात थरथर नव्हती, स्थिरता होती.

मी म्हणालो, ''तो तडफडत मरण पावला, असे मी म्हणेन. पण तो का मेला, असे जर विचारत असाल तर ते उत्तर मला देता येणार नाही. मला ते ठाऊक नाही.''

''ठाऊक नाही? तुम्हाला ठाऊक नाही? अन् तुम्ही तर एक डॉक्टर आहात. हो ना?'' ओटोला आता आपल्या आसनात नीट बसणे अवघड जात होते. बोट चांगलीच हिंदकळू लागली होती. एका हाताने त्याने ब्रॅन्डीचा ग्लास पकडला होता. दुसऱ्या हाताने तो कसेबसे टेबल पकडत होता. त्याचे वजनदार शरीर बोटीच्या हलण्यामुळे त्याला नीट सांभाळता येत नव्हते.

मॉर्निंग रोज बोटीचा पुढचा भाग वर उचलला जाऊन खाली पाण्यावर आपटत होता. त्या धक्क्यातून स्वतःला सांभाळणे हे थोडे कौशल्याचेच काम होते.

मी काहीच बोलत नाही हे पाहून तो पुढे म्हणाला, ''बोट लागल्यामुळे तो मरण पावला का?''

''त्याला बोट लागली होती; पण त्यामुळे काही फारसे बिघडत नाही.''

''मग पोटात काही अल्सर वगैरे होता का? किंवा हृदयविकार? किंवा दमा–''

यावर त्याचे बोलणे तोडीत मी फटकन म्हणालो, ''तो विषबाधेने मरण पावला.''

ते ऐकल्यावर ओटो माझ्याकडे क्षणभर पाहत राहिला. माझ्या उत्तराने त्याला काही आकलन झाले, असे त्याच्या चेहऱ्यावर मला काही दिसेना. मग त्याने आपला ग्लास टेबलावर ठेवला व तो एकदम उठून उभा राहू लागला. पण त्याच्यासारख्या वजनदार माणसाला असे उभे राहणेही जमेना. त्याच वेळी बोट एका मोठ्या कोनामधून डोलली. तो तोल जाऊन धडपडत डायनिंग सलूनच्या दारावर जाऊन आपटला. ते दार फटकन उघडले गेले. मी चटकन पुढे वाकलो व ओटोने टेबलावर ठेवलेला ब्रॅन्डीचा ग्लास उचलून हातात घेतला. तो पडण्याच्या बेतात होता. ओटो परत आला व धडपडत आपल्या खुर्चीत जाऊन बसला. त्याचा चेहरा राखाडी रंगाचा झाला होता. त्याच्या हातात मी त्याचा ग्लास दिला. त्याने हातातली ब्रॅन्डी एका दमात पिऊन टाकली व परत आपला ग्लास ब्रॅन्डीने भरून घेतला व थोडी ब्रॅन्डी प्यायला.

''विषबाधेने त्याला मृत्यू आला?'' ओटोची चौकशी परत सुरू झाली.

''हं.''

''कोणते विष?''

''स्ट्रिक्निनसारखे काहीतरी,'' मी म्हणालो.

''स्ट्रिक्निन? स्ट्रिक्निन! बापरे! स्ट्रिक्निन! मग आता तुम्हाला ते पोस्टमॉर्टेम किंवा अटॉप्सी वगैरे करावे लागणार ना?''

“उगाच भलतेसलते बोलू नका. असले काही मी अजिबात करणार नाही. न करण्यासाठी माझ्याकडे अनेक कारणे आहेत. अन् हो, तुम्हाला पोस्टमॉर्टेमबद्दल काही माहिती आहे का? ती एक अत्यंत गुंतागुंतीची प्रक्रिया असते. त्यासाठी लागणाऱ्या सोयी येथे जहाजावर नाहीत. शिवाय मी पॅथॉलॉजी शास्त्रातील तज्ज्ञ नाही. पोस्टमॉर्टेमसाठी तसा माणूस लागतो. तसेच ज्याचे पोस्टमॉर्टेम करायचे त्याच्या वारसाची परवानगी लागेल. इथल्या बेरेन्टसच्या समुद्रात तो वारस कसा आपल्याला मिळेल? पोस्टमॉर्टेम करायचे की नाही हे कॉरोनर ठरवतो. त्याच्याकडून तसा हुकूम यावा लागतो. अन् जर काही खुनासारखा संशयास्पद मृत्यू झाला असेल, तरच कॉरोनर तसा हुकूम देतो. येथे मला अद्याप तरी तसला संशयास्पद प्रकार वाटत नाही.”

“नाही? काहीही संशयास्पद नाही? पण तुम्ही तर म्हणाला होतात की–”

“मी फक्त स्ट्रिक्निनसारखी विषबाधा असावी, असे म्हणालो. म्हणजे खरेच स्ट्रिक्निन वापरले गेले, असा अर्थ होत नाही. उलट माझी तर खातरीच आहे की तसला काही प्रकार नसावा; परंतु तशी विषबाधा झाल्यानंतरची लक्षणे मात्र मला आढळली. म्हणजे अंगात, स्नायूत जबरदस्त पेटके येणे, झटके येणे, रुग्णाची पाठ एवढी मागे वाकते की शेवटी मागच्या टाचेला डोके भिडते. वैद्यकीय परिभाषेत याला Opisthotonos असे म्हणतात. तसेच त्याच्या चेहऱ्यावर अत्यंत भीती प्रगट झाली होती. स्ट्रिक्निनच्या विषबाधेत अशी लक्षणे आढळतात म्हणून मी तसे म्हटले, एवढेच. शिवाय त्या दृष्टीने मृत्यूची वेळ पाहिली तर ती चुकीची ठरते. जेव्हा मी त्याचे बाक आलेले शरीर सरळ केले तेव्हा मला कळले की, त्याचे शरीर तशा लक्षणानुसार मुळीच वाकलेले नव्हते. सर्वसाधारणपणे स्ट्रिक्निन हे पहिल्या दहा मिनिटांत आपला प्रभाव दाखवू लागते. पोटात स्ट्रिक्निन गेल्यापासून अर्ध्या तासात मृत्यू येतो. आपल्याबरोबर अ‍ॅन्टोनिओने जेवण घेतले. त्या वेळी वीस मिनिटे तो येथे होता. त्या वेळी तर त्याला काहीही झाले नव्हते, हे आपण सर्वांनी पाहिले होते. फक्त त्याला बोट लागलेली होती आणि तो आत्ता काही मिनिटांपूर्वी मरण पावला. म्हणजे अर्ध्या तासापेक्षा बऱ्याच वेळाने मृत्यू पावला. तसेच, अ‍ॅन्टोनिओ याचे कोणाशीही वाकडे नव्हते. मग कोण त्याला मुद्दाम अशा रीतीने मारणार? असा कोणी विकृत मनाचा माणूस तुमच्या कर्मचाऱ्यांमध्ये आहे? मी हे जे म्हणतो आहे ते सारे तुम्हाला नीट कळले का?”

“नाही. नाही. मला नीट समजेनासे झाले आहे. पण... पण मग त्या विषबाधेचे काय? तुम्ही म्हणाला–”

“अन्नातून विषबाधा.”

“अन्नातून विषबाधा? पण अशा विषबाधेमुळे कोणी मरत नाही. कुजलेल्या

अन्नात निर्माण होणाऱ्या विषाचा तर हा परिणाम असेल का?''

''तुम्ही म्हणता तसले काहीही नाही. कुजलेले अन्न खाल्ल्यामुळे एवढा भयंकर परिणाम होत नाही; परंतु अन्नातल्या विषबाधा अनेक प्रकारच्या आहेत. त्यात रासायनिक विषबाधाही मोडतात. उदाहरणार्थ, माशामध्ये पाऱ्याचा अंश असणे, खाण्याजोगी नसलेली भूछत्रे खाण्यात येणे, विशिष्ट जातीची उपयोगी नसलेली कालवे खाण्यात येणे इत्यादी; परंतु सर्वांत धोकादायक विषबाधेचा प्रकार आहे तो साल्मोनेला (salmonella) जंतूंचा. ते जंतू जर खाण्यात आले तर हमखास मृत्यू येतो. दुसऱ्या महायुद्धानंतर साल्मोनेलाची एक उपजात (Salmonella Enteritidis) निर्माण करण्यात शास्त्रज्ञांना यश मिळाले. ही उपजात आणखीनच विषारी होती. त्यानंतर आरोग्य मंत्रालयाने याचाच चुलतभाऊ असलेली आणखी एक जंतूंची जात विकसित केली. त्याला क्लॉस्ट्रिडियम बॉट्युलिनम (Clostridium Botulinum) असे नाव दिले गेले. ही जात एवढी भयंकर होती की, त्याच्या संसर्गाने एका रात्रीत संपूर्ण शहर मृत होऊ शकते. या जंतूंकडून जे विष निर्माण करून बाहेर टाकले जाते ते निसर्गातले सर्वांत जहाल विष समजले जाते. युद्धकाळात स्कॉटलंडमध्ये काही जण सहलीसाठी बाहेर गेले असताना त्यांना त्यांच्या खाण्यातून विषबाधा झाली. त्यांनी जे सॅन्डविचेस खाल्ले त्यात बदकाच्या मांसाचा लगदा चोपडलेला होता, त्यामध्ये या जंतूंचा प्रादुर्भाव झाला. ते सर्व आठही जण त्या सॅन्डविचमुळे मरण पावले. या विषबाधेवर कोणताही उपाय नाही. अॅन्टोनिओला कदाचित अशाच प्रकारची विषबाधा झाली असावी.''

''आय सी, आय सी,'' असे पुटपुटत ओटोने ब्रॅन्डीचा घुटका घेतला. मग मान वर करून माझ्याकडे पाहत व आपले डोळे मोठे करून तो म्हणाला, ''गुड गॉड! बापरे! याचा अर्थ भलताच निघतो, हे लक्षात येते का तुमच्या? याचा अर्थ आपण सारे आता संकटात सापडलेलो आहोत. ते जे तुमचे क्लॉस्ट्रिडियम किंवा जे काही आहे ते आता वेगाने बोटीवर पसरत जाणार–''

मी ओटोचे बोलणे तोडीत म्हणालो, ''शांत व्हा, असे भेदरून जाऊ नका. त्या जंतूंचा प्रसार होत नाही की, ते संसर्गजन्यही नाहीत.''

''पण मग बोटीच्या स्वयंपाकघरात?''

''मी त्यावर विचार केला नाही असे वाटते का तुम्हाला? जर तसे असते तर एव्हाना आपण सारे जण संपलो असतो. मला असे वाटते की, अॅन्टोनिओची अन्नावरची वासना निघून गेल्यावर तो उठून गेला. त्याच वेळी मी त्याच्यासमोर जेवायला बसलेल्यांकडे लक्ष द्यायला हवे होते. काऊंट आणि सेसिल तिथे जेवत होते.''

''सेसिल?''

“तोच तो कॅमेरा फोकस करणारा असिस्टंट किंवा तसलेच काही काम करणारा.”

“हंऽऽ म्हणजे तो ड्यूक,” बुटका असलेला व नाकात बोलणाऱ्या त्या असिस्टंटला काहीतरी कारणामुळे ‘ड्यूक’ हे नाव दिले गेले होते. ते नाव जरी त्याला कोणत्याही प्रकारे लागू पडत नसले तरीही एकदा पडलेले ते नाव कायम झालेले होते. “त्या बुटक्याचे सर्वत्र लक्ष असते.”

“ठीक आहे. मी बघतो पुढचे सारे. स्वयंपाकघर, फूड स्टोअर, कोल्डरूम वगैरे सगळीकडे मी बघतो. आणखी एक शक्यता आहे. कदाचित अॅन्टोनिओने स्वत:बरोबर काही डबाबंद अन्न बरोबर आणले असेल. त्यातूनही विषबाधा होण्याची शक्यता आहे. मी तेही पाहतो. कॅप्टन इम्री यांना याबाबतीत मी भेटावे काय? तुमचे काय मत आहे?”

“कॅप्टन इम्री?”

मी शांतपणे म्हणालो, “ते या बोटीचे प्रमुख आहेत. त्यांना आपण ही बातमी दिलीच पाहिजे. या मृत्यूची अधिकृतपणे नोंद झाली पाहिजे. नंतर एक मृत्यू झाल्याचा दाखला घेतला पाहिजे. सर्वसाधारपणे कॅप्टनच असा दाखला तयार करून देत असतो. पण आता बोटीवर डॉक्टर असल्याने तो स्वत: दाखला देणार नाही. नंतर त्याने अन्त्यसंस्काराची तयारी केली पाहिजे. म्हणजे समुद्रात तो देह सोडून देणे. ते काम बहुतेक उद्या सकाळी होईल, असा माझा अंदाज आहे.”

यावर ओटोचे अंग शहारले. त्याने म्हटले, “होय, ते काम केलेच पाहिजे. बेरिअल अॅट सी. मला आता ताबडतोब जॉनला भेटून ही भयंकर घटना त्याच्या कानावर घातली पाहिजे.” जॉन म्हणजे बहुतेक तोच तो प्रॉडक्शन अकाउंटंट, कंपनी अकाउंटंट, ऑलिम्पस प्रॉडक्शनमधील सिनिअर पार्टनर आणि ज्याला बाहेर सर्व जण ‘फायनान्स कंट्रोलर’ म्हणून ओळखत होते तो. थोडक्यात तो या कंपनीच्या जवळ-जवळ सर्व आर्थिक नाड्या पाहणारा माणूस होता. “आणि आता मी झोपायला जातो. होय बाबा, होय. आत्ता मी पार गलबलून गेलो आहे. मला झोपण्याची आत्यंतिक गरज आहे. मी फार अस्वस्थ झालो आहे. खरोखरीच अस्वस्थ झालो आहे.”

मला ओटो अत्यंत हादरलेला व खचलेला दिसत होता. मी त्याला म्हटले, “तुमच्या केबिनमध्ये मी काही झोपेच्या गोळ्या पाठवून देऊ का?”

“नको, नको. मला झोप येईलच,” एवढे बोलून तो तेथून उठला. वाइनची बाटली जाता-जाता त्याने अगदी सहजपणे उचलली व आपल्या ढगळ कोटाच्या मोठ्या खिशात टाकली. मग तो अडखळत तिथून निघून गेला. ओटोला थोडासा

निद्रानाशाचा विकार होता. पण तो त्यावर कधीही औषधे घेत नव्हता. काहीतरी जुजबी घरगुती औषधे तो घेत असे.

मी बोटीच्या स्टारबोर्ड बाजूला, म्हणजे डाव्या अंगाला, तिथले दार उघडून बाहेर पाहिले. स्मिथी मला म्हणाला होता की, हवेत सुधारणा होणार नाही. तो त्यासाठी पैज मारायलाही तयार झाला होता. अजूनही हवामान आणखी बिघडत चालल्याचे समजून येत होते अन् तेही अत्यंत वेगाने. हवेचे तापमान आता शून्याखाली गेले होते. अन् हिमवर्षावाचे सुरुवातीचे पातळ पापुद्रे खाली पडू लागले होते. ते माझ्या डोक्यावरून हवेत आडवे प्रवास करत पुढे जाऊन पडत होते. आता समुद्राच्या लाटा या लाटा वाटत नव्हत्या. पाण्याचे भले मोठे लांबट ढीग कुणीतरी पुढे सरकवल्यासारखे वाटत होते. त्यांचा रोख कोठेही असल्यासारखा दिसत होता. पण तरीही सर्व लाटा पूर्वेकडे सरकत होत्या. लाकडात स्क्रू जसा पुढे पुढे घुसत असतो तशी *मॉर्निंग रोज* बोट इतका वेळ पुढे जात होती. आता तिच्या वाटेत समुद्रपृष्ठावर पडणारे पन्नास फूट खोलीचे खळगे येत असल्याने बोटीचा पुढचा भाग हवेत उचलला जाऊन धाडकन त्या खड्ड्यात आपटे. या आधी तसे आपटताना जवळच एखादी तोफ उडवल्यासारखा आवाज होई. मग त्यानंतर चालून येणाऱ्या पाण्याच्या भिंतीवर स्वार होण्यासाठी बोटीची धडपड चाले. पण आता पाण्याच्या खळग्यात आपटताना स्फोट झाल्यासारखे आवाज होऊ लागले. मी जरा आणखी बाहेर डोकावून पाहिले. बोटीच्या पुढच्या टोकावर जो बावटा होता तो अक्षरश: वेड लागल्यासारखा फडफडत होता. त्या बावट्याकडून वारा जाण्याची दिशा स्टारबोर्ड बाजूची, डाव्या बाजूची न दाखवता एक चतुर्थांश डाव्या बाजूचा रोख होता. वारा त्या दिशेने वाहत होता. याचा अर्थ वारा ईशान्य दिशेने येत नव्हता. असे का होत होते ते मला समजेना. मला कसलाही तर्क करता येईना. पण मला एवढे कळून चुकले की, जे काही घडते आहे ते ठीक नाही. मी प्रयत्नपूर्वक दार लावून टाकले व आत आलो. खुर्चीवर बसून मनात शांतपणे प्रार्थना केली की, रात्रभर ब्रिजमध्ये हुशार स्मिथीकडून बोटीचे नियंत्रण व्हावे. मग मी बोटीच्या स्ट्युअर्टच्या पॅन्ट्रीकडे पुन्हा गेलो. तिथून एक ब्लॅक लेबल व्हिस्कीची बाटली घेतली. खरे तर मला ब्रॅन्डी हवी होती. पण ओटोने ती शेवटची ब्रॅन्डीची बाटली हस्तगत केली होती. मग मी कॅप्टनच्या टेबलापाशी आलो. तिथल्या खुर्चीत बसलो. एका ग्लासात थोडीशी व्हिस्की काढून घेतली व ती बाटली तिथल्या बिडाच्या स्टॅन्डमध्ये खोचून ठेवली.

आता मी शांतपणे व्हिस्की पीत बसलो व विचार करू लागलो. मी ओटोला खरे का सांगितले नाही, याचे मलाच आश्चर्य वाटले. ओटोचा स्वभाव स्थिर नव्हता. त्याची क्षणोक्षणी मनोवृत्ती बदलत जाई. निदान माझे तरी त्याच्याबद्दल असे मत होते. त्याने ब्रॅन्डीचे अनेक पेग पोटात रिचवले. शिवाय आधीही त्याने जेवताना बरीच

ब्रॅन्डी घेतली होती. कदाचित पिण्याच्या बाबतीत त्याचा आत्मविश्वास जादाच असावा.

स्ट्रिक्निन विष घेतल्याने किंवा कोणीतरी त्याला ते विष चारल्याने ॲन्टोनिओ मृत्यू पावला नव्हता. त्याबद्दल माझी अगदी पक्की खातरी होती. मघाशी म्हटलेल्या जंतूंकडून जे विष बाहेर टाकले जाते ते अत्यंत घातक व मृत्यूस कारणीभूत ठरणारे असते हे खरेच आहे; परंतु त्या जंतूंचा शरीरात संसर्ग झाल्यावर त्यांचे पुरेसे पुनरुत्पादन होण्यास जो वेळ लागतो तो सुदैवाने ओटोला ठाऊक नव्हता. तो वेळ सुमारे ४८ तासांचा होता. बहुतेक वेळा एवढ्या कालावधीत माणसाच्या पोटातील सारे काही बाहेर टाकून दिले जाते व त्याला विषबाधा होण्याचे टळते. त्यामुळे जरी ॲन्टोनिओने दुपारी घरून आणलेले डबाबंद अन्न खाल्ले असले तरी इतक्या लवकर, सात-आठ तासात, तो मरण्याची शक्यता नव्हती. अन् जरी त्याला तशी विषबाधा झाली असती तरी, रात्रीच्या जेवणाच्या वेळी मला त्याच्यामध्ये तशी लक्षणे दिसली असती. याचा अर्थ एकच होता. तो म्हणजे कोणीतरी त्याला अगदी पद्धतशीरपणे विष चारले होते. पण कोणी तसे केले असणार? येथे तर बरेच जण होते. कोणाकोणावर संशय घेणार? शिवाय अशा डिटेक्टिव्ह शास्त्रात मी थोडाच तज्ज्ञ होतो? तसेच यंत्रांकडून डब्यात अन्न बंद करण्याच्या प्रक्रियेत अनेकदा घातक रसायने चुकून गेल्याची उदाहरणे आहेत. अन् त्यामुळे आजवर अनेक जण मृत्यूही पावलेले आहेत.

माझ्या मागचे दार उघडून दोन व्यक्ती आतमध्ये अडखळत अडखळत आल्या. त्या दोघांनाही चष्मे होते, ते तरुण होते व दोघांचेही केस वाऱ्याने विसकटलेले होते. मला त्यांनी पाहिले व ते जरासे कचरू लागले. त्यांनी एकमेकांकडे पाहिले व ते परत जाऊ लागले. मी हात वर करून त्यांना थांबवले व जवळ बोलावले. मग ते जरासे अडखळत माझ्या टेबलापाशी आले व खुर्च्यांवर बसले. आपले केस आता ते हाताने नीट करू लागले, चेहऱ्यावरून मागे सारू लागले. मग मी त्यांना नीट ओळखले. एक जण तरुण मुलगी होती. तिला सारे जण 'मेरी डार्लिंग' या नावाने संबोधायचे. या फिल्म युनिटमध्ये ती 'कंटिन्युटी गर्ल' म्हणून चित्रीकरणाच्या वेळी कामकाज पाहायची. दुसरी व्यक्ती, म्हणजे तो तरुण, त्याला सारे जण 'ॲलन' या नावाने संबोधायचे. त्याचे आडनाव मला कधीच कळले नाही. नुकतेच त्याला विद्यापीठाने काढून टाकले होते. तसा तो अत्यंत बुद्धिमान होता. पण बुद्धिबरोबर येणारे शहाणपण त्याच्याकडे नव्हते. सबंध जगात चित्रपट निर्मितीचा उद्योग हाच खरा आकर्षक उद्योग आहे, असे त्याचे मत होते.

ॲलन मला म्हणाला, "सॉरी, आम्ही एकदम येथे आल्याबद्दल," तो अत्यंत आदराने व दिलगिरी प्रदर्शित करत बोलत होता. तो पुढे म्हणाला, "तुम्ही येथे

असाल अशी आमची कल्पना नव्हती. खरे सांगायचे तर आम्ही दोघे गप्पा मारण्यासाठी एखादी निवांत जागा शोधत होतो.''

''अन् तशा जागेत तुम्ही आता आला आहात. मी आता येथून निघणारच आहे. मिस्टर ओटो गेरान यांच्यासाठी फार सुरेख स्कॉच व्हिस्कीच्या बाटल्या आहेत. त्यातली एखादी मिळवा आणि मजा करा. पण तुमचे दोघांचे चेहरे असे सांगत आहेत की, तुम्ही आत्ताच तशी व्हिस्की प्यायला आहात.''

''नाही, तसे काही नाही, डॉ. मार्लो. आम्ही कधीच दारू पीत नाही.''

ती दुसरी पोरगी, म्हणजे 'मेरी डार्लिंग' ही चित्रपटात अभिनेत्रीचे करिअर करण्यासाठी योग्य होती. तशा तिने काही किरकोळ भूमिका केल्याही होत्या. त्यासाठी तिचा मंजूळ व कोवळा आवाज अगदी योग्य होता. तिचे केस प्लॅटिनमच्या रंगाचे होते व लांबसडक होते. ते पाठीवर रुळत होते. त्या केसांना अजून कोणत्याही हेअर-ड्रेसरचा स्पर्श झाला नाही, हे समजून येत होते. या पोरीने अॅन्टोनिओचा प्रेमभंग केला असला पाहिजे याची मला खातरी होती. तिने आपल्या चेहऱ्यावर सवयीने अतिगंभीर भाव धारण केले होते. डोळ्यांवर एक भला मोठा चष्मा चढवला होता. सध्या ती एक फॅशन बोकाळली होती. आपल्या चेहऱ्यावर तिने कोणताही मेकअप केला नव्हता, अगदी ओठांना लिपस्टिकही लावली नव्हती. मात्र ती आपल्या चेहऱ्यावर नेहमी एखाद्या बिझिनेसमनचे भाव आणे. कोणी काही तिला सल्ला देऊ लागले की, 'मी माझी काळजी घेऊ शकते, धन्यवाद.' असले भाव ती चेहऱ्यावर प्रगट करे. तिचे हे असले भावप्रदर्शन पाहिल्यावर कोणीही तिच्याशी पुढचे बोलणे बोलत नसे.

मी त्यांना विचारले, ''तुम्हाला तशी जागा, खोली सापडली नाही?''

यावर ती मेरी डार्लिंग बोलू लागली, ''वेल, त्या रिक्रिएशन रूममध्ये निवांतपणा बिलकुल नाही, की खासगीपणाही नाही. कसा असेल तो? त्यातून ती तीन तरुण पोरे–''

''हा, म्हणजे ते 'थ्री अॅपोस्टल्स'. बाकी ते संगीत बऱ्यापैकी देतात. मग लाउंज रिकामा असेल ना?''

अॅलन यावर म्हणाला, ''नाही. तिथे एक जण बसला आहे. पायजमा घालून आरामात बसला आहे. मिस्टर गिल्बर्ट आहेत ते.''

''त्यांच्या हातात किल्ल्यांचा एक मोठा जुडगा आहे,'' मेरी डार्लिंग सांगत होती. थोडे थांबून ती पुढे म्हणाली, ''मिस्टर ओटो गेरान हे ज्या कपाटात आपल्या दारूच्या बाटल्या ठेवतात, ते कपाट आपल्याजवळची किल्ली चालवून उघडण्याचा प्रयत्न ते करत होते.''

''लोनी असले काही करत असतो. तसेच हे आहे,'' मी तिच्याशी सहमत होत

म्हणालो. खरे म्हणजे हे असले बोलायला नको होते. या प्रकरणात कुठेही माझा संबंध येत नव्हता. जर लोनीला या जगात काही राम वाटत नसेल, तो उदास होत असेल, अन् म्हणून त्याला पिण्याची गरज वाटत असेल तर त्याबद्दल मी काय करू शकत होतो? कोणीच काही करू शकत नव्हते. मात्र ओटोला हे अद्याप कळले नव्हते, ही एक त्यातल्या त्यात चांगली गोष्ट होती.

मी तिला म्हणालो, ''मग तुम्ही नेहमी तुमची केबिन का नाही वापरीत?''

''छे, छे! आम्हाला 'तसले' काही करायचे नाही.'' ती 'तसले' या शब्दावर जोर देत म्हणाली.

''मी 'त्या' अर्थाने म्हणालो नाही,'' त्या दोघांच्या मनात नक्की काय आहे ते मला समजेना. शेवटी मी वृद्ध होत चाललो होतो व हल्लीच्या तरुणांची मानसिकता मला समजेनाशी होत चालली होती.

मी त्यांचा निरोप घेऊन तेथून निघालो. स्ट्युअर्टच्या पॅन्ट्रीमध्ये गेलो व तेथून स्वयंपाकघरात गेलो. ते एक छोटेसे स्वयंपाकघर होते. सर्वत्र स्वच्छता, टापटीप व नेटकेपणा दिसत होता. पांढऱ्या टाईल्स व स्टेनलेस स्टिल यांची तेथे चकचकीतपणात जुगलबंदी चालली आहे, असे वाटत होते. या वेळी स्वयंपाकघरात सामसूम झाली असेल असा माझा अंदाज होता; परंतु प्रमुख आचारी तिथे अजूनही काम करत होता. नियमाप्रमाणे त्याने आपल्या डोक्यावर ती पांढरी शुभ्र चौकोनी हॅट चढवली होती. त्या टोपीमध्ये त्याचे पांढरे केस दडलेले होते. स्टोव्हवर ठेवलेल्या भांड्यात तो वाकून पाहत होता. त्याने मागे वळून माझ्याकडे पाहिले. अत्यंत आश्चर्य वाटल्याचे भाव त्याच्या चेहऱ्यावर प्रगट झाले.

तो हसून मला म्हणाला, ''गुड इव्हिनिंग, डॉ. मार्लो. माझ्या स्वयंपाकघरात काही वैद्यकीय तपासणी करायची आहे वाटते?''

''होय, पण तुमच्या परवानगीने.''

तो हसायचा थांबला व म्हणाला, ''तुम्हाला काय म्हणायचे आहे ते मला समजले नाही, सर.'' या आचाऱ्याने रॉयल आरमारात वीस वर्षे नोकरी केली होती. त्यामुळे तो व्यवहारात, बोलण्यात कोणालाही हार जाणाऱ्यातला नव्हता.

मी म्हणालो, ''आय ॲम सॉरी. पण एक औपचारिकता पाळायची म्हणून मला तशी तपासणी करणे भाग आहे. आपल्या बोटीवर अन्नातून विषबाधा झालेली केस आहे. त्यासाठी मी इकडे आलो.''

''अन्नातून विषबाधा! पण या स्वयंपाकघरात तसले कधीही होणार नाही, याची मी तुम्हाला खातरी देतो. असा प्रकार माझ्या आयुष्यात आत्तापर्यंत मी कधीही पाहिला नाही.'' त्या प्रमुख आचाऱ्याच्या व्यावसायिक अभिमानाला माझ्याकडून धक्का पोहोचला होता. तो पुढे म्हणाला, ''सर मी *ॲन्ड्र्यू* बोटीवर बरीच वर्षे कामे

केली. गेली २७ वर्षे मी आचारी आहे. शेवटची सहा वर्षे मी एअरक्राफ्ट कॅरिअर बोटीवर काम केले होते. अन् जर मी स्वयंपाकघरात स्वच्छता ठेवत नाही असे कोणी म्हणत असेल, तर–''

मी त्याचे बोलणे तोडत म्हणालो, ''तसले काही मी तुम्हाला अजिबात बोललो नाही,'' तो जेवढ्या जोराने मला सुनावू पाहत होता तेवढ्याच जोराने मी त्याला म्हणालो, ''ही जागा अत्यंत स्वच्छ आहे हे कोणालाही दिसेल. जर जंतूंचा संसर्ग या स्वयंपाकघरातून झाला असेल, तर त्यात तुमचा दोष नाही, हेही तितकेच खरे.''

तो आचारी तरीही रागाने मला म्हणाला, ''एक्सक्यूज मी, सर. मी आता फार कामात आहे,'' एवढे म्हणून त्याने आपली पाठ माझ्याकडे केली व तो भांड्यांची आवराआवर आवाज करत करू लागला. मी बोलत असताना माझ्याकडे कोणी पाठ केलेली मला आवडत नाही. त्याचे खांदे धरून त्याचे तोंड माझ्याकडे वळवावे अशी एक तीव्र ऊर्मी माझ्या मनात एकदम निर्माण झाली. पण कुठे तरी त्याच्या अभिमानाला धक्का बसला होता हे माझ्या लक्षात आल्याबरोबर मी स्वतःला आवरले.

मग मी त्याला मृदू शब्दात म्हटले, ''तुम्ही अजून इतक्या उशिरा काम करत आहात?''

''ब्रिजवर जेवण पाठवायचे आहे ना. मिस्टर स्मिथी आणि बॉसन यांना द्यायचे आहे. त्यांची ड्यूटी आत्ता बदलणारा आहे. ते एकमेकांची ड्यूटी घेणार आहेत. आत्ता अकरा वाजता या वेळी ते दोघे एकत्र जेवतात.''

''ते दोघे जेवल्यावर रात्री बारा वाजेपर्यंत त्यांची प्रकृती ठणठणीत राहो, म्हणजे झाले.'' मी म्हणालो.

यावर तो सावकाश माझ्याकडे वळला व मला म्हणाला, ''तुम्हाला नक्की काय म्हणायचे आहे?''

''मला असे म्हणायचे आहे की जे एकदा घडले तेच पुन्हा घडू शकते. तुम्ही आत्तापर्यंत मला असे अजिबात विचारले नाही की, 'कोणाला विषबाधा झाली आहे? कोण आजारी पडले आहे?' का नाही असे विचारलेत?''

''सर, तुम्हाला काय म्हणायचे आहे ते मला अजूनही कळले नाही.''

''अन् मला ही गोष्ट नेमकी खटकते आहे या स्वयंपाकघरात बनवलेले अन्न खाल्ल्याने जो जबरदस्त आजारी झाला किंवा त्याला विषबाधा झाली त्याबद्दल मी बोलतो आहे.''

यावर तो तिरकसपणे म्हणाला, ''असे पाहा, मी माझे हुकूम नेहमी कॅप्टनकडून घेतो, प्रवाशांकडून नाही.''

''आता कॅप्टन कुठे आहे, ते आपल्या बिछान्यात किती गाढ झोपले आहेत,

कशामुळे झोपले आहेत हे सर्वांना ठाऊक आहे. ही गोष्ट आता गुप्त राहिली नाही. तेव्हा कॅप्टनकडे जाण्यात अर्थ नाही. म्हणून तुम्ही आता माझ्याबरोबर चला आणि बघा तुमच्या स्वयंपाकाचा प्रताप. तो विषबाधा झालेला माणूस पाहा,'' मी त्याच्याशी जरासे कठोरपणे बोललो. पण माझा नाइलाज झाला होता. दुसरे मी काय करणार होतो?

''माझा प्रताप? मी काय केले?'' असे म्हणून तो माझ्यापासून दूर गेला. आपल्या हातातील भांडे खाली ठेवले व डोक्यावरची चौकोनी टोपी काढून बाजूला ठेवली. मग तो मला म्हणाला, ''चला डॉक्टर. तुम्ही जे काही करता आहात ते ठीक नाही, असे मला वाटते.''

मग तो माझ्याबरोबर अॅन्टोनिओच्या केबिनपर्यंत आला. मी दाराचे कुलूप काढून आत गेलो. तोही माझ्या मागोमाग आला. खोलीतून तीव्र दर्प येत होता. अॅन्टोनिओ आहे तसाच पडून राहिला होता. पण आता त्याचा चेहरा बराच पांढरा दिसत होता. त्याच्या तोंडातून बरेच रक्त बाहेर आलेले होते.

मी त्या प्रमुख आचाऱ्याला ते सर्व दाखवून त्याला विचारले, ''आता पटली ना तुमची खातरी?''

त्या आचाऱ्याचा चेहऱ्यावरचा रंग उडाला. तो खाली पडलेल्या अॅन्टोनिओकडे टक लावून पाहत होता. दहा सेकंदाने तो पाठ वळवून तेथून निघाला. मीही त्याच्या मागून निघालो. जाण्यापूर्वी खोलीला कुलूप घालण्यास विसरलो नाही. बोटीच्या हलण्यामुळे मधल्या बोळातून जाताना मला सारखा दोन्ही बाजूंच्या भिंतींचा आधार घ्यावा लागत होता. मी थेट डायनिंग सलूनमध्ये गेलो. कॅप्टनच्या स्टॅन्डवर ठेवलेली ब्लॅक लेबलची बाटली मी उचलली व मेरी डार्लिंग व अॅलन यांच्याकडे पाहून स्मित केले. त्यांच्या डोक्यात काय विचार चालले असतील त्याचा मला अंदाज करता येत नव्हता. तेथून मी निघालो व पुन्हा स्वयंपाकघरात गेलो. माझ्या मागून अर्ध्या मिनिटाने तो प्रमुख आचारी आला. त्याचा चेहरा पडला होता. त्याला धक्का बसल्याचे जाणवत होते. त्याच्या आजवरच्या समुद्रावरच्या नोकरीत त्याने अनेक भयंकर प्रसंग पाहिले असतील. पण आजच्यासारखा विषबाधेचा प्रसंग त्याने नक्कीच पाहिला नसणार. मी एक ग्लास त्याला दिला. त्याने तो ग्लास उचलला व तोंडाला लावून एका दमात सारी व्हिस्की पिऊन टाकली. मग ठसका लागल्याने तो खोकू लागला. हळूहळू व्हिस्कीमुळे त्याचा चेहरा पूर्ववत होत गेला.

मग त्याने घोगरट आवाजात विचारले, ''तो... तो कसला प्रकार आहे? कोणत्या विषामुळे त्यांना मृत्यू आला? बापरे! एवढा भयंकर प्रकार मी आत्तापर्यंत कधीच पाहिला नव्हता.''

''मलाही अजून नीट समजले नाही. तेच तर मला शोधायचे आहे. मी आता

येथे काही तपासणी करू का?''

''अंऽ? हो, पाहा तुम्हाला काय पाहायचे ते; परंतु मला या प्रकारातील काहीही ठाऊक नाही. तुम्हाला प्रथम काय पाहायचे आहे?''

''आत्ता रात्रीचे अकरा वाजून दहा मिनिटे झाली आहेत,'' मी म्हणालो.

''बापरे! अकरा वाजून दहा मिनिटे? ब्रिजवर जेवण पाठवायला उशीर होत आहे,'' मग त्याने झटपट ते जेवण तयार केले. त्याने पटापट दोन ट्रे घेतले, प्रत्येकामध्ये संत्र्याच्या रसाचा एकेक सील्ड डबा ठेवला, एक ओपनर ठेवला. एका मोठ्या बाऊलमध्ये सूप आणि मुख्य जेवणाचे पदार्थ हे सर्व ठेवले. दोन बीअरच्या बाटल्या घेतल्या. सारी तयारी त्याने अवघ्या एका मिनिटात केली. कमालीच्या तत्परतेने केले. मग तो ते सर्व घेऊन ब्रिजकडे निघून गेला.

तो गेल्यावर दोन मिनिटांनी मी तिथले अन्न तपासले. तिथल्या एका फडताळावर व एका मोठ्या फ्रिजमध्ये ते ठेवले होते. त्या अन्नाचे रासायनिक पृथ्थकरण करण्यास माझ्याकडे आवश्यक ती साधने नव्हती. मला फक्त पदार्थांचे स्वरूप पाहून, वास घेऊन व किंचित चव घेऊन तपासणी करणे भाग होते; परंतु त्या आचाऱ्याने तिथे कमालीची स्वच्छता राखली होती हे मात्र मान्य केले पाहिजे.

तो आचारी परतला. मी त्याला म्हणालो, ''पुन्हा आज रात्री तोच मेनू ना?''

''होय, संत्र्याचा रस, पाइनॲपल रस, ऑक्सटेल–''

''हे सर्व पदार्थ डबाबंद असलेले ना?'' यावर त्याने होकारार्थी मान हलवली. ''चला बघू या,'' असे म्हणून मी दोन सीलबंद डबे उघडले आणि त्यातले पदार्थ किंचित चाखून पाहिले. तो मात्र माझ्याकडे भीतीने डोळे मोठे करून पाहत होता. त्या पदार्थात मला कोणताच दोष आढळला नाही. सर्व काही नेहमीप्रमाणे ठीक होते.

मग मी म्हणालो, ''आता जेवणातील मुख्य पदार्थ. लॅम्ब चॉप्स, ब्रुसेल्स, हार्सरॅडिश, उकडलेले बटाटे, हेच ना?''

''होय. ते सारे शेजारी ठेवलेले आहेत,'' असे म्हणून तो मला शेजारच्या कोठीच्या खोलीकडे घेऊन गेला. ती कोठीची खोली अगदीच लहान होती व थंड होती. तिथे फळे आणि भाजीपाला साठवून ठेवला जायचा. सर्वांत खालच्या बाजूला बीफ, पोर्क व मटण हे स्टेनलेस स्टीलच्या हुकाला टांगून ठेवलेले असायचे. मला ते सारे बल्बच्या झगझगीत प्रकाशात नीट दिसले. पण मी जे शोधत होतो ते मात्र मला तिथे सापडले नाही. मी त्या आचाऱ्याला सांगितले की, जे काही घडले त्याला तो बिलकुल जबाबदार नाही. मग मी वरच्या मजल्यावर गेलो. तिथल्या सजवलेल्या बोळातून जात मी कॅप्टन इम्रीची केबिन शोधून काढली. केबिनचे दार नुसतेच बंद नव्हते तर आतून ते कुलूपबंद केले होते. त्यामुळे मी दाराची मूठ बऱ्याच वेळा

फिरवून काहीच उपयोग झाला नाही. मग मी दरवाजा ठोठावू लागलो. अनेकवार तो ठोठावला; पण आतून कसलाच प्रतिसाद आला नाही. शेवटी माझ्या हाताच्या मुठींना झिणझिण्या येऊ लागल्या. अखेर मी दरवाजावर लाथा मारू लागलो. तरीही काही उपयोग झाला नाही. कॅप्टन झोपेच्या गोळीच्या अमलाखाली गेला होता. अजून नऊ तास त्याची झोप चालणार होती. तो निद्रेच्या डोहात बुडाला होता. पार खोल तळाशी गेला होता. दरवाजाचे आवाज त्याच्या मेंदूपर्यंत खूप क्षीण होऊन पोहोचत असणार. शेवटी मी त्याचा नाद सोडून दिला. आता यापुढे काय करायचे ते स्मिथीने मला सांगायला हवे.

मी पुन्हा स्वयंपाकघरात गेलो. तो आचारी तिथे नव्हता. तिथे कोणीच नव्हते. मग पॅन्ट्रीत शिरून मी डायनिंग सलूनमध्ये गेलो. तिथे भिंतीच्या आधाराने लावलेल्या कोचांवर मेरी डार्लिंग व ॲलन बसले होते. त्यांनी एकमेकांचे हात हातात घेतले होते. त्या दोघांचे चेहरे एकमेकांपासून तीन इंच अंतरावर आलेले होते. ते एकमेकांच्या डोळ्यांत पाहत होते. त्यांचा धुंद प्रणय सुरू झालेला होता. जमिनीवरच्यापेक्षा जहाजांवर प्रेमप्रकरणे फार झटपट फुलत जातात, असे एक तत्त्व मी कधीतरी ऐकले होते. ते खरे आहे हे मला आता जाणवले. पण अशा गोष्टी आल्हाददायक वातावरणात घडतील, बहामा बेटावर घडतील – एका डुचमळत्या ट्रॉलर बोटीवरती, वादळी हवामानात असे काही घडेल हे मला खरे वाटले नव्हते. आर्क्टिक परिसरातील गोठवून टाकणाऱ्या थंडीतील हे प्रेमप्रकरण मी प्रथमच पाहत होतो. मी कॅप्टन इम्रीच्या खुर्चीत जाऊन बसलो, स्टॅन्डवर ब्लॅक लेबलची बाटली उचलली व ग्लासात थोडी व्हिस्की ओतून त्या दोघांना उद्देशून म्हटले, ''चीअर्स!''

माझा आवाज ऐकल्यावर ते दोघे भानावर आले, एकदम ताठ झाले व एकमेकांपासून उडून फटकन दूर झाले. जणू काही ते दोघे यंत्रमानव होते व मी ते एकमेकांपासून दूर होण्यासाठी एक बटण दाबले होते.

मेरी डार्लिंग शरमून निषेधाच्या सुरात म्हणाली, ''डॉ. मार्लो, तुम्ही आम्हाला किती घाबरवलेत!''

''आय ॲम सॉरी!''

''हरकत नाही, नाही तरी आम्ही आता येथून निघणारच होतो.''

''आय ॲम रिअली सॉरी!'' मग ॲलनकडे पाहत मी म्हणालो, ''विद्यापीठातून तुम्ही चित्रपट उद्योगाकडे वळलात. हा बदल ठीक वाटतो ना तुम्हाला?''

तो ओशाळल्यासारखा हसत म्हणाला, ''दोन्हींमध्ये बराच फरक आहे.''

''तुम्ही विद्यापीठात कोणत्या विषयाकडे वळला होतात?'' मी विचारले.

''रसायनशास्त्र.''

''खूप दिवसांपूर्वी का?''

"तीन वर्षांपूर्वी," पुन्हा तो कसंनुसं हसला व म्हणाला, "बऱ्याच काळाने मला कळले की आपल्याला या विषयात फारसे जमत नाही."

"तुमचे आता काय वय आहे?"

"एकवीस."

"तरी फार उशीर झाला नाही. आपल्याला कशात रस आहे, काय जमू शकते हे तुम्हाला तसे लवकरच कळले म्हणायचे. मी जेव्हा डॉक्टर झालो तेव्हा माझे वय तेहेतीस होते."

त्याच्या चेहऱ्यावर आश्चर्याचे भाव उमटले होते. तेहेतीस वर्षे या माणसाने किती धडपड केली, असे त्याला वाटत असावे. त्याने मला उलट प्रश्न केला, "त्याआधी तुम्ही काय करत होता?"

"मला त्याबद्दल आत्ता काही बोलायचे नाही. पण मला एक सांगा, तुम्ही दोघे आज संध्याकाळी कॅप्टनबरोबरच्या जेवणाला हजर होता ना?" यावर त्या दोघांनी आपल्या माना हलवल्या. "अन् ॲन्टोनिओच्या समोरच जेवायला बसला होता ना?"

"होय, तसे आम्ही त्यांच्या समोर बसलो होतो," ॲलन म्हणाला. हे एक छान झाले. माझ्या चौकशीची सुरुवात चांगली झाली.

"ॲन्टोनिओ ठीक नाहीत. त्यांना न मानवणारे त्यांनी काही खाल्ले का ते मी शोधतो आहे. कदाचित त्यांना ॲलर्जी असलेला एखादा पदार्थ त्यांच्या खाण्यात आला असावा. त्यांनी काय काय खाल्ले ते तुम्हाला सांगता येईल?"

यावर त्या दोघांनी एकमेकांकडे पाहिले. त्यांना काही सुचत नसावे किंवा त्यांचे ॲन्टोनिओच्या खाण्याकडे लक्ष नसावे.

"चिकन? किंवा फ्रेंच फ्राईज?" मी त्यांना सुचवू पाहत होतो.

यावर मेरी डार्लिंग म्हणाली, "डॉ. मार्लो, आय ॲम सॉरी. पण आम्ही त्यांच्याकडे फारसे लक्ष देत नव्हतो."

हं, म्हणजे या दोघांकडून मला फारसे काही कळू शकणार नव्हते. ती दोघे जेवतानाही एकमेकांत एवढी मश्गुल झालेली असणार की, त्यांचे लक्ष ॲन्टोनिओकडे जाणे शक्य नव्हते किंवा ॲन्टोनिओने जे काही खाल्ले ते त्यांच्या नजरेस पडले तरी, ते त्यांना आठवणे शक्य नव्हते किंवा ते दोघे एकमेकात एवढे मश्गुल झाले असतील की त्यांनी स्वत: जे काही खाल्ले तेही त्यांना आठवू शकणार नव्हते किंवा त्या दोघांनी फारसे काही न खाता उगाच थोडेसे अन्न चिवडले असेल. प्रेमात पडलेल्या व्यक्ती नेहमी असेच करत असतात. माझे त्या वेळी त्यांच्याकडे लक्ष नव्हते; पण ते काहीही असले तरी, शेवटी एक खून झाला होता व त्याचा शोध घेणे अटळ होऊन बसले होते.

ते दोघे उठून उभे राहिले. ते एकमेकांना खेटून उभे होते व त्यांनी एकमेकांना पकडले होते. जणू काही त्यांच्या पायाखालचा डेक केव्हाही नाहीसा होणार असल्याने त्यांनी एकमेकांना आधारासाठी धरले होते.

मी त्यांना म्हणालो, ''तुम्ही खाली तुमच्या खोलीत जाणार असाल तर माझे एक काम करा. जर तुम्हाला काऊंट भेटला तर त्याला वर माझ्याकडे पाठवून द्या. ते बहुतेक रिक्रिएशन रूममध्ये असतील.''

''कदाचित ते एव्हाना झोपलेही असतील.''

''ते आत्ता झोपलेले नाहीत हे नक्की,'' मी हे ठामपणे म्हणालो.

त्यानंतर काऊंट थोड्याच वेळात माझ्याकडे आला. त्याच्या तोंडाला ब्रॅन्डीचा भपकारा मारत होता. त्याच्या चेहऱ्यावर कोड्यात पडल्यासारखे भाव होते. कसलेही प्रास्ताविक न करता तो एकदम बोलू लागला, ''छे! भलताच ताप आहे. मला आपल्या केबिनची मास्टर किल्ली कुठे मिळेल? तो महामूर्ख अॅन्टोनिओ काय करतो आहे देव जाणे. त्याने केबिनचे लॅचचे कुलूप आतून लावले आहे व स्वारी आत ढाराढूर झोपली आहे. नक्की झोपेच्या गोळ्या त्याने खाल्ल्या असल्या पाहिजेत. बाहेरून कितीही ठोठावले तरी पठ्ठ्या जागा होत नाही. काय करावे ते समजत नाही.''

मी खिशातून त्याच्या केबिनची किल्ली काढून त्याला दिली आणि म्हटले, ''त्याने आतून कुलूप लावले नाही. मीच ते बाहेरून लॅचचे कुलूप घातले आहे.'' यावर काऊंट बराच वेळ न समजल्यासारखे माझ्याकडे पाहत राहिला. नंतर त्याने यांत्रिकपणे तिथला एक ग्लास उचलला. काय झाले ते त्याला कळून आले असावे. त्याचा चेहराच तसे सांगत होता. त्याला धक्का बसला होता खरा; पण फारसा धक्का बसला नव्हता. त्याने ब्लॅक लेबल व्हिस्की आपल्या ग्लासात ओतून घेतली व ती सारी एकदम पिऊन टाकली.

नंतर तो म्हणाला, ''म्हणजे माझे ठोठावणे त्याला ऐकू आले नाही! तो ऐकण्याच्या पलीकडे गेला होता तर. कशामुळे हे झाले?''

''काहीतरी त्याच्या खाण्यात आले. त्या खाण्यात विषारी, जबरदस्त प्रभावी व झटपट काम करणारा पदार्थ किंवा तसले काही तरी आले असावे.''

''म्हणजे अॅन्टोनिओ खरोखरीच मरण पावला?''

मी यावर नुसतीच मान हलवली.

मग एक सुस्कारा टाकून तो म्हणाला, ''अखेर बिचारा गेला. तो उगाच कुरकुर करतो आहे, असे मला वाटले. म्हणून मी त्याला 'प्रकृतीचा फार बाऊ करू नकोस' असे म्हटले व निघून गेलो. मला काय कल्पना, की आपण मरणाच्या दारात चाललेल्या माणसाला सोडून जात आहोत.'' एवढे बोलून त्याने आणखी स्कॉच

प्यायली, आपला चेहरा वेडावाकडा केला. जॉनी वॉकर ब्लॅक लेबल प्यायल्यावर असा वेडावाकडा चेहरा कोणी करत नसते.

तो बोलू लागला, "तो येथे डायनिंग सलूनमध्ये असताना तुम्हाला त्याच्या प्रकृतीबद्दल कसलाही संशय आला नाही. मला तर तसा संशय येणे शक्यच नव्हते. मी काही तुमच्यासारखा डॉक्टर नाही."

"ठीक आहे. मलाही त्याला विषबाधा झाल्याची लक्षणे येथे डायनिंग सलूनमध्ये दिसली नाहीत. तो केबिनमध्ये गेल्यानंतरच सारे काही घडले," एवढे बोलून मी आणखी व्हिस्की काऊंटच्या पेल्यात ओतली. मी माझ्या ग्लासाला अजून हात लावला नव्हता. मग मी काऊंटला विचारले, "जेवताना तुम्ही त्याच्या शेजारी बसला होता ना? त्या वेळी त्यांनी काय काय खाल्ले ते तुम्हाला आठवते आहे का?"

"नेहमीचेच." पण नंतर साशंक होत तो म्हणाला, "तसे पाहिले तर नेहमीचे पदार्थ त्याने खाल्ले नाहीत."

"हे बघा, असे कोड्यात घातल्यासारखे दोन्ही बाजूंनी बोलू नका. नीट सांगा मला."

"ठीक आहे. ॲन्टोनिओने द्राक्षाचा रस घेतला, सूर्यफुलाच्या बिया खाल्ल्या. तो नेहमी असलेच काहीतरी खायचा. अत्यंत फॅडिस्ट होता. शाकाहारी राहण्यासाठी तो अत्यंत धडपडत करायचा."

"त्याला उगाच फॅडिस्ट म्हणू नका. तो तुमच्या खोलीतला भागीदार होता, सहकारी होता. त्याच्यावर निष्कारण टीका करू नका."

पुन्हा काऊंटने आपला चेहरा वेडावाकडा केला व म्हटले, "ॲन्टोनिओने कधीही मांसाला स्पर्श केला नाही. तो एक कट्टर शाकाहारी होता. तरीही तो 'बटाटे खाऊ नये' या मताचा होता. त्यामुळे तो नेहमी मोड आलेली कडधान्ये, मुळा व गाजर खायचा. त्याच्या काहीतरी समजुती होत्या. एकदा मला आठवते की, मी आणि सेसिलने आमच्या डिशमधले मुळे त्याला देऊ केले होते. पण त्याने ते घेतले नाहीत. दुसऱ्याचा हात लागलेले पदार्थ त्याला आवडत नव्हते की काय समजत नाही." मग आपले अंग शहारवत तो पुढे म्हणाला, "छे! कसले रानटी अन्न तो खायचा. फक्त अज्ञानी लोकच असा आहार घेऊ शकतात," सबंध फिल्म युनिटमध्ये काऊंट हा असा एकच माणूस होता की तो सेसिसला 'ड्यूक' असे संबोधायचा नाही. कदाचित 'ड्यूक' म्हटले तर तो आपल्या उमराव वर्गात येऊन बसेल अशी त्याला भीती वाटत असावी. तो नेहमी 'उच्च वर्गाची बिरुदावले निष्कारण कोणी वापरू नये' अशा मताचा होता.

"तो फळांचा रस प्यायचा का?"

"तो नेहमी बरोबर बार्ली वॉटर बाळगायचा व तेच प्यायचा. ते बार्ली वॉटरही घरीच बनवलेले असे. डबाबंद अन्नाच्या तो विरोधी होता. डब्यात नेहमी खराब अन्नच भरले जाते या मताचा तो होता."

"तो कधी सूप प्यायचा का?"

"ऑक्स-टेल सूप."

"हं. नाहीतर दुसरे तसले काही. त्याने आणखी काय खाल्ले?"

"त्याने जेवणातले मुख्य पदार्थ संपवलेच नाहीत. म्हणजे ती मोड आलेली कडधान्ये आणि तो तिखट मुळा. तो भरभर खात होता. पण मध्येच जेवण टाकून उठून निघून गेला."

"होय, मला आठवते ते. त्याला बोट लागण्याचा त्रास होता का?"

"ते मला ठाऊक नाही; परंतु तुमच्यापेक्षा अधिक काळ मी त्याला पाहत आलेलो आहे. गेले दोन दिवस तो मला निरुत्साही वाटला; पण तसे आपण सगळेच जण या खराब हवामानामुळे होतो ना!"

मी यावर आणखी काही तरी खोलवर भिडणारा प्रश्न विचारणार होतो. पण तेवढ्यात 'कमिंग्ज गोईन' हा आत आला. त्याच्या त्या चमत्कारिक नावामुळे फिल्म युनिटमधील सर्व जण त्याला 'कमिंग ॲन्ड गोईंग' असे म्हणायचे. पण गोईन ती गोष्ट मनावर घेणारा नव्हता.

वरच्या मजल्यावरून खाली डायनिंग सलूनमध्ये येणाऱ्याचे डोक्यावरचे केस हे हमखास वाऱ्याने विसकटलेले होते. गोईनचेही केस तसेच झाले होते. त्याचे केस काळे होते, मऊ होते. तो मध्यभागी भांग पाडायचा. पण आत्ता त्याने आपले केस हाताने उलटे करून मागे सारले होते. पण तरीही ते एवढे विसकटलेले होते की, त्याने केसाला नेहमीची क्रिम लावण्याऐवजी जनावरांच्या हाडांपासून तयार केलेला 'सरस' हा डिंक वापरायला हवा होता. त्याचे केस नीट भांग पाडलेले व चापून चोपून बसवलेले असायचे. त्याच्या स्वभावासारखीच त्याची हेअरस्टाइल होती.

परंतु त्याने पाडलेला केसांचा भांग क्रीममुळे जसा गुळगुळीत वाटत होता, तसे मात्र त्याचे वागणे नव्हते. वाचण्यासाठी तो एक चष्मा वापरे. तो नेहमी त्याच्या खिशात असे. तो चष्मा हा नाकावर चढवून बसवण्याचा होता. त्याला कानावर अडकवण्याच्या काड्या नव्हत्या. त्या चष्म्याला एक दोरा टोकाला बांधून त्याचे दुसरे टोक त्याच्या खिशात त्याने पक्के केले होते. आमच्या या युनिटमध्ये तो एक सर्वांत सुसंस्कृत व सुशिक्षित माणूस होता. तो एक कंपनी अकाउंटंट होता. त्याच्या व्यवसायात त्याला केव्हाही अत्यंत बारीक टाईपातील मजकूर वाचावा लागे.

आल्या आल्या त्याने रॅकवरचा एक ग्लास उचलला व बोटीच्या हलण्याचा अंदाज घेत योग्य वेळी झटपट पावले टाकत-टाकत तो माझ्या शेजारच्या खुर्चीत

येऊन बसला. मग ब्लॅक लेबलची बाटली उचलून त्याने मला शिष्टाचारानुसार अदबीने विचारले, "मे आय?" मी यातले मद्य घेऊ शकतो काय?

"सावकाश, सावकाश. ईझी कम, इझी गो. मी ही बाटली आत्ताच ओटो गेरान यांच्या सामानातून चोरून आणली आहे."

तो थंडपणे म्हणाला, "ठीक आहे. आपल्या कबुलीजबाबाची मी नोंद घेतली आहे." एवढे म्हणून त्याने आपल्या ग्लासात व्हिस्की ओतली व मला म्हटले, "चीअर्स!"

मी यावर त्याला म्हणालो, "तुम्ही आत्ता मिस्टर गेरान यांना भेटून आलात असे मी धरून चालतो."

"होय. ते फार हादरलेले आहेत. त्यांना त्या तरुण पोराबद्दल फार वाईट वाटते आहे. बिचारा अत्यंत दुर्दैवी पोरगा! वाईट झाले!"

गोईनला गेरानकडून ॲन्टोनिओच्या मृत्यूची बातमी मिळाली होती. यामुळे संपूर्ण चित्रीकरणाच्या प्रकल्पावर काय परिणाम होईल याचाच विचार त्याच्या मनात आला असणार. तो म्हणाला, "तुम्हाला त्याच्या मृत्यूचे नक्की कारण अद्याप सापडलेले नाही, हेही मला कळले आहे." गोईन हा नेहमी एखाद्या मुत्सद्द्यासारखा वागे. अन् त्याच्या व्यवसायात तशी गरज असणारच. त्याने आत्ता जे वाक्य म्हटले ते इतक्या सहजपणे म्हटले की, मला त्यातून कसलाही सुगावा लागेना. कदाचित मला चाचपून पाहण्याचा त्याचा प्रयत्न असावा.

म्हणून मी त्याला म्हटले, "मला अजून कसलाही माहितीचा धागा सापडला नाही."

"असे म्हणून कसे चालेल?"

"ही विषबाधा आहे एवढेच माझ्या लक्षात आले आहे. मी बोटीच्या प्रवासात नेहमी एक वैद्यकीय पुस्तकांचा छोटा संग्रह बाळगत असतो. पण तो चाळूनही मला फारसा काही शोध घेता येईल असे वाटत नाही. ते विष नक्की कोणते आहे हे जाणून घेण्यासाठी तुमच्याजवळ विविध रसायने व उपकरणे असायला हवीत. शरीरात विषबाधा झाल्यावर प्रत्येक विषाची वेगवेगळी व वैशिष्ट्यपूर्ण लक्षणे असतात; परंतु ॲन्टानिओ मृत्यू पावल्यावर मी तिथे गेलो. त्यामुळे तो जिवंत असताना काय लक्षणे प्रगट झाली होती हे मला समजू शकले नाही. शिवाय पॅथॉलॉजी लॅबोरेटरीच्या सोयी या बोटीवर नाहीत. तेव्हा मी अधिक काय करू शकतो?"

"तुम्ही हे असे म्हटल्यावर वैद्यकीय व्यवसायावरचा माझा विश्वास उडत जाऊ लागला आहे. तुम्ही सायनाईड विषाचा तर्क करून पाहिला का?"

"अशक्य! ॲन्टोनिओला मरायला वेळ लागला होता. हायड्रोसायनिक किंवा

प्रुसिक ॲसिडचे एक-दोन थेंब किंवा छोट्या प्रमाणात एखाद्या एक-दोन टक्के औषधी ॲसिड मात्रा तुम्ही ग्लासातून घेऊ लागलात, तर पूर्ण ग्लास संपण्याआधीच तुमचा मृत्यू होईल व ग्लास जमिनीवर पडेल. अशा गोष्टी केवळ अपघाताने घडू शकतात. ॲन्टोनिओचा मृत्यू हा अशाच अपघाताने झाला आहे, असे माझे ठाम मत झाले आहे.''

गोईनने आपल्या ग्लासात आणखी स्कॉच ओतून घेतली आणि मला विचारले, ''तुमचे हे ठाम मत कसे काय बनले? तुम्ही खातरीने कसे काय सांगू शकता?''

''हा अपघात आहे याबद्दल माझी खातरी कशी झाली?'' मी शांतपणे हे वाक्य बोललो. आता याचे उत्तर देणे मात्र मला कठीण होते. कारण तो अपघात नाही असेच माझे मत मला बजावत होते. मी सावधगिरीने पुढे बोलू लागलो, ''पहिला मुद्दा असा की, ॲन्टोनिओला विष चारण्यासाठी संधीच मिळू शकत नव्हती. ॲन्टोनिओ हा दुपारपासून ते रात्रीच्या जेवणापर्यंत त्याच्या केबिनमध्ये एकटाच होता हे आपल्या सगळ्यांना ठाऊक आहे,'' एवढे वाक्य बोलून मी काऊंटकडे पाहिले व त्याला पुढे म्हणालो, ''ॲन्टोनिओकडे स्वतःचा काही खासगी अन्नसाठा केबिनमध्ये होता का?''

''हा तर्क तुम्ही कसा काय करता?'' काऊंट आश्चर्याने म्हणाला.

''मी तसा तर्क करत नाही. उलट मी तशी शक्यता वगळतो आहे. तर तसा अन्नसाठा किंवा काही खाद्यपदार्थ त्याच्याकडे होते का?''

''त्याच्याकडे झाकणे असलेल्या दोन मोठ्या टोपल्या होत्या. त्यात काचेचे पेले भरून ठेवलेले होते. अन् मला वाटते की, मी हे आपल्याला पूर्वी कधीतरी सांगितले होते की, ॲन्टोनिओ कधीही डब्यात बंद केलेले खाद्यपेये खात-पीत नव्हता. कोणत्याही फळभाज्या, पालेभाज्या, फळांचे रस हे डब्यात बंद करण्याआधी ते खराब झालेले असतात, असे त्याचे म्हणणे होते. चमत्कारिक समजुती डोक्यात असलेला ॲन्टोनिओ होता. बिचारा!''

''तर मग जमवलेल्या माहितीवरून मला असे म्हणायचे आहे की, आपण त्यामुळे उत्तराच्या जवळ पोहोचत आहोत. मी कॅप्टन इम्रीशी बोलून बोटीवरचे अन्नधान्य, भाजीपाला यांचा साठा सील करायला लावतो. ॲन्टोनिओ येथे डायनिंग सलूनमध्ये आपल्याबरोबर जेवायला आला आणि ही दुर्घटना घडली. तेव्हा आपली ही मागणी रास्त ठरेल. कुणी सांगावे, कदाचित आपल्या सर्वांनाही कमी-अधिक प्रमाणात विषबाधा झाली असली तर? या शंकेपोटी आपली मागणी कॅप्टनला डावलता येणार नाही.''

''मग यातून डबाबंद पदार्थ वगळता येतील. फळांचे रस, सूप, मांसाहारी पदार्थ, बटाटे वगैरे ज्या डब्यातून येते ते वगळता येईल,'' काऊंट म्हणाला.

''ॲन्टोनिओने जे खाल्ले नाही ते पदार्थ खुशाल वगळा. येथे जेवण केल्यानंतर ॲन्टोनिओ सरळ त्याच्या केबिनकडे गेला आणि तिथेच मरण पावला. शिवाय ॲन्टोनिओ आपल्या परिचयाचा नव्हता. तो प्रथमच या बोटीवर आला. तेव्हा आपल्यामध्ये त्याचे कोणी दुश्मन असू शकत नाही. त्यातून तो अत्यंत गरीब स्वभावाचा होता. या बोटीवर इतक्या कमी संख्येने माणसे असताना त्याला विष चारण्याचे काम फक्त एखादा वेडा माणूसच करू शकेल. कारण विष चारणाऱ्याला गुन्हा करून येथून पळून जाता येणारच नाही. आत्ता जरी स्कॉटलंड यार्डला ही बातमी कळली, तर ते आपली बोट पुन्हा इंग्लंडला परतण्याची वाट पाहतील. मग ते आपल्या सगळ्यांना ताब्यात घेऊन आपल्यातील कोण खुनी आहे, हे शोधत बसतील. खुनी माणूस या सर्व मुद्द्यांवर आधी नीट विचार करेल.''

''खरे आहे,'' गोईन म्हणाला.

''तो कोण इंग्लंडचा राजा होता, की ज्याने अधाशासारखे लम्प्रे मासे खाल्ले आणि त्यामुळे तो मरण पावला?'' काऊंट विचारत होता, ''मला जर तुम्ही विचाराल तर, आपल्या या दुर्दैवी ॲन्टोनिओने तसेच अधाशासारखे ते तिखट मुळे भरपूर खाल्ले, म्हणून तो मेला.''

मग मी खुर्ची मागे सारून उठून उभा राहिलो. पण ताबडतोब तसे केले नाही. काऊंटच्या बोलण्यामुळे माझ्या मनात कुठेतरी एक शंका पेरली गेली. पण ती शंका एवढी क्षुल्लक व छोटी होती की, एरवी मी ती धुडकावून लावली असती. तसेच, मी जर काऊंटचे बोलणे लक्षपूर्वक ऐकले नसते तरीही माझ्या मनात तशी शंका उद्भवली नसती; परंतु आता येथे मृत्यूची गंभीर घटना घडली असल्याने बारीक-सारीक बाबीही मी नकळत लक्षात घेत होतो. माझ्याकडे ते दोघेही पाहत होते. मी म्हणालो, ''निष्कर्ष आणि निर्णय घेणे एवढेच आता आपण करू शकतो. ॲन्टोनिओवर आता अन्त्यसंस्कार आपल्याला करणे भाग आहे.''

''म्हणजे ॲन्टोनिओला कॅनव्हासमध्ये गुंडाळून समुद्रात त्याचे दफन करणे?'' गोईनने विचारले.

''होय, तसेच करावे लागेल. दुसरा काय पर्याय आपल्यापाशी आहे? ती केबिनही स्वच्छ करावी लागेल. मृत्यूचे एक सर्टिफिकेट तयार करावे लागेल. मिस्टर स्मिथी हे अन्त्यसंस्काराची तयारी करतील. कॅप्टनच्या गैरहजेरीत तेच एक कमांडिंग अधिकारी आहेत. कारण कॅप्टन इम्री हे आता मॉर्फियाच्या अमलाखाली झोपलेले आहेत.''

यावर गोईन म्हणाला, ''एक जण मॉर्फियाच्या नशेत झोपलेला आहे, तर दुसरा मद्यपान करतो आहे.''

''त्याला आपला काहीही इलाज नाही. तर जेन्टलमन, एक्सक्यूज मी. मी

आता निघतो,'' एवढे बोलून मी तिथून निघालो.

मी थेट माझ्या केबिनकडे गेलो; परंतु मी डेथ सर्टिफिकेट लिहायला घेतले नाही. त्याऐवजी माझ्याजवळ जी काही आवश्यक अशी वैद्यकीय विषयावरची थोडी पुस्तके होती ती सर्व बाहेर काढली. त्यात Medical Jurisprudence and Toxicology, Textbook of Forensic Pharmacy, Legal Medicine and Toxicology ही निरनिराळी विषे व त्यांच्या होणाऱ्या बाधा, त्याचे कायदेशीर स्वरूप इत्यादी विषयांवर तपशीलवार माहिती दिली होती. मी त्या पुस्तकांच्या सूची वाचत गेलो व मला हव्या त्या माहितीचा संदर्भ पाच मिनिटांतच मिळाला. त्या पानावर बचनाग (Aconite) या विषारी वनस्पतीची माहिती होती. या वनस्पतीपासून जे अल्कलॉईड वेगळे करून काढले जाते ते जबरदस्त जहाल विष असते. त्याचा अवघा चार सहस्रांश (०.००४ ग्रॅम) भाग एवढा जरी माणसाच्या पोटात गेला तरी माणूस पटकन मरू शकतो. ही बचनाग वनस्पती खाण्यात आली तर शरीरात मुंग्या आल्यासारखे वाटते, काही ठिकाणी बधीरता प्राप्त होते. जर मोठ्या प्रमाणात बचनाग शरीरात गेली तर माणूस भडाभडा ओकू लागतो. त्याला पक्षाघात होतो, हृदयावर दडपण येते. शेवटी रक्तदाब खूप उतरल्याने माणूस कोमात जातो आणि मरण पावतो.

यावर उपाय दिलेला होता, मात्र तो ताबडतोब करायला हवा असे म्हटले होते. २ गॅलन गरम पाण्यात १२ ग्रॅम टॅनिक ॲसिड पाजावे. नंतर १.२ ग्रॅम टॅनिक ॲसिड १८० मि.ली. कोमट पाण्यात घालून ते पाजावे. त्यानंतर हाडांच्या कोळशाची भुकटी पाण्यातून पाजावी. शिवाय हृदय व फुप्फुसांची कार्ये नीट चालण्यासाठी उत्तेजक द्रव्ये द्यावीत, कृत्रिम श्वासोच्छ्वास व ऑक्सिजन द्यावा. असा तो उपाय होता. त्या मजकुराखाली एक टीप होती :

विशेष सूचना : बचनागाची मुळी अथवा कंद हा सारखेपणामुळे अनेकदा मुळा समजून खाल्ला जातो.

पाच

मी त्या मजकुराकडे पाहत राहिलो; परंतु तो मजकूर वाचत नव्हतो. बचनागाची मुळी नेहमीच्या खाण्याच्या मुळाच्या जागी कशी आली? अन् ही चूक एका बोटीवर कशी काय घडली? कोणाच्या तरी हातून ही चूक खरोखरीच झाली होती का? काहीतरी भलतेच या *मॉर्निंग रोझ* बोटीवर घडलेले आहे.

बोट पुढे जातच राहिली. तिची जुनी वाफेची इंजिने अजूनही इमानेइतबारे पूर्ण कार्यक्षमतेने कामे करत होती; परंतु ती आता पूर्वीपेक्षा खूपच डोलत होती, खालीवर होत होती. तिचा डोलण्याचा कोन हा सुमारे ७० अंशाचा झाला होता. आपले तोंड डावीकडे-उजवीकडे वळवत जाण्याचे प्रमाण मात्र थोडेसे कमी झाले होते.

मी त्या मजकुरावर खूण केली, पुस्तक बंद केले. उठून उभे राहत मी बाहेर पडलो व अडखळत चालू लागलो. त्या बोळातून वर जाणाऱ्या कम्पॅनियन वे कडे जाताना बोटीच्या हलण्यामुळे मला नीट पुढे जाताच येत नव्हते. काहीतरी अघटित घडले होते व ते वरच्या मजल्यावर झोपलेल्या कॅप्टनच्या कानावर घालणे भागच होते. अन् तेही ताबडतोब पळत जाऊन त्याला सांगायला हवे होते. पण पळणे तर सोडाच, येथे साधे सरळ चालणेही कठीण झाले होते. मी टोकाशी असलेल्या लाउंजपर्यंत गेलो. सर्वत्र काळोख होता. तरीही थोडेसे दिसेल एवढा अंधूक प्रकाश होता. त्यामुळे मी त्या काळोखातून मार्ग काढत गेलो. आत घुसणाऱ्या वाऱ्यामुळे मला बोटीची कड कुठे आहे ते समजत होते. बाहेर समुद्र एवढा खवळलेला होता की, तो केव्हाही बोटीला गिळंकृत करू शकत होता. मी उघड्यावर असलेल्या जिन्याकडे गेलो. वादळी वाऱ्याला पाठ देत, अंग चोरत वर चढू लागलो. जिन्याचे

कठडे दोन्ही हातांनी पक्के धरले होते. पावसाच्या पाण्याने ते निसरडे झाले होते. एवढ्यात बोटीवर एक भली थोरली लाट चाल करून आली. खालच्या डेकपेक्षाही ती उंच होती. चालून येणारी ती पाण्याची भिंत पाहताच मी हादरून गेलो. त्या लाटेचा वर्षाव माझ्यावर होणार होता. काळ्या रंगाच्या पाण्याच्या त्या भिंतीवर पांढऱ्या फेसांच्या रेषा रक्तवाहिन्यांसारख्या उमटलेल्या होत्या. एखाद्या पिशाच्चाने अक्राळ-विक्राळ रूप धारण करून यावे, तसे मला वाटले. ती भिंत बोटीच्या डाव्या बाजूकडून जराशी तिरप्या मार्गाने येत होती. डेकवर ती दहा फूट उंचीची होती. म्हणजे त्यात मी पूर्ण बुडून जाणार होतो. त्या लाटेत शेकडो टन वजनाचे पाणी असणार हे माझ्या ध्यानात आले. ती लाट जेव्हा डेकवर आली तेव्हा बोट नेमकी त्या बाजूलाच ४० अंशातून झुकली. मी त्या लाटेत पूर्ण बुडालो. पाण्याच्या त्या अजस्र भिंतीने मला पार दाबून टाकले. तरीही मी कठड्यावरचे हात सोडले नाहीत. पाण्याच्या तांडवनृत्यामध्ये मी पूर्ण गाडला गेलो. लाट जेव्हा बोटीवर आदळली तेव्हा स्फोट झाल्यासारखा एक मोठा आवाज झाला. त्या आवाजाने *मॉर्निंग रोज* बोट कंप पावली. बोटीच्या पोलादी भिंती कुरकुरल्या. त्या भिंतीचे पत्रे जोडणाऱ्या रिव्हेट्सवर क्षणभर प्रचंड दाब पडला. क्षणभरात माझ्या अंगावरील तो पाण्याचा भार ओसरला. बोट आता उजव्या बाजूला झुकू लागली होती. घशात गुळण्या करताना जसा आवाज होतो तसा आवाज करत पाणी ओसरून गेले. एक संकट टळले. आर्क्टिक भागातील अशा संकटाला तोंड देण्यासाठीच या मासेमारीच्या ट्रॉलर बोटी बांधलेल्या असतात. *मॉर्निंग रोज* अशी संकटे पचवीत पुढे चालली होती.

परंतु त्या लाटेच्या डावीकडे नाळेच्या भागावर झालेल्या आघातामुळे बोटीचा रोख सरळ पुढे जाण्याऐवजी तो २० अंशांतून उजवीकडे वळला. आता पुन्हा बोट थोडीशी डावीकडे वळवून मूळचा रोख धरायला हवा होता; पण तसे झाले नाही. ही मात्र एक काळजी करायला लावणारी गंभीर बाब होती. अन् आश्चर्य असे की, बराच वेळ झाला तरी भरकटलेल्या बोटीला ताळ्यावर कोणीच आणीत नव्हते. तिला परत मूळच्या मार्गावर नेऊन ठेवत नव्हते. २० अंशातून उजवीकडे वळून ती भलतीकडेच चालली होती. आणखी एका लाटेने तिला अजून पाच अंशातून वळवले. अन् याच मार्गावर ती पुढे-पुढे जात राहिली. ते पाहताच मी हादरलो. घाईघाईने मी आता वरच्या डेकवर पोहोचलो होतो. पण भरकटलेल्या बोटीला ताळ्यावर आणण्यासाठी मला ब्रिजवर जाऊन तिथल्या नॅव्हिगेटरला सावध करायला हवे. ब्रिजकडे जाणाऱ्या शिडीकडे मी घाईघाईने धावलो.

पण वाटेत मी कोणावर तरी जाऊन धडकलो. ज्या ठिकाणी तासाभरापूर्वी मेरीवर धडकलो होतो, बरोबर त्याच जागेवर मी धडकलो होतो; परंतु या वेळची धडक ही जबरदस्त होती आणि धडक बसलेल्या व्यक्तीने एकदम 'ऊफ' असे

उद्गार काढले. त्या उद्गारावरून ती व्यक्ती स्त्री असावी, असे मला कळले. पण आता ज्यूडिथ हेनिसही आपल्या स्पॅनिएल कुत्र्यांबरोबर झोपली असणार आणि ती मेरी डार्लिंग ही ॲलनबरोबर प्रणयचाळे करत असेल किंवा एकटीच झोपून त्याबद्दलची स्वप्ने पाहत असेल. मग ही व्यक्ती कोण होती?

पण मी गडबडीत होतो. बोट भरकटणे म्हणजे धोक्यात सापडणे. तो धोका टाळण्यासाठी मी जाता-जाता त्या व्यक्तीला 'माफ करा' अशा अर्थी काहीतरी पुटपुटत शिडीकडे गेलो व पहिल्या पायरीवर पाय ठेवला. तेवढ्यात ती स्त्री माझ्याकडे आली व तिने माझा दंड दोन्ही हातांनी पकडून धरला. ती मेरी होती.

''काहीतरी गडबड आहे, चुकलेले आहे. अगदी नक्की. माझी तशी खातरी आहे. काय झाले आहे?'' ती मला विचारत होती. तिच्या आवाजात कुठेही गडबडून गेल्याचा स्वर नव्हता. ऐकू येण्यासाठी वाऱ्याच्या आवाजावर मात करण्यासाठी ती ओरडून बोलली होती. ज्या अर्थी डॉ. मार्लो हे गडबडीने कोठे तरी जात आहेत, त्या अर्थी नक्कीच कुठे तरी धोका उद्भवला आहे, हे तिने हेरले असावे. यावर मी काही खुलासा करण्याआधीच ती म्हणाली, ''म्हणून तर मी इथे डेकवर आले.'' मला जो धोका दिसला त्याही आधी तिला तो धोका जाणवला होता. पण मग तिला बचनागाच्या विषबाधेचा प्रकार कसा काय जाणवला नाही?

मी तिला म्हटले, ''बोटीवर कोणाचाही ताबा नाही असे दिसते. ब्रिजवर कुणीच नसावे. बोट वाटेल तशी भरकटत चालली आहे.''

''मी काही मदत करू का तुम्हाला?'' तिने विचारले.

ब्रिजवरच्या माणसांनाही विषबाधा झाली असावी, या आशंकेपोटी मी तिला म्हणालो, ''होय, स्वयंपाकघरात जा. तिथे गरम पाण्याचा इलेक्ट्रिक गीझर आहे. एखाद्या मोठ्या भांड्यातून गरम पाणी ब्रिजवर घेऊन ये. मात्र फार गरम पाणी नको. पिता येईल एवढेच गरम असू दे. एक मगही त्याबरोबर आण. मीठही घेऊन ये. भरपूर मीठ हवे आहे.''

आपले डोके होकारार्थी हलवल्याचे मला तिथल्या अंधूक प्रकाशात जाणवले. ती मग तेथून झपाट्याने निघून गेली. नंतर चारच सेकंदांत मी छोट्याशा 'व्हील-हाउस'मध्ये दाखल झालो. सुकाणूचे चक्र हातात धरून जो बोटीला आपल्या मार्गावर ठेवतो त्या जागेभोवती एक बूथ उभे केलेले असते. त्याला बोटीवर व्हील-हाउस म्हटले जाते. तिथे कोणीतरी आपल्या समोरच्या वेळापत्रकाच्या चार्टवर कोलमडून पडले होत, छोट्याशा 'व्हील-हाउस'मध्ये मला लांबून एवढेच दिसले. तिथले वरचे दोन दिवे हे अत्यंत मंद झाले होते. ते पिवळसर प्रकाश टाकत होते. मला नीट दिसत नव्हते. डोळे फाडून बघत राहिलो. पंधरा सेकंदाने मला नीट दिसू लागले. सुकाणूच्या चाकापुढे एक इन्स्ट्रुमेन्टल पॅनेल होते. त्यावर अनेक खटके

व बटणे होती. मी त्यातला विजेचा प्रवाह नियंत्रित करणारा ऱ्हेओस्टॅट शोधून काढला व तो उजवीकडे पूर्णपणे फिरवत नेला. विजेचा प्रवाह वाढत गेला व त्यामुळे सर्व दिवे प्रखर होत शेवटी झगझगीत पांढरा प्रकाश पडला. माझे डोळे त्यामुळे दिपून गेले.

स्मिथी हा त्या वेळापत्रकाच्या चार्टपाशी पडला होता. ओक्ले सुकाणूच्या चाकावर पडला होता. ते दोघेही स्तब्ध होते. कसलीही हालचाल करत नव्हते, की आवाज करत नव्हते. दोघांनीही आपल्या माना पुढे टाकल्या होत्या. ज्या अर्थी त्यांना वेदना होत नव्हत्या. त्यांनी आपापल्या बरगड्या दोन्ही हातांनी गच्च पकडून धरल्या होत्या. त्यांनी धारण केलेली शरीराची स्थिती ही आपोआप झालेली होती. कदाचित त्यांच्या घशातील स्वरयंत्रावरील ताबा गेला असावा. ते तात्पुरते बधीर होऊन गेले असावे.

मी प्रथम स्मिथीकडे लक्ष दिले. खरे म्हणजे दोघांचीही आयुष्ये सारखीच महत्त्वाची होती; परंतु माझ्या मते स्मिथी अधिक महत्त्वाचा होता. कारण तो नीट शुद्धीवर आला तर तो या बोटीवर नियंत्रण ठेवू शकणार होता. तरच ही बोट संकटातून बाहेर पडू शकणार होती व बोटीवरचे सारे जीव वाचू शकणार होते.

स्मिथीचे डोळे सताड उघडे होते व त्या डोळ्यांत आजूबाजूची परिस्थिती समजत असल्याचे भाव होते. त्या बचनागावरच्या मजकुरात लिहिले होते की, 'बचनागाच्या विषबाधेमुळे मनुष्य मरतो. पण मरेपर्यंत त्याची जाणीव व बुद्धी शाबूत असते.' येथे तसा तर प्रकार नव्हता का? या विषाने माणसांची हालचाल गोठते, थांबते. हालचालींना म्हणजे मोटर नर्व्हजना पक्षाघात झालेला असतो. मजकुरात लिहिल्याप्रमाणे मला येथे दिसत होते. कदाचित म्हणूनच ते आपल्याला आतमध्ये होणाऱ्या वेदना प्रगट करू शकत नसावे किंवा कदाचित या आधी त्यांनी किंकाळ्याही फोडल्या असतील. पण ब्रिजमधल्या किंकाळ्या खाली बोटीत कशा ऐकू येणार. शिवाय बाहेर घोंगावणारे वादळी वारे होते. पण आता मात्र कदाचित त्यांना वेदना होणे थांबले असावे. मी खाली नजर टाकली. दोन धातूच्या वॉटरबॉटल्स शेजारी-शेजारी पडल्या होत्या. दोन ट्रे पडले होते. त्यातील अन्न दोघांनीही संपवले होते. दोघेही खूप हादडणारे असावेत; परंतु कुठेही ओकारी झाल्याच्या खुणा मला दिसल्या नाहीत. त्या पुस्तकात बचनागाच्या विषबाधेमुळे ओकारी होते, असे लिहिले होते. 'विषे व त्यांची बाधा' यावर मी पूर्वीच खूप अभ्यास करायला हवा होता, हे मला आता प्रकर्षाने जाणवू लागले होते. विषबाधेची कारणे, लक्षणे, परिणाम व त्यावरील उपाय हे मला चांगले ठाऊक असायला हवे. निदान आत्ता तरी त्याचा मला येथे उपयोग झाला असता.

ब्रिजमध्ये मेरीने प्रवेश केला. तिच्या अंगावरचे कपडे ओले झाले होते. तिचे

केस विसकटलेले होते. पण मी सांगितलेल्या सर्व गोष्टी तिने आणल्या होत्या. शिवाय तिने एक चमचाही बरोबर आणला होता. मी तो सांगायचा विसरलो होतो. मी तिला म्हटले, ''एका मगमध्ये गरम पाणी घे, त्यात सहा चमचे मीठ घाल. क्विक. ताबडतोब. नीट ढवळून इकडे दे.'' पुस्तकात लिहिल्याप्रमाणे मी उपचार करू लागलो; परंतु टॅनिक ॲसिड आणि ॲनिमल चारकोल हे दोन पदार्थ नव्हते. त्यामुळे झटकन परिणाम करणारे व पोटातील पदार्थ बाहेर काढणारे मीठ मी वापरीत होतो. तुरटी आणि झिंक सल्फेटही अशा कामासाठी उपयोगाचे आहेत हे मला मेडिकल स्कूलमध्ये कळले होते; परंतु येथे फक्त सोडियम क्लोराइड ऊर्फ मीठ एवढेच उपलब्ध होते. बचनागाचे विष रक्तात अजून फारसे भिनले नसावे, अशी आशा मी तळमळून करत होतो. अन् ते विष बचनाग वनस्पतीचेच असणार हे मी धरून चालत होतो. मला त्याबद्दल शंकाच नव्हती. योगायोग हा योगायोग असतो; परंतु आता अन्य काही विषांची शक्यता लक्षात घेणे म्हणजे संभ्रमात पडून उपाययोजनांना उशीर करण्यासारखे होते. मी स्मिथीला नीट बसते केले. माझे हात त्याच्या काखेत घालून त्याला एक अनुकूल स्थितीत आणून ठेवीत होतो.

तेवढ्यात एक तरुण खलाशी ब्रिजमध्ये आला. खूप थंडी असली तरी, त्याच्या अंगावर फक्त जर्सी व एक जीन एवढेच कपडे होते. झोपेतून उठून तसाच धावत तो इकडे आला होता. तो ॲलिसन होता. इथल्या दोन्ही क्वार्टरमास्टरांपेक्षा अधिक सिनिअर होता. त्याने विषबाधा झालेल्या दोघांकडे पाहिले. रोखून न पाहता शांतपणे पाहिले आणि विचारले, ''डॉक्टर काय झाले?''

''विषबाधा!'' मी म्हणालो.

''वाटलेच मला. काहीतरी गडबड आहे हे मला झोपेत जाणवले होतेच. बोटीवर नियंत्रण नाही, असे मला राहून-राहून वाटू लागले होते.''

मी त्याच्या बोलण्यावर विश्वास ठेवला. कारण सर्व अनुभवी खलाशांना अशी संकटाची जाणीव आपोआप होण्याची मानसिक शक्ती प्राप्त झालेली असते. मग भले ते झोपलेले असले तरी. त्यांच्यामध्ये हा एक सुप्त गुण उद्‌भवला असतो. पूर्वी मला याचा अनुभव आला होता. मग ॲलिसन चार्ट-टेबलकडे चटकन वाकला. त्याने होकायंत्र पाहिले आणि तो म्हणाला, ''आपल्या ठरलेल्या मार्गावरून ५० अंशाने बोट पूर्वेकडे वळली आहे.'' ती उत्तर दिशेला जाण्याऐवजी ईशान्येला चालली होती.

''आपल्याला अजून सारा बेरेन्ट समुद्र पार करायचा आहे,'' मी म्हणालो. मग पुढे त्याला म्हणालो, ''जरा मिस्टर स्मिथी यांना उचलायला हात देता का?''

मग आम्ही दोघांनी स्मिथीला ओढत-ओढत त्याच्या जागेवरून दूर नेऊ लागलो. मेरी हातातील मगमध्ये मीठ टाकून ते पाणी ढवळत होती. ती कोड्यात पडलेली दिसत होती.

तिने विचारले, ''मिस्टर स्मिथी यांना तुम्ही कुठे नेता आहात?''

''आम्ही येथेच जरा बाहेरच्या उघड्या जागेवर नेतो आहोत.'' जणू काही आम्ही तिथून त्याला खाली समुद्रात फेकून देणार आहोत, असे काहीतरी चमत्कारिक तिला वाटले असावे. मी पुढे म्हणालो, ''बाहेरच्या मोकळ्या हवेमुळे त्यांना अधिक बरे वाटेल.''

''पण बाहेर बर्फ पडतो आहे! अन् खूप थंड हवा आहे.''

''तिकडे आता पाहायचे नाही. बाहेरची मोकळी हवा ते सुधारायला मदत करणारी आहे. तो मरायच्या आत आपल्याला धडपड करायला हवी.'' मग थोडे थांबून मी तिला विचारले, ''ते पाणी कितपत खारट झाले आहे?''

तिने चमच्याने किंचित चव घेऊन पाहिली व चेहरा वेडावाकडा करत म्हटले, ''भलतेच खारट झाले आहे.''

''थोडेसे पिऊन पाहा बरं.''

तिने तसा प्रयत्न केला व आपले अंग शहारत ती म्हणाली, ''अगदी थोडेसेच पिणे शक्य आहे.''

''मग अजून तीन चमचे मीठ पाण्यात घाल.''

आम्ही स्मिथीला बाहेर नेऊन बसते केले. तिथे वर थोडेसे कॅनव्हासचे छप्पर होते. फार नाही, पण काहीसे वाऱ्यापासून संरक्षण मिळत होते. स्मिथीचे डोळे उघडे होते. त्याला किंचितही हालचाल करता येत नव्हती. पण तरीही जे काही चालले आहे ते त्याला नीट समजत होते. मी त्याचे तोंड थोडेसे वर केले, माझ्या बोटांनी त्याचे ओठ विलग केले व मगमधील ते अति खारट पाणी त्याच्या तोंडात ओतू लागलो; परंतु त्याच्या तोंडात फक्त काही थेंबच गेले. मग मी त्याचे डोके आणखी मागे झुकवले आणि तोंड पूर्ण उघडून सावकाश मगमधील पाणी ओतू लागलो. स्मिथीची संवेदना संपूर्णपणे नाहीशी झाली नव्हती. ती अतिखारट चव लागताच त्याचा चेहरा किंचित वेडावाकडा झाला. ती एक प्रतिक्षिप्त क्रिया होती. मुख्य म्हणजे त्याच्या गळ्याचे हाड हे खालीवर झालेले मला दिसले. म्हणजे ते पाणी हा पिऊ शकत होता. आपण होऊन पिऊ पाहत होता. ते पाहून माझा उत्साह वाढला. मग मी आणखी दोन मग खारट पाणी त्याच्या तोंडात ओतले. त्याने ते सारे विनासायास पिऊन टाकले. नंतर दहा सेकंदांनी तो आपले अंग घुसळण्याचा प्रयत्न करू लागला. मेरी व ॲलिसन हे दोघेही घाबरून पाहत होते. मी त्याच्या तोंडात आणखी पाणी ओतू लागलो, ''बास, बास,'' असे ओरडत मेरी निषेध व्यक्त करत होती. पण मी तिकडे लक्ष दिले नाही. शेवटी तो खोकू लागला. खोकताना त्याच्या तोंडून थोडेसे रक्ताचे थेंब तोंडातून बाहेर आले. ते पाहून मी दुसरा पेशंट ओक्ले याच्याकडे वळलो.

ओक्लेवरही मी तोच उपचार केला. ते दोघेही भडाभडा ओकले. त्यांनी खाल्लेले सारे अन्न बाहेर पडले. आता त्यांच्या पोटात दुखू लागले होते. ओकण्यामुळे ते गलीतगात्र झाले होते, पार थकून गेले होते; परंतु त्यांचे जीव वाचले होते. अँन्टोनिओच्या मार्गाने ते गेले नव्हते. पंधरा मिनिटांत परिस्थिती पूर्णपणे नियंत्रणाखाली आली होती. ॲलिसनने आता सुकाणूचे चाक धरले होते. त्याने *मॉर्निंग रोज* बोटीला पुन्हा मूळच्या मार्गावर नीट आणून ठेवले होते. ओक्लेपाशी मेरी उकिडवी बसून त्याची शुश्रूषा करत होती. ओक्ले पार लोळागोळा झाला होता. स्मिथीही आता आपण होऊन व्हील-हाउसच्या कठड्यावर बसत होता. पण बोटीच्या डोलण्यामुळे अजूनही त्याला माझी मदत घ्यावी लागत होती. हळूहळू आपल्या आवाजावर त्याचा ताबा आला.

"ब्रॅन्डी, मला ब्रॅन्डी द्या," तो मलूल आवाजात म्हणाला.

मी होकारार्थी मान हलवली व म्हटले, "कॉन्ट्रा-इंडिकेटेड! अगदी पुस्तकात लिहिल्याप्रमाणे विरोधी लक्षणे."

"मला ती ओटार्ड-ड्युपॉय ब्रॅन्डीच द्या," स्मिथीने विशिष्ट ब्रॅन्डीची मागणी केली यावरून त्याचे मन आता व्यवस्थित काम करते आहे, हे माझ्या लक्षात आले.

मी उठलो व तिथल्या कॅप्टन इम्रीच्या कपाटातील ब्रॅन्डीची बाटली बाहेर काढली. त्याचे पोट आता रिकामे झाले होते, स्वच्छ झाले होते. ब्रॅन्डी पिण्याने आता धोका पोहोचणार नव्हता. त्याने स्वत: बाटली तोंडाला लावली, थोडी ब्रॅन्डी प्यायली आणि पुन्हा लगेच तो आजारी पडला. त्याच्यात निर्माण झालेले त्राण परत निघून गेले.

"याऐवजी कदाचित ती महागडी फ्रेंच ब्रॅन्डी कोनॅक दिली असती तर बरे झाले असते. त्यापेक्षा खारट पाणी खूप स्वस्त आहे. देऊ का ते?" मी त्याला चेष्टेने म्हटले.

त्याने हसण्याचा प्रयत्न केला. तेवढ्यानेही त्याला वेदना झाल्या. तरीही त्याने बाटलीतील ब्रॅन्डीचा आणखी एक मोठा घोट घेतलाच. पठ्ठ्याच्या पोटाला आतून पोलादाचे किंवा ॲसबेस्टॉसचे अस्तर लावलेले असावे. मी त्याच्या हातून बाटली घेतली व ती ओक्लेला दिली. ओक्लेने आपले डोळे मिचकावले आणि आपली मान हलवली.

"कोणाच्या हातात सुकाणू आहे?" स्मिथी खर्जातल्या आवाजात चौकशी करत होता. त्याचा आवाज कुजबुजल्यासारखा मंद स्वरातला होता. नक्कीच त्याला बोलायला कष्ट पडत असावेत.

"ॲलिसन," मी म्हणालो.

यावर त्याने समाधानाने आपली मान हलवली. तो पुढे हळू आवाजात म्हणाला, "डॅम बोट. यामुळेच मला समुद्र लागला. मी आजारी पडलो," तो कष्टाने बोलत होता.

“तू आजारी आहेस हे खरे आहे. पण त्याचा समुद्राशी संबंध नाही. उलट या ढवळून काढणाऱ्या समुद्रामुळे तुला लवकर उलटी झाली व पोटातले सारे बाहेर पडले. जर हा समुद्र शांत असता तर कदाचित तू दुसऱ्या जगात पोहोचला असतास.” थोडे थांबून मी पुढे गंभीर आवाजात म्हणालो, “तुला अन्नातून विषबाधा झाली होती. सुदैवाने मी येथे वेळेत पोहोचलो म्हणून बरे झाले.”

यावर त्याने नुसती मान डोलावली; पण तो काहीच बोलला नाही. त्याला बोलायला खूप त्रास होत असावा. एवढ्यात मेरी डियर म्हणाली, “मिस्टर ओक्ले यांचे हात आणि चेहरा फार गार पडला आहे. थंडीने ते थरथरत आहेत. मी सुद्धा थंडीने काकडून गेले आहे.”

मी स्मिथीला एका खुर्चीत नेऊन बसवले. ती खुर्ची खालच्या लाकडी जमिनीला बोल्टने पक्की केली होती. मग मेरीला मदत करायला गेलो. मेरीच्या डोक्यावर बरेच बर्फ पडलेले होते. ओक्लेचे पाय नुसते जेलीने भरले आहेत इतके कमजोर झाले होते. त्याला उठून उभे राहणे अशक्य झाले होते. आम्हा दोघांनाही ओक्लेला आत आणणे अवघड होऊन बसले होते. त्याला आत आणण्यासाठी अजून एखाद्याची मदत आम्हाला हवी होती. तसेच खुद्द आम्हालाही कोणाचा तरी मदतीचा हात हवा होता.

शिडी चढून येणाऱ्यांची डोकी मला दिसली. गोईन आणि काऊंट वर ब्रिजमध्ये येत होते.

वर आल्यावर गोईन धापा टाकत म्हणाला, “थँक गॉड, शेवटी आलो आपण,” त्याचे केस विसकटलेले होते. तो म्हणाला, “डॉ. मार्लो, आम्ही तुम्हाला सर्व ठिकाणी शोधले,” मग ओक्लेकडे पाहून तो पुढे म्हणाला, “तो माणूस दारू पिऊन झिंगला आहे का?”

“नाही. तो आजारी पडला आहे. ॲन्टोनिओला जो आजार झाला तोच यालाही झाला आहे. फक्त सुदैवाने हा वाचला आहे. पण काय गडबड आहे?”

“तोच आजार. डॉ. मार्लो, ताबडतोब चला. बापरे या आजाराची साथच आलेली दिसते आहे.”

“एक मिनिट!” असे म्हणून मी ओक्ले याला आतमध्ये आणले व तिथे एक लाइफ जॅकेट्सची चळत ठेवली होती त्या चळतीवर त्याला हळूच खाली सोडून बसवले. “म्हणजे आणखी कोणीतरी आजारी पडलेले दिसत आहे,” मी त्या दोघांना उद्देशून म्हणालो.

“होय. ओटो गेरान यांना खूप त्रास होऊ लागला आहे.”

मी यावर माझी भुवई प्रश्नार्थक केली असावी; परंतु काय झाले ते माझ्या लक्षात आले. मला त्या बातमीचे आश्चर्य वाटत नव्हते.

“दहा मिनिटांपूर्वी मी त्यांची केबिन ठोठावली. पण आतून कसलाच प्रतिसाद

आला नाही म्हणून दार उघडून आत गेलो. पाहिले तर ओटो हे जमिनीवरील गलिच्यावर गडबडा लोळत होते.''

ते ऐकल्यावर माझ्या डोळ्यांसमोर ओटोचा गोल गरगरीत देह उभा राहिला. सर्व बाजूने गोलाकार असलेला ओटो जहाजाच्या डोलण्यामुळे जमिनीवर कसा चेंडूसारखा घरंगळत फिरला असेल हे चित्र माझ्या नजरेसमोर उभे राहिले. मग मी ॲलिसनला म्हटले, ''तुझ्या इथे कोणाला मदतीसाठी बोलावता येईल का?''

''त्यात काही अडचण नाही. मी मेस-डेककडे फोन करतो,'' ॲलिसन म्हणाला.

''त्याची काही गरज नाही,'' काऊंट म्हणत होता, ''मी येथे थांबून मदत करतो.''

''दॅट्स व्हेरी काइंड ऑफ यू,'' मग स्मिथी व ओक्ले यांच्याकडे पाहून मी म्हटले, ''या दोघांना खाली पाठवता येणार नाही. तेवढे त्यांच्यात त्राण उरले नाहीत. तुम्ही असे करा त्यांच्यासाठी काही ब्लँकेट्स येथे घेऊन या.''

''अर्थात, आत्ता आणतो मी...'' असे म्हणून काऊंट थोडासा कचरत पुढे म्हणाला, ''पण माझ्या केबिनला–''

''कुलूप घातले आहे. हो ना? पण माझी केबिन बंद नाही. आत जाऊन हँगिंग कपाटाखाली ठेवलेली जादा ब्लँकेट, पांघरुणे उचलून आणा.'' मी काऊंटला म्हणालो.

तो गेल्यावर मी ॲलिसनला म्हटले, ''कॅप्टनला आता कसे काय कळवायचे. त्याला जागे करण्यासाठी तरी त्याच्या केबिनमध्ये जाता आले पाहिजे. ते आतून बंद केलेले दार शेवटी स्फोट करून उडवल्याखेरीज कॅप्टन जागा होणार नाही. त्याची झोप ही मॉर्फिनच्या अमलाखाली असल्याने भलतीच गाढ असणार.''

यावर ॲलिसनने एक स्मित हास्य करत कोपऱ्यातला एका छोट्या टेलिफोन एक्स्चेंजच्या पेटीकडे बोट दाखवले. तो म्हणाला, ''कॅप्टनच्या डोक्यावरतीच एक फोन आहे. मी येथून काही बटणे दाबली की तो फोन जोरजोरात ठणाणा करू लागेल. क्वीन एलिझाबेथ जहाजाच्या भोंग्यासारखा त्याचा कर्कश्श आवाज होईल.''

''त्यांना फोन करून कळवा की, मि. ओटो गेरान यांच्या केबिनमध्ये मी ताबडतोब बोलावले आहे.''

हे ऐकून ॲलिसन थोडासा कचरत म्हणाला, ''पण... पण कॅ. इम्री यांना भर मध्यरात्री उठवलेले आवडत नाही. अगदी तसेच आणीबाणीचे कारण असेल तरच ते केबिन सोडून येतात. अन् त्यातून आता स्मिथी व ओक्ले ठीक झालेले असून, ते आपले काम सुरू करतील.''

मग मी जरासे कठोरपणे त्याला म्हणालो, ''असं? मग कॅप्टनला सांगा की, ॲन्टोनिओ मरण पावला आहे.''

सहा

ओटोला विषबाधा झाली खरी; पण निदान तो मृत्यू पावला नव्हता!

बाहेर खवळलेला समुद्र गर्जना करत होता, तर वाऱ्याचा जोर वाढवून तो मोठ्याने घोंगावू लागला होता. पण आवाजांवर वरताण करेल असे आवाज *मॉर्निंग रोज* करू लागले होते. भिंती, भिंती जोडणारे रिव्हेट्स आणि असंख्य भाग आता कुरकुरू लागले होते. अनेकदा त्या आवाजापुढे आपण बोललेले आवाज ऐकू यायचे नाहीत; परंतु ओटो एवढ्या मोठ्याने विव्हळत होता की, त्याच्या केबिनपासून दहा-बारा फुटांपर्यंत ते विव्हळणे ऐकू येत होते. त्याच्या केबिनचे दार जेव्हा आम्ही उघडून आत गेलो तेव्हा तो मोठमोठ्याने विव्हळत होता, विव्हळताना काहीतरी बोलू पाहत होता. पण त्याचे बोलणे नीट समजू शकत नव्हते.

ओटो गेरानची परिस्थिती गंभीर झाली नव्हती. पण तो क्षणा-क्षणाला त्या दिशेने जात होता, वेगाने जात होता. तो खरोखरीच जमिनीवर गडबडा लोळत होता. त्याने आपल्या दोन्ही हातांनी आपला गळा गच्च आवळून धरला होता. एवढा गच्च धरला होता की, जणू काही तो स्वत:ला ठार करू पाहत आहे, असे बघणाऱ्याला वाटावे. त्याच्या गोऱ्या चेहऱ्याचा रंग बदलला होता. तो रंग जांभळसर होत चालला होता. त्याचे ओठही त्याच रंगाचे झाले होते. स्मिथी आणि ओक्ले यांना विषबाधा झाल्यामुळे जी लक्षणे मला दिसली होती तशी लक्षणे ओटोमध्ये मला अजिबात आढळली नव्हती. ही गोष्ट विषबाधातज्ज्ञांना पुरेशी विचार करायला लावणारी होती.

मी गोईनला म्हणालो, "त्यांना त्यांच्या पायावर आपण उभे करू या आणि बाथरूमपर्यंत नेऊ या," तसे करणे ही किती साधी गोष्ट होती; पण प्रत्यक्षात तसे

करणे हे फार अवघड होते, नव्हे ते जवळ-जवळ अशक्य होते. ओटोचा १२० किलो वजनाच्या आणि त्यातून लोळागोळा झालेल्या देहाला उचलून उभा करताना आम्ही दोघे अगदी घामाघूम झालो. मी तर मधेच प्रयत्न सोडून देणार होतो व कोणते वेगळे उपचार करावे, यावर विचार करू लागलो होते. कारण केबिनमध्येच ओटोकडून ओकारी काढून केबिन खराब होणार होती.

एवढ्यात कॅ. इम्री आणि स्टोक्स यांनी केबिनमध्ये प्रवेश केला. इतक्या झटपट कॅप्टनला उठवून येथे हजर झाल्याबद्दल मला आश्चर्य वाटले. दोघेही जण आपल्या गणवेशात हजर झाले होते. त्या दोघांच्या कपड्यावर आडव्या चुण्या पडल्यामुळे ते गणवेशासकट झोपले होते हे मला समजले. स्मिथीने एक फार मोठे काम तत्परतेने केले होते. मी मनातल्या मनात त्याचे आभार मानले.

"हे काय चालले आहे तरी काय?" कॅप्टन विचारू लागला. त्याने नेहमीच्या करड्या आवाजात न विचारता मृदूपणे विचारले, "मला सांगण्यात आले की तो इटालियन फेलो, अॅन्टोनिओ हा मरण पावला–" परंतु तो पुढे बोलायचा एकदम थांबला. त्याने कण्हणाऱ्या ओटोला पाहिले. मग पुढे होऊन वाकून त्याच्याकडे नीट बघून त्याने विचारले, "बापरे, यांना एपिलेप्सीचा झटका आला काय?"

"विषबाधा! ज्या विषामुळे अॅन्टोनिओ मरण पावला तेच विष त्यांनाही बाधले आहे. त्याच विषाची बाधा ब्रिजवर स्मिथी व ओक्ले यांना झाली होती. चला, या इकडे. जरा हात द्या. यांना बाथरूमपर्यंत नेण्यासाठी मदत करा," मी घाईघाईने कॅप्टनला म्हणालो.

"विषबाधा? अन् माझ्या बोटीवरती?" असे म्हणून कॅप्टनने स्टोक्सकडे पाहिले; परंतु स्टोक्स कॅप्टनला उत्तर देण्याच्या मन:स्थितीत नव्हता. जमिनीवर गडबडा लोळणाऱ्या ओटोकडे तो बधीर नजरेने पाहत राहिला. कॅप्टन पुढे विचारत गेला, "विषबाधा! कोणते विष? कुठून ते या बोटीवर आले? कोणी ते चारले? अन् का–"

मी जरासे ठासून कॅप्टनला विचारले, "मी एक डॉक्टर आहे, डिटेक्टिव्ह नाही. त्यामुळे कुणी, कसे, कोठून, कशाकरता या असल्या प्रश्नांची उत्तरे मी आपल्याला देऊ शकत नाही. अन् आपण बोलत असताना हा माणूस झपाट्याने मृत्यूकडे चालला आहे, हे लक्षात घ्या."

मग आम्ही चौघांनी मिळून ओटोला उभा केला व त्याला बाथरूमकडे नेले. अर्ध्या मिनिटात तिकडे नेले. आम्ही त्याला जवळ-जवळ फरफटत तिकडे नेले; पण आमचा नाइलाज होता. त्याला नेताना कुठे काही खरचटले जाते आहे का, असले पाहण्यात अर्थ नव्हता. काय वाटेल ते करून त्याचा जीव वाचवणे हे महत्त्वाचे होते. त्याला खारट पाणी पाजताच तो भडाभडा ओकला अन् मग तीन

मिनिटांतच तो ठीक झाला, मृत्यूच्या दाढेतून बचावला. मग त्याला आम्ही आत आणून झोपवले व त्याच्या अंगावर ब्लँकेट्सची एक चळत पांघरली. तो आता अर्धवट कण्हत होता. त्याला एवढी थंडी वाजू लागली की, त्याचे सारे अंग थडथडू लागले होते. त्याचे दात अनियंत्रितपणे वाजू लागले; परंतु त्याच्या चेहऱ्यावर जी जांभळट छटा आलेली होती ती आता ओसरू लागली होती. त्याच्या तोंडातून बाहेर आलेला फेस ओठावर वाळून गेला.

मी गोईनला म्हणालो, ''मला वाटते की ओटो आता ठीक झाले आहेत; पण त्यांच्यावर लक्ष ठेवले पाहिजे. तुम्ही ठेवाल लक्ष? मी पाच मिनिटांत परत येतो आहे.''

मी तिथून निघालो असताना कॅप्टन इम्री याने मला दारातच थांबवले व म्हटले, ''डॉ. मार्लो, मला जरा तुमच्याशी काही बोलायचे आहे.''

''नंतर.''

''असे पाहा, या बोटीवर माझी हुकमत–'' मी त्याच्या खांद्यावर हात ठेवून त्याचे बोलणे थोपवले. तो कॅप्टन होता, बोटीवर पूर्णपणे त्याची एकमेव सत्ता होती. अन् असे असताना तो स्कॉच पिऊन, मॉर्फिनच्या अमलाखाली झोपून राहतो, घोरत पडतो हे मला पटत नव्हते. जे घडू नये त्या गोष्टी घडत चालल्या होत्या. असे असताना हा कॅप्टन खुशाल ढाराढूर झोपलेला होता, याचा मला राग आला होता. तसेच, जे घडले व जे घडत आहे त्याला कोण जबाबदार आहे, हे मला समजत नव्हते.

मी कॅप्टनला म्हणालो, ''ओटो गेरान हे वाचले आहेत, ते जगतील. मिस्टर गोईन हे जाता-जाता ओटो यांच्या केबिनपाशी थांबले म्हणून आपल्याला कळले. ओटो नशिबवान आहेत, असेच म्हटले पाहिजे. त्यांच्यासारखे इतर लोक कितपत नशिबवान आहेत? बंद केबिनमध्ये त्यांचे काय झाले आहे अजून आपल्याला कळले नाही. कदाचित त्यांना विषबाधा झाली असेल आणि केबिनच्या दारापर्यंत जाण्याचे त्राण त्यांच्यात उरले नसेल. आत्तापर्यंत विषबाधेचे चार रुग्ण आपल्याला कळले. अजून कदाचित डझनभर तसे बाधीत सापडण्याची शक्यता आहे.''

''डझनभर? बापरे. मी तुमच्याबरोबर येऊन पाहतो,'' कॅप्टन इम्री घाबरून म्हणाला.

''मग मघाशी तुम्ही वेळेवर का नाही आलात?''

यावर कॅप्टन काही बोलला नाही. मुकाट्याने तो माझ्याबरोबर चालू लागला. मग आम्ही त्या रिक्रिएशन रूममध्ये गेलो. तिथे मघाशी गाणे बजावणे चालू होते. आता तिथे दहा पुरुष माणसे होती. ती सर्व मुकाट्याने बसली होती. कोणीच बोलत नव्हते. त्यांच्यापर्यंत विषबाधेची बातमी गेल्याने ते हादरलेले असावेत. साहजिक

आहे. एका हाताने दारूचा ग्लास घेत पीत बसताना अशी बातमी आल्यावर कोण आपले पिणे चालू ठेवील. त्या तीन गायक तरुणांनी आपली वाद्ये बाजूला टाकली होती. त्यांचा म्होरक्या हेन्ड्रिक होता. त्यांच्यापाशी जमून ती गायक मंडळी हळू आवाजात कसली तरी चर्चा करत होते. त्यांनी आपला गाण्याचा कार्यक्रम का थांबवला ते समजत नव्हते. कदाचित दमल्यामुळे त्यांनी कार्यक्रम थांबवला असावा किंवा प्रेक्षकांनीच 'आता पुरे' असे म्हणून त्यांना थोपवले असावे. हेन्ड्रिक हा एक सडपातळ व लहान चणीचा माणूस होता. त्याच्या चेहऱ्यावर सतत काळजीचे भाव असायचे. स्ट्रायकरची पत्नी आजारी होती. तिची काळजी तो घेत होता. आत्ता मात्र कदाचित आपले ते दुःख विसरण्यासाठी एका टेबलापाशी तो बसला होता आणि कॉनरॅड व इतर दोन नट यांच्याशी हळू आवाजात बोलत होता. तिसऱ्या टेबलापाशी फिल्म युनिटचा फोटोग्राफर आणि प्रॉपर्टी मॅन हे दोघे बसले होते. त्या सर्वांकडे नीट पाहिल्यावर कोणालाही विषबाधा झाल्याची लक्षणे मला दिसली नाहीत किंवा कोणाला तसा त्रास सुरू झाल्याचेही मला दिसले नाही. त्रासच असेल तर तो *मॉर्निंग रोज* बोट लागण्याचा असेल. एक-दोघाजणांनी आमच्याकडे किंचित कुतूहलाने व प्रश्नार्थक नजरेने पाहिले. पण मी त्यांच्याकडे दुर्लक्ष केले. त्यांना खुलासा करण्यात उगाच वेळ गेला असता. विषामुळे बाधा झालेली माणसे हुडकून त्यांच्यावर तातडीने उपचार करणे, हे काम महत्त्वाचे होते.

प्रेमवीर ॲलन आणि त्याची प्रेमिका 'मेरी डार्लिंग' हे मला लाउंजमध्ये दिसले. लाउंजमध्ये कोणीच नसल्याने ते तिथल्या एकांतवासाचा फायदा उठवत होते. त्यांचे चेहरे उत्तेजित झालेले होते. दोघांनी एकमेकांचे हात हातात घेतले होते आणि ते एकमेकांच्या डोळ्यांत डोकावून पाहत होते. ते एवढ्या उत्कटतेने व भावुकतेने पाहत होते की, 'आत्ताचा क्षण हाच खरा आहे, उद्याचा दिवस कदाचित उजाडणार नाही,' अशी भावना त्यांच्या डोळ्यांत दाटली होती. मेरीचा चष्मा हा मोठ्या काचांचा होता. तिने तो आता काढून हातात घेतला होता. चष्म्याच्या काचा धूसर झालेल्या होत्या. ॲलनच्या उच्छ्वासामुळे त्या धूसर झाल्या आहेत हे मी ओळखले. मेरीला प्रथम बिनचष्म्यात पाहत होतो. ती खरोखरीच मुळात एक सुंदर मुलगी आहे, हे मला जाणवले. चष्म्यावाचून तिची नजर मुळात अत्यंत निरागस आहे, हेही मला कळले. ॲलनची नजर मात्र मेरीच्या नजरेसारखी नव्हती.

लाउंजमध्ये कोपऱ्यात असलेल्या दारूच्या कपाटाकडे मी पाहिले. त्याची काचेची दारे होती तशीच होती. आतील बाटल्याही तशाच जागेवर होत्या. याचा अर्थ गिल्बर्टच्या जुडग्यातील एकही किल्ली कपाटाला चालू शकली नव्हती. दारूच्या कपाटाखेरीज तिथे अन्य काहीही भिंतीला लटकले नव्हते. निदान आग लागल्यावर ती विझवायला लागणाऱ्या बादल्या, वाळू, कुऱ्हाड वगैरे तरी असायला

हवे होते. पण तसे काहीच नव्हते.

हेसमान हा आपल्या केबिनमध्ये निद्राधीन झाला होता. झोपेतही तो खूप चाळवाचाळव करत होता. याचा अर्थ तो अस्वस्थ होता; परंतु त्याला विषबाधा झाल्याची कसलीही लक्षणे मला दिसली नाहीत. त्याच्या पुढील केबिनमध्ये नील डिव्हाइन होता. आगगाडीतील बर्थ असावा तशा बर्थवर तो झोपला होता; परंतु तो बर्थ एवढा उंच होता की, मला नील नीट दिसेना. मध्ययुगातील एखादा धर्मोपदेशक गंभीरपणे झोपी जावा, तसे मला त्याच्याकडे पाहून वाटले. लोनी हा आपल्या बर्थवर उठून बसला होता. त्याने आपले दोन्ही हात छातीवर आडवे धरले होते. त्याने अंगावर पांघरूण घेतल्याने मला त्याचे हात दिसत नव्हते. पण मला खातरी होती की, त्या हातात कुठून तरी पळवून आणलेली एक स्कॉच व्हिस्कीची बाटली धरून ठेवली गेली असणार. त्याच्या चेहऱ्यावर जे तृप्तीचे हास्य उमटले होते त्यावरून मी ओळखले की, स्वारीला आपल्या जवळच्या जुडग्यातील एखादी किल्ली कुठेना कुठे तरी चालवता आली असली पाहिजे.

मी ज्यूडिथ हेनिसच्या केबिनवरून पुढे गेलो. तिने जेवण घेतलेले नव्हते. त्यामुळे तिला पाहण्यात वेळ घालवला नाही. शेवटची केबिन ही फिल्म युनिटच्या मुख्य इलेक्ट्रिशियनची होती. तो एक जाडजूड, लठ्ठ व लालसर तोंडाचा माणूस होता. त्याचे गाल तर तोंडात बकाणा भरल्यासारखे फुगीर होते. मी आत गेल्यावर आपल्या हाताच्या कोपरावर तो थोडासाच उठला. अशी माणसे नेहमी खुशालचेंडूसारखी नेहमी आनंदी असतात. पण हा बेटा दुर्मुखलेला होता. तो नेहमी निराशावादी असल्यासारखे वागे. याचे काय कारण असावे हे मला कळेना. सर्व जण त्याला एडी म्हणत असत. आत्ता तो एक सफरचंद खात होता. एका दमात तो बोलत असल्याने किंवा अन्य काही कारणाने असेल; पण बाकीचे इलेक्ट्रिशियन हे त्याला 'थॉमस एडिसन' म्हणून संबोधत असत.

आत शिरल्यावर मी त्याला म्हणालो, "सॉरी! बोटीवर काही जणांना विषबाधा झाली आहे. तुम्हाला तसले काही झालेले नाही हे उघडच दिसते आहे." एवढे म्हणून मी त्या केबिनमधला दुसरा सहप्रवासी निजला होता त्याच्याकडे मानेनेच निर्देश केला व एडीला म्हटले, "ड्यूक महाशय कसे आहेत?"

ड्यूकने आपले पाय पोटाशी घेतले होते. दोन्ही हातांच्या पंज्यांनी पोट आवळून धरले होते.

"जिवंत आहेत," एडी तत्त्वज्ञाच्या स्वरात म्हणाला, "त्यांच्या पोटदुखीच्या विकारामुळे त्रस्त झाले आहेत. रोज रात्रभर सारखे विव्हळत असतात. कण्हत असतात. ते बिचारे तरी दुसरे काय करू शकणार?"

ड्यूकची केस मला ठाऊक होती. सर्वांनाच ती ठाऊक होती. गेल्या चार

दिवसात या बोटीवरील अवकाशात ड्यूकची माहिती सर्वांना होऊन ती एक दंतकथा बनली होती. तासाभरापूर्वीच जेवताना त्याचे खाणे पाहून समोर बसलेल्या ओटोने त्याला सरळ 'लिटल पिग' असे म्हटले होते; परंतु ड्यूकने त्याबद्दल आपला निषेध व्यक्त न करता साधी आपली मान वर करून ओटोकडे पाहिलेही नाही. ड्यूकची खाण्याची क्षमता मात्र अफाट होती, असाधारण होती; परंतु खाल्लेले सारे पचवण्याची क्षमता मात्र बिघडलेली होती. जर्मनांच्या यातनाछावण्यांतून सुटलेली माणसे जशी उपासमारीतून बाहेर पडतात व मग भरपूर ताव मारू लागतात, तसे त्याचे झाले होते.

सवयीनुसार मी खाली वाकून त्याच्याकडे पाहिले. त्याच्यामध्ये कोणतेही विषबाधेचे लक्षण दिसत नव्हते म्हणून मला हायसे वाटले; परंतु त्याला पोटदुखीमुळे खूप यातना होत असाव्यात. त्यामुळे त्याने आपले डोळे विस्फारलेले होते. तो सारखा आपली बुबुळे डावीकडे उजवीकडे निरर्थकपणे हलवत होता. त्याचा चेहरा राखाडी रंगाचा झाला होता, आपले ओठ तो नुसतेच हलवत होता आणि आपली बोटे त्याने पोटात रुतवली होती. जणू काही बोटांनी तो पोट फाडण्याचा प्रयत्न करत आहे, असे कोणालाही वाटावे.

मी ओटोच्या केबिनमधून निघताना गोईनला म्हणालो होतो की, ''पाच मिनिटांत परत येतो.'' पण मला परतायला पंचेचाळीस मिनिटे लागली. स्मिथी, ओक्ले आणि ओटो यांना विषबाधेचा त्रास सुरू झाल्यापासून लवकर त्यांच्यावर उपचार झाल्याने ते त्रासातून मुक्त झाले; परंतु ड्यूकची पोटदुखी बराच वेळ चालू होती व त्यावर काहीही उपचार झाले नव्हते. मला तर त्याची केस वाया गेली आहे, असे एकदा वाटून गेले; परंतु ड्यूक हा भलताच चिवट निघाला. त्याचा देह जरी हडकुळा असला तरी त्याची प्रकृती पोलादासारखी चिवट व बळकट होती. कारण कसल्याही कृत्रिम श्वसनाची आणि भरपूर ऑक्सिजन हुंगण्याची मदत न घेता, हृदयाला उत्तेजन देणारे इन्जेक्शन न घेता एवढ्या वेळात कोणीही मरण पावले असते. पण हा पठ्ठ्या जिवंत राहिला होता. अन् अजूनही बराच काळ सहज जगणार होता.

ओटो गेरान आपल्या मलूल आवाजात चौकशी करत होता, ''झाले, संपले सारे? आता शेवट होणार ना?'' ओटो धोक्यातून जरी बाहेर आला होता तरी पूर्वीसारखा अजून नीट ठिकाणावर यायचा होता. त्याच्यासारख्याला हा त्रास फार झाला होता. तो त्याच्या सहनशक्तीपलीकडचा होता. तो पूर्ण थकून गेला होता, गलितगात्र झाला होता. खूप जबरदस्त ठोसे खाल्ल्याने एखादा मुष्टियोद्धा जसा जायबंदी होतो तसा तो दिसत होता. आधीच बोट लागण्याच्या प्रकारांना तो वैतागला

होता. त्यातून ही विषबाधेची आलेली लाट. वादळी हवामानामुळे तर त्याला एक फूटसुद्धा फिल्म चित्रित करता आली नव्हती. म्हणूनही तो खचला होता. त्याचा चेहरा पांढरा पडला होता. विषबाधेतून वाचला तरी, त्याच्या दृष्टीने संकट पूर्णपणे टळले नव्हते. आपल्याला नशीब साथ देत नाही, अशा निर्णयाला तो येणे हे स्वाभाविक होते. मी तरीही त्याला काहीतरी म्हणायचो म्हणून म्हणालो, ''जर आणखी अन्य कुणाला अशी बाधा झाल्याचे मला पूर्वीच कळले असते, तर मी सर्वांचीच तपासणी केली असती.''

''आता तशी तपासणी केली?'' ओटोने मंदपणे विचारले, ''माझ्या युनिटमधले लोक कसे आहेत? त्यांनीही तेच विषारी अन्न खाल्ले ना?''

''मी अजून त्यावर नीट विचार केला नाही,'' मी म्हणालो. पण मी तसा का विचार केला नाही? कदाचित माझ्या मनात कुठेतरी त्या विचारांना प्रतिबंध झाला असावा. मेंदूने, मनाने किंवा अन्य कशाने तरी मला तसा विचार करू दिला गेला नाही हे अगदी खरे. अन्य कोणते कारण ते मला ठाऊक नव्हते; परंतु त्याचे परिणाम आता साऱ्या फिल्म युनिटला भोगावे लागणार आहेत. कॅप्टन इम्री याला आता माझ्याबद्दल असे वाटत असावे की, मी त्याच्या माणसांना दुय्यम दर्जाचे नागरिक समजत असेन. बोटीवरच्या गलथान कारभारामुळे विषबाधा होत गेली, अशी मी समजूत करून घेतली असावी. कारण ओटोच्या या खर्चिक, महागड्या व महत्त्वाच्या फिल्म निर्मितीच्या प्रकल्पाला बोटीचे व्यवस्थापन जबाबदार होते. मी ओटोला सांगत गेलो, ''मला असे म्हणायचे आहे की, मला अशा प्रकारची आधी कल्पना आली नव्हती. कारण सर्वांनीच ते अन्न खाल्ले होते...'' वगैरे वगैरे मी बरेच बोलत गेलो.

कॅ. इम्रीबरोबर मी बोटीच्या कर्मचाऱ्यांच्या राहत्या खोल्यांना भेट दिली. बरोबर स्टोक्स हा विषण्णपणे साथ करत होता. त्या खोल्या किंवा त्यांच्या केबिन्स अवघ्या पाच होत्या. त्यातल्या दोन डेकवर काम करणाऱ्यांसाठी, एक केबिन इंजिन-रूममध्ये काम करणाऱ्यांसाठी व एक आचाऱ्यासाठी. बाकीच्या दोन केबिन्समध्ये स्ट्युअर्ट्स राहत होते. रांगेतील शेवटच्या केबिनपासून मी तपासण्यास सुरुवात केली.

आम्ही त्या केबिनचे दार उघडले आणि दारातच काही काळ अहेतुकपणे थांबलो. आम्ही खूप वेळ तिथे थांबलो असावो, असे मला वाटले. आम्ही तिघेही मन नसलेले, इच्छाशक्ती गमावलेले, वाचा गेलेले पण फक्त हालचाल करू शकणारे प्राणी बनून उभे होतो. आमची ही अवस्था काही सेकंदच टिकली. मग प्रथम मी भानावर आलो व आत पाऊल टाकले.

आतमध्ये कसलीतरी दुर्गंधी भरून राहिली होती. मला तर मळमळल्यासारखे वाटू लागले. केबिनमध्ये सर्वत्र उलथापालथ झाली होती. खुर्च्या आडव्या झाल्या

होत्या. चादरी, कपडे, गाद्या फाडल्या गेल्या होत्या. किरकोळ सामान इतस्तत: भिरकावले गेले होते. झोपण्याच्या बर्थवर काहीही नव्हते. ते दृश्य पाहून असे काही वाटत होते की येथे जीवघेणी मारामारी झाली असावी. केबिनमध्ये दोनच खलाशी होते. त्या दोघात ती मारामारी झाली असावी. त्यांनीच त्या केबिनची रणभूमी केली होती. पण आश्चर्य असे की, ते दोघे अत्यंत शांत होते व जमिनीवर पडून होते. एकाने तर चिंध्या झालेली चादर अंगावर पांघरून घेतली होती. त्या दोघांच्याही शरीरावर त्यांनी मार खाल्ल्याच्या खुणा नव्हत्या, त्यांनी मारामारी केल्याचे कसलेही चिन्ह नव्हते.

ते खरोखरीच झोपले होते का मृत्यू पावले होते?

मृत्यूनेच त्यांना झोपवले होते!

सात

"**म**ला वाटते आपण आता येथून मागे फिरावे,'' कॅप्टन इम्री खुर्चीत बसून थोडेसे मागेपुढे डोलत म्हणाला. त्याच्या आवाजात थोडीशी हुकमत होती. तो पुढे म्हणाला, "कृपा करून तुम्ही सर्वांनी हे लक्षात घ्या की, मी या बोटीचा कप्तान असून, माझे कर्मचारी आणि प्रवासी यांच्याबद्दल काही कर्तव्ये मला पार पाडली पाहिजेत,'' त्याने त्या बिडाच्या स्टॅन्डवरून बाटली उचलली व आपल्या ग्लासात भरपूर मद्य ओतून घेतले. तो असे करत असताना माझ्या लक्षात आले की, त्याचा बाटली धरलेला हात खूपच थरथरतो आहे. तो पुढे सांगू लागला, "जर मला माझ्या बोटीवर टॉयफाईड किंवा कॉलरा यांची साथ पसरली आहे असे कळले, तर संपूर्ण बोट क्वारंटाईनमध्ये ठेवण्यासाठी मी जवळच्या बंदराकडे किंवा जिथे वैद्यकीय मदत मिळेल त्या बंदराकडे नेईन. एव्हाना बोटीवर तिघांचे मृत्यू झालेले आहेत व चार जण बेदम आजारी पडले आहेत. कॉलरा व टॉयफाईडमुळे जसे घडते तशीच ही परिस्थिती आहे. आता यापुढे आणखी कोणी मरण्याची आपण वाट पाहायची का?'' एवढे बोलून कॅप्टनने माझ्याकडे पाहिले. त्याच्या नजरेत माझ्यावर काहीतरी आरोप करण्याची भावना होती. कॅ. इम्रीचा असा दृष्टिकोन होणे हे साहजिकच होते. मी झटपट हालचाली केल्या असत्या, फार वेळ गमावला नसता तर परिस्थिती कदाचित आटोक्यात आली असती. तो पुढे म्हणाला, "हे जे काही भयंकर घडले आहे ते नक्की कशामुळे व कसे घडले याची नीट वैद्यकीय मीमांसा डॉ. मार्लो यांना करता आली नाही, हे दुर्दैवाने एक सत्य आहे. अन् हे सत्य डॉ. मार्लो हेही मान्य करतील. तेव्हा आहे त्या परिस्थितीतून आपण ताबडतोब माघार घेतली, तर ही

परिस्थिती अधिक बिघडणार नाही. हो ना?''

यावर स्मिथी म्हणाला, ''सर, आता 'विक' बंदराला बोट न्यायची तर ते बंदर खूप दूर राहिले आहे.'' स्मिथी तिथे जवळ बसला होता. त्याच्या अंगावर असलेल्या अनेक पांघरुणांनी त्याला लपेटून टाकले होते. तो अजूनही हवामानातील बदलांची नोंद घेत होता. तो पुढे म्हणाला, ''मागे फिरू लागलो तर त्या प्रवासाला एवढा वेळ लागेल की, तेवढ्या काळाता काय वाटेल ते घडू शकेल.''

''मिस्टर स्मिथ, विक बंदर मी मुद्दामच लक्षात घेतले नाही. माझ्या मनात हॅमरफेस्ट हे बंदर आहे. तिथे आपण चोवीस तासात पोहोचू,'' कॅप्टन म्हणाला.

यावर स्टोक्स म्हणाला, ''त्याहीपेक्षा कमी वेळात आपण पोहोचू,'' स्टोक्स रम पीत होता व त्याने नीट विचार करून आपला प्रस्ताव मांडला होता. तो म्हणत होता, ''पोर्टसाइडच्या कोपऱ्याला वारा व समुद्र ठेवून मी इंजिन-रूममध्ये जाऊन अनुकूल असे बोटीवर नियंत्रण ठेवीन. चालेल ना? फक्त चोवीस तासांपुरतेच हे सारे आहे.''

मग आपली निळ्या डोळ्यांची भेदक नजर माझ्यावरून उचलून ती ओटोवर रोखत तो म्हणाला, ''फक्त चोवीस तास!'' मग आपल्या हातातील कागदावरील गणिते पाहून तो पुन्हा म्हणाला, ''फक्त वीस तास.''

एव्हाना आम्ही मेहनत घेऊन बोटीच्या उरलेल्या कर्मचाऱ्यांच्या प्रकृतीला काही झाले नाही याची खातरजमा करून घेतली. मी त्यासाठी प्रत्येकाची कसून तपासणी केली व तसा निर्वाळा दिला; परंतु कॅप्टनच्या मते आम्ही हे सारे केवळ औपचारिकरीत्या पार पाडले होते. त्याने डायनिंग सलूनमध्ये येण्यासाठी ओटोला निरोप पाठवला. ओटोने आपल्या कंपनीचे तीन डायरेक्टर्स, म्हणजे गोईन, हेसमान आणि स्ट्रायकर या तिघांना पाठवले. मिस हेसमान ही पण डायरेक्टर होती; परंतु ती झोपेच्या गोळ्यांच्या अमलाखाली असल्याने गाढ झोपली होती. या बैठकीचे काऊंटला निमंत्रण नव्हते, तरीही तो आपण होऊन आला होता. पण कोणीच त्याबद्दल हरकत घेतली नाही, उलट त्याचे स्वागत केले.

त्या सलूनमधले वातावरण गंभीर झाले होते. जे घडले त्याला कोणताचा इलाज नव्हता; परंतु एका चमत्कारिक भीतीने मात्र प्रत्येकाच्या मनाचा कब्जा घेतला होता. आता पुढे काय होणार, काय घडेल, कशाला तोंड द्यावे लागेल याबद्दल प्रत्येक जण मनात विचार करू लागला होता. बैठकीला शेवटी ओटोही सावकाश डुलत-डुलत आला. यातून जे काही आर्थिक नुकसान होणार होते ते त्याचे एकट्याचे होणार होते.

ओटो म्हणाला, ''आपण सर्व जण चिंताग्रस्त झालो आहोत,'' तो पुढे कॅप्टनला उद्देशून म्हणाला, ''तुम्हाला बोटीवरील सर्वांची काळजी वाटत असल्याने

साहजिकच तुम्ही जादा सावधगिरी बाळगू लागला आहात. पण डॉ. मार्लो यांच्यामते बोटीवर पसरलेली ही तथाकथित साथ आता संपलेली आहे. त्यामुळे आपण आता माघारीचा रस्ता धरून निघून जाऊ लागलो आणि नंतर काहीही दुर्घटना घडली नाही तर मग आपण नक्कीच मूर्ख ठरू.''

यावर कॅ. इम्री त्याला म्हणाला, ''मिस्टर गेरान, माझे आता बरेच वय झाले आहे. माझ्या जबाबदाऱ्या पार पाडण्यासाठी मला कष्ट पडत आहेत. माझ्या बोटीवर आणखी कोणाचा बळी जाणार असेल तर तो बळी थोपविण्यासाठी मी काय वाटेल ते करेन. मग भले त्याबद्दल मला कोणी मूर्ख ठरवो.''

हेसमान आता बोलू लागला, तो आजारी पडल्यासारखा दिसत होता. तो म्हणाला, ''मला याबाबतीत ओटो यांचे म्हणणे पटते आहे. जेव्हा आपण बेअर आयलन्डच्या जवळ अवघ्या काही तास अंतरावर आलो असताना माघार घ्यायची व सर्व ठरलेली योजना उधळून लावायची हे काही बरोबर ठरणार नाही. बेअर आयलन्ड येथून ६० तासांवर आहे. मग जे २४ तासात घडणार नाही, ते पुढच्या ३६ तासांत कशावरून घडेल? आमची फिल्मिंगची सारी योजना, प्रकल्प हा केवळ या ३६ तासांसाठी सोडून द्यायचा? त्यावर पाणी सोडायचे? अन् तेही केवळ भीती वाटते म्हणून?''

आपल्यावर असा भित्रेपणाचा थेट आरोप तोंडावर केला तरीही कॅ. इम्री चिडला नाही. त्याने शांतपणे म्हटले, ''तुम्हाला वाटते तशी मला भीती वाटत नाही; पण माझे पहिले–'' हेसमान त्याचे बोलणे तोडीत म्हणाला, ''मी आपल्यावर वैयक्तिक आरोप केला नाही.''

''तर माझे पहिले कर्तव्य हे माझ्या कर्मचाऱ्यांबद्दलचे आहे. ते फक्त माझेच हुकूम पाळत असल्याने त्यांची जबाबदारी माझ्यावर आहे. त्यामुळे शेवटी मलाच निर्णय घेऊन काय ते ठरवावे लागणार.''

गोईन यावर म्हणाला, ''ठीक आहे, ठीक आहे कॅप्टन. तुमची ही भूमिका अगदी यथायोग्य आहे,'' गोईन हा नेहमी शांतपणे बोलणारा होता. तो कधीही प्रक्षुब्ध होत नसे. तो पुढे म्हणाला, ''परंतु या ठिकाणी आपल्याला कोणतीच टोकाची भूमिका घेता येणार नाही. आपल्याला समतोल राखायला हवा, असे नाही तुम्हाला वाटत? डॉ. मार्लो यांच्या म्हणण्यानुसार पुन्हा एकदा विषबाधेची साथ येण्याची शक्यता फारच कमी आहे. जर आपण हॅमरफेस्टला गेलो तर आपल्या बोटीला वेगळे ठेवले जाईल, क्वारंटाईनमध्ये आपल्याला राहावे लागेल, अन् तेही किती दिवस राहावे लागेल ते देव जाणे. एक आठवडा किंवा दोन आठवडे असेल. बंदरावरील वैद्यकीय अधिकारी जोपर्यंत आपल्याला सर्टिफिकेट देत नाही, तोपर्यंत तेथे राहावे लागेल. मग त्यानंतर पुन्हा बेअर आयलन्ड येथे जाऊन चित्रीकरण करावे

लागेल हे शक्य होणार नाही. कारण तोपर्यंत फार उशीर झालेला असेल. मग हा चित्रपट तयार करण्याची कल्पना सोडून देऊन आम्हाला आपापला बाडबिस्तरा घेऊन घरी निघून जावे लागेल.''

दोन तासांपूर्वीच हेसमान याने ओटोच्या बौद्धिक क्षमतेवर टीका केली होती, ती मला आठवली. पण आत्ता तो ओटोच्या बाजूने उभा राहून कॅप्टन इम्रीपुढे ओटोची बाजू लढवत होता. याचे कारण ओटोबरोबर राहण्यामुळे चित्रपट तयार होणार होता व त्यामुळे पैसे मिळणार होते. तसे कॅ. इम्री याची बाजू घेण्याने होणार नव्हते. त्याने शेवटी कॅप्टनला म्हटले, ''हे चित्रीकरण झाले नाही तर, ऑलिम्पस प्रॉडक्शनचे अफाट नुकसान होणार आहे.''

यावर कॅप्टन म्हणाला, ''मिस्टर गोईन, हे तुम्ही मला सांगू नका. तुमचे नुकसान होणार नाही, तर ते विमा कंपनीचे नुकसान होणार आहे. त्यांनाच फक्त या नुकसानीचा फटका बसेल.''

''चूक, साफ चूक!'' स्ट्रायकर म्हणाला. त्याच्या बोलण्याच्या स्वरावरून असे जाणवले की, त्यानेही आपली तलवार ओटोच्या बाजूने उपसली आहे. थोडक्यात, या प्रश्नावर ऑलिम्पस प्रॉडक्शनच्या डायरेक्टर बोर्डात एक अभेद्य एकजूट झालेली दिसत होती. तो पुढे म्हणाला, ''आमचे कर्मचारी व अभिनय करणारे सर्व जण यांचा आम्ही विमा उतरविला आहे हे खरे आहे; परंतु खुद्द चित्रपटाच्या प्रकल्पाचा विमा उतरवला गेला नाही. चित्रपट तयार होऊन प्रदर्शित झाल्यावर मगच आम्हाला नफा झाला आहे की नाही ते समजणार आहे. जर या प्रकल्पात नुकसान झाले तर ते आम्हा सर्व शेअर होल्डर्समध्ये, डायरेक्टरांमध्ये वाटले जाईल. अन् मिस्टर ओटो गेरान हे तर छोटे शेअर होल्डर असल्याने आमचेच सर्वांत अधिक नुकसान होईल. थोडक्यात आम्ही सर्व जण उद्ध्वस्त होऊन जाऊ. त्याचे पुढचे परिणाम तर आणखी भयंकर ठरतील.''

''आय ॲम व्हेरी सॉरी अबाउट दॅट,'' कॅ. इम्री सहानुभूतीने म्हणाला; परंतु तो आपल्या मघाच्या भूमिकेपासून तसूभरही मागे हटेल, असे मात्र नव्हते. तो म्हणत होता, ''पण ही सारी तुमची बाब आहे, माझी नाही. अन् मिस्टर गेरान, तुम्हीच तर आज संध्याकाळी मला म्हणाला होता की, 'चित्रपट किती चालेल, त्यात किती नफा होईल, यापेक्षा मी माझ्या माणसांच्या प्रकृतींना जास्त महत्त्व देतो?' मग आता तो मुद्दा सुद्धा येथे का विचारात घेत नाही?''

आता मात्र गोईन कधी नव्हे तो चिडला व म्हणाला, ''धिस इज नॉन्सेन्स.'' मात्र हे वाक्य तो शांतपणे म्हणाला. शांतपणे एखादे आक्रमक वाक्य बोलल्यावर त्याचा अधिक परिणाम होतो व प्रतिपक्षाला उलट रागावून बोलता येणे अशक्य होते. गोईनचे हे एक वैशिष्ट्य होते. तो बोलू लागला, '''नफा' हा शब्द मिस्टर गेरान

बोलले असतील. पण जेव्हा कसली तरी गरज निर्माण होते, तेव्हा ती गरज भागवण्यासाठी मिस्टर गेरान हाच नफा त्यासाठी बेधडक वापरतात, हे तुम्ही लक्षात घ्या. यापूर्वी त्यांनी अनेकदा असे केले आहे.'' गेरान त्यांच्याबद्दलचे माझे जे मत होते त्याला गेरानचा हा शेरा छेद जाणारा होता; परंतु ओटो गेरानला मी अलीकडेच पाहत आलेलो होतो. अन् माझ्यापेक्षा गोईन हा अनेक वर्षे गेरानच्या सहवासात असल्याने त्याचे मत हे अधिक बरोबर असणार. तो पुढे म्हणाला, ''अन् जरी नफा झाला नाही, तरी 'ना नफा ना नुकसान' या धोरणानुसार आम्ही आमचा चित्रपट तयार करू शकू. अनेक फिल्म कंपन्या सध्या तसे करत आहेत; परंतु आपण येथे नफ्याबद्दल बोलत नसून कधीही भरून न येणाऱ्या नुकसानीबद्दल बोलतो आहोत. ते नुकसान हे किमान सहा आकडी पौंडातील असेल. आम्ही सर्वांनी मिळून या कंपनीचे भागभांडवल उभे केलेले असल्याने आम्हा सर्वांना फार मोठा फटका बसेल. तो फटका एवढा मोठा असेल की, आम्ही त्यातून परत वर उठू शकणार नाही. तेव्हा कॅप्टन इम्री, तुमच्या निर्णयामुळे आमची कंपनी ही बुडू शकणार आहे, दहा-बारा तंत्रज्ञ बेकार होतील, त्यांच्या कुटुंबांना उपासमारीला सामोरे जावे लागेल. अभिनय करणाऱ्या नट-नट्यांची करिअर खलास होतील. त्यांना परत अभिनय क्षेत्रात आपले बस्तान बसवणे जड जाईल. अन् हे सारे कशासाठी आणि कशामुळे घडेल? तर कदाचित कोणीतरी विषबाधेने आजारी पडेल या शंकेमुळे! तेव्हा कॅ. इम्री, तुम्ही तुमचा निर्णय हा घाईघाईने घेत आहात. नीट खोलवर विचार करून पाहा व मगच निर्णय घ्या.''

कॅ. इम्री यावर काहीच बोलेना. तो नीट विचार करतो आहे असेही त्याच्या चेहऱ्यावरून भासेना. त्याचा चेहरा निर्विकार होता. त्यावरून अंदाज बांधता येत नव्हता.

ओटो कॅप्टनला म्हणाला, ''मिस्टर गोईन यांनी आपल्याला परिस्थितीचे नेमके भान आणून दिले आहे. अन् हो, कॅप्टन इम्री, यामध्ये एक महत्त्वाचा मुद्दा राहिलेला आहे. मी संध्याकाळी जे काही बोललो त्याची तुम्ही मला आठवण करून दिलीत, तसेच तुम्ही यापूर्वी मला काय म्हणालात याची मीही नम्रपणे आपल्याला आठवण करून देतो. तर तुम्ही असे–''

''मिस्टर गेरान, जरासे मी मधे बोलतो याबद्दल माफ करा,'' मी बोलू लागलो. ओटो काय बोलणार ते मला ठाऊक होते. पण ते त्याने शेवटी बोलायला हवे. मी पुढे म्हणालो, ''प्लीज, नीट ऐका. मी या वादावर एक तोडगा काढला आहे. अन् तो एक शांततापूर्ण तोडगा आहे. तुम्ही तुमचे आत्ताचे म्हणणे तसेच रेटून पुढे चर्चा करू शकाल. तसेच हेसमान व गोईन हेही चर्चा करत राहतील. पण यातून फारसे काही निष्पन्न होणार नाही. म्हणून मी मला सुचलेला तोडगा आपल्यापुढे विचारासाठी ठेवतो. पण त्याआधी काऊंटचे मत आपण ऐकू.''

यावर काऊंट एकच वाक्य बोलला, ''बेअर आयलन्डवर आपण कोणत्याही परिस्थितीत पोहोचलेच पाहिजे, अन् तेही लवकरात लवकर.''

''आता मी मिस्टर स्टोक्स किंवा मिस्टर स्मिथ यांनी आपले मत द्यावे, अशी त्यांना विनंती करतो. त्यांची मते डावलणे हे काही बरोबर ठरणार नाही.''

माझे बोलणे ऐकताच कॅप्टन अस्वस्थ झाला. कदाचित आपल्या दोन माणसांनी आपल्याविरुद्ध मत दिले तर? अशी त्याला भीती वाटत असावी. कॅप्टन पटकन मला म्हणाला, ''डॉ. मार्लो, मतदान करून प्रश्न सोडवायला ही काही लोकसभा नाही की, एखाद्या गावची म्युनिसिपल सभा नाही. भर समुद्रात एखाद्या बोटीवर उद्भवलेल्या समस्येचे निराकरण लोकप्रिय मतदानातून होत नसते, हे लक्षात ठेवा.''

''अन् तसा माझा हेतू अजिबात नव्हता. मी तुम्हाला एवढेच सुचवतो की, आपण एक अधिकृत कागदपत्र या संदर्भात तयार करू. त्यामध्ये कॅप्टन इम्री यांचा प्रस्ताव व त्यांनी विचारपूर्वक मांडलेली मते यांची नोंद करू. जर बोटीवर आणखी कोणाला विषबाधा झाली तर, कॅप्टनच्या म्हणण्यानुसार आपण लगेच हॅमरफेस्ट बंदराकडे कूच करू. मग अगदी आपण बेअर आयलन्डपासून एक तासाच्या अंतरावर आलो असलो तरी तसे करू. अशी ही उभय बाजूंना मान्य असलेली अट त्यामध्ये लिहू. त्या कागदपत्रात असे लिहिण्याचे कारण, कॅप्टनला कायदेशीर संरक्षण लाभावे, आपल्या कर्मचाऱ्यांच्या व आपल्या प्रवाशांच्या प्रकृतीची त्याने हेळसांड होऊ दिली असा आरोप नंतर कोणाला करता येऊ नये म्हणून हा कागद करायचा. कागदावरील या कराराच्या समर्थनासाठी मी एक वैद्यकीय अधिकारी म्हणून माझे शपथेवरचे निवेदन जोडतो व खाली सही करतो. माझ्या निवेदनात मी म्हणेन की, कोणताही विषबाधेसारखा संभाव्य आजार आता बोटीवर उद्भवणे शक्य नाही. कॅप्टनवर फक्त बोटीच्या नादुरुस्तीची जोखीम पडेल. अन् आता बोटीला तसा काही धोका आहे हे मला दिसत नाही. यानंतरच्या मजकुरात आपण असे लिहू की, *वरील योजनेनुसार जो निर्णय घेतला जाईल त्याची जबाबदारी व परिणाम याबद्दल कॅप्टनला बिलकुल जबाबदार धरू नये किंवा त्याला दोष देऊ नये.* या मजकुरानंतर आम्ही पाचही जण सह्या करू. चालेल ना कॅप्टन इम्री?''

''चालेल!'' कॅप्टनने झटपट या करारानाम्याला आपली संमती दिली. खरे सांगायचे तर हा प्रस्ताव म्हणजे एक लंगडी तडजोड होती; परंतु कॅप्टनला ही तडजोड मान्य झाल्याने आम्हा सर्वांना आनंद झाला. कॅप्टनलाही आनंद झाला. तो म्हणाला, ''मला आता झोपायला गेले पाहिजे. पहाटे चार वाजता मला उठायचे आहे,'' एवढे म्हणून तो तेथून जाऊ लागला. या बोटीने मासेमारी करताना तो कधी झोपत असेल याची मला कल्पना नव्हती; परंतु आता त्याचे दोन कर्मचारी मरण पावल्याने परिस्थिती अपवादात्मक झाली होती. जाता-जाता त्याने मला विचारले,

"मला तो करारनामा सकाळी न्याहारीच्या वेळी मिळेल ना?"

"होय. अगदी नक्की! परंतु प्लीज तुमच्या केबिनकडे जाताना एक काम करा. तुमच्या त्या आचाऱ्याला माझ्याकडे पाठवून द्या. तसे मी स्वत: त्याला बोलावू शकलो असतो. पण माझ्यासारख्या सिव्हिलियन माणसाचे हुकूम पाळणे त्याला जड जात आहे, असे मला आढळले."

"सबंध जन्म रॉयल नेव्हीमध्ये घालवल्यावर ही सवय त्याला लागली आहे. ती एकदम कशी जाईल? त्याला आत्ताच तुमच्याकडे पाठवतो," कॅप्टन म्हणाला.

"मग दहा मिनिटांत बोटीच्या स्वयंपाकघरात त्याची गाठ पडेल, असे मी धरून चालू?"

"तुम्हाला अजून काहीतरी चौकशी करायची आहे, शोध घ्यायचा आहे असे दिसते. पण डॉ. मार्लो, जे घडले त्याला तुम्ही बिलकुल जबाबदार नाही," एवढे म्हणून कॅप्टन निघून गेला.

मी या विषबाधांना जबाबदार नाही तर ते अप्रत्यक्षपणे मलाच जबाबदार धरण्याचे का बोलून दाखवत आहेत? कॅप्टनबरोबर स्मिथी व स्टोक्स हेही निघून गेले.

ओटोने आपली मान उंचावली व मला म्हटले, "डॉ. मार्लो आम्ही तुमचे अभिनंदन केले पाहिजे. तुम्ही फार झकास युक्ती काढलीत. त्यामुळे कोणावरच दोष येणार नाही. मला कोणी असे मधे बोललेले आवडत नाही. पण तुम्ही मात्र योग्य वेळी मधे हस्तक्षेप करून परिस्थिती वाचवली," ओटो मनापासून माझे कौतुक करत होता.

"जर मी हस्तक्षेप केला नसता, तर एव्हाना आपण हॅमरफेस्ट बंदराच्या दिशेने प्रवास करू लागलो असतो. मी मधे पडण्याचे कारण असे की, तुम्ही कॅप्टनला त्याच्याशी पूर्वी झालेला करार बोलून दाखविणार होता. जहाज संकटात असल्याची वेळ सोडून एरवी तुम्ही दिलेल्या आज्ञा कॅप्टन पाळेल, अशी ती करारातील अट त्याला सांगणार होता. त्याने जर ही बोट हॅमरफेस्टकडे वळवली असती, तर कॅप्टनच्या हातून करारभंग झाला असता. मग करारापोटी जेवढी रक्कम आम्ही त्याला दिली ती आम्हाला परत मिळाली असती. तसे झाले असते तर त्याच्या करिअरवर, कारकिर्दीवर डाग पडला असता. त्याचा नक्षा उतरला असता. तो अत्यंत स्वाभिमानी असल्याने त्याला हे अपयश, हा कलंक पचवणे कठीण गेले असते. मानसिकदृष्ट्या तो उद्ध्वस्त झाला असता."

काऊंट म्हणाला, "पण आमच्या डॉक्टरने परिस्थिती अचूक जोखली व त्यातून अत्यंत हुशारीने मार्ग काढला." एव्हाना काऊंटला एक ब्रॅन्डीची बाटली सापडली होती. त्यातील ब्रॅन्डीचा एक घोट घेत तो पुढे म्हणाला, "ओटो, तुम्ही अगदी थोडक्यात सुटलात बघा."

ओटो म्हणाला, ''होय, खरे आहे. डॉ. मार्लो तुमचे आमच्यावर उपकार झाले आहेत.''

''मग आता मी वेळोवेळी तुमच्याकडून जे जे पैसे उसने घेतले ते सर्व मला माफ करून टाका,'' हसत-हसत असे बोलत मी तेथून उठलो व पॅसेन्जरच्या केबिन्सच्या दिशेने ऐटीत चालत गेलो. लाउंजमध्ये ॲलन आणि मेरी डार्लिंग अजूनही त्याच जागी होते. पण आता तिने आपले डोके त्याच्या खांद्यावर ठेवले होते. तिला झोप लागली आहे असे मला वाटले. मी ॲलनकडे पाहून अगदी सहजतेने हात हलवला. त्यानेही आपला हात हलवून मला प्रतिसाद दिला. त्यांच्या प्रणयलीलांमध्ये अधून-मधून होणाऱ्या माझ्या उपस्थितीची त्याला सवय झाली असावी.

मी ड्यूकच्या केबिनमध्ये गेलो. दारावर टकटक न करता दार उघडून आत गेलो. फिल्म युनिटचा इलेक्ट्रिशियन तिथे झोपला होता, गाढ झोपला होता. घोरत पडला होता. तर ड्यूक मात्र जागा होता. पोटातल्या वेदनेमुळे त्याचा चेहरा फिकट झाला होता. पण पूर्वीइतक्या वेदना त्याला होत नसाव्यात. मेरी स्ट्युअर्ट त्याच्या बिछान्याच्या कडेला बसली होती. तिने ड्यूकचा हात पकडून ठेवला होता.

मी तिला म्हटले, ''गुड लॉर्ड! तुम्ही अजूनही येथे आहात?''

यावर ती म्हणाली, ''म्हणजे काय? तुम्हीच तर मला येथे थांबून यांच्यावर लक्ष ठेवायला सांगितले होते ना? विसरलात की काय?''

''नाही, मी विसरलो नाही,'' मी चक्क खोटे बोललो.

''पण तुम्ही एवढा वेळ बसून राहाल, असे मला वाटले नव्हते. ते असो, पण तुमची मला खूप मदत झाली.'' मग खाली पाहून मी ड्यूकला विचारले, ''काय, आता थोडेसे बरे वाटते ना?''

''होय, खूपच बरे वाटते आहे, डॉक्टर,'' त्याने अगदी क्षीण आवाजात म्हटले.

''मला तुमच्याशी दोन मिनिटे बोलायचे आहे. चालेल ना? तुम्हाला जमेल ना माझ्याशी बोलायला?''

त्याने आपली मान हलवून होकार दिला. मेरी म्हणाली, ''मग मी आता येथून जाते,'' एवढे बोलून ती उठू लागली. पण मी तिच्या खांद्यावर हात ठेवून तिला खाली बसवले.

मी तिला म्हणालो, ''तुम्ही जाऊ नका. आमची कसलीही गुप्त चर्चा नाही.'' मी ड्यूककडे पाहून असा मुद्राभिनय केला की, त्याच्या मनातली एक गुप्त गोष्ट मी बाहेर काढणार आहे. मी म्हणालो, ''आता कदाचित ड्यूक काहीतरी माझ्यापासून लपवतही असेल.''

''मी? तुमच्यापासून लपवणार?'' तो कोड्यात पडून म्हणाला.

''मला असे सांगा की, तुमच्या पोटातल्या वेदना केव्हापासून सुरू झाल्या?''

"वेदना ना? साडेनऊ वाजल्यापासून सुरू झाल्या. किंवा त्या वेळी दहासुद्धा वाजले असावेत. मला नक्की वेळ सांगता येणार नाही. ज्या वेळी वेदना सुरू झाल्या त्या वेळी मी घड्याळाकडे पाहिले नाही. त्या वेदनेमुळे मला काहीही सुचत नव्हते."

मी सहानुभूतीने त्याला म्हणालो, "शक्य आहे. वेदनेमुळे कोणालाच सुचणार नाही. तुम्ही रात्री केव्हा जेवलात? अगदी शेवटचा घास केव्हा घेतला ते सांगा."

"शेवटचा घास," त्याच्या आवाजात आता ठामपणा आला होता.

"तुम्ही जेवल्यानंतर चुकून थोडेसे काही तोंडात टाकले असेल तर तेही सांगा. मिस स्ट्युअर्ट हिने तुम्हाला बोटीवर आणखी काही आजारी पडले आहेत, हे सांगितले असेलच. हो ना?" यावर त्याने मान डोलावली. "चमत्कारिक गोष्ट अशी आहे की, जे आजारी पडले ते खाल्ल्यानंतर, जेवल्यानंतर तासाभरातच आजारी पडले. ही गोष्ट मला जराशी चमत्कारिक वाटते. म्हणून खातरी करून घेण्यासाठी मी तुम्हाला विचारतो आहे."

"डॉक्टर, तुम्ही मला जास्त ओळखता."

"होय, म्हणूनच मी तुम्हाला विचारतो आहे." मी ठासून म्हणालो. मेरी स्ट्युअर्ट माझ्याकडे बघत राहिली. *सेसिल (ड्यूक) आजारी झाला आहे हे तुम्हाला ठाऊक आहे ना?* अशा अर्थाचे भाव तिच्या चेहऱ्यावर पसरले होते. मी पुढे म्हणालो, "असे पाहा, जे बाकीचे आजारी पडले आहेत ना, त्यांना अन्नातून विषबाधा झाली आहे. त्यावर काय उपाय करायचा ते मला ठाऊक आहे. पण तुमच्या या पोटदुखीचे वेगळेच काही कारण असावे, अशी मला शंका येते आहे. पण नक्की कशामुळे तुम्हाला हा त्रास होतो आहे ते मला समजल्याखेरीज मला नीट उपचारही करता येणार नाही. उद्या सकाळी तुम्ही उठल्यावर अत्यंत भुकलेले असणार. पण तुमच्या शरीरातील अंतर्गत क्रिया नीट ताळ्यावर येण्यासाठी काही वेळ देणेही आवश्यक आहे. त्यासाठी सकाळी उठल्यानंतर कितीही भूक लागली असली तरी, मी सांगेपर्यंत काहीही खाल्लेत तर मात्र त्यामुळे एखादी घातक रासायनिक क्रिया तुमच्या शरीरात उफाळून येईल. मग त्या वेळी मला काहीही करता येणार नाही. केवळ 'काहीही न खाता वेळ घालवणे' हाच यावर उपाय आहे."

"डॉक्टर, मला समजत नाही तुम्ही काय म्हणता ते."

"येथून पुढे तुम्हाला फक्त चहा व टोस्ट यावर तीन दिवस राहावे लागेल," मी गंभीरपणे म्हणालो.

यावर त्याचा चेहरा आणखी फिकट व्हायला हवा होता. पण खादाड ड्यूकचा चेहरा आधीच एवढा फिकट झाला होता की, त्यापेक्षा आणखी फिकट होणे शक्य नव्हते. पण माझ्या बोलण्याचा त्याला जबरदस्त धक्का बसला होता.

"चहा व टोस्ट?" तो मलूल आवाजात विचारत होता. "अन् तीन दिवस?"

"सेसिल, हे सारे तुमच्या भल्यासाठी आहे," मी त्याच्या पाठीवर थोपटीत सहानुभूतीने त्याला म्हटले. नंतर मी सरळ होत तेथून जाण्यासाठी निघालो. पण त्यापूर्वी मी त्याला म्हटले, "आम्हाला तुम्ही आपल्या पायावर उभे राहिलेले पाहायचे आहे."

"मला आत्ताच भूक लागल्यासारखे वाटते आहे." ड्यूकने दयार्द्र नजरेने पाहत म्हटले.

"केव्हापासून ही भुकेची भावना वाटू लागली?"

"नऊ वाजण्याआधी काही मिनिटे."

"म्हणजे जेवणे संपल्यावर अर्ध्या तासांनी?"

"होय, त्या वेळी माझ्या पोटात भुकेचा आगडोंब उसळला. अनेकदा मला तसे होते. मग मी स्वयंपाकघरात चोरून गेलो. तिथल्या हॉट प्लेटवर एक कॅसिरोल ठेवलेला होता. पण त्यातील पदार्थ फक्त चमचाभरच मला चाखता आला. कारण कोणीतरी दोन माणसे बोलत जवळ येत असल्याचे मी ऐकले. मग मी उडी मारून शेजारच्या कूल रूममध्ये दार उघडून पलीकडे जाऊन लपलो."

"अन् वाट पाहू लागलो, हो ना?"

"मला तसे करणे भागच होते," ड्यूकला आता धीर आला. तो पुढे म्हणाला, "मी किंचित जरी दरवाजा किलकिला केला असता तरी त्यांना मी दिसलो असतो."

"म्हणजे ती जी कोणी दोन माणसे होती, त्यांनी तुम्हाला बिलकुल पाहिले नाही. नंतर ती निघून गेली हो ना?"

"होय, पण जाताना त्यांनी कॅसिरोलमधला सर्व पदार्थ नेला. पार निपटून नेला." ड्यूक मोठ्या दुःखाने म्हणाला. आपल्याला तो पदार्थ खायला मिळाला नाही याचे त्याला फार मोठे दुःख झाले होते.

"नशीबवान आहात."

"नशीबवान? ते कसे काय?"

"कारण, ती दोन माणसे या बोटीवरचे खलाशी होते."

"पण... पण तुम्हाला कसे कळले हे?"

"ड्यूक, त्यांनीच तुमचा जीव वाचवला आहे, हे लक्षात घ्या."

"त्यांनी? तो कसा काय?"

"तुम्ही जे खाणार होता ते त्यांनी खाऊन संपवले म्हणून तुम्ही जिवंत राहिलात आणि ते दोघे मरण पावले."

आठ

ॲलन आणि मेरी डार्लिंग या दोघांनी लाउंजमध्ये येणाऱ्या-जाणाऱ्यांवर लक्ष ठेवायचे सोडून दिले होते. कारण तिथे आता कोणीच येत नव्हते. एव्हाना बहुतेक जण निद्राधीन झाले होते. मी स्वयंपाकघरात त्या आचाऱ्याला भेटण्यासाठी जाणार होतो. त्या पाच मिनिटांत मी विचार करत होतो. मला काहीतरी शोधायचे होते, तपासायचे होते व नीट विचार करायचा होता; परंतु तिथे तेवढ्या वेळात मला काहीही सुचेना. डोक्यात गोंधळ होऊ लागला. तेवढ्या वेळात मी काय करू शकत होतो. अचानक कोणाची तरी पावले बाहेरच्या बोळात वाजली. *मॉर्निंग रोज* बोट हिंदकळत झोकांड्या खात चाललेली होती. त्यामुळे माझे सारे लक्ष तोल सांभाळण्यावर होते. मेरी स्ट्युअर्ट हिने थकून जाऊन आपला देह तिथल्या एका आरामखुर्चीत झोकून दिला. माझ्या मनात आता वेगाने विचार सुरू झाले होते. ते नीट पकडून त्यांचा क्रम मला लावायचा होता. मेरी स्ट्युअर्टचा तरुण चेहरा पडला होता. मला तिच्याबद्दल वाईट वाटले. पण तशी दयाभावना तिच्याबद्दल माझ्या मनात निर्माण झाली नाही. उलट त्या लॅटिव्हियन मुलीबद्दल थोडीशी शत्रुत्वाचीच भावना मनात निर्माण होऊ लागली. खरे तर ती आपण होऊन माझ्याकडे आली होती. माझ्याशी बोलणार होती. मला काही सांगणार होती. मी तिचे आदरातिथ्य करायला हवे होते. तिला कदाचित माझ्याकडून मदत हवी असेल किंवा कसलेतरी आश्वासन हवे असेल किंवा काहीतरी समजावून घ्यायचे असेल. किंवा ती माझ्याकडून काहीतरी मागणी करणार असेल. पण तिच्यासारखी एकलकोंडी तरुणी मला काही विचारेल असे मला वाटेना.

मी तिला विचारले, "आजारी आहेस काय?" संवाद सुरू करण्यासाठी काहीतरी बोलायचे म्हणून मी बोललो. त्यावर तिने आपली मान डोलवली. तिने आपल्या हातांचे दोन्ही पंजे एकमेकात घट्ट अडकवून धरले होते.

"हलणाऱ्या बोटीवर तू किती सहज चालू शकतेस. मला वाटते की तू एक उत्तम खलाशी बनू शकशील," मी सहज काहीतरी बोललो.

"या समुद्रामुळे मला त्रास होत नाही."

मग मी वरवरचे संभाषण करण्याचे सोडून दिले व तिला विचारले, "मेरी डियर, तू जरा आडवी होऊन नीट झोप का नाही घेत?"

"अस्सं. मग तुम्ही आता मला विषबाधेमुळे दोन माणसांचे बळी गेल्याचे कारण देऊन मला झोप घेण्यास सांगणार व स्वप्ने पाहत राहा, असे म्हणणार. हो ना?" मग ती निराशपणे आपला चेहरा वेडावाकडा करत पुढे म्हणाली, "तुम्हाला वाईट बातमी कशी सांगावी ते समजत नाही, असे दिसते."

"त्याला कारण माझा वैद्यकीय व्यवसाय. मला निष्ठुरपणे बोलावेच लागेल. पण माझ्यातला हा दोष सांगण्यासाठी तू येथे आली नाहीस. मेरी डियर, काय सांगायचे आहे मला?"

"तुम्ही मला 'मेरी डियर' असे का म्हणता?"

"मी असे म्हटल्याने तू दुखावली जातेस का?"

"नाही, नाही. उलट तुम्ही म्हटल्याने मला बरे वाटते," हे वाक्य अन्य कोणा स्त्रीच्या तोंडून बाहेर पडले असते, तर त्यात लाजरा भाव प्रगट झाला असता; परंतु ती एखादे सत्य निर्विकारपणे सांगावे, तशा स्वरात बोलली होती.

"ठीक आहे. बर मग, आता सांग बरे मला."

यावर ती "मला भीती वाटते," एवढेच वाक्य बोलली. अगदी साधेपणे बोलली.

म्हणजे तिला भीती वाटू लागली होती. ती थकली होती. तिने आत्तापर्यंत चार जणांवर उपचार करण्यास मला मदत केली होती. बोटीवर तीन जणांचा मृत्यू झाला, हे तिला कळून चुकले होते. ते विषबाधेने मेले होते, हेही तिला समजले होते. बाहेर आर्क्टिक समुद्राचा नुसता धिंगाणा चालू होता. भयानक आवाज करत वारे घोंघावत होते. कोणाचाही थरकाप व्हावा असे ते भयाण वातावरण होते. पण मी या कशाचाच उल्लेख तिला केला नाही.

"मेरी, कधी-कधी आपणा सर्वांना भीती वाटत असते."

"तुम्हालासुद्धा?"

"होय, मलासुद्धा."

"आता नाही. कशाला आता घाबरायचे?"

"मृत्यू! आजारी पडून येणारा मृत्यू.''

"मेरी मला मृत्यूबरोबरच राहावे लागते. मला मृत्यू आवडत नाही. पण म्हणून मी त्याची भीती बाळगत नाही. तशी जर भीती मला वाटू लागली, तर मी एक चांगला डॉक्टर ठरणार नाही. हो ना?''

"कदाचित मला जे सांगायचे ते नीट सांगता येत नसेल. मृत्यूचे सत्य मी मानते. पण बेसावधपणे त्याचा घाला आपल्यावर यावा हे मला पटत नाही. आपण बेसावध राहू; पण मृत्यू कधी बेसावध राहत नसतो. असे असताना लोक 'अचानक मृत्यू कोसळला' असे म्हणतात. जणू काही मृत्यू क्षणभर आंधळा झाला होता. काहीही कारण नसताना मृत्यू हा धसमुसळेपणा केल्यासारखा व निष्काळजीपणे वागल्यासारखा आपल्यावर कोसळतो. मला काय म्हणायचे आहे हे तुम्हाला समजते का?''

तिला काय म्हणायचे आहे ते मला व्यवस्थित कळले होते. मी तिला त्यावर म्हणालो, "मला अध्यात्माबद्दल तसे फारसे ज्ञान नाही की त्यातले कळत नाही. कदाचित मृत्यू हा भेदभाव करण्यात काहीतरी गडबड करत असावा. पण आता मी खूप दमलो आहे...''

माझे बोलणे तोडीत ती म्हणाली, "मी अध्यात्माबद्दल बोलत नाही,'' ती थोडासा रागाचा अविर्भाव करत बोलली. ती पुढे म्हणाली, "या बोटीवर आणखी काहीतरी भयानक चालू झाले आहे, डॉ. मार्लो.''

"काहीतरी भयानक?'' तिला नक्की काय म्हणायचे आहे ते मला समजले नाही. मी तिला विचारले, "मेरी डियर, असे काय भयानक घडते आहे ते?''

ती मग गंभीरपणे म्हणाली, "माझ्या सांगण्यावर तुम्ही विश्वास ठेवणार नाही. पण तुम्ही माझ्यासारख्या वेड्या मुलीचे म्हणणे चेष्टेवारी नेऊ नका.''

मी तिला पटकन म्हणालो, "मेरी डियर, मी तुझी कशाला चेष्टा करेन? उलट तुझे बोलणे मला आवडते.''

"असं?'' एवढे म्हणून तिने मंदपणे स्मित केले. तिला माझे बोलणे विनोदी वाटले का त्यामुळे ती खूष झाली हे मला समजेना. "बाकीच्यांबद्दल तुझे काय मत आहे?''

"आय ॲम सॉरी, मला नीट कळले नाही.''

"म्हणजे असे की, येथे बोटीवर असलेल्या माणसांमध्ये कोणाबद्दल काही विचित्र, काही वेगळे तुला वाटते का? त्यापैकी कोणाच्या वागण्यामुळे काही खटकणारे वातावरण निर्माण होत आहे का?''

ती यावर गप्प बसली, विचार करू लागली असावी. माझे तिच्याशी होत असलेले संवाद इतरांना कळणार नव्हते की ती स्वत: ते कोणाला सांगणार नव्हती.

मी तिला दिलखुलासपणे सांगू लागलो, "मी खरोखरीच जन्मतःच आंधळा व बहिरा व्हायला पाहिजे होतो. येथे जे काही चालले आहे ते मला पसंत नाही. माझ्या भोवतालची माणसे दुसऱ्याबद्दलचे आपले शत्रुत्व अगदी ओझरतेच व्यक्त करतात. कोणाच्या मनात नेमके काय चालले आहे ते नीट समजत नाही. प्रत्येक जण दुसऱ्यावर वार करण्यासाठी आपल्या तलवारीला धार लावतो आहे. त्याचबरोबर प्रत्येक जण दुसऱ्याबरोबर नको तितकी मैत्रीही करू पाहत आहे. पण वेळ येताच हे दुसऱ्याकडे पाठ फिरवणार. आपल्याला नोकरीवर ठेवणारे आपले मालक, ओटो गेरान, हे आपल्या अन्य डायरेक्टरांबद्दल फारसे चांगले बोलत नाहीत. हेसमान, स्ट्रायकर, गोईन आणि त्यांची लाडकी कन्या हे सर्व जण ओटो यांच्याशी असेच संदिग्धपणे वागतात, त्यांना काही अंतरावर ठेवतात. धड शत्रू नाही की, मित्र नाही अशी त्यांच्याविषयी भूमिका धारण करतात. ही माणसे ओटो यांच्यापासून जरा दूर गेली की, ओटोबद्दल चांगले बोलत नाही, त्यांची बदनामी करू लागतात. प्रत्येक जण दुसऱ्याचा मत्सर करतो, खोटी-खोटी सहानुभूती त्यांना दाखवतो. त्यांच्या ओठावर हसू असते तर वार करण्यासाठी काखेत सुरी लपवलेली असते. ही सर्व माणसे बोटीवर अशी का वागू लागली आहेत? फिल्म युनिटमध्ये ओटो भोवतालच्या डायरेक्टर मंडळींना 'ओटो यांचे चमचे' असे उपहासाने म्हटले जाते. ही वरिष्ठ मंडळी फिल्म कंपनीचे नीट व्यवस्थापन का करत नाहीत? त्यांना आपल्या वागण्यातील दोष कसे दिसत नाहीत? नील डिव्हाईन हा एक डायरेक्टर आहे. पण प्रत्येक जण त्याच्यावर आपला दबाव टाकतो. असे का? मी या सर्व गोष्टींचे नीट निरीक्षण केले आहे. चित्रपट क्षेत्रात दुसऱ्याच्या मागे वाईट बोलणे हे नेहमीच चालत आलेले आहे. पण येथे बोटीवर जे चालले आहे ते सहन करण्याच्या पलीकडचे आहे. येथे सर्वत्र खोटेपणा भरला आहे, असत्य विधाने केली जात आहेत, बेधडक फसवाफसवी केली जात आहे. येथे विकृत मनाची माणसे आहेत, ढोंगी आहेत. मला हे असे येथे दिसत आहे.''

"तुम्हाला काही चांगले दिसत नाही का?"

"जे दिसले, जे भावले, जे जाणवले ते मी बोलून दाखवले.''

तरीही ती म्हणाली, "आम्ही सर्व जण एवढे वाईट आहोत का?''

"सर्व जण नाहीत. निदान तू तर नक्कीच नाही. बोटीवरचे वातावरण अशा गूढ व चमत्कारिक वागण्यामुळे भारलेले आहे.''

"पण हे असे जगात चालतेच. तुम्ही म्हणता तसे हे काही तरी जगावेगळे आहे. अविश्वास, संशय, मत्सर या गोष्टी आपल्या या छोट्या व सुंदर वर्तुळात कशाला हव्यात? मला या सर्व गोष्टी मोठ्या प्रमाणात पाहिला मिळाल्या आहेत. एका कम्युनिस्ट देशात माझा जन्म झाला आहे, हे विसरू नका. मी तेथेच वाढले

आहे. लक्षात आले ना तुमच्या?''

''होय. तू तेथून कशी बाहेर पडलीस?''

''दोनच वर्षांपूर्वी.''

''कशी बाहेर पडलीस? कशी तेथून निसटलीस?''

''प्लीज ते मला विचारू नका. नाहीतरी बाकीचेही तोच मार्ग चोखाळू पाहतील,'' तिने म्हटले.

''मला तू रशियाचा बगलबच्चा समजतेस काय?''

''तुम्हाला माझ्या बोलण्याचा राग आला का?'' तिने विचारले. मी यावर माझी मान नकारार्थी हलवली. ती पुढे म्हणाली, ''अविश्वास, संशय, मत्सर! पण डॉ. मार्लो, येथे बोटीवर याहीपेक्षा अधिक काही आहे. दुसऱ्याचा तीव्र द्वेष आहे. मुख्य म्हणजे सर्वत्र भीती पसरत चालली आहे. मला ती भीती जाणवते आहे. तुम्हाला नाही जाणवत?''

''खरे आहे. तू म्हणत आहेस तो मुद्दा खरोखरीच विचारात घेण्याजोगा आहे,'' मग मी माझ्या घड्याळाकडे पाहत म्हणालो, ''तुला दुखवायचे माझ्या मनात अजिबात नव्हते. पण जी व्यक्ती माझी वाट पाहते आहे तिच्याकडे जायला उशीर झाला, तर ती मात्र नक्की दुखावली जाईल.''

''जर लोक एकमेकांचा फार द्वेष करू लागले, एकमेकांबद्दल अत्यंत भीती बाळगू लागले, तर भयानक गोष्टी घडून येतील,'' तिच्या विधानावर मी काही बोलावे अशी तिची अपेक्षा नसल्याने मी कसलीच प्रतिक्रिया व्यक्त केली नाही. ती पुढे म्हणाली, ''तुम्ही काही जणांचे आजारीपण, काही मृत्यू यांचे कारण 'अपघाताने घडलेली विषबाधा' असे समजत होता ना?''

मी तिला म्हणालो, ''म्हणजे तुझी खरी भीती इतक्या वेळाने तू आता सांगत आहेस. कोणीतरी गुपचूप अन्नात विष कालवून विषबाधा घडवली आहे, असेच तुला वाटते ना?'' तिची शंका बरोबर होती. मलाही आता तिच्यासारखीच प्रथम शंका आली. मी पुढे म्हणालो, ''या शंकेपोटी तू हादरली आहेस, हो ना? पण यावर मला आत्ता काहीही सांगता येणार नाही. नीट विचार केला पाहिजे.''

''मग कोण या प्रकारामागे असेल?'' तिने माझ्याकडे मोठ्या अपेक्षेने पाहिले. मी म्हणालो, ''कोण असेल?'' तिच्या डोळ्यांत उत्सुकता भरून राहिली होती. मी पुढे म्हणालो, ''ते मला कसे कळणार? कोणीही असू शकेल?''

''तुम्ही खरोखरीच एक सरकारी वकील व्हायला हवे होते. फारच मोघम बोलता आहात. कोण असू शकेल याचा काही अंदाज करता येतो का?'' एवढे बोलून तिने आपली मान दुसरीकडे फिरवली. बाहेरच्या डेककडे काही क्षण पाहत राहिली व थोड्या वेळाने परत माझ्याकडे बघू लागली.

मी म्हणालो, ''काही सांगता येत नाही बुवा. उलट तुलाच काही अंत:प्रेरणेने

सुचते का ते बघ. मात्र ती अंत:प्रेरणा कम्युनिस्टांनी शिकवून तयार केलेली नसावी.''

माझा टोमणा तिला कळला. ती म्हणाली, ''मघाशी मी जे बोलले त्यामुळे तुम्ही दुखावला का?''

''नाही, तसे काहीही नाही. तू सारी परिस्थिती नीट विचारात घे आणि मग तुझे म्हणणे किती विचित्र आहे ते तुला कळेल. सात माणसांना आत्यंतिक त्रास झाला. बोटीवरची ही सात माणसे खास निवडलेली होती असेही नाही. एक चित्रपट निर्माता, एक हेअरड्रेसर, एक कॅमेरा असिस्टंट, चार खलाशी अशा माणसांना विषबाधा झाली. त्यातले काही जण जगले, तीन जण मरण पावले. असे का झाले? तीन जणच मरण पावले, बाकीचे का मरण पावले नाहीत? सांगता येईल तुला? डायनिंग सलूनमध्ये जे जेवले त्यातील फक्त दोघांनाच का बाधा झाली? ज्यांनी स्वयंपाकघरात जाऊन अन्न खाल्ले, ते दोघे का मेले? ड्यूकला स्वयंपाकघरात किंवा जेवताना विषबाधा होऊ शकली असती. पण तसे का घडले नाही. मेरी, या प्रश्नांची उत्तरे तुला देता येतील?''

तिने आपली मान नकारार्थी हलवली. तिच्या डोळ्यांसमोर काही बटा आल्या. पण तिने त्या बाजूला केल्या नाहीत. कदाचित तिला माझ्याकडे पाहणे टाळायचे असेल किंवा कदाचित मी तिच्या चेहऱ्याकडे पाहू नये, असेही तिला वाटत असावे.

मी म्हणालो, ''उद्यानंतर माझ्याकडची जबाबदारी काढून घेण्यात येईल, असे मला सूचित करण्यात आलेले आहे. माझे आजवरचे करिअर हे तसे चांगले नाही. आता त्यात या नव्या गोष्टीची भर पडणार आहे. पण तरीही मी या नोकरीला चिकटून राहण्याचा प्रयत्न करणार आहे. या प्रयत्नाला तुम्ही काहीही नाव द्या. पण मी तसे करणार. ही जी मोठ्या प्रमाणात विषबाधा झाली आहे ती केवळ अपघाताने झाली आहे. या *मॉर्निंग रोज* बोटीवरील कोणत्याही माणसाला आपण इतरांना विषबाधा करावी असे स्वप्नातसुद्धा वाटणार नाही किंवा तो तशी इच्छा करणार नाही.'' परंतु मी फक्त असा तर्क करू शकत होतो. तसा निष्कर्ष काढू शकत नव्हतो. कारण मी डिटेक्टिव्ह नव्हतो, एक डॉक्टर होतो. ''आता जर एखादा वेडा माणूस बोटीवर असेल तरची गोष्ट वेगळी. पण तसे कोणी नाही, असे मला वाटते. तुलाही हे पटेल.''

मी एवढे बोलत असताना तिने मान वर करून माझ्याकडे बघितले नाही. माझे बोलणे संपले तरीही तिने आपली मान वर केली नाही. मग मी उठलो व तिच्या खुर्चीकडे गेलो. खुर्चीच्या पाठीवर माझा एक हात ठेवला आणि दुसऱ्या हाताच्या एका बोटाने तिची हनुवटी मी वर केली. ती एकदम ताठ बसली. तिने आपल्या डोळ्यांवर आलेले केस बाजूला सारले. तिचे तपकिरी डोळे मला दिसले. त्या

टपोऱ्या डोळ्यांत मूर्तिमंत भीती साठून राहिली होती. मी तिच्याकडे पाहून एक मृदू हास्य केले. पण माझे हास्य तिला स्पर्श करून गेले नाही. मग मी पाठ वळवली व लाउंजमधून निघून गेलो.

मी तडक स्वयंपाकघरात गेलो. ठरल्या वेळेपेक्षा त्या आचाऱ्याला भेटायला मला दहा मिनिटे उशीर झाला होता. तो आचारी शिस्तीचा अत्यंत भोक्ता होता हे माझ्या केव्हाच लक्षात आले होते. तेव्हा आता तो रागावलेला असणार हे मी ओळखले. पण त्यामुळेच तो जे काय मनात आहे ते स्पष्टपणे व मोठ्याने बोलून दाखविणार होता.

मी स्वयंपाकघरात गेलो तेव्हा त्याचा चेहरा रागाने लाल झाला होता. त्याचे निळे डोळे मोठे झाले होते. तो कोणाशी तरी भांडत होता. तो सॅन्डी होता. आमच्या फिल्म युनिटमधला प्रॉपर्टी मॅन. हा पठ्ठ्या येथे कशाला आला होता नि त्याच्याशी आचारी का भांडत होता ते मला समजेना. सॅन्डी गप्प होता व फक्त आचारीच त्याला मोठमोठ्याने शिवीगाळ करत होता. सॅन्डीच्या न बोलण्याने तर आचाऱ्याला आणखीनच राग येत होता. त्याने सॅन्डीच्या कोटाची कॉलर जोरात खेचून धरली होती. सॅन्डी हा आचाऱ्यापुढे अगदीच किरकोळ असल्याने त्याचे काहीच चालत नव्हते. तो गप्प राहून भेदरलेल्या डोळ्याने पाहत होता.

मी त्या आचाऱ्याच्या खांद्यावर हात ठेवून म्हटले, "अरे अरे, हे काय चालले आहे? तुम्ही त्याचा गळा आवळत आहात. तो पार घुसमटून गेला आहे. मरून जाईल फटकन."

यावर त्या आचाऱ्याने माझ्याकडे क्षणभर एक नजर फेकली व परत तो सॅन्डीची कॉलर जोरात खेचू लागला. मग मी शांतपणे म्हणालो, "ही बोट आरमारातली नाही आणि मी काही तुमचा अधिकारी नाही. त्यामुळे मी तुम्हाला हुकूम देऊ शकत नाही. पण कोर्टात माझी साक्ष ही एका तज्ज्ञाची साक्ष म्हणून धरली जाईल. तुमच्यावर जर जीवघेण्या हल्ल्याचा आरोप करून कोर्टात उभे केले तर बघा काय होईल ते. आजवर तुम्ही साठवलेला सारा पैसा कोर्टकचेऱ्यात खर्च होऊन जाईल व वर कदाचित तुम्हाला शिक्षाही होईल. लक्षात आले?"

त्या आचाऱ्याने माझ्याकडे पाहिले. या वेळी त्याची नजर वरमली होती. त्याने नाखुषीने सॅन्डीच्या कॉलरवरचा आपला हात सोडला व तो तिथेच धापा टाकत उभा राहिला. क्षणभर त्याला काय बोलावे ते सुचेना.

सॅन्डीने आपला गळा चाचपून पाहिला, थोडासा चोळला आणि तो आचाऱ्याला घाणेरड्या शिव्या ओरडून घालू लागला. दोन मिनिटांनी तो ओरडून म्हणाला, "अरे हलकट माकडा, ऐकलेस ना तू? कोर्टात मी गेलो तर काय होईल? माझ्यावर जीवघेण्या हल्ल्याचा आरोप तुझ्यावर घेतला जाईल. मग तुला–"

मी कंटाळून सॅन्डीला म्हणालो, "शट अप! गप्प बैस. मी काहीही पाहिले नाही आणि त्याने तुझ्या विरुद्ध बोटही उचलले नाही. अजून तुला श्वासोच्छ्वास करता येतो आहे हे तुझे नशीब समज." मग मी जरा त्याच्याकडे निर्विकारपणे पाहिले. मला सॅन्डीबद्दल फारशी माहिती नव्हती. ॲलन आणि ॲन्टोनिओ यांच्याप्रमाणे सॅन्डीला दुसरे एखादे टोपणनाव होते का ते मला ठाऊक नव्हते. कोणालाही तसे ठाऊक नव्हते. फिल्म युनिटमध्ये तो एक नगण्य माणूस होता. तो स्वत:ला स्कॉटिश म्हणवून घेत असे. पण त्याचे उच्चार हे लिव्हरपूल भागातल्यासारखे होते. खुरटलेल्या दाढीसारखे त्याचे शरीर होते. त्याला अगदी तुळतुळीत टक्कल पडले होते. त्याचे केस कानाच्या जरा वर सुरू झाले होते व ते त्याने वाढवून पार खांद्यापर्यंत येऊ दिले होते. ते विसकटलेले केस सतत वाऱ्यावर उडत होते. त्यामुळे सॅन्डी हा माणसासारखा दिसण्याऐवजी एखाद्या परक्या ग्रहावरून आलेला किंवा दुसऱ्या योनीतला वाटत होता. त्याचे डोळे सतत लुकलुकत इकडे तिकडे हलत होते. त्याच्या डोळ्यांवरचा चष्मा त्याचे डोळे मोठे करून दाखवत होता. त्याला आपली जन्मतारीख ठाऊक नव्हती व आपल्या वयाचा अंदाजही सांगता येत नव्हता; परंतु तो साधारणपणे १९२० सालाच्या आसपास जन्माला आला असावा, असा अंदाज करता येत होता.

मला तिथे काही सार्डाइन माशांचे बंद डबे जमिनीवर पडलेले दिसले. शिवाय बीफचाही एक मोठा डबा दिसला. मी ते पाहून म्हणालो, "हंऽऽ! म्हणजे रात्री गुपचूप काम करणारा येथे आला वाटते."

"म्हणजे काय?" त्या आचाऱ्याने संशयाने विचारले.

"तुम्ही आमच्या या मित्राला आज जेवताना पुरेसे अन्न वाढलेले नसावे," मी त्याला म्हणालो.

ते ऐकून सॅन्डी घाईघाईने तार स्वरात बोलू लागला, "यात... मला ते डबे नको आहेत. मी त्या डब्यांना हातही लावला नाही. वाटल्यास शपथ घेतो. तुम्ही–"

आता तो आचारी चिडून बोलू लागला, "पाहिलेत? कसा खोटारडा आहे! या ×××ला मी उचलून कठड्यावरून समुद्रात फेकूनच द्यायला पाहिजे, साला, येथे माझ्या स्वयंपाकघरात चोऱ्या करतो म्हणजे काय. हा बेटा कोणाचीही पाठ जरा वळली की उचलेगिरी करत असला पाहिजे. आज हा सापडला म्हणून, नाहीतर झालेल्या चोऱ्यांना आम्ही कोणाला जबाबदार धरायचे? कॅप्टनला आम्ही कोणत्या तोंडाने 'चोरी झाली' असे प्रत्येक वेळी सांगणार? गायब झालेल्या मालाचे नुकसान कोणाच्या खिशातून भरून देणार? स्वयंपाकघराचे दार प्रत्येक वेळी कुलूपबंद कसे करायचे?" त्या आचाऱ्याचा रक्तदाब वाढला होता. आतापर्यंतच्या त्याच्या आयुष्यातील सर्व अन्यायांची चीड जणू काही उफाळून वर येत होती. तो कडवटपणे म्हणाला,

''मी आत्तापर्यंत सर्व माणसांवर विश्वास टाकत आलो होतो; पण या ××× मुळे साराच सत्यानाश झाला. याची मी मानच मोडायला हवी.''

मी परत शांतपणे त्याला समजावून सांगत म्हणालो, ''पण तुम्हाला आत्ता तसे करता येणार नाही. हे प्रकरण जर कोर्टात गेले तर साक्षीदारांच्या पिंजऱ्यात उभे राहून मला खोटी साक्ष देता येणार नाही. त्यातून तुमचे आता तसे काहीच चोरीस गेलेले नाही, कोणतेही नुकसान झालेले नाही. तुमच्या पगारातून काहीही कापले जाणार नाही, की तुम्हाला कसलाही दंड होणार नाही. मग हे प्रकरण कॅप्टनपुढे नेऊन उगाच कशाला वाढवता?'' इतके बोलून मी सॅन्डीकडे पाहिले व नंतर खाली जमिनीकडे पाहिले. जमिनीवर टिनचे डबे पडले होते. मी सॅन्डीला म्हणालो, ''हेच तुम्ही चोरले आहे ना?''

''अहो, मी देवाशपथ सांगतो की–''

''चूप.'' मग मी आचाऱ्याकडे वळून म्हणालो, ''तुम्ही येथे आला तेव्हा हे महाशय कुठे होते व काय करत होते?''

''याने हा मोठा फ्रीज उघडला होता व आपले तोंड आत खुपसले होते. मी त्याला अगदी रंगेहाथ पकडले.''

मी त्या फ्रिजचे दार उघडले. आतमध्ये सर्व प्रकारचे खाद्यपदार्थ टिच्चून भरलेले होते. लोणी, चीज, खूप काळ टिकणारे दूध, बेकन व डबाबंद पदार्थ होते. मी सॅन्डीला म्हणालो, ''इकडे या. मला तुमचे खिसे तपासायचे आहेत.''

''माझी तुम्ही झडती घेणार?'' सॅन्डीला आता धीर आला होता. आपली चोरी कॅप्टनपर्यंत जाणार नाही याची त्याला खातरी पटली असल्याने त्याला बळ मिळाले होते. तो म्हणत होता, ''अन् तुम्ही माझी झडती घेणारे कोण? पोलीस आहात का सीआयडी आहात? त्यांचे अधिकार तुम्हाला कसे मिळाले?''

''मी एक डॉक्टर आहे व हा डॉक्टर आज रात्री तीन माणसांचा मृत्यू कसा झाला याचा शोध घेत आहे.'' सॅन्डीचे डोळे विस्फारीत गेले, त्याचा खालचा जबडा आणखी खाली आला. मी त्याला म्हणालो, ''तुम्हाला ठाऊक आहे का, की या बोटीवरचे दोन खलाशी मरण पावले आहेत?''

''अंऽ हो, माझ्या कानावर आले ते,'' मग आपल्या ओठांवरून जीभ फिरवत तो पुढे म्हणाला, ''पण... पण त्याचा माझ्याशी कुठे संबंध येतो?''

''मला आत्ता त्याबद्दल काहीही सांगता येणार नाही.''

''उगाच त्याबद्दल मला जबाबदार धरू नका.'' सॅन्डीने एव्हाना जो धैर्याचा आव आणला होता तो निघून गेला. तो आता खरोखरीच घाबरला होता. ''माझा त्या विषबाधेशी अजिबात संबंध–''

''तीन माणसांचा मृत्यू झाला आहे आणि चौथा मरता-मरता वाचला. यामागे

विषबाधा होती. ती अन्नातून झाली होती आणि हे अन्न या स्वयंपाकघरातून येते. तेव्हा या स्वयंपाकघरात कोण-कोण अनाधिकृतपणे येऊन जाते हे मला शोधायचे आहे.'' मग मी आचाऱ्याकडे पाहून म्हणालो, ''मला वाटते की कॅप्टन इम्री यांना आपण आता येथे बोलावून घ्यावे.''

''नको, नको. त्यांना बोलावू नका,'' सॅन्डी आता मात्र पुरता भेदरून गेला होता. तो म्हणत होता, ''जर मिस्टर गेरान यांना हे कळले, तर ते माझा जीव घेतील.''

''इकडे ये,'' मग तो माझ्याकडे आला. त्याच्यामधील उरलासुरला विरोध पुरता मावळला होता. मी त्याचे खिसे तपासले. अन्नात विष मिसळण्यासाठी त्याच्यापाशी एखादी हायपोडर्मिक सिरिंज असायला हवी होती. पण खिशात तसले काहीही सापडले नाही. ''ते खाण्याचे टिनचे डबे कशासाठी तुम्ही चोरत होतात?''

''ते मला नको आहेत. मी त्यातले खाणार नव्हतो. माझी भूक किती कमी आहे व मी किती कमी खातो ते तुम्हालाही ठाऊक आहे. वाटल्यास कोणालाही याबद्दल विचारा, ते हेच सांगतील.'' सॅन्डी बेभानपणे बोलत होता. पण तरीही तो ही चोरी का करत होता ते समजत नव्हते.

तो बोलत होता ते खरेच होते. सॅन्डीची बरीचशी भूक ही डिस्टिलरी कंपन्या भागवत होत्या. तो खूप दारू प्यायचा. त्यातून त्याच्या शरीराला ऊर्जा प्राप्त व्हायची. मग तो ते डबाबंद माशांचे टिन कशासाठी चोरत होता? आपल्यावर अशा चोरीचा आरोप कोणी करू शकणार नाही हे ठाऊक असल्याने कोणत्या तरी वेगळ्या हेतूसाठी तो ते चोरत होता का?

''सॅन्डी, मग हे टिन कशासाठी चोरले? कोणासाठी चोरलेस?''

''ड्यूकसाठी, सेसिलसाठी. मी मघाशीच त्यांच्या केबिनमध्ये गेलो होतो. ते म्हणत होते की त्यांना खूप भूक लागली आहे. नाही, तसे नाही म्हणाले. ते म्हणाले की त्यांना नंतर खूप भूक लागणार आहे. कारण तुम्हीच त्यांना तीन दिवस फक्त चहा व टोस्ट यावर ठेवलेले आहे.'' ड्यूकशी झालेले माझे बोलणे मला आठवले. ड्यूककडून माहिती काढून घेण्यासाठी मी तसे बोललो होतो. एक प्रकारची ती धमकी मी त्याला दिली होती. पण नंतर ती धमकी किंवा तो चहा व टोस्टचा आहार मागे घ्यायला मी विसरलो होतो. पण आत्ता ते सारे आठवले. म्हणजे सॅन्डीने आत्तापर्यंत जे सांगितले ते येथवर तरी खरे होते.

''असे आहे काय! ड्यूकने तुम्हाला आपल्यासाठी येथले टीन आणण्यास पाठवले होते?''

''नाही.''

''पण तुम्हाला तर त्यांच्यासाठी ते न्यायचे होते ना?''

''त्यांनी सांगितले नाही तरी मी त्यांना आश्चर्यचकित करण्यासाठी ते नेऊन

देणार होतो. ते दिल्यावर मला त्यांच्या चेहऱ्यावरचा आनंद पाहायचा होता.''

आता मात्र मी हतबुद्ध झालो. या प्रकारातून मला काही अर्थ काढता येईना. सॅन्डी आपली हकिगत ही त्याच्या गुपचूप चालणाऱ्या कृत्यांवर पांघरूण घालण्यासाठी कशावरून वापरत नसेल? नीट समजायला काहीच मार्ग नव्हता. हे रहस्य मला कधीच उलगडणार नव्हते. मी त्याला म्हणालो, ''आता असे करा, ड्यूककडे जा आणि त्यांना सांगा की, डॉक्टरांनी नेहमीचे जेवण घेण्यास त्यांना परवानगी दिली आहे. उद्या ब्रेकफास्टपासून तशी सुरुवात करता येईल.''

''म्हणजे... म्हणजे मी आता जाऊ?''

मग मी आचाऱ्याकडे बोट करत म्हणालो, ''जर यांचा तुमच्यावर काही आक्षेप नसेल तरच.''

त्या आचाऱ्याने पुन्हा सॅन्डीची गचांडी धरीत म्हटले, ''पण मी मात्र याला असे सोडून देणार नाही.'' त्याने एवढ्या घट्टपणे ती गचांडी धरली होती की सॅन्डी वेदनेने कण्हू लागला. ''जर यापुढे या स्वयंपाकघराच्या आसपास जरी फिरकलास, तर तुझी आत्ता धरलेली मान मी नुसतीच आवळणार नाही, तर ती सरळ मोडून टाकेन.'' मग त्याने सॅन्डीला तसेच दारापर्यंत फरफटत नेले व बाहेर ढकलून दिले. परत आल्यावर तो मला विचारू लागला, ''आपण त्याच्याशी तसे मवाळपणे वागलो.''

मी त्याला म्हणालो, ''पण त्याचा अपराध तेवढासा गंभीरही नव्हता. बहुधा तो खरे बोलत असावा.'' मग थोडे थांबून मी त्याला विचारले, ''रात्रीचे जेवण झाल्यावर मॉक्सेनन व स्कॉट हेच खलाशी आपल्या केबिनमध्ये मृतावस्थेत सापडले होते.''

''तसे ते रोज रात्री येथे येतात. प्रवाशांची जेवणे झाल्यावर जर काही अन्न उरले असेल आणि कोणा खलाशाला भूक लागली, तर तो येथे येऊन उरलेसुरले अन्न खाऊन जातो. हा येथला रिवाज आहे.'' तो आचारी म्हणाला; परंतु सॅन्डी निघून गेल्यावर मात्र तो संत्रस्त झालेला दिसत होता, अस्वस्थ झाला होता. आपले दोन खलाशी मेले यामुळे तो खरोखरीच हादरून निघाला होता. कदाचित त्यामुळेच तो सॅन्डीशी कठोरपणे वागला असावा.

''मला असे वाटते की, त्या विषाचा उगम कोठे झाला होता ते मला समजले आहे,'' मी सांगू लागलो, ''त्या विषारी मुळ्यामध्ये 'क्लॉस्ट्रिडियम बॉट्युलिनस' हे घातक जंतू चिकटलेले असावेत. सर्वसाधारणपणे जमिनीमध्ये, विशेषत: लागवड केलेल्या जमिनीमध्ये ते दडलेले असतात. यांचे बीजकण विषारी असतात. मातीतले ते बीजकण मुळ्याला चिकटून येथे आले असणार. ते बीजकण एवढे सूक्ष्म असतात की, साध्या डोळ्यांना कधीच दिसणार नाहीत. तुम्हाला तो मुळा स्वच्छच वाटेल. त्या बीजकणातील जंतूंचे विष मग अर्थातच अन्नात उतरू शकते. मुळा घतालेला पदार्थ आज बनवला होता का?''

"होय. मी मॉक्सेन व स्कॉट यांच्यासाठी आज एक पदार्थ बनवला होता आणि बाकीचे मुळे बाजूला ठेवून दिले होते.''

"बाजूला?''

"होय, ते उरलेले मुळे मी फेकून देणार होतो. त्यांचा पुन्हा उपयोग करण्यात काहीही अर्थ नव्हता.''

"म्हणजे ते मुळे आता अस्तित्वात नाहीत,'' मी म्हणालो. आत्ता ते असते तर मी ते ताब्यात घेतले असते व इंग्लंडला परतल्यावर प्रयोगशाळेत त्यांची तपासणी केली असती. आता तो मार्ग बंद झाला होता. माझा तर्क बरोबर होता की नाही याचे ठाम उत्तर मला आता मिळणार नव्हते.

यावर तो म्हणाला, "एवढ्या रात्री मी ते कसे फेकून देणार? मी ते एका पॉलिथिनच्या पिशवीत बंद केले, त्या पिशवीला भोके पाडली व ती पिशवी बाजूला ठेवली. उद्या सकाळी मी ती पिशवी व स्वयंपाकघरातला कचरा कठड्यावरून समुद्रात टाकून देणार. म्हणजे मग कसलीच भीती उरणार नाही.''

छान! माझ्या तपासणीच्या मार्गावरील बंद झालेले दार पुन्हा एकदा उघडले गेले. मी म्हणालो, "म्हणजे ते दुषित मुळे अजूनही येथे आहेत?''

"अर्थातच!'' असे म्हणून त्याने एक चौकोनी प्लॅस्टिकच्या खोक्याकडे बोट केले. ते खोके भिंतीला एका खिळ्याला लटकवले होते.

मी त्या खोक्याकडे गेलो आणि त्याचे झाकण उघडले. तो आचारी म्हणत होता, "तुम्ही त्या मुळ्यांची तपासणी करणार ना?''

"होय, तोच माझा हेतू आहे. त्यासाठी मी हे नमुने जपून ठेवणार आहे.'' एवढे बोलून मी त्या खोक्याचे झाकण पटकन बंद केले व पुढे निराशेने म्हटले, "पण आता ते शक्य नाही. हे खोके रिकामे आहे.''

"रिकामे? या अशा हवेत बाहेर कठड्यापाशी जाण्याचे धाडस कोणीही करणार नाही.'' त्याने पुढे येऊन ते खोके रिकामे असल्याची खातरी करून घेतली. तो पुढे म्हणाला, "चमत्कारिक प्रकार आहे.''

"कदाचित चुकून तुमच्या एखाद्या मदतनीसाने ते खोके समुद्रात रिकामे केले असेल,'' मी माझी शंका बोलून दाखवली.

"कुणी? त्या चार्लीने? तो तर हाडाचा आळशी माणूस. कामचुकार नंबर एक आहे. शिवाय आज रात्री त्याची ड्यूटीच नाही. येथे तो येणार नाही.'' काही वेळ तो आपले डोके खाजवत राहिला. मग म्हणाला, "कदाचित मॉक्सेन व स्कॉट यांनीच ते काम केले असेल. कशासाठी त्यांनी आपण होऊन हे काम केले ते देव जाणे!''

मी आता थकलो होतो, अत्यंत दमलो होतो. मला आता माझ्या केबिनमध्ये जाऊन माझ्या बर्थवर अंग टाकून द्यायचे होते. माझी झोप अनावर होऊ लागली होती. मी केबिनमध्ये गेलो. पण माझी तिथली सर्व पांघरुणे गायब झालेली दिसली. मग मला आठवले की, स्मिथी व ओक्ले यांच्यासाठी मीच ती पांघरुणे ब्रिजवर मागवून घेतली होती. मी केबिनमध्ये नजर फिरवली. तिथे असलेल्या एका छोट्या टेबलाकडे मी पाहिले. माझी टॉक्सिकॉलॉजीवरची पुस्तके त्या टेबलावर मी ठेवली होती. मी त्याकडे नजर टाकताच हादरलो. माझा सारा थकवा पळून गेला.

न्यायवैद्यकशास्त्रातील ते जाड पुस्तक हे टेबलावर पार शेवटी गेले होते. याच पुस्तकातून मला मुळा व बचनाग यांच्यातील साम्य कळले होते. कोणीतरी ते पुस्तक उचलून सरकवलेले आहे हे त्याकडे पाहताच मला जाणवले. अर्थातच 'ते कोणीतरी' म्हणजे ही *मॉर्निंग रोज* बोट होती. ती सारखी डोलत असल्याने पुस्तक सरकवले गेले असावे. त्या पुस्तकात एक रेशमी कापडाची पट्टी दोरीसारखी होती. पुस्तकातील पानाची खूण म्हणून त्याचा उपयोग होत होता. टेबलावरील वस्तू जहाजाच्या डोलण्यामुळे घसरून पडू नये म्हणून टेबलाच्या कडेला एक पट्टी मारली होती. तेथवर ते पुस्तक जाऊन थटून बसले होते; परंतु त्या पुस्तकातील ती रेशमी दोरी पूर्णपणे बाहेर आलेली होती. मला स्वच्छ आठवत होते की, मी ती रेशमी दोरीची खूण व्यवस्थित आत घालून मगच केबिन सोडली होती. बचनाग व मुळा यातील साम्य दाखविणारे पुस्तकातील पान लक्षात ठेवण्यासाठी मी तसे केले होते.

याचा अर्थ उघड होता. माझ्या गैरहजेरीत येथे कोणीतरी येऊन ते पान वाचले होते, नक्की वाचले होते. बचनाग वनस्पतीची माहिती त्या व्यक्तीला झाली होती.

नऊ

माझी केबिन नुसती विश्रांती घेण्याची, झोप घेण्याची खोली राहिली नव्हती. त्यात अनेक सोयी-सुविधा होत्या; परंतु केबिनला लॅचचे कुलूप नव्हते. बाहेर जाता- जाता दार ओढून घेतल्यावर लागणारे कुलूप त्याला नव्हते. ज्या कोण्या जहाज उद्योगातील अफाट श्रीमंत उद्योगपतीने या *मॉर्निंग रोज* जहाजाचे रूपांतर प्रवासी बोटीत केले होते. त्याने त्यात आपल्या स्वतःच्या कल्पना पुरेपूर वापरल्या होत्या. केबिनच्या दाराला कुलूप बसल्यावर आत अडकलेल्या माणसांना अनेकदा बोटीबरोबर जलसमाधी मिळालेली उदाहरणे त्याला ठाऊक असावीत. त्यामुळे किल्लीवाचून केबिन कुलूपबंद करणे शक्य नव्हते. तसेच, आतल्या माणसाला केबिनचे दार आतून बंद करण्यासाठी दाराला सरकता बोल्टही ठेवला नव्हता.

नीट शांतपणे विचार करायला माझ्यासारख्याला फक्त डायनिंग सलून हीच एकमेव जागा आहे, असे मी ठरवले. तिथल्या एका कोपऱ्यात दोन्ही भिंतींना लागून एक कोच ठेवलेला होता. तिथे बसल्यावर वाचताना माझ्या मागून कोणालाही बघता येणार नव्हते की पाळत ठेवता येणार नव्हती. मी काय वाचतो आहे हेही कळणार नव्हते. बोटीवरची ही एकमेव निवांत जागा होती. संशयितांना बोलावून त्यांची चौकशी करण्यासाठी ही योग्य जागा होती. आज रात्री या कोचावरतीच झोपावे असा मी विचार केला. कोचाच्या खाली असलेल्या कप्प्यात उबदार पांघरुणेही भरपूर होती. शिवाय येथे माझ्या नकळत प्रवेश करणे कोणालाही जमणार नव्हते. कारण सारी जागा उघड्यावर होती. तशी परिस्थिती केबिनमध्ये नव्हती. चोरून शिरलेल्याला कोणीही बघत नसल्याने आतमध्ये काम करता येत होते.

याच ठिकाणी वीस मिनिटांपूर्वी मी ऑलिम्पस प्रॉडक्शनतर्फे कॅप्टनशी बोलणी केली होती. आणखी वीस मिनिटे ती चर्चा पुढे चालू राहिली असती तर बरेच काही साध्य झाले असते.

थोडा वेळ घालविण्यासाठी ड्यूककडे जावे, त्याची प्रकृती पाहावी, म्हणून मी निघालो. त्याला जर उद्यापासून 'परत नेहमीसारखा आहार सुरू करा' असे सांगितले तर बिचाऱ्याची रात्र सुखात जाईल, असे मला वाटले. तसेच, सॅन्डी जे काही बोलला ते कितपत खरे आहे हेही पडताळून पाहता येईल. त्याची केबिन डावीकडे तिसरी होती; पण उजवीकडची दुसरी केबिन ही सताड उघडी होती. त्या केबिनचे दार काटकोनात उघडलेले होते. ती केबिन मेरी स्ट्युअर्ट हिची होती व ती आतमध्ये अजूनही झोपली नव्हती. भिंतीला असलेला निजण्याचा बर्थ आणि टेबल यांच्यामध्ये एक खुर्ची ठेवून त्यावर ती बसली होती; पण झोपली नव्हती. तिचे डोळे सताड उघडे होते. तिने आपले दोन्ही हात मांडीवर ठेवले होते.

मी आत जाऊन तिला विचारले, ''झोपली का नाहीस?''

''मला झोप येत नाही.''

''दार का उघडे ठेवले आहेस? कोणी येणार आहे का?''

''नाही. मला ते दार पक्के बंद करता येत नाही.''

''याचे कारण दाराला कुलूपच नाही.''

''मला ठाऊक आहे ते. पण त्यामुळे फारसे काही बिघडत नाही. निदान आज रात्री तरी नक्कीच नाही.''

''झोप लागल्यावर कोणी तरी केबिनमध्ये आत घुसेल अशी भीती नाही वाटत तुला?''

''मला काही समजत नाही; पण मी ठीक आहे.''

''घाबरलेली आहेस? अजूनही? कमाल आहे तुझी. तुझ्याच नावाची ती 'मेरी डार्लिंग' बघ. ती एकटी झोपण्यास घाबरत नाही.''

''ती एकटी झोपत नाही.''

''एकटी झोपत नाही? ठीक आहे. आपण सध्या मुक्तपणे जगण्याच्या जमान्यात आहोत ना?''

''आता ती रिक्रिएशन रूममध्ये ॲलनबरोबर आहे.''

''असं? मग तूही तिथे जाऊन त्यांच्याबरोबर गप्पा मार. एकटी राहिल्याने तुला भीती वाटत असेल, तर त्यांच्या गप्पात तू सामील हो. त्यामुळे निदान तुला सुरक्षित तरी वाटेल.''

''मी उगाच त्यांच्या पुढे-पुढे करणार नाही. तसे करणे मला आवडत नाही.''

''ठीक आहे,'' असे म्हणून मी तिथून बाहेर पडलो व ड्यूककडे गेलो. आता

तो जरासा सावरलेला वाटत होता.

मी त्याला म्हटले, "कसे काय वाटते आहे?"

"गचाळ, अगदी गचाळ." एवढे बोलून त्याने आपले पोट चोळले.

"अजून पोटात दुखते आहे?"

"भुकेच्या वेदना होत आहेत," तो म्हणाला.

"पण आज रात्रभरात काहीही खायचे नाही हे लक्षात ठेवा. तुमची बरीचशी ताकद परत आलेली आहे. तेव्हा 'फक्त चहा व टोस्ट' या आहाराची तुम्हाला जरूरी नाही. अरे हो, तुम्ही त्या सॅन्डीला स्वयंपाकघरातून काही पदार्थ पळवून आणण्यासाठी कशाला पाठवलेत? त्या बिचाऱ्याला आचाऱ्याने पकडले व चोपले."

"सॅन्डी? स्वयंपाकघरात गेला?" ड्यूकला आश्चर्य वाटले होते. तो पुढे म्हणाला, "मी त्याला पाठवले नव्हते."

"पण त्याने तर तुम्हीच पाठवले असे बेधडक सांगितले. आपण स्वयंपाकघरात जाणार आहोत, असे तो तुम्हाला म्हणाला होता."

"मी त्याला एका अक्षरानेही बोललो नाही. हे बघा डॉक्टर, तुम्ही उगाच माझ्यावर काही लादू–"

"कोणीही कोणावर लादत नाही. मी त्याचे बोलणे उगाच खरे धरून चाललो होतो. कदाचित काही पदार्थ आणून देऊन तुम्हाला आश्चर्यचकित करण्याचा त्याचा बेत असावा. तो तुमच्याबद्दला काहीतरी बोलत होता."

"ठीक आहे. पण मी देवाशपथ व प्रामाणिकपणे–"

"ठीक आहे! त्याच्या बोलण्याने फारसा काही गोंधळ झाला नाही. बरंय, गुड नाइट!"

मी तिथून मागे आलो. मेरी स्ट्युअर्टचे दार अजूनही उघडेच होते. तिने मला आतून पाहिले; पण ती काहीही बोलली नाही. मग मीही तिच्याशी न बोलता निघालो. माझ्या केबिनमध्ये आल्यावर मी घड्याळात पाहिले. फक्त पाच मिनिटे उलटून गेली होती. अजून पंधरा मिनिटे मला वाट पाहावी लागणार होती. आता मी पुरता थकलो होतो. डोळ्यांवर झापड येऊ लागली होती. माझी विचारशक्ती हळूहळू क्षीण होत चालली होती. मी शेवटी मनात एकवटून समस्येवर विचार केला आणि मला त्यावरचे उत्तर काही सेकंदांत सापडले. मी माझी वैद्यकीय सामानाची बॅग उघडली. त्यातून मी सर्वांत महत्त्वाची गोष्ट बाहेर काढली. ती तीन डेथ सर्टिफिकेट्स होती. तीन मृत्यूंचे दाखले! मला काहीतरी वेगळे वाटले म्हणून मी उरलेले दाखले मोजले. ते दहा भरले. मुळात सर्व मिळून त्यांची संख्या तेरा होती. तेरा हा आकडा अशुभ मानला जातो; परंतु मी तसले काही मानणारा नव्हतो,

अंधश्रद्धाळू नव्हतो. मी ते तीन दाखले आणि बोटीचे नाव वर छापलेले काही कोरे कागद बॅगेतून काढून घेतले.

मी केबिनचे दार सताड उघडले. बाहेरचा प्रकाश आत येऊ दिला. बाहेरच्या बोळात कुणी नाही याची खातरी करून घेतली. मग हात उंच करून केबिनमधल्या छताला लावलेला विजेचा दिवा झटपट काढून घेतला. मग तो दिवा एका फुटावर खाली जमिनीवर सोडला. त्यानंतर तो माझ्या कानाशी हलवून आतला दिव्यातला आवाज ऐकू लागलो. काहीच ऐकू न आल्याने मी तोच दिवा दोन फुटांवरून जमिनीवर टाकला आणि मघासारखेच केले. असे सारखे करत गेलो. प्रत्येक वेळी दिवा अधिकाधिक उंचीवरून टाकत गेलो होतो. जेव्हा माझ्या खांद्याएवढ्या उंचीवरून तो दिवा जमिनीवर सोडला तेव्हा दिव्यातली प्रकाश देणारी नाजूक तार तुटली, तिचे तुकडे तुकडे झाले. कानापाशी दिवा हलवल्यावर मला त्या तुकड्यांचा आवाज ऐकू आला. मग मी तो दिवा छताला परत होल्डरमध्ये बसवून टाकला. आता त्यातून कधीच प्रकाश बाहेर पडणार नव्हता.

मी वरच्या डेकवर गेलो. तेथून आणखी वर असलेल्या ब्रिजकडे गेलो. मघासारखीच वादळी हवा होती व समुद्र खवळलेला होता. त्यात किंचितही उतार पडला नव्हता. किंचित समुद्र शांत झाला आहे, असा भास मला उगाचच वाटत होता. पण तसे काही झाले नव्हते. मी अत्यंत थकून गेल्याने मला तो भास झाला असावा; परंतु त्या वादळी हवेचे एक वैशिष्ट्य मात्र सहज लक्षात येण्याजोगे होते. हवेतून खाली पडणारे हिम हे आडवे वाऱ्याबरोबर वाहत जात होते. बोटीच्या डोलकाठीवर एक दिवा पेटलेला होता. त्याकडे पाहिले असता तो मधेच धूसर दिसे व मधेच प्रखर वाटे.

ब्रिजमध्ये सुकाणूचे चाक ॲलिसनने धरले होते. तो होकायंत्रापेक्षा रडारच्या पडद्याकडे जास्त वेळ बघत होता. याचे कारण दृश्यता कमी झाली होती व ब्रिजमधून लांबचे अजिबात दिसत नव्हते. मी त्याला विचारले, "आपल्याकडे खलाशांची जी यादी आहे ती कॅप्टन कुठे ठेवतो? ठाऊक आहे तुम्हाला? या ब्रिजमध्ये ती यादी असते?"

त्याने मागे मान करून मला म्हटले, "नाही. ती यादी चार्ट-हाउसमध्ये असते." मग थोडेसे कचरत त्याने मला विचारले, "पण डॉ. मार्लो, तुम्हाला ती यादी कशासाठी हवी आहे?"

माझ्या ब्रिफकेसमधून मी मृत्यूचे दाखले बाहेर काढले आणि त्याच्यापुढे धरले. ते पाहताच ॲलिसनने आपले ओठ घट्ट आवळले.

मग मात्र त्याने हळू आवाजात मला म्हटले, "डाव्या बाजूच्या लॉकरमधल्या सर्वांत वरच्या ड्रॉवरमध्ये."

मी ती यादी शोधून काढली. मृत्यूच्या दाखल्याच्या फॉर्ममध्ये दोन्ही मृत खलाशांची नावे घातली. वय, जन्मतारीख, वारस वगैरे सर्व माहिती यादीतून घेऊन दोन फॉर्म भरले. मग मी खाली डायनिंग सलूनमध्ये परत गेलो. ओटोला भेटून एव्हाना माझा अर्धा तास गेला होता. सलूनमध्ये ऑलिम्पस प्रॉडक्शनच्या डायरेक्टर्सची सभा भरली होती. मध्यभागी बऱ्याच फोल्डर्सचा एक गठ्ठा ठेवला होता. शिवाय प्रत्येकाच्या समोर एकेक फोल्डर होते. काऊंटने माझ्याकडे आपल्या चष्म्याच्यावरून पाहिले. तासाभरापूर्वी तो ब्रॅन्डी पीत होता. अजूनही तो पीत होता. ब्रॅन्डी पिण्याची त्याची क्षमता भलतीच दांडगी होती.

तो मला म्हणाला, "अजूनही कामे करत बसला आहात? कमाल आहे तुमची. तुम्हाला डायरेक्टर बोर्डावर घेतले पाहिजे."

"काम संपल्याखेरीज मला चैन पडत नाही. मी तुमच्या खासगी कामात व्यत्यय तर आणला नाही ना?"

"छे, छे! आमचे खासगी काहीच चालले नाही," गोईन म्हणत होता, "आम्ही आमच्या शूटिंगच्या स्क्रिप्टवर चर्चा करत आहोत. पुढच्या पंधरवड्याचा कार्यक्रम आखायचा आहे ना. उद्याचा एक दिवस संपला की मग आम्हाला चर्चेसाठीही वेळ मिळणार नाही. स्क्रिप्टची एखादी प्रत तुम्हाला पाहायची आहे?"

"थँक यू! माझ्या हातातले हे काम संपले म्हणजे मी स्क्रिप्टवर नजर टाकतो. माझ्या केबिनमधला दिवा गेला आहे आणि मला जे लिखाण करायचे ते आगपेटीच्या काड्या ओढून करता येणार नाही."

"ठीक आहे. आम्ही आता झोपायला निघतो," ओटो म्हणत होता. आजारी असताना एवढा वेळ तो येथे चर्चा करत बसला हेच विशेष होते. तो पुढे म्हणाला, "मला वाटते की, आता पुढचे काम करण्यासाठी आपणा सर्वांना एका रात्रीच्या झोपेची नितांत गरज आहे."

"मीही तेच तुम्हाला सुचवतो आहे; पण जाण्यापूर्वी तुम्ही मला जर पाच मिनिटे दिलीत तर बरे पडेल."

"अर्थात, अर्थात!"

मग मी सांगू लागलो, "आपण आपल्याकडून कॅप्टन इम्री यांना एक वचन दिले आहे. ते ॲफिडेव्हिटच्या स्वरूपात तयार करायचे आहे. उद्या सकाळी त्याला ब्रेकफास्टच्या वेळी वाचायचे आहे. त्यामध्ये जर पुन्हा तसली गूढ आजाराची साथ आली तर त्याचा ठपका आपण कॅप्टनवर ठेवणार नाही, अशी हमी आपल्याला लिहायची आहे. कॅप्टन इम्री हा भल्या पहाटे ४ वाजता उठतो हे लक्षात ठेवा. म्हणजे त्याचा ब्रेकफास्ट हा खूप लवकर असणार. मला वाटते की, आपण सर्वांच्या सह्या या ॲफिडेव्हिटवर किंवा करारपत्रावर असणे हे नैतिकदृष्ट्या योग्य

ठरेल. तेव्हा ते काम आपण आत्ता उरकून टाकू.''

यावर सर्वांनी आपल्या माना संमतीदर्शक अशा डोलवल्या. मग मी एका जवळच्या टेबलापाशी बसलो आणि माझ्या शक्य तितक्या छान अक्षरात, की जे तसेसुद्धा गचाळच होते, कच्चा मसुदा लिहू लागलो. दोन्ही पक्षांवर काय-काय जबाबदारी आहे हे नीट शब्दात लिहू लागलो. त्यामध्ये अनेक क्लिष्ट असे कायद्याच्या भाषेतील शब्द गुंफले होते. सर्व लिहून झाल्यावर प्रत्येकाला ते करारपत्र किंवा समझोता वाचायला दिला. एव्हाना सर्व जण पेंगुळलेले असल्याने प्रत्येकाने त्या कागदपत्रावर एक वरवर नजर टाकली व खाली आपली सही केली. काऊंटनेही सही केली. मी त्या वेळी भुवईसुद्धा उचलली नाही. खरे म्हणजे काऊंट हा फ्रीलान्स कॅमेरामन म्हणून काम करत होता. त्याला डायरेक्टर बोर्डावर कंपनीने घेतले होते; परंतु तो कंपनीचा पगारी नोकर नव्हता की भागीदार नव्हता. पण माझ्या हे त्या वेळी लक्षात आले नाही.

गोईन आता उठून उभा राहत म्हणाला, ''चला आता सारे जण झोपायला. डॉक्टर तुम्हीही झोपायला जाणार ना?''

''मला हे मृत्यूचे दाखले लिहिण्याचे काम करायचे आहे. त्यामुळे थोडा वेळ मी येथेच थांबणार आहे.''

यावर गोईन म्हणाला, ''खराब काम आहे ते. पण नंतर हे फोल्डर वाचा. तुमची करमणूक होईल. असे म्हणून त्याने फिल्मचे स्क्रिप्टचे एक फोल्डर माझ्या हाती दिले.''

मी त्याच्या हातून ते फोल्डर घेतले. ओटोने नेहमीप्रमाणे मोठ्या कष्टाने एक खोल श्वास घेतला आणि म्हटले, ''डॉ. मार्लो, ते अन्त्यविधी कधी आहेत? म्हणजे समुद्रात प्रेते सोडून देण्याचा विधी. किती वाजता उद्या तो होईल?''

''तो विधी दिवसाच करावा लागत असल्याने सकाळी होईल असे वाटते,'' यावर ओटोने आपले डोळे मिटून घेतले. मी पुढे सांगितले, ''मिस्टर गेरान, तुम्ही यावर नीट विचार केला असणारच; परंतु तुम्ही त्या वेळी हजर राहू नये, असा माझा तुम्हाला सल्ला आहे.''

''तुम्हाला खरोखरच असे वाटते?'' त्याच्या या प्रश्नावर मी मान हलवली. मग त्याला थोडेसे हलके वाटले. त्याच्या चेहऱ्यावर सुटकेची भावना पसरली. त्याने मला विचारले, ''मग तुम्ही माझ्यातर्फे त्या अन्त्यविधीला उपस्थित राहा. राहाल ना?''

यावर गोईन म्हणाला, ''होय, आम्ही सर्व जण हजर राहू.'' मग तो मला म्हणाला, ''गुड नाइट डॉक्टर! तुमच्या सहकार्याबद्दल आभार!''

सर्व जण एकामागोमाग तेथून निघून गेले. मग मी मृत्यूच्या दाखल्याचे काम

सुरू केले. तिन्ही फॉर्मवर पुन्हा एकदा नजर टाकली व प्रत्येकावर माझी सही केली. एका पाकिटात दाखले घालून पाकीट सीलबंद केले. दुसऱ्या पाकिटात ते ॲफिडेव्हिट ऊर्फ तात्पुरता करारनामा घातला व तेही पाकीट बंद केले. ती दोन्ही पाकिटे कॅप्टनला देण्यासाठी मी ब्रिजवर गेलो. तिथे ती ॲलिसनच्या स्वाधीन करणार होतो. पहाटे चार वाजता कॅप्टनची ड्यूटी ब्रिजवर सुरू होणार होती. त्या वेळी स्मिथी तिथे असणार होता. त्याच्याकडून कॅप्टनला ती पाकिटे दिली जाणार होती. पण ॲलिसन तिथे नव्हता. त्याच्याऐवजी स्मिथी होता. स्मिथीच्या अंगावर अनेक गरम कपडे चढवलेले होते. गळ्यापर्यंत त्याला मढवून टाकले होते. तो आत्ता एका चाकासमोर उंच स्टुलावर बसला होता. त्या चाकाला तो स्पर्श करत नव्हता. ते चाक आपोआप डावीकडे उजवीकडे फिरत होते. स्वयंचलिक मार्गदर्शन यंत्रणा त्यामागे होती. त्याने एक ऱ्हेओस्टॅटचा, विद्युतरोधकाचा दांडा खेचला. त्याचा चेहरा निस्तेज झाला होता, डोळ्यांखाली काळी वर्तुळे आली होती. पण प्रकृती झटपट सुधारण्याची त्याची क्षमता और होती.

तो उत्साहाने सांगू लागला, "हा एक ऑटोमॅटिक पायलट आहे. याच्यामुळे सुकाणूच्या चाकाला हातही लावायची गरज पडत नाही. तसेच बोटीतले दिवेही यामुळे नियंत्रित होतात. एवढे असल्यावर अंधारात काही दिसले नाही तरी चालेल."

मी त्याला म्हटले, "पण आत्ता तुम्ही विश्रांती घ्यायला हवी होती. झोपून जायला हवे."

"तसा मी झोपलोच होतो. पण आता सहज आलो आहे आणि थोड्या वेळात जाणार आहे. ॲलिसन इतका वेळ येथे होता. त्याला थोडीशी विश्रांती देण्यासाठी मी येथे आलो. आत्ता तो कॉफी पीत असेल. तुम्हीही मला येथेच भेटाल अशी माझी अटकळ होती. कारण तुमची केबिन रिकामी होती."

"ठीक आहे. आता आलो आहे ना मी येथे. माझ्याकडे काय काम काढलेत?"

"ओटार्ड-ड्युपॉय. कसे काय हे शब्द वाटतात?"

"चांगले वाटतात," मी म्हणालो.

मग स्मिथी त्या घडीच्या स्टुलावरून उठला आणि एका कपाटापाशी गेला. तिथे कॅप्टन आपल्या दारूच्या बाटल्यांचा साठा ठेवायचा. ओटार्ड-ड्युपॉय कंपनी ब्रॅन्डी फार चांगली तयार करायचे. ब्रॅन्डी पिण्यासाठी स्मिथीने ते शब्द उच्चारले होते. मी त्याला म्हणालो, "पण ब्रॅन्डी देण्यासाठी तुम्ही मला शोधत नव्हता ना?"

"नाही. खरे सांगायचे तर मी एक अंदाज करू पाहत होतो. मला त्यासाठी तुमची मदत हवी होती."

"वा! झकास. म्हणजे आपल्या दोघांचे चांगले जमते आहे असे दिसते," मी त्याला उत्तेजन देत म्हणालो.

तो थोडेसे हसून बोलला, “तीन माणसांनी आपले जीव गमावले आणि चौथा मरणाच्या वाटेकडे चालला होता. अन्नातील विषबाधेमुळे हे घडले होते. कसली विषबाधा? कोणते विष?” त्याने एक ग्लास माझ्या हातात देत विचारले.

मग मी त्याला जमिनीमधील विषारी जीवजंतू मुळ्याला कसे चिकटतात, वगैरे सांगत गेलो. त्या आचाऱ्याला मी जे सांगितले तेच मी स्मिथीला सांगितले. पण स्मिथी म्हणजे काही आचारी नव्हता.

“ते विष भलतेच जबरदस्त असले पाहिजे. एका व्यक्तीला चिकटते व त्याला ठार करते. मग दुसऱ्या व्यक्तीकडे ते जाते. तिसऱ्या व्यक्तीला मात्र मारत नाही. मग चौथ्या व्यक्तीकडे जाते. हा काय प्रकार आहे. काही जण मरतात, तर काही जण वाचतात. अन् तेच अन्न आपणा सर्वांनी खाल्ले आहे ना?”

“कोणत्याही विषाचा कसलाही भरवसा देत येत नाही. सहलीला गेलेल्या सहा जाणांनी अन्न खाल्ले. त्या अन्नात विष निर्माण झाले होते. सर्वांनी तेच अन्न खाल्ले तरी तिघांना हॉस्पिटलमध्ये दाखल करावे लागले, अन् बाकीच्या तिघांना काहीही झाले नाही.”

“म्हणून काही जणांचे येथे पोट दुखले तर काही जणांना काहीच झाले नाही. पण जे विष माणसांना ठार करण्याएवढे जबरदस्त असते, तडफड करायला लावून मारते व तेही अत्यंत झटपट. त्याचा परिणाम काही जणांवर अजिबात कसा होत नाही? मी काही डॉक्टर नाही, पण मला तुम्ही जे काही सांगता ते पटत नाही.”

“तुमची शंका रास्त आहे. तुमच्या मनात काहीतरी नक्की आहे, हो ना?”

“होय, ती विषबाधा मुद्दाम घडवलेली होती.”

“मुद्दाम? हेतुपूर्वक?” एवढे म्हणून ब्रॅन्डीचा एक मोठा घोट घेतला. स्मिथीच्या मुद्द्यावर आपण किती बोलत राहायचे? फार बोलायचे नाही, निदान आत्ता तरी असा मी विचार केला. मग मी बोललो, “होय, तुम्ही म्हणता तसे ते मुद्दाम केलेले कृत्य वाटते खरे. अन् ते फार सहजपणे केलेले होते. विषबाधा करणाऱ्याकडे विषाचा थोडासा साठा नक्की असणार. शिवाय त्याच्याकडे एखादी जादूची छडीही असणार. त्याने ती छडी फिरवताच तो अदृश्य होत असणार. मग तो जेवणाऱ्यापाशी जाऊन त्याच्या अन्नात विष कालवत असणार. त्याने ओटोच्या अन्नात चिमूटभर थोडेसे विष टाकले, तुमच्या अन्नात चिमूटभर टाकले, ओक्लेच्या अन्नात टाकले. माझ्या, हेसमानच्या, स्ट्रायकरच्या अन्नात त्याने विष टाकले नाही; परंतु ॲन्टोनिओच्या अन्नात विषाच्या दोन चिमूट टाकल्या. ड्यूकच्या अन्नात किंचित टाकले, मोक्सेन व स्कॉट यांच्या अन्नात दोन चिमटी टाकले. पण त्या मुलींच्या अन्नात अजिबात टाकले नाही. हा अदृश्य माणूस म्हणजे कोणीतरी एखादा छांदिष्ट व लहरी पोरगा दिसतो; असेच म्हटले पाहिजे. नाहीतर ठराविक लोकांच्या अन्नात विष कसे गेले

याबद्दल काय तर्क करणार?''

स्मिथी पडलेल्या आवाजात म्हणाला, ''काय म्हणावे ते मला कळत नाही; पण मी तुमच्याबद्दल एवढेच म्हणेन की, तुम्ही उगाच तिरके बोलत आहात, मूळ मुद्दा बाजूला टाकत आहात आणि झाल्या प्रकाराबद्दल नको तितका निषेध करत आहात. अन् तोही कोणावर टीका न करताना.''

''अर्थातच.''

''मी तुम्हाला चक्रम समजणार नाही. तुम्ही यावर विचार केला नाही असे म्हणू शकणार नाही. निदान मला तरी तसे पटवू शकणार नाही.''

''मी तसा विचार केला. पण तुमच्यापेक्षा मी जास्त वेळ विचार केल्याने तुम्हाला वाटतात त्या शक्यता मी निकालात काढल्या. विषबाधा करण्यामागचा हेतू, संधी आणि त्यासाठी लागणारी साधने यावरून मला असे वाटते की, हा एक अपघात असावा. असे असताना तशी अपघाती शक्यता नाही हे मी कोणत्या आधारावर म्हणू शकतो? अन् जेव्हा एखाद्या डॉक्टरला अपघाताने झालेल्या विषबाधेवर उपचार करण्यासाठी बोलावले जाते, तेव्हा तो डॉक्टर एकदम अपघात नसलेल्या शक्यतेवर कसा विचार करणार?''

''म्हणजे तुमचे या केसबाबत समाधान झाले आहे.''

''तसेही असेल.''

''बरं,'' असे म्हणून तो थोडे थांबला व नंतर म्हणाला, ''असे पाहा आमच्या या बोटीवर एक बिनतारी यंत्र आहे. त्याच्या साहाय्याने आम्ही संपूर्ण उत्तर गोलार्धात कुठेही संपर्क साधू शकतो. मला असे वाटू लागले आहे की, आता ती वायरलेस यंत्रणा लवकरच वापरावी लागणार.''

''अन् कशासाठी ती वापरणार?''

''मदतीसाठी.''

''मदतीसाठी?''

''होय. संकटात नेहमी मदत लागते, अन् आपण आता संकटात सापडलेलो आहोत. आता आणखी काही विषबाधेचा छोटासा जरी अपघात झाला तरी, तो वायरलेस सेट चालवावा लागणार असे दिसते.''

''आय ॲम सॉरी. तुम्ही खूप पुढे गेला आहात. शिवाय इथून इंग्लंड आता खूप दूर राहिले आहे.''

''पण नाटोचे अटलांटिक महासागरातील आरमार फारसे दूर नाही. नॉर्थ केपजवळ त्यांच्या जहाजांचा ताफा आला असून त्यांचा आरमारी सराव चालू झाला आहे.''

''तुम्हाला खूपच माहिती आहे असे दिसते.''

''असे पाहा, जेव्हा एखाद्या बोटीवर तीन गूढ मृत्यू होतात तेव्हा माझ्यासारख्या

माणसाला ते गूढ उकलल्याखेरीज चैन पडत नाही. अशा वेळी जर कोणी 'आपल्याला हे गूढ वाटत नाही,' असा दावा करू लागले तर त्या व्यक्तीशी बोलताना आपल्याकडे जास्त माहिती असली तर उपयोगी पडते. मी काही हुशार माणूस नाही. पण तरीही माझ्याकडे थोडीफार जी बुद्धी आहे तिला नगण्य लेखू नका.''

''मुळीच नाही. मी तुमच्या बुद्धीला अजिबात कमी लेखणार नाही. पण त्याच बरोबर माझ्याकडे अफाट बुद्धिमत्ता आहे, असेही समजू नका. बरं, ते जाऊ दे. ब्रॅन्डीबद्दल आपले आभार. चलतो मी.''

मी उजवीकडच्या जाळीच्या दरवाजापाशी गेलो. *मॉर्निंग रोज* अजूनही डोलत होती, हेलकावे खात होती, डुचमळत होती. त्याच वेळी समुद्रपृष्ठावर आपटल्याने हादरून निघत होती. खालचा समुद्र दिसत नव्हता. एवढी दृश्यता कमी झाली होती. आम्ही आता एका अपारदर्शक जगात सापडलो होतो. कुठेही बाहेर पाहिले तरी काहीच दिसत नव्हते. सर्वत्र अंधार, अंधार व अंधार. आम्ही अंधाराच्या पोटातून चाललो होतो. पण हा अंधार काळा नव्हता. हिमवृष्टी एवढी दाट झाली होती की, हाताच्या अंतरावर बाहेर सर्वत्र पांढरे हिम दिसत होते. त्याला भेदून दृष्टी पुढे सरकत नव्हती. त्या पांढऱ्या बर्फाने आम्हाला आंधळे करून टाकले होते. मी बाहेरच्या उघड्या जागेतील डेकचा भाग पाहिला. तिथे कोणाची तरी बुटाची पावले बर्फामध्ये उमटली होती. ती पावले अत्यंत रेखीव होती. याचा अर्थ कोणीतरी तेथून गेले होते. अगदी नुकतेच गेले होते. स्मिथीशी झालेले माझे बोलणे नक्की त्या व्यक्तीने ऐकले असणार. मी ज्या विषबाधेच्या रहस्याची उकल करू पाहत होतो, त्या विचारात आता अनपेक्षितरीत्या एक नवीन घटक उद्भवला.

माझे डोके गरगरू लागले. मला एकदम थकवा वाटू लागला. बाहेरचे वारे आवाज करत वाहत होते. मला आता पुन्हा नव्याने नीट विचार करायला हवा होता. पण माझा मेंदू शीणला होता. जर मी पुरेशी झोप घेतली तर नंतर मला नीट विचार करता येणार होता. स्मिथीने पुढे काय घडू शकेल याची भयानक भाकिते बोलताना केली होती. ती भाकिते माझ्या नजरेसमोर येऊ लागली. तो माझ्या जवळच उभा होता.

''डॉ. मार्लो, तुम्हाला माझा तर्क पटतो का? माझे विचार चुकीचे आहेत का?'' स्मिथी विचारत होता.

''तुझे विचार चुकीचे नाहीत हे नक्की. पण मी काही उगाच तोंडाला येईल तसे तर्क बोलून दाखवत नाही हे नक्की.''

''भविष्यकाळात तुम्हाला माझे विचार नक्की पटलेले असतील,'' स्मिथी खिन्नपणे म्हणाला.

दहा

मी डायनिंग सलूनमध्ये परतलो. कोपऱ्यातल्या कोचावर जाऊन बसलो. गोईन याने दिलेले चित्रपटाचे स्क्रिप्ट वाचू लागलो. त्या आधी मी कोचाच्या कप्प्यातील एक जाड पांघरूण काढून घेतले. कोचाच्या कोपऱ्यात बसलो. समोरची एक खुर्ची ओढून जवळ घेतली. तिच्यावर पाय टाकले. ती खुर्ची स्वत:भोवती फिरणारी असल्याने मी आरामात माझे पाय झुलवू लागलो. मी वाचायला लागल्यानंतर मेरी स्ट्युअर्ट सलूनमध्ये उगवली. तिने अंगात एक जाडजूड ट्वीडचा कोट चढवला होता. तिचे डोक्यावरचे केस विसकटलेले होते.

तिने दार आपटून बंद केले व ती मला म्हणाली, "हंऽ, तर तुमची स्वारी येथे आहे तर.''

"होय, मी येथे आहे.''

"तुम्ही तुमच्या केबिनमध्ये मला दिसला नाहीत अन् तिथला दिवाही लागत नाही. तुम्हाला ठाऊक आहे का ते?''

"होय, ठाऊक आहे मला. म्हणून तर लिखाण करण्यासाठी मी येथे येऊन बसलो. काही गडबड आहे का?''

ती चालत-चालत माझ्याकडे आली व काटकोनात शेजारी असलेल्या कोचावर तिने धाडकन आपले अंग टाकले. "गडबडीपेक्षा अधिक काय असणार? स्मिथी आणि स्ट्युअर्ट हे एकमेकांना भेटले तर त्यांच्या गप्पा छान रंगतील असे माझ्या मनात येऊन गेले,'' ती पुढे म्हणाली, "मी येथे बसले तर तुमची हरकत नाही ना?''

मी तशी हरकत घेतली असती तरी त्यामुळे काय फरक पडणार होता. येथे बसण्यावर तिचाही हक्क होता. ती एक भावनाप्रधान तरुणी असल्याने मी हसून तिला म्हटले, "जर तू येथून निघून गेलीस ना तर मात्र माझा अपमान झाला, असे मी समजेन." तिने यावर हसून माझ्याकडे पाहिले व तिने कोचामध्ये एक आरामशीर स्थिती धारण केली. आपला ट्वीड कोट अंगाभोवती नीट लपेटून घेतला व बोटीच्या डोलण्याला प्रतिबंध होईल, अशा बाजूला तिने आपली पाठ टेकवली. तिच्या गालाची हाडे थोडीशी वर आली होती. रशियन स्लाव्ह मानववंशाची ती एक मोठी खूण होती. तिने आपल्या गालावर आलेल्या बटा मागे सारल्या व डोळे मिटून घेतले.

मी तिच्याकडे पाहत राहिलो. पण जसजसा मी तिला पाहत गेलो तसतसा मी अस्वस्थ होत गेलो. तिच्या रूपामुळे मी अस्वस्थ झालो नव्हतो, तर एक व्यक्ती आपल्यासमोर आरामशीर स्थिती धारण करण्यासाठी धडपडत असता आपण आरामात बसलो आहोत, हे मला खटकत होते. बोटीच्या डोलण्यामुळे ती आपला तोल सावरण्याचा वारंवार प्रयत्न करत होती. तिला ते जमत नव्हते. ती जर माझा शत्रू असती तर तिची धडपड पाहून मला किंचित बरे वाटले असते; पण ती माझी शत्रू नव्हती. आता ती थंडीने काकडू लागली, थरथरू लागली.

मी तिला म्हणालो, "हे बघ, इकडे माझ्या जागेवर बस. हे पांघरूणही लपेटून घे. मी तुझ्या जागी बसतो."

आपले डोळे उघडून ती म्हणाली, "नको, मी ठीक आहे."

"अग, येथे बरीच अशी गरम पांघरुणे आहेत." मी ते पांघरूण उचलले व दोन पावले टाकून तिच्यापाशी गेलो. तिच्या अंगावर तो उबदार रग पांघरला. तिने माझ्याकडे गंभीरपणे पाहिले. पण ती काहीही बोलली नाही.

मी माझ्या जागेवर येऊन बसलो व ते स्क्रिप्ट वाचायला घेतले; परंतु माझ्या गैरहजेरीत माझ्या केबिनमध्ये कोण येऊन जाईल यावर माझा विचार चालू झाला. मेरी स्ट्युअर्टने नुकतीच माझ्या केबिनला भेट दिली होती. पण तसे तिने आल्या आल्या मला सांगितले होते. आपण का आत गेलो याचे कारणही तिने सांगितले होते. आपल्याला भीती वाटते आहे, असे ती म्हणत होती. ती एकटी पडली होती व म्हणून तिला साहजिकच कोणाचा तरी सहवास हवा होता. पण माझाच सहवास ती का पसंत करत होती? कोन्रॅडच्या सहवासाची इच्छा तिला का होत नव्हती? तो तर सर्वांत तरुण पोरगा होता व माझ्यापेक्षा नक्कीच देखणा होता. शिवाय आणखीही दोन तरुण नट होते. दोघेही देखणे व छाप पाडणारे होते. कदाचित कोणत्या तरी चुकीच्या कारणांसाठी तिला माझा सहवास हवा असेल. कदाचित ती माझ्यावर लक्ष ठेवीत असेल, पाळत ठेवत असेल किंवा कदाचित ती अप्रत्यक्षपणे

माझे रक्षण करू पाहत असेल किंवा कदाचित येथे माझ्यावर पहारा करून ती अन्य कोणाला माझ्या केबिनमध्ये जाऊ देऊ पाहत असेल. एकदम मला तीव्रपणे जाणवले की, आपल्या केबिनमध्ये अशा काही गोष्टी आहेत की त्या इतरांना कळता कामा नयेत.

मी झटकन हातातील पुस्तक खाली ठेवले आणि उठून दाराकडे जाऊ लागलो. तिने आपले डोळे उघडले व डोके उचलून ती माझ्याकडे पाहू लागली.

"तुम्ही कोठे जात आहात?" तिने विचारले.

"बाहेर."

"आय ॲम सॉरी. मी एवढ्यासाठी विचारले की, तुम्ही परत येणार आहात का?"

"मी कंटाळलो आहे. जरासे खाली जाऊन पाय मोकळे करून मी येतो." मी खोटेचे सांगितले.

तिने यावर आपली मान हलवली. माझ्या जाण्यावर ती आपले डोळे रोखून पाहत होती. दरवाजातून बाहेर पडेपर्यंत ती माझ्याकडे पाहत होती. बाहेर पडल्यावर मी काहीच हालचाल केली नाही. तसाच स्तब्ध उभा राहिलो. वीस सेकंद तरी मी उभा राहिलो असेल. बाहेरच्या हिमकणांचा वर्षाव मी अंगावर झेलीत होतो. मी कॉलर वर करून धावत-धावत डायनिंग सलूनच्या मागे गेलो. तिथल्या काचेच्या खिडकीतून मी आत पाहिले. मेरी स्ट्युअर्टने आपल्या हातांची कोपरे गुडघ्यावर ठेवली होती व ती डोके खाली करून ती झुलत होती. मी परत आत जाण्यासाठी निघालो. दहा वर्षांपूर्वी मी फार वेगाने धावत आत गेलो असतो, तिच्याभोवती दोन्ही हात टाकून तिचे एक हलकेसे चुंबन घेतले असते. पण मी मागे न फिरता माझ्या केबिनकडे निघालो.

रात्रीचे बारा वाजून गेले होते. पण लाउंजमधला बार लोनीच्या दृष्टीने अद्याप बंद झाला नव्हता. त्याने मोठ्या हिकमती करून काचेच्या कपाटाची दारे उघडली आणि आतला सारा दारूच्या बाटल्यांच्या खजिन्यावर त्याचा हात पडला. जर हा गुन्हा उघडकीस येऊन ओटोला कळले तर मग मात्र लोनीची धडगत नव्हती. लोनीने एका हातात माल्ट व्हिस्कीची बाटली धरली होती व दुसऱ्या हातात सोडा वॉटरचा पंप धरला होता. लाउंजमधून जाताना त्याने मला पाहिले. त्याच्या चेहऱ्यावर आनंद ओसंडून वाहत होता.

मी माझ्या केबिनमध्ये गेलो. तिथे मला बरेच काही करायचे होते. जर माझ्या केबिनमध्ये कोणी घुसून माझे सामान अत्यंत हुशारीने तपासले असेल, तर त्याने ते पूर्वीसारखेच जागच्या जागी ठेवून दिले असणार. माझ्या दोन्ही बॅगांना खिसे होते व त्यावर चेन लावलेली होती. मी ती चेन उघडून आतमध्ये अशा ठिकाणी एक

नाणे ठेवले होते की जर कोणी चेन ओढून तो कप्पा उघडू लागले तर ते नाणे जागेवरून हलेल. अशा काही छोट्या युक्त्या करून मी केबिन सोडली होती. आतमध्ये विविध प्रकारची उपकरणे होती. मी ती उपकरणे बाहेर काढून सर्वत्र पसरून ठेवली. नंतर बॅग बंद करून मी केबिनच्या बाहेर पडलो. जाताना दरवाजाच्या वरच्या फटीत आगपेटीच्या काड्या ठेवल्या. कोणी दार उघडून आत घुसले तर त्या काड्या खाली पडणार होत्या. एवढे करून मी परत लाउंजमध्ये गेलो.

लोनी लाउंजमध्ये बसून आरामात दारू पीत होता.

''हाऽऽ!'' आपल्या हातातील रिकाम्या झालेल्या ग्लासाला पाहून लोनी खेदाने उद्गारला. तो पुढे म्हणाला, ''वा:! माझी युक्ती काय झकास आहे. ती विषबाधेची साथ तुम्ही आटोक्यात आणल्याबद्दल तुमचे अभिनंदन. पण हे जुने औषध–'' एवढे बोलून तो एकदम थांबला. बहुतेक त्याला मद्य चढले असावे. तो अडखळत मला म्हणाला, ''बेटा, ये. हे प्राचीन औषध चाखून बघ किती गुणकारी आहे!''

''थँक यू, लोनी. मला आत्ता दारू प्यायची नाही. अन् आता तुम्ही जाऊन झोपावे हे उत्तम. नाहीतर उद्या सकाळी वेळेवर तुम्हाला जाग येणार नाही.''

''माय डियर बॉय, हाच तर एक व्यायामाचा प्रकार आहे. उद्याची पर्वा मी आज का करू? उद्याचा विचार मी परवा करेन. सर्व 'उद्या' हे सारखेच असतात असे माझ्या लक्षात आले आहे. आजच्या दिवसाबद्दल म्हणायचे तर हातातला प्रत्येक क्षण महत्त्वाचा आहे. या आधीचे क्षण निघून गेले, निसटले, गायब झाले त्याची चिंता कशाला? जे उद्याचे क्षण अद्याप उगवले नाहीत त्याचीही चिंता का करायची?'' एवढे म्हणून त्याने आपला ग्लास नव्याने भरून घेतला. तो पुढे बोलू लागला, ''उद्याचा दिवस परवा भूतकाळात गाडला जाणार आहे ना! शेवटी सारे काही भूतकाळात गडप होते. पण आपण मात्र भविष्यकाळाला महत्त्व देतो. जो भविष्यकाळ अजून यायचा आहे त्याचा विचार का करायचा? आजचा दिवस महत्त्वाचा. लाँग लिव्ह टुडे! बाकीचे सारे भूतकाळ विसरण्यासाठी पितात. पण माझ्यासारखे फारच थोडे भविष्यकाळ विसरण्यासाठी पितात. याचे कारण आम्ही पूर्णपणे वेगळे आहोत. आमचे विचार वेगळे आहेत. वर्तमानकाळाचे भान आम्हाला जेवढे आहे, तेवढे कुणालाच नसेल. आता तुम्ही मला विचाराल की भूतकाळ विसरता येईल; पण भविष्यकाळ विसरणे कसे शक्य होईल? त्यासाठी सराव लागतो सराव. अन् थोडीशी मदत. अर्थातच दारूची मदत.'' एवढे बोलून त्याने एक मोठा घोट एका दमात घेतला. तो पुढे गंभीरपणे म्हणाला, ''या छोट्या जागेत सतत 'उद्या', 'उद्या', 'उद्या' शिरत असतात. अगदी रोज 'उद्या' उगवत असतात.''

''लोनी, तू जी वाक्ये बोलतो आहेस त्यावरूर तू 'मॅकबेथ' सारखे एखादे नाटक लिहिण्याची तुझी बुद्धिमत्ता आहे असे दिसते.''

"वा:! काय थोडक्यात; पण अचूक सांगितले. पण मी नाटककार नाही. मी म्हणजे एक दु:खान्त कहाणी आहे. मी एक दु:खी माणूस आहे ज्याचा लवकरच अंत होणार असणारा माणूस मी आहे. मी इतरांसारखा नाही. गिल्बर्ट घराण्यात मी जन्माला आलो असल्याने आम्ही कधीही कुणापुढे नमत नसतो. आमच्या आत्म्याला कोणालाही जिंकता येत नाही. तुमचा शेक्सपीयर चांगला माणूस होता. पण मी मात्र 'वॉल्टर द ला मेअर' यांना जास्त मानतो." मग त्याने आपला ग्लास उंचावून डोळ्यांसमोर धरला. डोळे तिरळे करून आतील मद्याकडे निरखून पाहिले व तो म्हणाला, "बघा, या तासातील शेवटच्या दृश्याकडे तुम्ही डोळे भरून पाहा. दर तासाला असेच पाहत राहा."

लोनीला दारू चढली होती हे उघडच दिसत होते. मी त्याला म्हटले, "लोनी, तुमच्यासारखी माझी मते नाहीत. आता असे बघा, मी डॉक्टर असल्याने तुम्ही माझा हुकूम ऐका. पिणे बंद करून या लाउंजमधून निघा. ताबडतोब निघा. जर ओटोने तुम्हाला पाहिले तर ते ताबडतोब तुम्हाला एका खोलीत कोंडून ठेवतील."

"ओटो? तुम्हाला ठाऊक आहे का?" असे म्हणून काहीतरी गुपित सांगण्यासाठी तो पुढे वाकला व हलक्या आवाजात बोलू लागला, "ओटो हे एक खरोखरीच दयाळू माणूस आहेत. मला ते आवडतात. साहेब माझ्याशी नेहमी चांगले वागतात. बेटा, तुला एक सांगतो बघ, बहुतेक माणसे दयाळू असतात, माय डियर चॅप. ही बाब तुमच्या कशी लक्षात येत नाही? काही जण तर अतिदयाळू असतात. पण ओटोसारखा दयाळू माणूस शोधून सापडणार नाही–" एकदम बोलायचे थांबून तो उठला. बाटली उचलून कपाटात ठेवली. ज्या किल्ल्या चालवून त्याने ते कपाट उघडले त्या किल्ल्या खिशात ठेवल्या.

मी त्याला खुलासा करू लागलो, "काही गोष्टी आयुष्यात गरजेच्या वाटतात. मी त्याच्या आड येत नाही. मी अति नैतिकपणे वागत नाही की कठोरपणे वागत नाही. पण माझा स्वभाव हा संवेदनशील आहे. मी 'ओटो कसा आहे' यावर वाद घालणार नाही."

लोनी यावर काही बोलला नाही. तो पुटपुटत उठला. दारू सोडून उठला याचा अर्थ त्याच्या केबिनमध्ये त्याने आपला एखाद्या मद्याचा साठा लपवून ठेवला असणार हे मला स्वच्छ जाणवले. आम्ही दोघे कम्पॅनियन वे वरून खाली उतरत होतो. तो मला म्हणाला, "मी अगदी सुसाट वेगाने स्वर्गात चाललो आहे, असे काहीतरी तुम्हाला वाटते आहे ना?"

"असे पाहा, तुम्ही वेगाने जा नाहीतर हळू जा. जोपर्यंत तुम्ही कोणालाही धडक देत नाही, तोपर्यंत मी कशाला काळजी करू?"

त्याची केबिन जवळ आल्यावर तो दार उघडून अडखळत आत जाऊ लागला.

पण एकदम वळला. त्यावरून त्याने नादात स्कॉच दारूची सबंध बाटली संपवली असावी, हे मला जाणवले. तो मला विचारू लागला, ''टेल मी बॉय, स्वर्गात दारूचे बार असतात का?''

''लोनी, मला त्याची काहीही कल्पना नाही.''

''शक्य आहे, शक्य आहे. जगातले सगळे ज्ञान आपल्याकडे आहे असा दावा करणारा मला भेटला नाही, म्हणून बरे वाटले. भल्या माणसा, मी आता झोपायला जातो.''

केबिनमध्ये नील डिव्हाईन हा आपल्या बर्थवर शांतपणे झोपला होता. मी त्याच्याकडे एक नजर टाकली व तेथून निघालो.

अकरा

मी पुन्हा डायनिंग सलूनमध्ये आलो. मेरी स्टयुअर्ट ही कोचावर बसून राहिली होती. तिने बसण्याची जागा बदलली नव्हती. *मॉर्निंग रोज* बोटीच्या डोलण्याचा त्रास होऊ नये, अशी स्थिती तिने धारण केली होती. आता बोटीचे डोलणे बरेच कमी झाले होते. वाऱ्याची दिशा उत्तरेकडे वळली असावी. तिने माझ्याकडे डोळे मोठे करून पाहिले व मग आपली नजर दुसरीकडे वळवली.

मी जरासा शरमून तिला म्हणालो, ‘‘आय ॲम सॉरी. मला परतायला थोडासा उशीर झाला. वाटेत प्रॉडक्शन मॅनेजरबरोबर मी जुने वाङ्मय, पुराणे व काही आध्यात्मिक विषय यावर चर्चा करत होतो,’’ असे म्हणून मी माझ्या कोपऱ्यातल्या आसनावर जाऊन बसलो. ‘‘तुला तो प्रॉडक्शन मॅनेजर ठाऊक आहे का?’’

‘‘प्रत्येकाला लोनी ठाऊक आहे,’’ असे म्हणून तिने हसायचा प्रयत्न केला, ‘‘आम्ही दोघांनी शेवटच्या चित्रपटात काम केले होते. बापरे, मी त्यात किती भयानक दिसत होते. तुम्ही पाहिलात तो चित्रपट?’’

‘‘नाही,’’ मी त्या चित्रपटाबद्दल बरेच ऐकले होते. त्यामुळे मी फार काही बोललो नाही.

‘‘तरीही मला त्यांनी परत काम करण्याची संधी का दिली ते समजत नाही,’’ ती म्हणाली.

‘‘त्याचे कारण तू एक सुंदर मुलगी आहेस. तुला अभिनय करायची जरुरीच काय? तुझ्या अभिनयामुळे प्रेक्षकांचे तुझ्या सौंदर्यावरचे लक्ष उडून जाईल. ते काहीही असो, तू एक सुरेख अभिनय करणारी असावीस, असे मला वाटते. हा लोनी कसा

काय आहे?''

''माझ्या तिसऱ्या चित्रपटात त्यांनी काम केले होते. ती एक भली व्यक्ती आहे. दुसऱ्याला मदत करणारे आहेत, दयाळू आहेत. शिवाय ते अत्यंत शहाणे असावेत. तसे ते थोडेसे हसू येण्याजोगेही वागतात. कोणाला ते चक्रम वाटतील. लोनी यांना दारू पिण्याची हौस आहे. एके दिवशी सेटवर बारा तास काम केल्यानंतर आम्ही सर्व जण दमलो होतो, पार थकून गेलो होतो. आम्ही हॉटेलवर परत आलो. मग मी एका डबल जीन पेगची ऑर्डर दिली. तेव्हा लोनी माझ्यावर खूप रागावला. का रागावला असेल तो?''

''कारण तसा तो एक थोडासा चक्रम माणसू आहे ना. म्हणून तुला त्याच्याबद्दल ममता वाटते ना?''

''ते कोणालाही आवडणारे आहेत. मिस्टर ओटो गेरान यांनाही ते आवडतात. अर्थात बरीच वर्षे एकमेकांच्या सहवासात असल्याने त्यांच्यात स्नेह निर्माण होणे साहजिकच आहे.''

''हे मला ठाऊक नव्हते. लोनीचे लग्न झाले आहे का?''

''ते मला ठाऊक नाही. पण झाले असावे किंवा नंतर घटस्फोटही झाला असावा. पण त्यांच्याबद्दल तुम्ही एवढे प्रश्न का विचारता?''

''कारण मी इतरांपेक्षा जादा चौकस आहे. जी माणसे माझ्या भोवती वावरत असतात व जी माणसे केव्हाही पेशंट होऊ शकतात, त्यांची माहिती मी आधीपासून गोळा करत असतो. उदाहणार्थ, हा लोनीच बघ. उद्या जर त्याला काही झाले तर त्याला औषध म्हणून मी ब्रॅन्डी कधीही सुचवणार नाही. कारण ब्रॅन्डीचा या माणसावर किंचितही परिणाम होत नाही.''

यावर ती हसली व तिने आपले डोळे मिटून घेतले. आमच्यातले संवाद थांबले. मी कोचाच्या ड्रॉवरमधून आणखी जाड व उबदार पांघरूण काढून घेतले, अंगाभोवती गुंडाळून घेतले. सलूनमधले तापमान बऱ्यापैकी घसरले होते. गोईनने दिलेले फोल्डर घेऊन मी उघडले व ते वाचू लागलो. पहिल्या पानावर Bear Island असे लिहिलेले होते. बाकी काहीही नव्हते. कसलीही प्रस्तावना नव्हती.

नंतरच्या पानावर असे लिहिले होते की, *''सर्वसाधारणपणे असे सर्वत्र बोलले जाते की, ऑलिम्पस प्रॉडक्शन्स हा चित्रपट तयार करू पाहत आहेत. त्यासाठी त्यांनी कमालीची गुप्तता बाळगली आहे. या बातमीवरून वृत्तपत्रात कंपनीवर अनेक अफवा उमटलेल्या आहेत. परिणामी या प्रकल्पाभोवती एक गूढ वलय निर्माण झालेले आहे. अन् असे होणे हे अपरिहार्य आहे.''*

मी हा मजकूर पुन्हा एकदा वाचला. रविवारच्या वृत्तपत्रात आलेला फर्ड्या इंग्रजीतील हा मजकूर म्हणजे प्रसिद्धीचा स्टंट असावा, असे मला जाणवले.

कंपनीला आपल्या चित्रपटाबद्दल आधीच बोलबाला व्हावा असे वाटत असावे. पुढे असे लिहिले होते की, *"...अन्य चित्रपट कंपन्यांचे चित्रपट विचारात घेतले, तर त्यांनीही अनेकदा गुप्तता बाळगली होती; परंतु शेवटी या चित्रपटांचे प्रदर्शन झाल्यावर पितळ उघडे पडलेच! पण जाता-जाता गुप्ततेचे अवगुंठन पांघरून त्यांनी खूपच फुकटात प्रसिद्धी मिळवली. अर्थात त्याचा काही फारसा उपयोग झाला नाही. ऑलिम्पस प्रॉडक्शनने मात्र असल्या काही हिकमती केल्या नाहीत, हे आम्ही येथे अभिमानाने नमूद करतो... ज्या गुप्ततेने व गूढ रीतीने चित्रपट तयार करणे चालू आहे, त्यामुळे कंपनीवर चोहो बाजूंनी तऱ्हतऱ्हेचे कपोलकल्पित आरोप केले जाऊ लागले. हे आरोप मात्र दखलपात्र आहेत. अशी एक कथा चित्रपटांसाठी हाताळली जात आहे की, ज्यात अनेक संवेदनशील व नाजूक भावभावना अलगदपणे चित्रपटात उलगडल्या जातील. हे एवढ्या परिणामकारकतेने होईल की, शेवटी यातून चित्रपटसृष्टीतील एक अप्रतिम कलाकृती पडद्यावर झळकेल. या चित्रपटाची कथा जर चुकीच्या चित्रपट निर्मात्याच्या हातात पडली, तर मात्र रसिक प्रेक्षकांचे केवळ नुकसान केले जाईल. अशा कारणांसाठी आम्ही या चित्रपटाच्या कथेच्या बाबतीत गुप्तता बाळगली आहे. आमच्या चित्रपट निर्मितीच्या कर्मचाऱ्यांनी गुप्ततेसाठी कमालीची खबरदारी तेवढ्यासाठी घेतलेली आहे. परिणामी, जेव्हा चित्रपट निर्माण होईल, तेव्हा प्रेक्षकांच्या अपेक्षा अत्यंत उंचावलेल्या राहतील. अन् हा प्रकार– "*

मेरी स्ट्युअर्टने एक जोरदार शिंक दिली. पाश्चात्त्य संस्कृतीनुसार कोणाचेही शिंकणे हे त्याच्या आगामी आजाराचे निदर्शक असते अशी समजूत होती. म्हणून मी तिच्या प्रकृतीसाठी मनात तिला शुभेच्छा दिल्या. मी तिच्याकडे एक दृष्टिक्षेप टाकला. तिने आपल्या अंगाचे मुटकुळे करून घेतले होते. तिला खूपच थंडी वाजत असली पाहिजे. शिवाय बोटीच्या हेलकाव्यामुळे तिला अवघडत बसावे लागले होते. तिचा चेहरा पांढरा पडला होता. मी ते पाहून हातातील फोल्डर खाली ठेवले. अंगावरील पांघरूण काढले. ते दहा-बारा फुटांचे अंतर चालताना मला बरीच धडपड करावी लागली. कारण तेवढ्या वेळात बोट एवढी हलली होती की, धड चालणे शक्य नव्हते. मी तिच्या शेजारी बसलो आणि तिचे हात हातात घेतले. ते हात थंड पडले होते.

"मेरी डियर, तू गार पडली आहेस."

"मी ठीक आहे, थोडीशी थकली आहे एवढेच."

"तू खाली तुझ्या केबिनमध्ये का नाही जात? येथल्यापेक्षा तिथे कितीतरी उबदार आहे. निदान वीस अंशाने तरी तापमान जास्त असेल. शिवाय तिथे बोट फार हलत नाही. नीट आडवे होऊन झोपता येईल."

"नाही, मला तिथे झोपायचे नाही. मी तिथे थोडा वेळच–" एवढे बोलून ती

एकदम थांबली. मग सावकाश म्हणाली, ''प्लीज, मला इथेच थांबू द्या.''

पण मी तरीही तिला आग्रह करत म्हणालो, ''मग असे कर. तू निदान माझ्या या कोपऱ्यातल्या जागेवर तरी बस. बोट हलली तरी येथे आपण सुरक्षित राहतो. तोल जाऊन खाली पडणार नाही.''

तिने मला हाताने खूण करत म्हटले, ''जाऊ दे. मला खाली केबिनमध्ये मळमळते. तसेच येथेही मळमळते. तुम्ही माझ्याकडे लक्ष देऊ नका.''

शेवटी मी तिचा नाद सोडला. मी धडपडत माझ्या जागेकडे परत आलो. पण परत उचल खाऊन मी लगेच तिच्याकडे गेलो व तिला बळेबळे उठवून माझ्या जागेवर आणून बसवले. ती माझ्याकडे आश्चर्याने बघत राहिली. मी खालच्या कप्प्यातून दोन पांघरुणे काढून घेतली व तिच्या अंगावर घातली. तिचे पाय उचलून कोचावर ठेवले. मग मी तिच्या उशाशी बसून राहिलो. ती माझ्याकडे नुसती बघत राहिली. काहीही बोलत नव्हती. आपले डोके तिने माझ्या मांडीवर ठेवले. थोड्या वेळाने तिने आपला हात माझ्याकडे करून माझा कोट खिशापाशी धरून ठेवला. माझ्यावर तिने पूर्ण विश्वास टाकला होता. तिला माझ्यावर पाळत ठेवायची नव्हती, हे मला पटले.

मी माझे पांघरूण माझ्या भोवती लपेटून घेतले. ते फिल्मचे फोल्डर उचलून मी परत वाचू लागलो. पुढच्या दोन पानांवर दोन कथावस्तूंचे पाल्हाळ लावले होते. त्या कथावस्तूंचा विस्तार केला होता. त्याचा लेखक नक्की हेसमान असणार. नंतर त्याने वस्तुस्थितीकडे लक्ष देऊन म्हटले होते :

बराच काळ विचार केल्यावर, नीट तपासणी केल्यावर आणि अनेक शक्यता फेटाळून लावल्यावर आम्ही शेवटी अशा निर्णयाला आलो आहे की, बेअर आयलन्ड हीच जागा चित्रीकरणासाठी एकमेव व यथायोग्य आहे. आपणा सर्वांना, मग त्यात या बोटीवरील सारे कर्मचारीही आले, माहीतच आहे की लोफोटन बेटाच्या परिसराकडे आपण जात आहोत. हे बेट नॉर्वेच्या उत्तरेकडे आहे. ही एक अशी दैवयोगाने उद्भवलेली किंवा योगायोगाने घडलेली परिस्थिती आहे की, त्यामुळे आपण लंडन सोडताच आपल्या मागे अनेक अफवा उठल्या व त्या अफवा हळूहळू जोरदार बनत चालल्या आहेत; परंतु त्याला आपण जबाबदार नाही व त्यासाठी आपण कोणाचीही क्षमायाचना करण्याची गरज नाही. काहीही झाले तरी गुप्तता पाळणे आपल्याला भाग आहे.

ऑस्लो येथे असलेल्या रॉयल जिऑग्रफिकल सोसायटीकडून आपल्याला जी बेअर आयलन्डची माहिती मिळाली ती अशी आहे. ही माहिती कदाचित वरवरची असेल. पण ती एका पक्षीशास्त्रज्ञाने पूर्वी लिहून ठेवली होती. नॉर्वेजियन भाषेत लिहिलेल्या माहितीचा अनुवाद इंग्रजीत करून आपल्याला दिला आहे. तसेच

नॉर्वेच्या सरकारने आपल्या ऑलिम्पस कंपनीला त्या बेटावर जाऊन चित्रीकरण करण्यासाठी परवानगी दिली आहे. त्या बेटावर, म्हणजे बेअर आयलन्डवर आपण तिथल्या पशुपक्ष्यांचे चित्रीकरण हे एका माहितीपटासाठी करणार आहोत अशी नॉर्वेच्या सरकारची समजूत झाली आहे. मात्र तसे आपण त्यांना काहीही लिहून दिलेले नाही.

हेसमानने हे सारे घडवून आणले नसावे. त्याने फक्त कथा लिहिली. नॉर्वेच्या ताब्यातील त्या बेटावर चित्रीकरण केले, अन् तेही नॉर्वेच्या सरकारच्या परवानगीने, तर कोणत्याही आंतरराष्ट्रीय कायद्याचा भंग होत नव्हता. निदान मला तरी तसे वाटत होते. अन्यथा चित्रपट तयार झाल्यानंतर त्यावर बंदी येऊ शकत होती; परंतु नॉर्वेच्या सरकारला ऑलिम्पस कंपनीने काहीही खोटे, चुकीचे, दिशाभूल करणारे लिहून दिले नव्हते. शिवाय चित्रपटावर बंदी आणली, तर फक्त नॉर्वेच तसे करू शकतो आणि तेही त्यांच्या देशात. नॉर्वेमधील आमच्या चित्रपटाचा धंदा असा कितीसा असणार? फारच थोडा. मी यावर आणखी बराच विचार केला; पण शेवटी तो विचार मनातून बाजूला सारला.

बेअर आयलन्डबद्दलची माहिती पुढे दिली होती :

बेअर आयलन्ड हे स्व्हालबार्ड गटातील एक बेट आहे. त्या गटातील स्पिट्झबर्जेन हे बेट सर्वांत मोठे आहे. बेटांच्या या समूहाकडे विसाव्या शतकाच्या सुरुवातीपर्यंत कोणाचेही लक्ष गेले नव्हते. त्यावर कोणीही आपला हक्क सांगितला नव्हता. तिथली खनिज संपत्ती बाहेर काढण्यासाठी आणि तिथल्या समुद्रातील देवमाशांची शिकार करण्यासाठी अफाट भांडवल ओतावे लागणार असल्याने बहुतेकांनी तिकडे दुर्लक्ष केले होते. मग नॉर्वेने या भागाच्या सार्वभौमत्वासाठी कॉन्फरन्सकडे एक अर्ज केला. (कोणती कॉन्फरन्स याचा उल्लेख मजकुरात नव्हता.) *ती कॉन्फरन्स ऑस्लो शहरातील ख्रिश्चिआनिया येथे १९१०, १९१२ व परत १९१४ या वर्षी भरली होती. कॉन्फरन्समध्ये प्रत्येक वेळी रशियाने प्रस्तावांना विरोध केला होता. शेवटी १९१९ मध्ये अलाईड सुप्रिम कौन्सिलने नॉर्वेला सार्वभौमत्व बहाल केले आणि १४ ऑगस्ट, १९२५ रोजी संबंधित बेटांचा ताबा दिला.*

नॉर्वेची मालकी या बेटांवर अशा रीतीने प्रस्थापित झाल्यावर रिपोर्टमध्ये पुढे लिहिले गेले आहे :

बेअर आयलन्डचे अक्षांश ७४° ३१' उत्तर व रेखांश १९° १' पूर्व असे आहेत. हे बेट नॉर्थ केपपासून वायव्येकडे २६० मैलांवर आहे आणि स्पिट्झबर्जेनच्या दक्षिणेस १४० मैलांवर आहे. याठिकाणी नॉर्वे, ग्रीनलंड व बेरेन्टनचा समुद्र यांच्या हद्दी एकत्र मिळतात. आर्क्टिक भागातील हे अत्यंत बाजूला पडलेले बेट आहे.

यानंतर त्या बेटाचा इतिहास दिला होता. त्यात या बेटावरून नॉर्वे, रशिया

आणि जर्मनी यांच्यात झालेले वादविवाद जास्त होते. बेटावर खाणकाम करण्याचे आणि बेटाभोवती देवमाशांची शिकार करण्याचे हक्क यावरून ते वादविवाद झाले होते. अगदी अलीकडे बेटावर १८० नॉर्वेजियन कामगार हे खाणकाम करत होते. बेटाच्या पोटातला कोळसा बाहेर काढीत होते. बर्फाळ ध्रुवप्रदेशातील अस्वलांवरून त्या बेटाला बेअर आयलन्ड – 'अस्वलाचे बेट' असे नाव पडले होते. या बेटावर एक भूगर्भशास्त्रीय पाहणी केल्यावर आढळले की, खाणीतला कोळसा हा हलक्या प्रतीचा असून, त्याच्या थराची जाडीही फार नाही. मग ते खाणकाम बंद करण्यात आले. कारण तसल्या कोळशाला बाजारात फार मोठा भाव मिळणार नव्हता. हे बेट अगदीच निर्मनुष्य व उजाड आहे असे नव्हे. आजही तिथे टनहीम भागात नॉर्वे सरकारतर्फे एक हवामानाचे केंद्र व एक वायरलेस स्टेशन चालवले जाते.

यानंतर बेटावरील नैसर्गिक साधनसंपत्ती, वनस्पती व प्राणीजीवन यावरील लेख जोडलेले होते. एके ठिकाणी लिहिले होते की, *गल्फचा प्रवाह आणि पोलर ड्रिफ्ट यांच्या एकत्र येण्यामुळे येथे धुके मोठ्या प्रमाणावर निर्माण होऊन येथले हवामान फार खराब होते. त्यामुळे येथे भरपूर पाऊस पडतो व घनदाट धुके पसरते. उन्हाळ्यातील येथले सर्वसाधारण तापमान हे अवघे पाच अंश सेंटिग्रेड असते. जुलैच्या मध्यापर्यंत येथील बर्फ वितळत नाही. मध्यरात्रीपासून सूर्य आकाशात राहण्याचे दिवस वर्षातील १०६ आहेत. ३० एप्रिलपासून १३ ऑगस्टपर्यंतचा तो कालखंड आहे. क्षितिजाखाली बराच वेळ सूर्य रेंगाळण्याचा कालावधी हा ७ नोव्हेंबर ते ४ फेब्रुवारीपर्यंतचा असतो. अशी जर परिस्थिती तेथे असेल तर मग दिवसा तेथे चित्रीकरणासाठी फार थोडा वेळ सूर्यप्रकाश उपलब्ध असणार. सर्व चित्रीकरण हे रात्रीच्या अंधारात उरकायचे काय?*

तो लेख पुढे सांगत होता : *भौतिकदृष्ट्या व भूगर्भशास्त्रीयदृष्ट्या बेअर आयलन्ड हे साधारण त्रिकोणाकृती आकाराचे आहे. त्रिकोणाचा शिरोबिंदू हा दक्षिणेकडे असून, या बेटाची दक्षिणोत्तर रुंदी ही सुमारे १२ मैल आहे. सर्वसाधारणपणे उत्तरेची बाजू व पश्चिमेची बाजू येथे सपाट भूमी आहे. पठारासारख्या या भूमीची पातळी ही १०० फूट उंचीवर आहे, तर पूर्व व दक्षिण बाजू डोंगराळ आहेत. या बेटावर कुठेही हिमनद्या नाहीत. संपूर्ण बेटावर असंख्य उथळ तळी आहेत. या तळ्यांची खोली अवघी दहा-वीस फूट असून, बेटाच्या एकूण क्षेत्रफळांपैकी तळ्यांनी व्यापलेले क्षेत्रफळ हे १० टक्के आहे. उरलेल्या भूमीवर दलदल आहे व घसरत्या खडकांचे डबर आहे. त्यातून पार करून जाणे हे एक भयंकर दिव्य असते.*

बोटींना या बेटाचा किनारा हा जगातला अत्यंत प्रतिकूल किनारा आहे. किनाऱ्यावर सर्वत्र उंच-उंच कडे आहेत. ही रचना दक्षिण किनाऱ्यावर हमखास आढळते. बेटावरील ओढे, नाले हे समुद्राला मिळताना या कड्यांवरून धबधब्यासारखे

खाली पडतात. तर समुद्रात मधेच पाण्यात विखुरलेले अनेक नैसर्गिक खांब उभे आहेत. पूर्वी इथवर बेट होते; पण ते झीजत गेले व जमिनीतील दगडाचा कठीण भाग तसाच स्तंभरूपाने उरला. येथील बर्फ जून-जुलैमध्ये वितळू लागतो. समुद्राच्या लाटांच्या जबरदस्त धडकांमुळे सर्व कडे झिजत-झिजत जाऊन समुद्रात विलीन होतात. ती निसर्गाची प्रक्रिया अजूनही चालूच आहे. एके ठिकाणी कड्याची उंची १४०० फूट एवढी आहे. त्याच्या पायथ्याशी समुद्रातून २५० फूट उंचीचे अनेक स्तंभ वर आलेले आहेत. पूर्वेकडे तिन्ही बाजूंनी जमीन असलेला एक छोटा उपसागर आहे. त्या तिन्ही बाजू या १००० फूट उंचीचे कडे आहेत. या कड्यांच्या भिंतीमध्ये पक्षी हंगामात मोठ्या प्रमाणात आपली अंडी घालतात.

असा हा त्या बेटाबद्दलचा भौगोलिक अहवाल होता. हा अहवाल स्क्रिप्ट रायटरने आपल्या लिखाणात मुद्दाम अंतर्भूत केला होता. मी हे वाचत असताना मागच्या दारातून हॅलिडे आत आला. हॅलिडे हा आमच्या युनिटमधला एक उत्कृष्ट स्टिल फोटोग्राफर होता. काळ्या वर्णाचा, राठ कुरळे केस व नेहमी गंभीर चेहरा असा हॅलिडे एक अमेरिकन माणूस होता. तो जरासा कचरत आत आला होता. आम्हाला पाहून तो संभ्रमात पडला व आहे तिथेच दारात उभा राहिला.

"आय ॲम सॉरी. मला ठाऊक नव्हते–" असे म्हणून तो परतण्यासाठी वळला.

"ये बाबा, आत ये. तुला वाटते तशा गोष्टी येथे नाहीत. येथे आम्ही दोघे डॉक्टर-पेशंट या नात्याने बसलो आहोत," मी म्हणालो.

मग त्याने आत प्रवेश केला, आपल्या मागे दार लावून घेतले. मेरी स्ट्युअर्ट ज्या कोचावर होती त्या कोचावर तो एका बाजूला कडेला अवघडत बसला. मी त्याला विचारले, "तुम्हाला काय झाले? निद्रानाशाचा विकार जडला आहे काय?"

"निद्रानाश!" हा शब्द त्याने तोंडातील तंबाखूची गोळी चावत म्हटले. त्याच्या तोंडात तंबाखू नाही, असे आजवर कधीही झाले नव्हते. त्याचा केबिनमधला सहप्रवासी सॅन्डी होता. सॅन्डीला मी थोड्या वेळापूर्वी स्वयंपाकघरात पाहिले होते. मात्र त्या वेळी तो मला चांगला वाटला होता. कदाचित त्याच्याबद्दलच हॅलिडे काहीतरी सांगण्यास आला असावा.

"सॅन्डीला बोट लागली का?"

"होय, अशा खराब हवामानात तर फारच लागली आहे. त्याच्या चेहऱ्यावर कसला तरी हिरवा रंग चढला आहे व तो गालिचावर खाली लोळतो आहे." मग आपले नाक उडवत तो म्हणाला, "अन् त्याच्या अंगाला कसला तरी वास येतो आहे."

सॅन्डीला जेव्हा आचाऱ्याने पकडले होते तेव्हा सॅन्डीची बोटे चिकट झालेली

Ella-sjöen
ANTARCTIC
Alfredfjell
FJELLET
Hambergfjell
Hörrvika
Fuglefjell
Evje-Bukta
Perleporten
Kapp Kolthoff
Kapp Bull
Hösteinen
Steppen
Keilhous Oy
Kvalrossbukta
Kapp Nilsson
Lerner vegen
Kapp Heer
Sor-hamna
Makehl
Kapp Roalkvam
Kapp Maimgren
SSE
North Cope, Norway

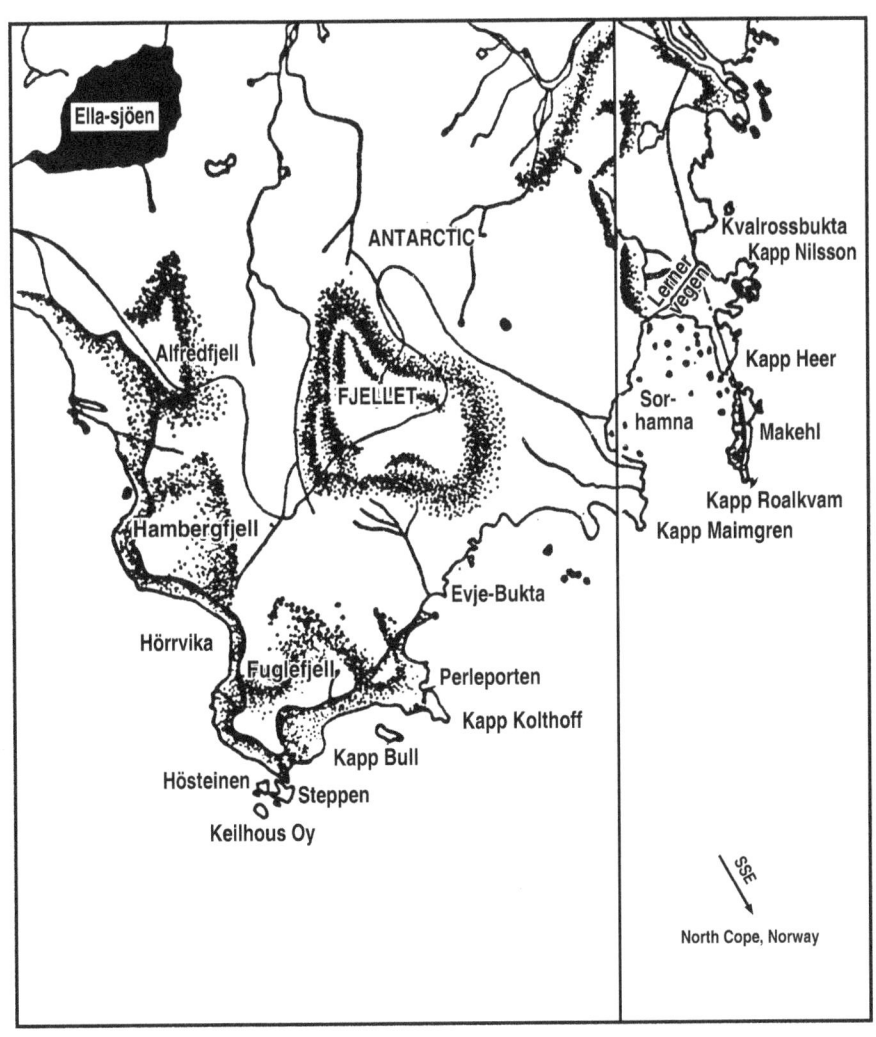

होती. त्याने कोणत्या तरी पदार्थात बोटे बुडवलेली होती.

मी मेरीला हळुवारपणे उठवले व हाक मारली, ''मेरी.'' तिने आपले डोळे कसेबसे उघडले. मी तिला म्हटले, ''सॉरी, मला आता थोडा वेळ जाऊन आले पाहिजे.'' यावर ती काहीच बोलली नाही. ती झोपेत असावी. मी तिला कसेबसे बसते केले. तिने डोळे उघडून हॅलिडेकडे निर्विकारपणे पाहिले व परत मिटले.

हॅलिडे म्हणत होता, ''तशी त्याची प्रकृती फार बिघडलेली नसावी. विषबाधा किंवा तसला काही प्रकार नसावा. माझी खातरी आहे तशी.''

''ठीक आहे. पाहायला काय हरकत आहे,'' मी म्हणालो. मी माझी मेडिकल बॅग उचलली व निघालो.

सॅन्डीला पाहिल्यावर त्याची कातडी किंचित हिरव्या रंगाची झालेली मला दिसली. तो आपल्या बर्थवर होता. कोपरे टेकवून शरीराचा वरचा भाग त्याने थोडासा उचलला होता. तो खरोखरीच आजारी पडल्याचे मला दिसले. त्याने माझ्याकडे जळजळीत नजरेने पाहिले व म्हटले, ''बापरे, मी आता मेलो.'' तो ओटोला शिव्या घालीत म्हणाला, ''त्या हलकटाने आम्हाला या भिकार जहाजावर का आणले?''

मी मुकाट्याने त्याला दोन झोपेच्या गोळ्या दिल्या आणि तेथून निघालो.

डायनिंग सलूनमध्ये आल्यावर मी पाहिले तर मेरी बोटीच्या हलण्यामुळे सारखी कोचावरून इकडून तिकडे हलत होती. आपण पडू नये म्हणून ती आपले दोन्ही हात लांबवून आधार शोधत होती; परंतु तिने आपले डोळे मात्र मिटून घेतले होते. हॅलिडे अजूनही तोंडातील तंबाखू चघळत होता. त्याने माझ्याकडे अर्धवट उत्सुकतेने पाहिले; परंतु सॅन्डी मेला किंवा जिवंत राहिला काय, त्याला त्याचे कसलेही सोयरसुतक नव्हते.

मी त्याला म्हणालो, ''यू आर राइट. सॅन्डीला नुसती बोट लागली आहे. बाकी विशेष महत्त्वाचे काही नाही,'' असे म्हणून मी मेरीजवळ कोचावर बसलो. तिच्या बंद डोळ्यांच्या पापण्या किंचितही थरथरल्या नाहीत. परत आल्याचे तिला कळलेही नाही. मला थंडीमुळे एकदम शिरशिरी भरली म्हणून मी अंगावरचा तो रग नीट लपेटून घेतला. ''या सलूनमध्ये तसे थंड आहे. तुम्हाला पाहिजे तर थोडीशी दारू घेऊ शकता.''

''नको. येथे इतके थंड असेल असे मला वाटले नाही. मी ब्लँकेट आणि उशी घेऊन लाउंजमध्ये जाऊन झोपतो,'' हॅलिडे म्हणाला. मग तो किंचित हसून म्हणाला, ''पण मधेच केव्हातरी लोनी तिथे येऊन मला अडखळून पडू नये म्हणजे मिळवली.'' लोनी हा लाउंजमधल्या मद्याच्या कपाटाकडे सतत लोहचुंबकासारखा ओढला जायचा. हॅलिडेने आणखी थोडी तंबाखू चघळली व व्हिस्कीची बाटली ज्या स्टॅन्डवर होती तिकडे पाहून मान हलवत मला म्हणाला, ''तुम्हाला नेहमी व्हिस्कीच

आवडते ना?''

''होय. पण त्या बाबतीतही मी चोखंदळ आहे. वाटेल ती व्हिस्की मी पीत नाही. ती कोणती व्हिस्की आहे?''

''ब्लॅक लेबल.''

''म्हणजे जरा तरी बरी आहे. पण मला माल्ट जास्त आवडते. तुम्ही बरेच गार पडलेले दिसता. ती व्हिस्की तुम्ही पिऊन बघा.''

''मला स्कॉचचे तेवढेसे आकर्षण नाही. आता बूरबाँ म्हणाल तर–''

''तर त्यामुळे पोट बिघडते. मी हे डॉक्टर म्हणून सांगतो. तुम्ही त्याचा नुसता एक घोट घेऊन पाहिले तर तुम्हाला समजेल. वाटल्यास एकदा प्रयत्न करून पाहा... जन्मभर त्याची आठवण राहील.''

हॅलिडेने अनिश्चितपणे त्या बाटलीकडे पाहिले. मी मेरीला विचारले, ''तू घेणार का थोडी व्हिस्की? अंगात जराशी उब येईल.''

तिने आपले डोळे उघडले. माझ्याकडे निर्विकारपणे पाहिले व म्हटले, ''नको. मी क्वचितच ड्रिंक घेते.'' एवढे बोलून तिने परत आपले डोळे मिटले.

''काहीतरी दोष असला की परिपूर्णतेकडे वाटचाल होते.'' मी बोललो. माझ्या डोक्यात वेगळेच विचार चालू होते. त्यामुळे मी तसे अनवधानाने बोलून गेलो. हॅलिडे त्या बाटलीतील व्हिस्की पिणार नव्हता, मेरीही पिणार नव्हती; परंतु हॅलिडेला मात्र मी ती व्हिस्की प्यावी असे वाटत होते. मी मघाशी येथे नसताना हे दोघे येथे काय करत होते? नुसते बसले होते की काही करत होते? की त्यांनी ब्लॅक लेबल व्हिस्की त्या वेळी थोडीशी घेतली होती? डायनिंग सलूनमध्ये येऊन मला तेथून हलवण्यासाठी हॅलिडे आला होता काय? येथे तापमान खूप कमी होते तरी तो मला शोधत आला होता? जर सॅन्डीच्या कण्हण्याचा, बडबडण्याचा त्याला त्रास होत होता, तर तो पांघरुणे आणि उशी घेऊन थेट लाउंजमध्ये झोपायला का गेला नाही? अशा निरनिराळ्या प्रश्नांनी माझ्या डोक्यात गर्दी केली. कुठेतरी पाणी मुरते आहे, असे मला वाटू लागले.

हॅलिडे आता उठला होता. त्याने ती व्हिस्कीची बाटली व एक ग्लास हातात घेतला. त्या बाटलीत एक तृतीयांश व्हिस्की उरलेली मला दिसली. त्याने ग्लासात भरपूर व्हिस्की ओतून तो माझ्यापुढे धरला. मग थोडेसे हसत तो म्हणाला, ''आपण दोघेही एकाच परिस्थितीत सापडलो आहोत. तेव्हा दोघांनीही व्हिस्की घ्यावी हे उत्तम.''

''तुमचे हे व्हिस्कीचे प्रयोग ठीक आहेत. पण मला व्हिस्की नको आहे हे मी मघाशीच तुम्हाला सांगितले होते. मला ती तसली व्हिस्की अजिबात आवडत नाही. तुम्हाला आवडते?''

“नाही, पण मी–”

“मग तुम्ही का ती घेता?”

“मला वाटते की... मी...”

“ठीक आहे. तुम्ही पिऊन पाहा ती. प्या!”

मेरी स्ट्युअर्टने आपले डोळे उघडून म्हटले, “तुम्ही डॉक्टर मंडळी दुसऱ्यांना नको असले तरीही जबरदस्तीने अल्कोहोल पाजता. असे का करता?”

ती चिडून बोलते आहे हे मला जाणवले. मी तिला ‘जरा गप्प बस बघू’ असे म्हणणार होतो. पण त्याऐवजी मी हसून म्हणालो, “जे मद्यपी नाहीत त्यांची हरकत मी फेटाळून लावीत आहे.”

“पण तरीही तुम्ही व्हिस्की घेतली तर बिघडते कुठे?” हॅलिडे ओठाला ग्लास लावीत म्हणाला. मी त्याच्याकडे टक लावून पाहत राहिलो. शेवटी मी माझी नजर दुसरीकडे वळवली. मी हसून मेरीकडे पाहिले. तिने आपले ओठ आवळले होते.

हॅलिडेने अर्धा ग्लास एका दमात तोंडात रिकामा केला व तो खाली ठेवीत म्हणाला, “ही व्हिस्की एवढी काही वाईट नाही. जराशी चमत्कारिक चव आहे इतकेच.”

“स्कॉच व्हिस्कीचा असा अपमान केल्याबद्दल तुम्हाला स्कॉटलंडमध्ये अटक झाली असती,” मी रूक्षपणे म्हणालो.

मी ठरवलेला किंवा हेरलेला खलनायक माझ्या समोर विषाचा प्याला गटागटा पीत होता. तर त्याची साथीदार-स्त्री ही थंडपणे बघत होती. माझी ही कल्पना वेडगळ होती. डिटेक्टिव्ह म्हणून मी काम करायला जातो आहे, तर माझी तर्कशक्ती कमी पडते आहे. शेवटी मला त्या दोघांची दया आली. आपण उगाचच मनात त्यांच्यावर संशय घेतो आहोत. उलट आता आपण त्यांची सरळ क्षमा मागावी, असे मला वाटू लागले. पण मी तसे केले नाही. हे सारे आपल्या मनाचे खेळ आहेत, असे मी शेवटी समजलो.

हॅलिडेने परत आपला ग्लास भरून घेतला व तो पीत पीत म्हणाला, “डॉक्टर, मला ही व्हिस्की आता खरोखरच आवडू लागली आहे.” दोन मिनिटे तो शांतपणे पीत बसला. त्याचा ग्लास संपल्यावर तो एकदम उठून उभा राहिला. त्याने ती बाटली स्टॅन्डवर ठेवली व परत आपल्या जागी येऊन बसला. तो म्हणाला, “एवढी दारू पोटात रिचवल्यावर मी कोणालाही उदारपणे माफ करेन. गुडनाइट!” एवढे म्हणून तो डायनिंग सलूनमधून वेगाने निघून गेला.

तो ज्या दारातून गेला तिकडे मी पाहत राहिलो. माझे मन परत वेगाने विचार करू लागले. पण माझा चेहरा मात्र निर्विकार ठेवला. हॅलिडे मुळात येथे का आला होता ते मला समजेना. अन् मग असा कोणता विचार त्याच्या डोक्यात उगवला

म्हणून तो आत्ता घाईघाईने येथून निघून गेला? नीट विचारचक्र चालू करायला मला कुठेच एकही धागादोरा हाती लागत नव्हता. मी मेरी स्टयुअर्टकडे पाहिले व तिच्यावर मनात संशय घेतल्याबद्दल माझी मलाच लाज वाटू लागली. मी मनात तिला एक खुनी स्त्री ठरवले होते. कसले हे माझे तर्क! तर्क की कुतर्क? याचा एकच अर्थ निघत होता. तो म्हणजे माझा मेंदू फार-फार शिणला आहे. त्यामुळे मला नीट विचार करता येत नव्हता.

जणू काही माझ्या मनातले विचार तिला कळले असावे, अशा रीतीने मेरीने एकदम आपले डोळे उघडून माझ्याकडे पाहिले. आपला चेहरा निर्विकार ठेवण्याचे अजब कसब तिच्याकडे होते. ती अर्धवट उठून बसली. लपेटून घेतलेल्या पांघरुणाच्या कोशात तिने आपले अंग थोडेसे घुसळले. मी माझा हात तिच्या खांद्यावर टाकला. पण तो हात तिथे फार वेळ राहिला नाही. कारण तिने माझे मनगट पकडून माझा हात आपल्या डोक्यावर ठेवला व तिथेच दाबून धरला. *डॉक्टर मंडळी ही सुपरमॅन असतात. त्यांच्या वागणुकीला ते जबाबदार नसतात, तर रुग्णच जबाबदार असतात,* हे तिला दाखवून द्यायचे होते. मी तिच्याकडे पाहून स्मित केले. तिनेही स्मित करून मला प्रतिसाद दिला. मला याचे आश्चर्य वाटले. पण मी ते आश्चर्य माझ्या चेहऱ्यावर उमटू दिले नाही. तिचे डोळे पाण्याने भरून आल्याचे मी पाहिले. तिला ते अश्रू लपवायचे होते. मग एकदम तिने आपले पाय कोचावर घेतले व माझ्याकडे ती वळली. आपल्या हातांनी ती माझ्या शर्टाची तपासणी करू लागली. प्रत्यक्षात तसा तिचा केवळ चाळा होता. हातात बेड्या घातल्यासारखा मी माझ्या जागेवर खिळून बसलो होतो. त्यावरून तिला काय पाहिजे होते ते मी जाणले. ती माझी शत्रू नव्हती, नाही व नसणार हे मला यावरून कळून चुकले. आपल्या डोळ्यासमोरून मी जाऊ नये असा जर तिचा यामागचा हेतू असेल, तर ती जे काही करत होती ते परिणामकारक होते. स्वाभिमानी असलेल्या व एकट्या पडलेल्या व्यक्तीला अनेकदा किती मोठी किंमत द्यावी लागत असते, असाही विचार माझ्या मनात येऊन गेला. ती खरोखर का असे करत होती? या प्रश्नाचे उत्तर मात्र मला यातून मिळाले नाही.

मी तिथे बसून नीट विचार करू लागलो. विचार करू लागलो असे म्हणण्यापेक्षा तसा प्रयत्न करू लागलो. माझ्या मनात असंख्य मुद्द्यांचा एवढा धुरळा उडाला होता, एवढा गलबला झाला होता की, नीट समजेनासे झाले होते. समोरच्या स्टॅन्डवर स्कॉच व्हिस्कीच्या बाटलीतील मद्य बोटीच्या डोलण्यामुळे सारखे हिंदकळत होते. माझ्याही मनात तसेच काहीसे चालले असावे. एका विचारातून दुसरा विचार जन्म घेत होता. त्यातून तिसरा, चौथा अशी ही विचारशृंखला कोठवर जाऊन पोहोचणार होती.

मी मेरीला म्हटले, ''मेरी डियर?''

“येस?” तिने माझ्याकडे वर न पाहत मला विचारले. माझ्या मांडीवर तिचे डोके होते. माझ्या शर्टाच्या चौथ्या बटणापाशी तिच्या श्वासामुळे दमटपणा निर्माण झाला होता.

“मला तुझी झोपमोड करायची नाही. पण आता माझी ‘नाइटकॅप’ पिण्याची वेळ झाली आहे.” नाइटकॅप म्हणजे कडक मद्याचा अत्यंत छोटा पेग. थंडीच्या दिवसात रात्री ते घेऊन झोपले की रात्रभर अंगात छान उब राहते व झोप नीट लागते.

“तुम्ही व्हिस्की घेणार?”

“वा:! अगदी दोन हृदयांची एकच धडधड! बरोबर ओळखलेस तू.”

“नाही.” तिने आपले हात घट्ट आवळून घेतले.

“नाही?”

“मला व्हिस्कीचा वास अजिबात आवडत नाही.”

“छान. बरे झाले तुझ्याशी माझे लग्न झाले नाही.”

“काय म्हणालात?”

“काही नाही. मी फक्त ‘मेरी डियर’ असे म्हटले.”

अशीच आणखी पाच मिनिटे निघून गेली. मग मात्र माझी खातरी पटली की आता यापुढे रात्रभर आपले मन काम करू शकणार नाही. मग मी ते फोल्डर यांत्रिकपणे उचलले व त्यातील रटाळ मजकूर वाचू लागलो. त्या स्क्रीनप्लेची मूळ प्रत ही लंडनच्या सेफ डिपॉझिट व्हॉल्टमध्ये सुरक्षित ठेवली होती. मेरी स्ट्युअर्ट शांतपणे श्वासोच्छ्वास करत होती. तिला झोप लागली असावी. मी ते फोल्डर खाली ठेवले. मी खाली वाकून तिच्या डाव्या पापणीवर किंचित फुंकले. मला तिच्या चेहऱ्याचा तेवढाच भाग दिसत होता. माझ्या फुंकण्यामुळे तिची पापणी थरथरली नाही. तिला खरोखरीच झोप लागली होती. मी माझी बैठक किंचित बदलली. तिने लागलीच आपल्या हातांची मला घातलेली मिठी अधिक घट्ट केली. याचा अर्थ झोपण्यापूर्वी तिने आपल्या अव्यक्त मनाला नक्कीच सूचना देऊन ठेवली असणार. मी तिच्यात व ती माझ्यात अडकून पडलो होतो. मला उठता येत नव्हते. पण ही कैद नव्हती. पण मला असे गोड गुंतवून ठेवून अन्य काही करू द्यायचे नाही, असा तर यामागचा तिचा हेतू होता का? जाऊ दे. फार विचार करण्यात, शंका काढण्यात अर्थ नव्हता. येथेच रात्रभर बसून आपण पहारा करावा, असे मी शेवटी ठरवले.

पण पुढच्याच दोन मिनिटांत मला झोप लागली. अगदी गाढ झोप लागली.

बारा

मेरी स्ट्युअर्ट ही नाजूक नव्हती. पण अत्यंत दणकट शरीरयष्टी होती असेही नव्हते. मला जेव्हा जाग आली तेव्हा माझा डावा हात जागा झाला नाही. तो अजूनही झोपला होता, बधीर झाला होता. मेरीच्या भाराखाली दडपला गेला होता. शेवटी मी माझ्या उजव्या हाताने डाव्या हाताचे मनगट धरून तो उचलला. मनगटावर माझे घड्याळ बांधलेले होते. त्याचे रेडियमचे काटे पहाटेचे सव्वाचार झालेले दर्शवत होते.

दहा सेकंदापूर्वी मला किती वाजले आहेत हे पाहण्याची प्रबळ इच्छा मनात निर्माण झाली होती. डायनिंग सलूनमध्ये अंधार होता; पण असा अंधार का झाला? येथले दिवे कोणी मालवले? का काही बिघाड झाल्याने दिवे गेले होते? जेव्हा झोपी गेलो तेव्हा सलूनमधला प्रत्येक दिवा जळत होता हे मला स्पष्ट आठवत होते. मला जी जाग आली ती नैसर्गिकपणे आली नव्हती. याचा अर्थ काहीतरी बाह्य कारणामुळे मी जागा झालो होतो. कशाचा तरी आवाज अचानक होणे, अंगाला स्पर्श होणे, असे काहीतरी घडले असणार. कोणी हे घडवले असेल? कोणी तरी या सलूनमध्ये आले असावे. मला त्याचे अस्तित्व अजूनही जाणवत होते.

मी अत्यंत हळूवारपणे मेरी स्ट्युअर्टची मनगटे माझ्यापासून बाजूला केली. पण तिने झोपेतच माझ्या कृतीला विरोध केला. तिची ती प्रतिक्षिप्त क्रिया होती. मग मी अत्यंत काळजीपूर्वकरीत्या तिचे हात दूर केले. हळूच कोचावरून उठलो. तिला नीट झोपवले, तिच्या अंगावर पांघरूण व्यवस्थित लपेटून ठेवले आणि मी तेथून निघालो. मी सावकाश सलूनच्या मध्यभागी आलो.

मी स्तब्ध उभा राहिलो. आधारासाठी टेबलाची कड कुठे सापडते आहे का ती मी चाचपडू लागलो. माझा श्वास थांबला आहे, असे मला वाटू लागले. मी अत्यंत बारकाईने लक्ष देऊन कुठे काही आवाज ऐकू येतो आहे का त्याचा कानोसा घेऊ लागलो. बाहेर खळबळाटी हवा नव्हती. समुद्रही खूप शांत झाला असावा. बाहेरून अगदीच आवाज येत नव्हते असे नाही. पण ते आवाज नेहमीचे शांत समुद्राचे व वाऱ्याच्या झुळुकीचे होते. बोटीवर कोसळणाऱ्या पर्वतप्राय लाटा नव्हत्या, की घोंगावणारा वारा नव्हता. बोटीच्या धातूच्या भिंती, रिव्हेट्स वगैरे मधून येणारा कुरकुर आवाज मात्र चालूच होता.

सलूनमधील दिव्यांची बटणे ही स्ट्युअर्टच्या पॅन्ट्रीजवळ होती. मागच्या दारापाशीच ती होती. मी हळूच तिकडे सरकत जाऊ लागलो. मी अंदाजाने एक-दोन पावले सरकलो असेन. नंतर मी एकदम थांबलो. जर सलूनमध्ये अन्य कोणी असेल तर त्या व्यक्तीला मला जाग आली असून, मी उभा राहून हालचाली करू लागलो आहे हे समजले असेल काय? अंधारात मी नुकतेच डोळे उघडले असल्याने मला नीट दिसणे शक्य नव्हते. पण त्या व्यक्तीचे डोळे अंधाराला सरावले असतील तर माझ्या हालचाली त्या व्यक्तीला सहज कळत असतील. तसेच, माझी पहिली हालचाल ही बटणाकडे जाण्याची असणार हेही त्याने ओळखले असणार. अन् मग तीच वाट अडवून तो उभा असेल. तसे असेल तर त्याच्या हातात एखादे हत्यार असू शकेल. त्या हत्याराला तोंड देण्यासाठी माझ्याकडे काहीही नव्हते, फक्त माझे दोन हात होते. त्यातून डावा हात बधीरपणातून अजून बाहेर येत होता. हे सर्व विचार मनात येताच मी जागच्या जागी स्तब्ध उभा राहिलो.

दाराची मूठ फिरवल्याचा आवाज मी ऐकला. त्यानंतर आतमध्ये एक थंडगार वाऱ्याची झुळूक घुसून माझ्या अंगावर आली. ती व्यक्ती दार उघडून पळून जात असली पाहिजे. मग मी वेगाने हालचाल केली व चार पावलात ते दार गाठले. दारातून बाहेरच्या उघड्या डेककडे मी गेलो. माझ्या तोंडावर एकदम एक प्रखर प्रकाशाचा झोत आला. तो अडवण्यासाठी मी झटकन माझा उजवा हात पुढे केला. पण माझे जरासे चुकलेच. मी डावा हात पुढे करायला पाहिजे होता. कारण माझ्या डाव्या बाजूने मानेवर काहीतरी टणक, जड वस्तू जोराने येऊन आदळली. आधारासाठी मी दाराच्या कडेचा आधार पकडला. पण माझ्या हातात तेवढा जोर उरला नव्हता. माझ्या पायातले बळ एकदम निघून गेले. मी हळूहळू खाली बसत गेलो; परंतु ही अवस्था तात्पुरती होती. माझ्या पायात हळूहळू बळ येत गेले व मी दाराला पकडून माझे थरथरणारे शरीर वर खेचत गेलो. माझ्यावर हल्ला करणारा कोठे गेला ते मला समजले नाही. माझे पाय माझा भार कसाबसा पेलवत होते. पळत जाऊन कम्पॅनियनचा जिना गाठणे ही गोष्ट केवळ अशक्य होती.

मी काही क्षण तसाच दाराला पकडून उभा होतो. नंतर परत मी सलूनमध्ये प्रवेश केला व दार आत ओढून बंद केले. मग धडपडत बटणांपाशी गेलो. आतले दिवे लावले. मेरी स्ट्युअर्ट ही हाताचे कोपरे कोचात रुतवून उठून बसू पाहत होती. आपला एक डोळा ती चोळत होती. तिचा दुसरा डोळा अर्धवट उघडलेला होता. मी अडखळत टेबलापाशी गेलो व धाडकन खुर्चीवर बसलो. समोरच स्टॅन्डवर व्हिस्कीची बाटली होती. तीच ती ब्लॅक लेबलची बाटली तिथे होती. त्यात अर्धी बाटली व्हिस्की भरलेली होती. मी ती उचलून त्याकडे निरखून पाहू लागलो. याच बाटलीतले मद्य हॅलिडे याने ग्लासातून प्यायले होते. तो ग्लास मी शोधू लागलो. पण तो मला कुठेच दिसेना. कदाचित तो खाली जमिनीवर पडून घरंगळत कुठेही गेला असावा. मी टेबलाजवळच्या रॅकवरून एक नवीन ग्लास घेतला. त्यात थोडी व्हिस्की ओतली व ती पिऊन टाकली. मग मी परत कोचावर बसण्यासाठी गेलो. माझ्या मानेमध्ये भयंकर दुखू लागले होते. पण एकदा स्कॉच व्हिस्कीची किक बसली की मग सारे काही ठीक होईल, असे मला वाटत होते.

उठून बसू पाहणाऱ्या मेरीला मी नीट बसवले. तिच्या अंगावरचे ब्लँकेट तिच्याभोवती नीट लपटले. ती आपले नाक वेडेवाकडे करत होती. काहीतरी हुंगू पाहत होती. मी तिला म्हटले, "नाकाने श्वासोच्छ्वास करू नकोस, तोंडाने कर. म्हणजे तुला तो अपवित्र वास येणार नाही."

ती भानावर येत म्हणाली, "काय झाले?" तिच्या आवाजात थोडासा कंप होता.

"काही नाही. दार आपटले. वाऱ्याने ते उघडले गेले होते. मी उठून ते बंद केले. बस्स, एवढेच. बाकी काहीही नाही."

"पण दिवे गेलेले होते."

"तुला झोप लागल्यानंतर मीच ते विझवून टाकले होते."

लपेटलेल्या ब्लँकेटमधून तिने आपला हात सोडवून घेतला व हळुवारपणे माझ्या मानेच्या बाजूला स्पर्श केला.

कुजबुजत्या आवाजात ती म्हणाली, "मानेवर लाल होत चालले आहे. काहीतरी खरचटल्यासारखे दिसते आहे. थोडेसे रक्तही आलेले आहे."

मी माझ्या रुमालाने मान हलकीशी पुसून पाहिली. रुमालावर रक्ताचे डाग उमटले. मग तोच रुमाल मी माझ्या शर्टाच्या कॉलरमध्ये खोचून दाबून बसवला. तिने तशाच कुजबुजत्या आवाजात मला विचारले, "हे कसे काय झाले?"

"मी डेकवरच्या बर्फावरून घसरलो आणि दाराजवळच्या खिडकीवर आपटलो. थोडेसे दुखते आहे, एवढेच."

माझ्या खुलाशावर ती काहीही बोलली नाही. तिने आपला दुसरा हात ब्लँकेटमधून

सोडवून घेतला. तिने माझे दोन्ही दंड पकडले व माझ्या डोळ्यांत डोकावून बघितले. तिच्या चेहऱ्यावर काळजीची छटा पसरली होती. काही वेळाने तिने आपले कपाळ माझ्या खांद्यावर टेकवले. आता माझी कॉलर सर्द होत चालली होती. तिची ही कृती मला हालचाल न करू देणारी होती. एका जागी मला खिळवून ठेवणारी होती. माझा संशय सारखा बळावत चालला होता; परंतु मी माझ्या मनाला समजावले की, ही स्त्री संकटात सापडली आहे, भ्यायलेली आहे व त्यामुळे आधार शोधते आहे. तिच्याशी माणुसकीने वागले पाहिजे. मी तिचे केस थोपटले. तिला शांत करण्यासाठी आणखी काय करायचे ते मला सुचेना. पण अचानक ती ताठ होऊन बसली व आपल्या दोन्ही मुठी माझ्या खांद्यावर मारू लागली. दिसते तेवढी ही पोरगी नाजूक नाही हे मला समजले.

तर म्हणू लागली, "असे करू नका. कधीही असे करू नका."

"ठीक आहे, मी नाही तसे करणार. आय ॲम सॉरी," काय करू नाही ते मला कळलेच नाही. ती कशाबद्दल बोलत होती तेही समजेना. माझ्या तोंडाला व्हिस्कीचा वास आल्याने तिला मी व्हिस्की प्यायल्याचे समजले असावे. म्हणून ती तसे म्हणत असावी. मी तिचे डोळे पाहिले. त्या डोळ्यांत काठोकाठ पाणी भरले होते. तिच्या सुंदर चेहऱ्यावर पराभवाची छाया पसरली होती. तिला खरोखरीच दुःख झाले होते. मग एकदम तिने आपले दोन्ही हात माझ्या गळ्याभोवती टाकून मला घट्ट आवळून धरले. एवढे घट्ट धरले की, मी गुदमरू लागलो. ती रडू लागली. शांतपणे रडू लागली. मूकपणे दुःख व्यक्त करू लागली. तिचे खांदे थरथरू लागले होते.

वा! एका नटीचा किती झकास अभिनय हा. अगदी लाजवाब! यामुळे नक्की कोणाचा फायदा होणार आहे? माझ्या मनात अशी तीव्र प्रतिक्रिया उमटली. पण मी ही प्रतिक्रिया बाजूला सारली. कशावरून ती मनापासून रडत नाही. माझ्यावर या प्रश्नाचे उत्तर नव्हते. हळूहळू मला जाणवू लागले की तिचा तो अभिनय नसून, ती खरोखरीच दुःखाने रडत असावी. पण का? का ती रडत होती? कोणासाठी ती अश्रू ढाळीत होती? माझ्यासाठी नक्कीच नसणार, अन् असलेच तर कशासाठी असतील? माझी व तिची फारशी ओळख नव्हती. माझ्याबद्दल तिलाही फारसे काही ठाऊक नव्हते. मी एक डॉक्टर होतो व डॉक्टरांच्या खांद्यावर एखाद्या रुग्णाने आपले डोके ठेवून तो रडला, तर मला ते समजू शकत होते. पण येथे ही तरुण पोरगी माझी पेशंट नसताना कशासाठी मला कवेत घेऊन रडते आहे? कदाचित तिला लहानपणापासून मिळालेली चमत्कारिक वागणूक, तिची एकलकोंडी वृत्ती आणि तिला वाटणारी तिच्या भवितव्याबद्दलची भीती, असली काही कारणे यामागे असावीत. रशियात तिने स्वावलंबनाचे धडे गिरवले होते. वेळप्रसंगी मन कठोर करायला ती शिकली

होती. तिच्याकडूनच मला हे समजले होते. मग तिला स्वत:बद्दल कशी कणव वाटू शकेल?

माझे विचारचक्र फिरत होते. विषबाधा कशी झाली? कोणी केली असेल? का?आणि माझ्यावर कोणी हल्ला केला? अशा प्रश्नांची उत्तरे मी शोधत होतो. माझ्यासमोरचे हे प्रश्न एवढे महत्त्वाचे होते की, त्यामुळे एका तरुण पोरीबद्दलचे विचार क्षुद्र ठरत होते. नेहमीची परिस्थिती वेगळी होती व आताची परिस्थिती अगदीच वेगळी, भिन्न व अनपेक्षित होती. मेरी स्ट्युअर्टच्या चमत्कारिक वागण्याकडे दुर्लक्ष करणे हेच या वेळी योग्य ठरत होते.

समोरच्या टेबलावर ठेवलेल्या स्कॉच व्हिस्कीच्या बाटलीवर माझे डोळे खिळलेले होते. जेव्हा हॅलिडेने त्या बाटलीतील मद्य पिऊन बाटली खाली ठेवली त्या वेळी त्यात बाटलीच्या एक तृतीयांश मद्य होते. जेव्हा त्याने दुसऱ्यांदा त्यातील व्हिस्की प्यायली तेव्हा पाव बाटली मद्य उरले होते. पण आता मला व्हिस्कीने अर्धी बाटली भरलेली दिसत होती. ज्या अज्ञात व्यक्तीने सलूनमधले दिवे विझवले त्यानेच नक्की येथील आधीची बाटली उचलून त्या जागी ही नवीन बाटली ठेवली असणार. बाटल्यांची ही अदलाबदल त्याने अंधारात केली असणार. अन् त्यानेच तिथला रिकामा ग्लास नाहीसा केला असणार.

मेरी स्ट्युअर्ट मला काही म्हणाली. तिचा कंठ दाटून आला होता. त्यामुळे तिच्या तोंडून येणारे शब्द मला नीट समजत नव्हते. तिच्या अश्रूंमुळे मला आता शर्ट बदलावा लागणार होता. मी तिला विचारले, "काय झाले?"

यावर तिने आपले डोके हलवले. हलवले म्हणण्यापेक्षा झटकले. तोंडातून नीट शब्द बाहेर पडण्यासाठी तिने तसे केले असावे. मला तिचा चेहरा दिसत नव्हता.

ती म्हणाली, "आय ॲम सॉरी. मी किती मूर्ख आहे. मला तुम्ही माफ कराल का?"

यावर मी तिचा खांदा दाबला. न ठरवता केलेली ती एक क्रिया होती. माझे डोळे अजूनही त्या बाटलीवर खिळलेले होते व त्या संबंधित विचार डोक्यात चालू होते. तिचा खांदा मी दाबल्याने तिने त्यातून अनुकूल अर्थ घेतला. ती घाईघाईने म्हणाली, "तुम्ही परत झोपणार का?"

मला यावर काय बोलावे ते कळेना. तिला परत माझ्या सहवासात मला चिकटून झोपायचे असेल तर. ती मूर्ख होती असे म्हटले पाहिजे किंवा म्हणूनच ती मूर्ख नसेलही. मी तिला म्हणालो, "नाही!" माझ्या उत्तरातील ठामपणा तिला नक्की जाणवला असला पाहिजे. पण माझी ती वरवरची प्रतिक्रिया होती. माझ्या मानेत सारख्या ज्या वेदना होत होत्या, त्यामुळे मला झोपे येणे शक्यच नव्हते.

"ठीक आहे मग." ती असे गूढपणे बोलली. त्यामागचा अर्थ मला शोधता

येईना. मी आता तिच्या फार जवळ नव्हतो. विचार करण्याच्या नादात तर मी मनाने तिच्यापासून खूप दूर गेलो होतो. मी आता हॅलिडेबद्दल विचार करत होतो. मला ठार करण्यासाठी तोच येथे आला होता. अप्रत्यक्षपणे त्यानेच माझ्या मानेवर फटका मारून मला थोडीशी व्हिस्की पिण्यास भाग पाडले होते. त्याचा तोच हेतू होता.

आता मी त्याला परत कधीही पाहणार नव्हतो. जिवंत अवस्थेत पाहणार नव्हतो.

तेरा

आर्क्टिक विभागातील वर्षाच्या या काळात सकाळी साडेदहा वाजेपर्यंत सूर्य उगवत नसे. सूर्योदय झाल्यावर मग समुद्रात दफन करण्याचा विधी सुरू झाला. तीन प्रेते समुद्रात सोडण्यात आली. ॲन्टोनिओ, मोक्सेन आणि स्कॉट यांना शेवटी जलसमाधी मिळाली. ज्या इतमामाने जमिनीत त्यांचे दफन व्हायला हवे होते त्याऐवजी अशा निर्मनुष्य ठिकाणी त्यांना समुद्रात विलीन करावे लागले याचे सर्वांनाच वाईट वाटत होते. त्या वेळी वारे मोठ्याने आवाज करत घोंगावत होते. ते गार वारे अत्यंत बोचरे होते. आपल्या शरीरांना ते कपड्यांमधून कापून जातील असे वाटत होते. कॅप्टन इम्रीच्या हातात पितळी आच्छादन असलेले एक जाडजूड बायबल होते. त्यात पाहून तो दफनविधीचे मंत्र म्हणत होता. पण वाऱ्यामुळे त्या मंत्रातले शब्द अधून-मधून एखाद दुसरे ऐकू येई. तिन्ही प्रेते कॅनव्हासमध्ये गुंडाळून ठेवली होती. प्रथेप्रमाणे त्यावर एक राष्ट्रध्वज घातला होता. *मॉर्निंग रोज* बोटीवरील तो एकमेव राष्ट्रध्वज होता. त्या राष्ट्रध्वजाखालून एकेक प्रेत समुद्रात सोडून दिले गेले.

जमिनीमध्ये प्रेताचे दफन केल्यावर तो खड्डा बुजवला जातो. नंतर त्या जागेपासून जमलेले लोक एकदम निघून जात नाहीत. पण येथे तसले काहीही नव्हते. खोदाई काम नाही, थडगे नाही की स्मृतिशिलाही नाही. लक्ष केंद्रित करण्यासाठी काहीही नाही. ज्या जागी समुद्रात प्रेते सोडून देण्यात आली ती जागाही बोट निघाल्याने मागे गेली. त्यामुळे दफनविधी आटोपल्यावर सर्व जण पटपट आत आले. बाहेरची हिमवृष्टी व गार वारे यांपासून बचाव करणे त्यांना जरुरीचे होते.

शिवाय कॅप्टन इम्री याने म्हटले होते की, कोळी जमातीच्या माणसांचे शुभचिंतन करून त्याप्रीत्यर्थ एक मद्याचा पेग प्यायचा असतो ही रुढी कितपत खरी आहे ते मला ठाऊक नाही. कदाचित मद्यप्राशन करण्यासाठी कॅ. इम्रीने ही काल्पनिक रूढी शोधून काढली असावी. त्यातून ती मृत माणसे कोळी जमातीमधली थोडीच होती? काही का असेना, वाऱ्यापासून बचाव व अंगात ऊब यांची गरज प्रत्येकाला भासत होती. परिणामी, दफनविधी आटोपल्यावर डेक झटपट रिकामा झाला.

मी मात्र डेकवर कोपऱ्यात खिळून उभा राहिलो होतो. कॅ. इम्रीचे मृतांसाठी मद्यप्राशन करणे मला आवडले नव्हते; पण मी तेवढ्यासाठी बाहेर थांबलो नव्हतो. मुळात मृतात्म्यांना असा मद्य पिऊन निरोप देणे, मला आवडत नव्हते. शिवाय आतमध्ये कोणाच्या ग्लासात कोण व्यक्ती मद्य ओतते आहे यावर लक्ष ठेवणे कठीण होते. शिवाय गेल्या रात्री मला फक्त तीन तास झोप मिळाली होती. माझा तोल जाऊ लागला होता. त्यामुळे बाहेर गार वाऱ्यात डेकवर गेलो, तर कदाचित डोके ताळ्यावर येईल असा मी विचार केला होता.

हॅलिडे हा मृत पावला होता. त्याचे शरीर कोणालाही सापडले नाही. मी वरवर त्याचा शोध घेतला खरा; पण तो सापडणार नाही याची मला मनातून खातरी वाटत होती. तो अदृश्य झाला होता. मागे काहीही धागादोरा न ठेवता तो नाहीसा झाला होता. हॅलिडे आता बेरेन्टसच्या समुद्रतळावर विश्रांती घेत होता. तिथल्या काळ्याकुट्ट अंधारात निजला होता. तो तिथे कसा पडला हे मला ठाऊक नाही, अन् ती गोष्ट तशी फारशी महत्त्वाची नव्हती. कदाचित त्याला कोणीतरी कठड्यावरून टाकले असेल किंवा कदाचित त्याचा तोल जाऊन तो समुद्रात पडला असेल किंवा कदाचित त्याच्या पोटात एवढा त्रास होत असेल की, असह्य होऊन त्यानेच आपण होऊन समुद्रात उडी टाकली असेल. व्हिस्की प्यायल्यानंतर तो सलूनमधून तडकाफडकी निघून गेला होता. याचा अर्थ व्हिस्कीमधील विष खूप जहाल असणार. त्याचा त्याला त्रास होऊ लागल्यावर डेकच्या कठड्यापाशी ओकण्यासाठी तो गेला असणार. ते कठडे बुटके असल्याने बोट हलत असताना त्यावरून तोल जाऊन समुद्रात पडणे सहज शक्य होते. त्याच्या बाबतीत त्यातल्या त्यात एकच गोष्ट बरी झाली ती अशी की, समुद्राचे खारे पाणी त्याच्या फुप्फुसात जाण्याआधीच विषाने त्याचा बळी घेतला. पाण्यात बुडून मृत्यू येणे हा त्या मानाने वेदनारहित मृत्यू असतो यावर माझा विश्वास नाही. याबद्दल कुठेही संशोधन झाले नाही किंवा कागदावर काही माहिती उपलब्ध नाही.

हॅलिडेच्या गायब होण्यामुळे फारसे कोणी हळहळले नाही. फक्त मीच हळहळलो. हॅलिडेला मी डायनिंग सलूनमध्ये शेवटचे पाहिले होते. एरवी तो सलूनमध्ये येत नसे. शिवाय तो फारसा कोणात मिसळत नसे. स्वभावाने तो एकलकोंडा होता.

त्यामुळेही त्याच्या मृत्यूची फारशी कोणी दखल घेतली नाही. त्यातून कॅप्टनने आपल्याकडून लेखी हमी घेतली होती. अन्यथा त्याने या मृत्यूची दखल घेऊन बोट हॅमरफेस्ट बंदराकडे वळवली असती. माझ्यासाठी सलूनच्या व्हिस्कीत विष घातले होते. हॅलिडे ती व्हिस्की प्यायल्यानंतर ती बाटली बदलली गेली.

मी माझ्या केबिनच्या दारामध्ये आगपेटीच्या काड्या विशिष्ट पद्धतीने खोचून ठेवल्या होत्या. कोणी जर ते दार उघडले तर त्या काड्या तेथून हलतील असा त्यामागचा उद्देश होता. आता त्या काड्या जागेवर नव्हत्या. माझ्या सूटकेसच्या कप्प्यातील नाण्यांनीही आपली जागा सोडली होती. मी नसताना कोणीतरी माझ्या केबिनमध्ये येऊन माझी सूटकेस तपासली होती याचा तो पुरावा होता. मला या गोष्टीचे आश्चर्य वाटले नाही. यातून एक निष्कर्ष मात्र मी काढला. तो म्हणजे, ज्या विषबाधा झाल्या त्या अपघाताने घडल्या नव्हत्या. कोणीतरी त्या मुद्दाम घडवून आणल्या होत्या.

माझ्या मागे कसला तरी आवाज झालेला मी ऐकला. मी गर्रकन वळलो. माझ्यावर हल्ला करण्यासाठी कोण येते आहे हे चार पावले पुढे जाऊन मला पाहायचे होते. पण मी तसे केले नाही. येथे दिवसाउजेडी सर्वांसमक्ष माझ्यावर हल्ला होणे शक्य नव्हते. मी ज्या कोपऱ्यात उभा होतो तिथे दोन्ही बाजूंनी मालाच्या पेट्या रचल्या होत्या. त्यामुळे मागून कोण हल्ला करू शकेल? हा विचार मनात येताच मी शांत झालो. मी इकडे तिकडे पाहत असताना कॉनरॅड माझ्याकडे आला. त्या छोट्याशा कोपऱ्यातल्या आश्रयस्थानात येऊन माझ्याशी बोलू लागला.

"हे काय चालले आहे?" मी त्याला विचारू लागलो, "मृतात्म्यांना मद्यप्राशन करून श्रद्धांजली देण्याचे खूळ कॅप्टनच्या डोक्यात कसे काय आले आहे?"

"ते मला ठाऊक नाही." माझ्याशेजारी दहा फुटांवर ताडपत्रीने झाकलेली मालाची थप्पी होती. त्या थप्पीला डझनभर तरी पोलादी दोरांनी आवळून जखडले होते. त्याकडे बोट दाखवून तो म्हणाला, "हे काय आहे ते तुम्हाला ठाऊक नाही?"

"काय झकास प्रश्न विचारलात?"

"हो ना. ओळखा पाहू," कॉनरॅड म्हणाला.

ताडपत्रीखालचे सामान हे अर्धगोलाकृती होते. मी त्याबद्दल सांगू लागलो, "तयार झोपड्या तयार करण्यासाठी आणलेले हे सामान आहे. ते झोपड्यांचे सुटे भाग आहेत. पटापट जोडून त्यापासून एक भक्कम आश्रयस्थान उभे करता येते. हिमवादळातही त्या झोपड्या टिकून राहतात. या सामानातून अशा सहा झोपड्या किंवा आश्रयस्थाने उभी करता येतील. यांची वाहतूक अगदी सहजासहजी करता येते. विक बंदरावर हा माल बोटीवर चढवण्यात आला होता."

मग त्याने म्हटले, "हे काय आहे ते मी सांगतो. अनेक थर एकत्र करून

चिकटवून बनवलेले हे हलके पत्रे आहेत. ॲल्युमिनियमचा पातळ पत्रा, ॲस्बेस्टॉस इत्यादी गोष्टी एकमेकांना चिकटवून ते पत्रे बनवलेले आहेत.''

नंतर पलीकडच्या मालाकडे बोट दाखवून त्याने म्हटले, ''अन् ते काय आहे ओळखा पाहू.'' ताडपत्रीखाली एक चमत्कारिक मोठी वस्तू उभी होती. तिची लांबी लंबगोलाकृती होती व उंचीला ती सहा फूट होती.

मी सांगू लागलो, ''ती झोपडी नाही. आपण ज्या जागी जाणार आहोत तिथे बरीच घरे पूर्वीच बांधून ठेवली आहेत. घरे जरी पूर्वीची असली, तरी ती वापरण्याजोगी आहेत. सत्तर वर्षांपूर्वी लर्नर नावाचा माणूस तिथे कोळशाच्या शोधात आला. त्याला येथे कोळशाची खाण सापडलीही. तिथल्या किनाऱ्याच्या खडकावर जर्मन ध्वज व अन्य चिन्हे सापडतील. ही एक खाजगी जागा आहे, हे दर्शविण्याचा प्रयत्न त्यातून झाला आहे. लर्नरने तेथे घरे बांधली व एक रस्ताही केला. त्या रस्त्याने बेटाच्या आत मध्यापर्यंत जाता येते. लर्नरनंतर तिथे मासेमारी करणारी एक जर्मन कंपनी आली. त्यांनीही आपली नवीन घरे उभी केली. नंतर नॉर्वेजियन शास्त्रज्ञ आले व त्यांनीही आपल्या झोपड्या बांधल्या. सारी घरे पक्की व भक्कम आहेत. आपण त्यात राहू शकतो. तिथे सामानसुमान काहीही नाही. ती केवळ आश्रयस्थाने आहेत.

''तुम्हाला बरीच माहिती दिसते आहे.'' कॉनरॅड मला कौतुकाने म्हणाला.

''अर्ध्या तासापूर्वी मी जे वाचले ते मी कधीच विसरू शकत नाही. गोईनने आज काही माहितीपत्रके आपल्या सर्वांना वाटली. त्यामध्ये आपला चित्रपट किती अडचणीतून निर्माण केला जात आहे, याची माहिती दिलेली आहे. खरोखर, आपला चित्रपट जगात गाजणार नक्की. तुम्हाला त्या माहिती पत्रकाची प्रत मिळाली की नाही?''

''होय मिळाली. फक्त त्याबरोबर ते मला एक शब्दकोश देण्यास विसरले.'' मग त्याने तिथे जवळ असलेल्या एका सामानाकडे बोट करून म्हटले, ''ही एक पाणबुडीच्या मध्यभागाची प्रतिकृती आहे. प्रतिकृती म्हणजे नुसते टरफल आहे. आतमध्ये काहीही नाही; पण ही प्रतिकृती नुसत्या पुठ्ठ्याची नाही, तर चांगली लोखंडाची आहे. त्यामुळे तिचे वजन १० टन भरते. त्यात कास्ट आयर्नमधील बॅलास्टही आहे. दुसरे जे सामान आहे, ते म्हणजे पाणबुडीचा कॉनिंग टॉवर आहे. हा भाग पहिल्या भागावर बोल्टने पक्का जखडायचा.''

''मग ते काय आहे? ट्रॅक्टर्स व तेलाची पिंपे? त्यातून रणगाडे व विमानविरोधी तोफा निर्माण करणार का?'' मी विचारले.

''नाही. ट्रॅक्टर्स व तेलाची पिंपे एवढेच. बाकी काही नाही. अन् तुम्हाला ठाऊक आहे का, स्क्रीन प्लेची एक प्रत ही बँक ऑफ इंग्लंडच्या तिजोरीत सुरक्षित ठेवली आहे. बेटावर ज्या दृश्यांचे चित्रीकरण करायचे आहे, त्याच्या स्क्रिप्टची प्रत

मला अजून मिळाली नाही. त्या सर्व दृश्यांचा एकमेकांशी संबंध नाही. दोन्ही दृश्यांना जोडणाऱ्या काहीना काही लिंक्स असणार. त्या लिंक्स बँकेच्या तिजोरीत आहेत. नुसत्या लिंक्स पाहिल्या, तर त्यातून काहीही अर्थबोध होणार नाही. नुसती दृश्ये पाहिली, तरीही काही अर्थबोध होणार नाही.''

''अर्थबोध होऊच नये, असा त्यामागचा हेतू असेल,'' मी म्हणालो. हळूहळू माझ्या ध्यानात येऊ लागले की, माझे पाय बर्फासारखे गार पडू लागले आहेत. ''एवढी गुप्तता पाळण्यामागे काहीतरी कारणे असणारच. शिवाय काही चित्रपट-निर्माते दिग्दर्शकांना उत्तेजन देऊन त्या दृश्यांमध्ये सुधारण करत जातात. अशा वेळी दिग्दर्शकाचे लक्ष फक्त एकाच दृश्यावर राहावे, म्हणूनही खबरदारी घेतली जाते.''

''पण आपला दिग्दर्शक नील डिव्हाईन याचे मात्र तसे नाही. प्रत्येक दृश्याचा मुख्य कथेशी नक्की काय व कसा संबंध आहे, हे जाणून घेतल्याखेरील तो शूटिंग करतच नाही.''

कॉनरॅडच्या डोक्यावरच्या टोपीवर व कपाळावर एवढे हिमकण साठून राहिले की, ते पार त्याच्या भुवयांपर्यंत खाली आले होते. तो सांगू लागला, ''प्रत्येक दृश्य चित्रित करण्याआधी ओटो त्या दृश्यातल्या तपशिलाचा बारकाईने विचार करतो. अगदी आगपेटीचा व नाण्यांचासुद्धा.''

''हं, ते खूपच खबरदारी घेतात खरे,'' मी म्हणालो.

''खबरदारी! पण हे जे चालले आहे, ते सारे वेड्यासारखे केले जात आहे, असे नाही तुम्हाला वाटत?'' कॉनरॅडने मला विचारले.

''माझ्या मते, संपूर्ण चित्रपट-विश्वात वेड्यासारखे काहीतरी करण्याची लाट आलेली आहे, असे मला वाटते. माझ्यासारखा सामान्य माणूस हे प्रथमच पाहातो आहे. नेहमी असेच चालते का नाही, हे मला ठाऊक नाही. तुम्ही हा उद्योग पूर्वीपासून पाहत आलेला आहात. तुम्ही चित्रपटात खूप कामे केलेले एक नट आहात. तुम्हालाच माझ्यापेक्षा अधिक माहिती असणार.''

''अभिनेते व अभिनेत्री!'' एक नि:श्वास टाकून कॉनरॅड बोलू लागला. ''त्या ज्यूडिथ हेनिसने आपल्या दोन कुत्र्यांसह स्वत:ला केबिनमध्ये कोंडून घेतले आहे. ती मेरी स्ट्युअर्ट आपल्या केबिनमध्ये पत्रे लिहित बसलेली आहे. कोणास ठाऊक, ती पत्रे लिहिते आहे का मृत्यूपत्र लिहिते आहे? खूपच घाबरलेली दिसते आहे. सगळेजण कसे चमत्कारिकरीत्या वागत आहे. हे चित्रपट-विश्व चक्रम लोकांचे आहे.''

''अगदी नट-नट्यांच्या बाबतीतही हे खरे आहे.''

''त्यांच्या बाबतीत तर कुणाचे कोणाशीही जमत नाही. काही जण ब्रिटिश फिल्म इंडस्ट्रीतील आहेत. काही जण हॉलिवुडमधील आहेत, तर काही जण जर्मन

चित्रपट जगातून आलेले आहेत. सर्वांना जोडणारे समान असे काहीही नाही. त्यामुळे ते सर्व जण एकमेकांशी सहसा काहीही बोलत नाहीत.''

"तुम्हाला त्यांच्याबद्दल बऱ्यापैकी माहिती दिसते आहे.''

"होय. मला अभिनय करायला आवडतो, म्हणून मी चित्रपटक्षेत्रात टिकून आहे; पण हे क्षेत्र मला कंटाळवाणे वाटते. मी सर्वांशी संबंध ठेवतो खरा; पण पाहिजे तेवढा त्यांच्यात मिसळत नाही. त्यामुळे मी वेगळा उठून दिसतो. पण ओटो इतर नटनट्यांच्याबद्दल चांगले बोलतो. त्यांची व ओटोची एकजूट झाली आहे. कुणी सांगावे, पुढच्या चित्रपटातून ते मला काढूनही टाकतील.'' मग थोडे थांबून तो म्हणाला, "काय चालले आहे ते समजत नाही. आत्ताच्या प्रसंगी हा म्हातारा कॅप्टन स्कॉच पाण्यासारखी उदारपणे कशी काय वाटतो आहे?''

कॅप्टन इम्री हा प्रत्येकाच्या ग्लासात सढळपणे स्कॉच ओतत होता. नक्कीच तो त्याच्या खाजगी साठ्यातून दारूचे वाटप करीत असणार. ओटोकडून असे कधीच होणार नाही. तो आपला दारूचा साठा जपून ठेवीत होता. ओटो तिथे हजर होता. आपल्याभोवती त्याने रंगीत ब्लॅन्केट गुंडाळून घेतले होते. त्याचा चेहरा अजूनही पांढरा पडलेला होता. फिल्म युनिट आणि बोटीवरील कर्मचारी मिळून एकूण वीस जण तिथे हजर होते. आत्ताचा दारू पिऊन शुभचिंतन व्यक्त करण्याचा कार्यक्रम गंभीरपणे चालला होता. त्यामध्ये ज्यूडिथ हेनिस ही आपला नवरा स्ट्रायकर याच्याबरोबर होती. तो तिच्याभोवती सारखा घिरट्या घालून तिच्यावर लक्ष ठेवीत होता. जमलेल्यांमध्ये मला 'मेरी डार्लिंग' दिसली. मला तिचे आश्चर्य वाटले. तिला दारूचा तिटकारा होता. मग ती येथे केवळ कर्तव्य म्हणून आली होती का? इतकेच काय, पण सर्व सामाजिक संकेत बाजूस सारून ती उघडपणे तरुण ॲलनचा हात धरून हिंडत होती. ती दुसरी मेरी म्हणजे 'मेरी डियर' उर्फ मेरी स्ट्युअर्ट मात्र त्या लोकांत दिसत नव्हती. या तथाकथित समारंभाला हजर नव्हती. हेसमान व सॅन्डी हे दोघेही दिसत नव्हते. जंगबेक व हेटर हे दोन्ही नट कॉनरॅडबरोबर काम करायचे. ते दोघे एका कोपऱ्यात उभे होते. मी प्रथमच त्यांच्याकडे कुतूहलाने पाहिले. ते दोघेही नटांप्रमाणेच दिसत होते किंवा नट मंडळी कशी दिसावी याबद्दल माझ्या मनात ज्या कल्पना होत्या, त्यानुसार ते दिसत होते. चेहऱ्यावर सतत कृत्रिम भाव, काळे-कुरळे केस व सतत हसत राहणारे असे ते दोघे होते. जंगबेकला आगामी चित्रपटात खलनायकाचे काम मिळणार होते.

डायनिंग सलूनमध्ये पूर्ण शांतता आहे हे माझ्या लक्षात आहे. प्रसंग गंभीर असल्याने कोणीच फारसे बोलत नव्हते. मी व कॉनरॅड आत गेल्यावर कॅप्टनने आमच्यापुढे स्कॉचचे पेले धरले. मात्र आम्ही त्याला सौजन्यपूर्वक नकार दिला.

आता कॅप्टन बोलू लागला, "ते तिघे आपल्यामधून गेले, निघून गेले.

आपल्याला कायमचे अंतरले. फार वाईट रीतीने त्यांना मृत्यू आला. ब्रिटनचे हे तीन पुत्र...'' आत्ता येथे ॲन्टोनिओ हजर असू शकणार नाही यामुळे मला बरे वाटले. कॅप्टन बोलत होता, ''परंतु काळाची गती आपल्याला थोपवता येत नाही. ते तिघेही आता या समुद्रात अशा ठिकाणी जळावरती विसावली आहेत, चिरनिद्रा घेत आहेत की, जिथे त्यांच्या हजारो देशबांधवांना युद्धकाळात जलसमाधी मिळाली.'' कॅप्टनचे हे वक्तव्य कुठे जाणार होते, ते कोणालाच समजेना. आपले भाषण किंचितही खंडित न करता त्याने आपला ग्लास पुन्हा भरून घेतला. तो म्हणत होता, ''याच बेअर आयलन्डपाशी ती धुमश्चक्री उडाली. तुम्हाला 'बेअर आयलन्ड' हे एक साधे नाव वाटेल, पण येथे असलेले मिस्टर स्टोक्स, मी व माझ्यासारख्या हजारो जणांना हे नाव सतत कशाची तरी आठवण करून देणारे आहे. येथेच आपल्या आयुष्याला कलाटणी देणारा प्रसंग घडला. त्यामुळे एका रात्रीत आमची वये वाढली. तरुण लोक पोक्त बनले व माझ्यासारखी माणसे वृद्ध झाली.'' कॅप्टन हे जे काही बोलू लागला त्यावरून मला हा नेहमीचा कॅप्टन वाटेना. हा कोणी वेगळाच माणूस आहे, असे मला भासले. जी माणसे सलूनच्या बाहेरच्या दाराकडे नजर ठेवून त्या दिशेने सरकू पाहत होती, ती आता थांबली.

कॅप्टन सांगत होता, ''आम्ही त्याला 'गेट' म्हणतो. बेरेन्टचा समुद्र, व्हाईट सी आणि रशियातील काही जागा येथे जाण्यासाठी ती एक सामुद्रधुनीसारखी जागा होती. त्यातून आम्ही या भागात जहाजाने प्रवेश करायचो. दुसऱ्या महायुद्धाच्या काळात आम्ही काही वर्षे या गेटमधून आमच्या जहाजांचा ताफा न्यायचो. जर तुम्ही त्या गेटमधून शिरलात व पुन्हा परत तिथे आलात, तर तुम्ही खरोखरीच स्वत:ला सुदैवी समजले पाहिजे. जर तुम्हाला हे पाच-सहा वेळा जमले, तर नशीब तुमच्या पाठीशी आयुष्यभर आहे असे समजा. मिस्टर स्टोक्स, आपण किती वेळा त्या गेटमधून जाऊन आलो?''

''बावीस वेळा,'' स्टोक्स चटकन उत्तरला.

''परंतु मरमान्स्कला जाणाऱ्या ताफ्यावर मात्र हल्ले झाले. त्या युद्धात एका ठिकाणी एवढी माणसे मृत्यू पावली की, तेवढी दुसऱ्या कुठल्याही नाविक युद्धात गमावली गेली नसतील. त्या गेटपाशी रात्रंदिवस आमचा शत्रू दबा धरून वाट पाहत असे. तिथेच आम्ही आमची उत्कृष्ट जहाजे व उत्कृष्ट नौसैनिक गमावले. या गोष्टीला जरी आता तीस वर्षे होऊन गेली असली, तरी 'बेअर आयलन्ड' हे शब्द उच्चारले की माझे मन चरकते. आर्क्टिक भागातील हे स्थळ म्हणजे समुद्रांतर्गत एक कबरस्तान बनले आहे.'' एवढे बोलल्यावर कॅप्टनचे अंग त्या आठवणीने एकदम शहारले. तो पुढे म्हणाला, ''पण आता सारे शांत झाले आहे. वृद्ध माणसे फार बडबड करतात. म्हणून ती त्याबद्दल तुम्हाला फार काही सांगणार नाही. या भयंकर

प्रसंगातून आम्ही सुदैवी लोक वाचलेलो आहोत.'' त्याने आपला ग्लास उंचावीत म्हटले, ''बॉन व्हॉयेज! ईश्वर मृतात्म्यांना सद्गती देवो!''

बॉन व्हॉयेज! पुढच्या प्रवासाला दिलेल्या शुभेच्छा! कॅप्टन मनातून भावविवश झाला होता. मला त्याच्या भावना जाणवल्या. मी अंतःकरणात गलबलून निघालो. कॅप्टन इम्रीच्या जुन्या आठवणींची खपली निघाली होती. तरी त्याने बोलण्यात फार वाहवत न जाता मोठ्या संयमाने मागच्या कटू इतिहासाची आठवण उपस्थितांना करून दिली. जे असंख्य मृत्यू त्याने पाहिले, त्याला काळ व अवकाश यांच्या मर्यादा नव्हत्या. बेअर आयलन्डजवळच्या समुद्रात मृत्यूने ते तांडवनृत्य केले होते. तिथला समुद्रतळ हा मरण पावलेल्यांचे कायमचे निवासस्थान झाला होता.

तो भीषण प्रसंग उपस्थितांपैकी किती जाणांना स्पर्शून गेला असेल? बेअर आयलन्डजवळचा समुद्र बाहेरच्या जगापासून वेगळा पडलेला होता. त्या निर्जन भागातील तो भीषण संहार जनतेला नीट कळला नव्हता. जेव्हा माणसाला आगीचा शोध लागला नव्हता, तेव्हा त्याला सतत परिस्थितीशी सामना करावा लागत होता. सतत भीतीच्या ताणाखाली तो जगत होता. बेअर आयलन्ड म्हटल्यावर कॅप्टन इतके दिवस अशा स्मृतींच्या ताणाखाली वावरत आला होता. त्यावेळच्या भीतीच्या पगड्याखाली सतत वावरत असताना, बोटीवर झालेल्या तीन मृत्यूंमुळे तो गडबडून गेला होता. त्याच्या साऱ्या स्मृती उफाळून आल्या होत्या. मृत पावलेल्या तीन व्यक्तींसाठी शुभचिंतन करण्याचा तो कार्यक्रम नव्हता, तर बेअर आयलन्डपाशी तीस वर्षांपूर्वी कित्येक हजार जिवांच्या संहाराच्या आठवणींना उजाळा देण्यासाठी, त्या हजारो मृतांना अभिवादन करण्यासाठी तो कार्यक्रम त्याने आयोजित केला होता.

कॅप्टन इम्रीचे हे वागणे कोणाच्या दृष्टीने पोरकट वाटेल, अंधश्रद्धेचे वाटेल; पण ज्याने पाहिले, भोगले त्यालाच ते नीट समजू शकेल. कॅप्टन इम्री व मि. स्टोक्स हे आता एका कोपऱ्यात हळूच सरकले व खाली मान घालून मृतात्म्यांना मनात श्रद्धांजली वाहू लागले. नील डिव्हाईन हा आदल्या दिवशीच्या प्रसंगामुळे हादरून गेला होता. त्याच्या मनावर परिणाम झाला होता; पण आता तो थोडासा सावरला होता. आपल्या हातातील रिकामा ग्लास तो सारखा फिरवत होता. त्याच्या डोक्यातील विचारचक्र फिरू लागले असावे. चित्रीकरणाबद्दल तो विचार करीत असावा. एकदा ते सुरू झाले की मग त्याला सतत ओटोच्या जिभेच्या पट्ट्याला तोंड द्यावे लागणार होते; पण आत्ता तो खरोखरीच चित्रीकरणाबद्दल विचार करीत होता का, हे सांगणे अवघड होते. का खोल समुद्रतळावर निजलेल्या मृत व्यक्ती त्याच्याशी काही संपर्क साधण्याचा प्रयत्न करीत होत्या का?

ओटो टेबलाच्या अरुंद बाजूला असलेल्या यजमानाच्या खुर्चीवर बसला होता. त्याच्या डाव्या-उजव्या बाजूच्या लांबलचक बाजूंना कमिन व गोईन बसले होते. ते

सर्व जण गप्प बसले होते. काहीही बोलत नव्हते. या दोघांमधले संबंध कसे असतील, याबद्दल मला कुतूहल होते. तसे ते दोघे एकमेकांशी औपचारिकरीत्या वागत होते खरे, पण शक्यतो ते एकमेकांना टाळत होते. जेव्हा एखाद्या समस्येवर प्रश्नोत्तरे सुरू होत, तेव्हा ते माझ्या लक्षात आले. ती त्यांची वैयक्तिक बाब होती. त्यांच्यात सामाईक असे फारच थोडे होते. परंतु कमिन व गोईन यांना नुकतेच कंपनीचे व्हाईस प्रेसिडेन्ट आणि कपडेपटाचा प्रमुख केलेले होते. यावरून ओटोला त्यांचे आपल्या ऑलिम्पस प्रॉडक्शनमध्ये किती महत्त्व वाटते, हे त्यातून दिसून येत होते. अन् आता ते एकत्र जमले होते; पण बोलत नव्हते. यावरून असा विषय आता त्यांच्यापुढे होता की, कॅप्टन इम्रीचे आणि माझे त्या विषयाकडे लक्ष जाण्यासारखा तो विषय असावा.

ओटोची ती तीन 'प्रेषित' मंडळी आत्ता काहीही बोलत नव्हती; पण त्यातून कसलाही अर्थ काढता येण्याजोगा नव्हता. त्यांच्याजवळ आत्ता त्यांची वाद्ये नव्हती, संगीतावरची मासिके व भडक चित्रांची कॉमिक बुक्स नव्हती. यांचे साहचर्य नसल्याने कदाचित ते अस्वस्थ झाले असावेत. अशा परिस्थितीची त्यांना सवय नव्हती. त्यांना मृत्यूसारख्या गंभीर प्रसंगानंतर बोलायची, भाषणे करायची सवय नव्हती. स्ट्रायकर हा सारखा आपल्या पत्नीच्या जवळ राहायचा, तिच्या जवळपास वावरायचा. आत्ता तो काऊंटशी शांतपणे बोलत होता. तर ड्यूक हा आपल्या केबिनमध्ये राहणारा जोडीदार एडी याच्याशी बोलणे इतके टाळत होता की, ती गोष्ट कोणाच्याही सहज लक्षात यावी. जरी ते एकमेकांशी क्वचितच बोलत असले, तरीही आत्ताचा त्यांच्यातील अबोला हा वैशिष्ट्यपूर्ण होता, असेच म्हटले पाहिजे. माझ्या डाव्या-उजव्या बाजूला अत्यंत जवळ लोनी आणि गिल्बर्ट उभे होते. कॅप्टन इम्रीचे शब्द किंवा त्या शब्दांचे महत्त्व त्यांच्या झिंगलेल्या डोक्यात कितपत शिरले असतील, याची मला शंकाच होती. लोनी याने स्कॉच व्हिस्की असलेला एक ग्लास हातात धरला होता. दुसऱ्या हाताने तो एका मोठ्या भांड्यातील सोडा किंवा पाणी ग्लासात ओतत होता; पण फारच कमी प्रमाणात ओतत होता. मध्यरात्री लाऊंज बारमध्ये त्याचे असे पिणे चालले होते. मी अशी आशा करीत होतो की, त्याच्या मनात कुठेतरी थोडीशी तरी, मागमूस म्हणण्याइतपत सद्सद्विवेकबुद्धी व प्रामाणिकपणा यांच्यासाठी जागा उरली असावी.

''हेवा व निंदा आणि तिरस्कार व वेदना आणि आनंद आहे असे भासणारा अस्वस्थपणा हा आता त्या मृतात्म्यांना पुन्हा स्पर्श करणार नाही.'' लोनी आपली श्रद्धांजली अशा शब्दात वाहत होता. लोनीने आपला ग्लास थोडा तिरपा करून त्यातील व्हिस्कीत दोन बोटं बुचकळून ती चाटली. मग आपल्या ओठांवरून जीभ फिरवीत तो पुढे म्हणाला, ''मृत्यूच्या स्पर्शाने ज्यांचे...''

मी त्याला मध्येच थांबवित विचारले, ''लोनी, आज तुझी सकाळ केव्हापासून सुरू केलीस?''

''सुरू केलीस?'' माझ्या प्रिय मित्रा, माझी सकाळ कालपासूनच सुरू झाली होती. मी रात्रभर झोपलोच नव्हतो.'' मग तो श्रद्धांजलीचे धार्मिक वाक्य पुढे म्हणत गेला, ''ज्या मृत्यूच्या स्पर्शाने ज्या व्यक्तींचे केस पांढरे झाले आहेत व ज्यांचे हृदय थंड झाले आहे अन् ते आता काय दुःख व्यक्त करू शकणार?''

आपले बोलणे ऐकण्यासाठी जवळपास फारसे श्रोते नाहीत, हे त्याला ठाऊक होते. मग लोनी तेथून निघाला. मेरी डार्लिंग व ॲलन तो समारंभ पाहून आता निघून चालले होते. मेरी थोडीशी कचरत रेंगाळली व ती ज्यूडिथ हेनिस हिच्या खुर्चीसमोर थांबली. मग थोडेसे स्मित करीत ती तिला म्हणाली, ''गुड मॉर्निंग मिस हेनिस. आज तुम्हाला अधिक बरे वाटत असेल ना?''

ज्यूडिथ हेनिस यावर हसली. तिचे थोडेसे दात दिसले. ते सारे दात अत्यंत परिपूर्ण आहेत, असे पाहताक्षणीच कळत होते. मग ती मान वळवून दुसरीकडे पाहू लागली. तिने बळेबळेच एक स्मितहास्य केले होते. नंतरची तिची दुसरीकडे पाहण्याची कृती म्हणजे मेरीला उडवून लावून अपमान करण्याची होती. मी मेरी डार्लिंगच्या गालावरचे रंग निरखू लागलो. ती रागाने लाल होते आहे, असे मला वाटले. पुढे काही बोलण्यासाठी तिने आपले ओठ विलग केले होते; पण ॲलन आपले ओठ घट्ट आवळून तिच्या दंडाला धरून सावकाश तिला मागच्या दाराकडे नेऊ लागला.

''वेल् वेल्, हा काय प्रकार आहे ते मला समजत नाही. मिस हेनिसला आवडले नसल्याचे स्पष्ट कळून आले आहे, पण आमची ही छोटी मेरी कोणाचाही असा उपमर्द कशी काय करेल?''

''पण तरीही तिने तो केलाच ना, माय बॉय. आपली मिस ज्यूडिथ हेनिस ही एक दुःखी व दुर्दैवी बाई आहे. त्यामुळे तिचे आपल्यापेक्षा कोणत्याही दुसऱ्या अधिक तरुण, अधिक सुंदर व अधिक बुद्धिमान बाईशी जमत नाही. म्हणून आपली ही लहान मेरी पाहिल्यावर अशा स्त्रिया तिला नाके मुरडतात.''

यावर मी म्हणालो, ''अरेरे! हे ऐकून मला ठीक वाटत नाही. तरीही ज्यूडिथ हेनिसबद्दल सर्वांचे मत फार वाईट आहे, याकडे मी कानाडोळा करतो.''

यावर लोनी माझ्यापाशी येत म्हणाला, ''तुम्ही म्हणता ते ठीक आहे.'' आपल्या रिकाम्या झालेल्या ग्लासाकडे तो आश्चर्याने पाहत होता. तो पुढे म्हणाला, ''ती काही वाईट बाई नाही, निदान ती आपल्या वाईटपणाचे भांडवल करून ॲक्टिंगमध्ये पुढे येत नाही. अगदीच अनवधानाने तिच्या हातून तसे काही घडले, तर वेगळे. जे कोणी तिला धमकी देत नाहीत किंवा तिच्याशी स्पर्धा करीत नाहीत

अशी माणसे, लहान मुले, पाळीव प्राणी यांच्या बाबतीत ती उदार असते, प्रेमळही असते; पण जे कोणी दुसऱ्याकडे प्रेमळ नजरेने पाहू शकत नाहीत किंवा दुसऱ्याच्या हृदयात प्रेम निर्माण करू शकत नाहीत, थोडक्यात रूक्ष असलेली माणसे ही विकृत असतात. त्यांच्याबद्दल फक्त कीव करता येते. मग जे कोणी तिच्याकडे पाहून ती न आवडल्याने एकदम वास्तवतेकडे पाठ फिरवतात आणि काहीतरी अमानवी, अद्भुततेची कल्पना करीत बसतात.'' एवढे बोलून लोनी झटकन बाजूला झाला व तो एका टेबलावरील स्कॉच व्हिस्कीच्या बाटलीकडे गेला व आपल्या ग्लासात ती ओतून घेऊ लागला. त्याने आपला ग्लास अशा काही वेगाने व सफाईने भरला की, जणू काही जन्मभर तो हेच काम करीत आला असावा, असे मला वाटले. मग तो खुषीत आला. प्रसन्न चेहेऱ्याने तो माझ्याकडे आला.

''छे! सगळे जण समुद्रप्रवासाने आजारी पडलेले वाटत आहेत. ते आपापल्या आजारपणाच्या त्रासात एवढे चूर झाले आहेत की, कोणालाही आपली मदत व सहानुभूती नको आहे.'' लोनी हा कधी-कधी राजकारणी पुरुषासारखा बोलतो, असे वाटते. तो म्हणत होता, ''जगात जी कोणी चालती-बोलती व मनाने जखमी झालेली दुर्दैवी माणसे आहेत, त्यातील ती एक आहे. बरोबर आहे ना? ती माणसे कितीही त्रास झाला तरी अडखळत बोलत नाहीत. कोणी जर त्यांना दुखावले, त्यांचा अपमान केला, तरीही ते त्यात आनंद मानत राहतात अन् जर ते दुखावले गेले नाहीत तर फारच चांगले. मग त्यांच्या हृदयातील उर्मी जागृत होऊ लागतात. जी माणसे फक्त स्वत:वरच प्रेम करतात, स्वत:चीच कीव करतात, मनात स्वत:लाच एखाद्या जुन्या मित्रासारखी मिठी मारतात, तीच माणसे जगात सुखी असतात असे माझे मत आहे. आत्मसुखासारखे दुसरे सुख नाही. पाणघोड्याला चिखलाच्या दलदलीत लोळताना जसे अपरंपार सुख वाटते, तसे हे आत्मसुख असते...''

मी यावरी मध्येच त्याचे वाक्य तोडीत म्हणालो, ''तुम्ही म्हणता ते बरोबर आहे अन् ती उपमाही अगदी चपखल दिली आहे.'' मी त्याचे आणखी काहीही ऐकू शकलो नाही. कारण माझे लक्ष डेकबाहेर गेले होते. एक आकृती घाईघाईने चाललेली मला निसटती दिसली. हेसमान, नक्कीच तो हेसमान होता. जर तोच असेल, तर मी लगेच त्याला तीन प्रश्न विचारणार होतो आणि ताबडतोब मला त्याची उत्तरे हवी होती. हेसमान हा संथपणे आपल्याच नादात चालणारा माणूस होता. मग आत्ताच का तो असा घाईगडबडीत चालतो आहे? जर तो बोटीच्या मागच्या बाजूला जात असेल, तर त्याला बोटीच्या पुढच्या बाजूला दिसू नये, डायनिंग सलूनच्या मोठ्या खिडक्यातून आपण दिसू नये, असे त्याला वाटत असावे. त्याला कडाक्याच्या थंडीचा, गार वाऱ्याचा तिटकारा होता. कारण त्याने

कित्येक वर्षे सैबेरियात काढलेली होती, म्हणून तशी त्याची वृत्ती झाली असावी. पण मग तो वरच्या डेकवर पुढच्या बाजूला कशासाठी गेला होता? मी लोनीच्या खांद्यावर थोपटीत त्याला म्हटले, "तो परत दिसणार बघ. अगदी क्षणार्धात परत दिसेल बघ. तो आजारी पडला आहे का, हे मला पाहिलेच पाहिजे."

मग मी तेथून निघालो; पण घाईघाईने नव्हे. मी मागच्या दारातून बाहेर पडलो आणि तिथेच बाजूला थांबून राहिलो. मी कुठे जातो आहे या कुतूहलापोटी कोणी माझ्या मागे मला पाहायला येतो आहे का, हे मला बघायचे होते. अन् खरेच कोणीतरी माझ्या मागोमाग आले, अगदी लगेच वेळ न घालवता आले. पण जरी त्या व्यक्तीला माझ्या जाण्या-येण्यात, हालचालीत रस असला, तरी तसे ती व्यक्ती मला कळू देणार नव्हती. तो गुंथर जंगबेक होता. माझ्या मागोमाग आला होता. माझ्याकडे पाहून त्याने एका स्मितहास्य केले, निर्विकारपणे केले आणि तो तसाच पुढे प्रवाशांच्या केबिन्सकडे निघून गेला. मी आणखी काही सेकंद तिथे वाट पाहत राहिलो. मग वरच्या डेककडे जाणाऱ्या उभ्या लोखंडी शिडीवर चढून गेलो. वर असलेली निरीक्षणाची खोली ऊर्फ ब्रिज आणि वायरलेस ऑफिस याच्या मागे मी गेलो.

तिथल्या खोलगट भागाभोवती मी फेऱ्या मारल्या. तिथेच इंजिनासाठी लागणारी हवा खेचून घेणारा मोठा पंखा होता. मात्र त्या पंख्याची पाती पत्र्याच्या आवरणाखाली होती. तिथे मला कोणीही सापडले नाही. तिथे चिटपाखरूच काय; पण बर्फाळ प्रदेशातील वाक्प्रचारानुसार ध्रुव प्रदेशातील एकही अस्वलसुद्धा मला दिसले नाही. अर्थात मी काही तशी अपेक्षा ठेवली नव्हती म्हणा. तिथे सारा उघडा भाग असल्याने बोचरे थंड वारे वाहत होते. कोणीही तिथे अगदी तसेच महत्त्वाचे कारण असेल, तरच थांबले असते. तिथेच दोन लाइफबोटीही ठेवलेल्या होत्या. त्या छोट्या इंजिनावर चालत. मी त्यांच्यामागे आडोशासाठी गेलो. तिथे वर आलेल्या एका व्हेन्टिलेटरपाशी उभा राहिलो व बोटीचा मागचा भाग पाहू लागलो.

पहिले काही सेकंद मला त्या धुक्यासारख्या वातावरणात काहीच दिसले नाही. मला ज्यात रस वाटेल अशी कोणतीही गोष्ट माझ्या नजरेस पडली नाही. हवेत बर्फाचे कण वाहत असल्याने तिथले दृश्य स्वच्छ दिसत नव्हते. डेकच्या मागच्या बाजूवर बऱ्याच गोष्टींची गर्दी झालेली होती. इंधनाच्या तेलाच्या ड्रमपासून ते १६ फुटी वर्कबोटींपर्यंत सारे काही होते. वर्कबोटी एका खास पाळण्यात होत्या. त्यांच्यावर हिमकण चिकटून त्या थरात त्यांचा खरा आकार झाकला गेला होता. जो काही आकार दिसत होता, त्यावरून ती एखादी सजीव वस्तू आहे का निर्जीव वस्तू, हेही ओळखणे कठीण होते. जणू काही हिमकणांच्या कोशात तेथील अवाढव्य वस्तू गुरफटल्या गेल्या होत्या.

त्यातला एक कोश जरासा हलला. एका चौकोनी अवजड वस्तूला चिकटलेली व एखाद्या भुतासारखी वाटणारी आकृती वेगळी होऊन हलली. ती चौकोनी वस्तू म्हणजे 'स्नो कॅट' ही वाहने ठेवण्याचे एक गॅरेज किंवा तबेला होता. मग त्या आकृतीने माझ्याकडे अर्धवट वळून पाहिले. डोक्यावरून व कानावरून खास टोपी घातलेली ती व्यक्ती आपले दोन्ही हात तोंडावर ठेवून ते लपवत होती; पण त्या व्यक्तीचे वाळलेल्या गवताच्या रंगासारखे पिंगट केस मला दिसलेच. अशा रंगाचे केस असलेली एकच व्यक्ती बोटीवर असल्याने मी त्या व्यक्तीला ओळखले. अचानक एकदम दुसरी एक व्यक्ती तिथे येऊन या पहिल्या व्यक्तीला मागून येऊन मिळाली. मला त्या व्यक्तीचा चेहरा जरी दिसला नाही, तरी ती दुसरी व्यक्ती हेसमान होती, हे मी ओळखले.

पिंगट केसांच्या तरुणीकडे हेसमान गेला व त्याने तिचा दंड आपल्याला विरोध होणार नाही अशा खात्रीने धरला. मग तो तिला काहीतरी बोलला. मी पटकन माझ्या गुडघ्यावर खाली वाकून बसलो. मी कोण आहे हे त्यांना कळू नये म्हणून मी माझे तोंड लपवले होते आणि मला त्यांचे बोलणेही ऐकायचे होते. माझे लपून राहणे यशस्वी झाले; पण चोरून ऐकणे मात्र अयशस्वी झाले. याचे कारण वाऱ्याची चुकीची दिशा आणि ते दोघे आपापली डोकी एकमेकांच्या डोक्यांना अगदी चिकटवून बोलत होते. कदाचित त्यांना काही कट करायचा असल्याने हळू आवाजात बोलावे लागत असल्याने त्यांनी तसे केले असावे किंवा हिमकणांपासून बचाव करण्यासाठी आपापले चेहरे एकमेकांच्या जवळ आणले असावेत. मी पुढे सरकत-सरकत पार टोकाला गेलो. चवड्यावर उकिडवा बसून, पुढे वाकून मी त्यांचे बोलणे ऐकण्याचा प्रयत्न करू लागलो. याखेरीज माझ्यापुढे दुसरा पर्यायच नव्हता.

हेसमानने आपला एक हात मेरी स्ट्युअर्टच्या खांद्यावर ठेवला होता. अशी जवळीक यावेळी दाखविल्याने, त्याची प्रतिक्रिया म्हणून तिनेही आपला एक हात त्याच्या गळ्यात घातला होता व त्याच्या खांद्यावर आपले डोके विसावले होते. या अशा जवळिकीच्या व खासगी स्थितीमध्ये आणखी दोन मिनिटे गेली असतील. त्यानंतर ते दोघे सावकाश आपल्या राहण्याच्या जागेकडे चालत गेले. पण जाताना हेसमानचा हात त्या पोरीच्या खांद्यावर तसाच होता. मी त्यांच्या मागे गेलो नाही. कारण तसे केले असते, तर त्यांना ते सहज कळले असते. अर्थात तो काही एवढा खास मुद्दा नाही. त्यांना जे काही वैयक्तिक बोलायचे होते, ते एव्हाना त्यांनी एकमेकांना बोलून दाखवले होते. मग उगाच कशाला त्यांच्या मागे जायचे?

"बॅरेन्टस समुद्रात योगाभ्यास," माझ्यामागून एक आवाज आला, "हे केवळ तुमच्यासाठी ठेवले आहे." माझ्या उघड्यावरील खाली वाकून बसण्यावर कोणीतरी मला म्हणत होते.

यावर मी म्हणालो, ''अतिरेकी मंडळी प्रत्येक गोष्ट अतिजादा करतात.'' मी हळूच उठून उभा राहिलो; पण कसल्याही घाईगर्दीने मी उठलो नाही. मी वळून पाहिले तर तो स्मिथी होता. म्हणजे मला भीती नव्हती. त्याने एक डफेल कोट घातलेला होता. त्या कोटाचाच वरचा भाग हा डोके झाकण्यासाठी होता. मध्यरात्रीपूर्वी तो जे काम करीत होता, तसे काम करणारा आता तो वाटत नव्हता. त्याऐवजी तो एक फिटर कामगार वाटत होता. तो माझ्याकडे कुतूहलाने व गमतीने पाहत होता, पण त्याच्या डोळ्यांना माझ्यात कसलेच गूढ सापडले नव्हते. ''या अशा गोष्टी नेहमी नियमितपणे केल्या पाहिजेत,'' मी खुलासा केला.

''अर्थातच.'' असे म्हणून तो मला ओलांडून पुढे चालत गेला, डेकच्या कठड्यावरून त्याने डोकावले. त्याला खाली बर्फात मेरी व हेसमान या दोघांच्या पावलांच्या उमटलेल्या खुणा दिसल्या. त्याने मला विचारले, ''पक्षी-निरीक्षण करीत होता काय?''

''हो ना कूट आणि हर्न पक्षी.''

''अर्थातच, पण लव्हबर्ड्सची ही जोडी विषम वाटते आहे. बरोबर आहे ना?''

''या चित्रपट-उद्योगात अशा अनेक विजोड जोड्या निर्माण होत असतात, स्मिथी.''

''विजोड जोड्यांचा हा मोसम आहे.'' एवढे बोलून तो जवळच्या चार्टहाउसच्या दिशेने निघून गेला. जाता जाता मला म्हणाला, ''ठीक आहे. उबेत राहा व उत्साही राहा, डॉक्टर. आणखी एखादी जागा तुमच्या पक्ष्यांच्या अभ्यासासाठी शोधा.''

मला एकदम हवेतली ऊब वाढल्याचे जाणवले. कारण स्मिथीने चार्टहाउसचे एका बाजूचे दार उघडे टाकले होते. आतली गरम हवा बाहेर आल्याने मला ऊब वाटू लागली होती. स्मिथी खिडकीतून माझ्याकडे पाहत होता. त्यांच्या चेहऱ्यावरती उत्साह दिसत होता. त्या उत्साहाचे कारण त्याच्या हातात होते. कपाटातून काढलेली एक बाटली त्याने धरली होती. त्यानी खिडकीतून मला विचारले, ''आपण दोघांनी थोडा-थोडी ही दारू टेस्ट करायची का?''

बाटलीवरचे सील अजून तोडलेले नव्हते. मी म्हणालो, ''पण दुसऱ्या कोणीतरी स्वत:साठी बाटल्या आणून ठेवल्या असतील तर?''

''मी ते ही पाहिले आहे,'' बाटलीचे सील तोडीत तो असे म्हणाला. ''आपण यावर काल रात्री बोललो होतो. निदान मी तरी बोललो होतो. कदाचित तुम्ही ते नीट ऐकले असेल वा नसेल. काल रात्री मला खूप काळजी वाटत होती. मला वाटले की, तुम्हाला माझी बाजू पटली असावी. मला अजूनही काळजी वाटते आहे, पण तुम्हाला तसे काही आत्ता वाटत नाही.''

''कारण आत्ता मी पक्षीशास्त्राचा अभ्यास करतो आहे म्हणून, असेच ना?'' मी शांतपणे म्हणालो.

"तुमच्या मनात अनेक विचार चालू आहे. त्यात मोठ्या प्रमाणावर झालेल्या विषप्रयोगाचाही विचार चालू आहे. मलाही त्यावर वेळ मिळाला की थोडा विचार केला पाहिजे. परंतु कोण हा विषप्रयोग करतो आहे, याची तुम्हाला अजून कल्पना आलेली नसणार. म्हणून तर तुम्ही त्या इटालियन पोऱ्याला दारू घेऊन जाण्यास प्रतिबंध केला नाही. त्यामुळे सहा जणांना विषबाधा झाली व त्यातले दोघे जण मरण पावले. अन् हा संपूर्ण विषप्रयोग मुद्दाम केला गेला, का चुकून अपघाताने झाला, हेही तुम्हाला अजून समजले नाही. असे दिसते की, विषप्रयोग हे वाटेल तसे झाले आहेत."

"थँक यू!" मी त्याची मीमांसा ऐकून म्हटले. माझे स्मिथीबद्दलचे मत झपाट्याने उतरले. मी त्याला म्हणालो, "तुमचे म्हणणे बरोबर आहे. ते विषप्रयोग वाटेल तसे झाले आहेत. फक्त तुम्ही जे म्हणता की, 'असे दिसते की...' हे शब्द मला मान्य नाहीत. ते खरोखरच वाटेल तसे झालेले होते."

"ही काल रात्रीची गोष्ट," जणू काही त्याने माझे शब्द नीट ऐकले नसावेत, असे तो बोलत होता. "म्हणूनच तुम्हाला आता नव्याने कल्पना करता येत नाही. पण आता तशा गोष्टी घडत आहेत, हो ना? मग आताही तुम्हाला काही तर्क करता येईल, अंदाज करता येईल. हो ना?"

"कोणत्या 'तशागोष्टी'?" मी विचारले. याचा अर्थ स्मिथीने काहीना काही नक्कीच विचार केला असावा. माझे त्याच्याबद्दलचे मत एकदम उंचावले. कुठेतरी हिंसाचारयुक्त अशांतता आहे, काहीतरी खदखदते आहे, हे त्याने ओळखले असावे. पण असे का होते आहे? का स्मिथी मनामध्ये विषप्रयोग करणाऱ्यांची एक संभाव्य यादी करून कोणाकडे ते बचनागाचे विष असावे याचा अंदाज घेत आहे का? पण ते विष बचनाग आहे हे कसे त्याला उमजणार? अन् ते कुठे ठेवले असेल, हे तो कसे शोधून काढणार? तसेच बचनागापासून इतक्या कौशल्याने ते विष तयार करून अजिबात कळणार नाही अशा रीतीने ते अन्नात कसे काय त्या व्यक्तीने मिसळले असावे? का माझ्या संशय घेण्याच्या वागणुकीवरून तो हे सारे तर्क करत असावा?

"अनेक गोष्टी घडल्या आहेत. त्यात अलीकडे घडलेल्या सर्वच गोष्टी धरता येत नाहीत. फक्त ज्या गोष्टी बाहेर उघड झाल्या किंवा अलीकडच्या घडामोडीत ज्या गोष्टी आपल्याला विचित्र वाटल्या त्यावरतीच विचार करता येईल. उदाहरणार्थ, कॅप्टन इम्री आणि मिस्टर स्टोक्स यांनाच अशा कामासाठी का निवडले गेले? त्याऐवजी दोन तरुण व्यक्तींना का निवडले गेले नाही? ज्यांना यॉट नौका चालवता येते, चार्ट पाहून नौकानयन करता येते व जे इंजिनिअरही आहेत, अशी माणसे या मौसमात तर नोकरीविना बेकार असतात. त्यांना का नाही या कामासाठी घेतले?

कारण ही दोन माणसे वयस्कर आहेत, नेहमी स्कॉच व रम पीत असतात आणि त्यांना दिवसातली कोणती वेळ आत्ता चालू आहे, हे समजत नाही. काय चालले आहे तेही त्यांना कळत नाही आणि कळले तरी त्यांना त्याचे महत्त्वही समजत नाही.''

मघाशीच स्मिथीने मला स्कॉच घातलेला ग्लास दिला होता. तो मी अजून हातातून खाली ठेवला नव्हता. मी स्मिथीकडे नीट रोखून पाहिले किंवा 'माझे त्याच्याकडे चांगले लक्ष आहे' असे त्याला कळवण्यासाठी मी तशा अर्थाने त्याच्याकडे पाहत राहिलो. पण त्याने जो विचार केला होता तो विचार मला सुचला नव्हता, हेही तितकेच खरे.

स्मिथी सांगत गेला, ''काल रात्री मी असे म्हणालो की, मिस्टर गेरान आणि त्यांच्या कंपनीचे इथ वर येणे, अन् तेही अशा रात्रीच्या वेळी हेच मला खटकले होते. ही काहीतरी वेगळी गोष्ट आहे आणि यावर मूलभूत खुलासा तुमचे मित्र ओटो यांनी करायला हवा. पण तसे ते बहुतेक करणार नाहीत म्हणा.''

''ओटो हे माझे मित्र नाहीत,'' मी म्हणालो.

''आणि हे?'' असे म्हणून त्याने ऑलिम्पस प्रॉडक्शनच्या जाहीरनाम्याची एक प्रत तेथून काढून माझ्यापुढे धरली. ''अनेक निरर्थक व सटरफटर गोष्टींचा बोजा दिसेल त्याच्यावर हा म्हातारा गोईन का टाकतो आहे? तुम्हाला–''

''गोईन? तो म्हातारा?''

''तो बिलकुल विश्वासपात्र नाही, वेळ लावून कामे करणारा, पैशाचा लोभी असलेला हा म्हातारा आपल्या एका हाताचे दुसऱ्या हाताला कधी कळू देत नाही. मग तो खरोखरीच एक व्यावसायिक अकाउंटंट असला तरीही.''

''तरीही यापुढे माझा मित्र राहणार नाही.'' मी म्हणालो.

''ते या चमत्कारिक गुप्ततेबद्दल सारखे का जोर देत असतात ते मला समजत नाही. त्यांना म्हणे त्यांच्या त्या स्क्रीन-प्लेबद्दल गुप्तता ठेवायची आहे, त्यासाठी ही खबरदारी आहे. त्या स्क्रीन-प्लेपेक्षाही अधिक महत्त्वाचे काहीतरी त्यांना जपायचे असावे किंवा बँकेच्या लॉकरमध्ये तसला काही स्क्रीन-प्ले आहे असे ते जे सांगतात, ते प्रत्यक्षात तसे नसणारही. आता त्यांचे बेअर आयलन्डवरचे शूटिंगचे वेळापत्रक बघा. तुम्ही वाचले का ते? कसले भिकार आहे. ते विनोदीसुद्धा नाही. उगाच गुहांबद्दल काहीतरी संबंध नसलेले अनेक प्रसंग त्यात सांगितलेले आहेत आणि काही गूढ मोटरबोटी, खोट्या पाणबुड्यांचे आकार, उंच पर्वतकडे, समुद्रात कोसळणे आणि आर्क्टिक खंडाच्या बर्फात मरून जाणे. बस्स! एवढेच प्रसंग. हे असले प्रसंग एखाद्या पाच वर्षांच्या मुलाला स्वप्नातही सुचतील.''

''स्मिथी, तुमच्या मनात बराच संशय निर्माण झालेला आहे असे दिसते.''

''असं? आणि ती तरुण पोलीश नटी बघा, तीच ती सोनेरी केसांची.''

''ती पोलंडमधली नाही, पोलिश नाही, ती लाटव्हियातील आहे. पण तिचे काय?'' मी विचारले.

''खूपच चमत्कारिक वाटते. ती नेहमी एकटी एकटी असते. कोणातही मिसळत नाही. पण जेव्हा वरच्या ब्रिजमधे माणसे आजारी पडली किंवा ओटोच्या केबिनमध्ये किंवा त्या तरुण ड्यूकच्या केबिनमध्ये आजार पसरतो तेव्हा त्या वेळी तिथे कोण येते? अर्थातच ती मेरी स्ट्युअर्ट!''

''ती दयाळू असल्याने मदतीसाठी धावून येते. जिला सर्वांचे लक्ष टाळायचे आहे ती अशा रीतीने उलट लोकांचे लक्ष कसे काय वेधून घेईल?''

''कदाचित असे करण्यामुळेच तिचा काही हेतू साध्य होऊ शकत असेल. पण आपल्याकडे कोणाचे लक्ष जाऊ नये असे जर तिला वाटत असेल तर, आता ती उघड्या डेकवर हेसमानबरोबर या बर्फवृष्टतही का आली आणि का बोलत राहिली?''

मी यावर जो तर्क केला तो कदाचित स्मिथीला पटणारा नव्हता. तरीही मी बोललो, ''त्यांचे काहीतरी रोमँटिक, प्रेमाचे संबंध असतील.''

''हेसमानबरोबर?''

''स्मिथी, हे तुम्हाला कसे कळणार? तू काही एखादी मुलगी नाहीस.''

''नाही ना.'' तो किंचित हसून म्हणाला, ''पण मी त्यांना भेटलो होतो. या फिल्म कंपनीची मॅनेजमेन्टमधली सगळी माणसे ओटोबद्दल उघडपणे कंटाळलेल्या स्वरात बोलतात, तर खासगीमध्ये मात्र त्याच्यावर टीका करतात, असे का? एक साधा कॅमेरामन हा दिग्दर्शक कसा बनतो? का–''

मी त्याचे बोलणे तोडीत त्याला म्हणालो, ''तुम्हाला कसे ते ठाऊक आहे?''

''अं... अं... म्हणजे तुम्हालाही ते ठाऊक आहे तर. कारण कॅप्टन इम्रीने मला ती गॅरंटी दाखवली होती. त्या कागदावर तुम्ही आणि तुमच्या फिल्म कंपनीच्या सर्व संचालक मंडळींनी सह्या केलेल्या आहेत. त्यामध्ये काऊंटनेही सही केलेली होती. हा संचालक, एक भला माणूस, जो आपल्या कामात निष्णात आहे, अशाने ओटोला का घाबरावे? लोनी हा काही अट्टल दारूडा बनलेला नाही; पण तरीही ओटोच्या खासगी दारूच्या साठ्यातून बेधडक काही बाटल्या कशा काय उचलू शकतो? याबद्दल तुम्हाला काहीही वाटत नाही?''

मी यावर त्याला म्हणालो, ''मला असे सांगा स्मिथी, तुम्ही नुकतीच किती वेळ ही बोट चालवली, किती वेळ मार्गावर ठेवत राहिलीस?''

''तसे सांगणे कठीण आहे. पण वेळोवेळी जसे तुम्ही येथे लोकांना जितका वेळ औषधोपचार करत होता, तितका वेळ मीही ही बोट चालवत होतो, असे समजा.''

मी यावर त्याला 'कसे बरोबर बोललास बघा,' असे काहीही म्हणालो नाही. मी त्याला माझ्या रिकाम्या झालेल्या ग्लासात ड्रिंक ओतू दिले व खिडकीतून बाहेर बघत राहिलो. बाहेरचे सारे बर्फाळ जग करड्या रंगाचे व डुचमळणारे दिसत होते. पार क्षितिजापर्यंत ते असेच दिसत होते. अरे बाबा स्मिथी, माझ्याही मनात अनेक प्रश्न उद्भवले आहेत. का? असे का? मेरी हेसमानशी घसट आत्तापासून का वाढवते आहे? काल रात्री मी पाहिले तेव्हा हेसमान आजारी झाला होता हे मला स्पष्टपणे दिसले होते. तेव्हा तो त्या वेळी काही कावेबाजपणे लबाडी करण्याच्या मन:स्थितीत नक्कीच नव्हता. पण म्हणून हेसमान हा संशयातीत होता, असे बिलकुल नव्हते. ओटोला स्वत:ला विषबाधेचा त्रास झालेला असूनही, तो अत्यंत आजारी असूनही, त्याने जेव्हा 'अँन्टोनिओ विषबाधेमुळे बळी पडला आहे' हे ऐकले तेव्हा त्यावरची त्याची प्रतिक्रिया त्याने एवढ्या जोरदार रीतीने का व्यक्त केली? सेसिलच्या अन्नधान्ये व भाजीपाला यांच्या कोठीची तपासणी ही तशी निरुपद्रवी होती हा त्याचा दावा कितपत खरा होता? तसेच सॅन्डीच्या दाव्याचे काय? ॲकोनाईट (बचनाग) विषावरील संशोधन-लेख शोधण्याचा कोणी प्रयत्न केला? जेवणानंतर उरलेले अन्न व प्लेटमधले अन्न कोणी समुद्रात टाकून दिले? हे ज्या व्यक्तीने केले तीच व्यक्ती माझ्या केबिनमध्ये रात्री घुसून माझे सामान तपासत होती का? ती व्यक्ती विषप्रयोग करून ठार मारणारी असल्याने त्यानेच बहुतेक स्कॉचच्या बाटलीत हेराफेरी केली असावी नि मला नामोहरम केले. हीच व्यक्ती हॅलिडेच्या मृत्यूला जबाबदार असेल काय? शिवाय ही व्यक्ती एकटीच असले उद्योग करते, का तिच्याबरोबर आणखी कोणी सामील झाले आहे काय? जर हॅलिडे अपघाताने मृत्यू पावला असेल अन् मला तशी खातरी आहे, तर मग तो डायनिंग सलूनमध्ये का आला होता? तो काही सहज किंवा योगायोगाने आला नव्हता, याची मला खातरी आहे.

या सगळ्या प्रश्नांमध्ये *पण, परंतु, जर, तर* असे शब्द गुंतलेले आहेत. त्या गुंत्यातून मला वाट काढीत सत्य शोधायचे आहे. दाट धुक्यातून चाचपडत रस्ता शोधण्यासारखीच ही गोष्ट होती. हाती लागलेले चमत्कारिक धागे पकडून मी रहस्य उकलू पाहत होतो. लोनी याने ज्यूडिथ हेनिस हिच्यावर कडाडून टीका केली होती. त्याचा परिणाम असा झाला की, तिला सर्व जण अप्रतिम वाटू लागले. बायकांच्यावर टीका केली की नेहमीच असे घडत असते काय? इतर बायकांप्रमाणेच मिस हेनिस ही तशी मांजरासारखी धूर्त व इतरांची हेवा करणारी होती. पण तिच्या बाबतीत हे लक्षात घ्या की, संपत्ती, यश, कीर्ती, समाजातील वरचे स्थान हे मिळवायला तिला अजून खूप वाटचाल करावी लागणार होती. त्यामुळे ती प्रत्येक भेटणारी बाई आपली स्पर्धक आहे, असे समजून तिला तुच्छ लेखीत होती. तसे असेल तर मग

तिने मेरी डार्लिंग हिच्याबाबतीत ती का बेपर्वाईने वागून तिच्याकडे का दुर्लक्ष करत होती?

परंतु या सर्व गोष्टींचा खुनाशी कुठे संबंध येत होता? मला ते समजत नव्हते; परंतु यामुळे मला काहीतरी खटकत होते हे नक्की. मला अंधूकपणे असे वाटू लागले की, *'मॉर्निंग रोज'* बोटीवर जे काही चालले आहे त्याच्याशी जर कुठेच याचा संबंध येत नसेल तर मग मला हा सर्व गूढ प्रकार कधीच उलगडता येणार नाही. ते सारे माझ्या आवाक्याबाहेर जाईल. जंग बेक व हेटर या दोघांवर का संशय घेऊ नये? हेटर तर नुकताच मी डायनिंग सलूनमधून बाहेर जाताना माझ्या पाठोपाठ येत होता. या दोघांवर या आधीच कॉनरॅड याने आपला संशय व्यक्त केला होता. ते दोघे खरोखरीच नट आहेत का, त्यांना अभिनय खरेच करता येतो का, यावर त्याने आपली शंका व्यक्त केली होती. का दुसऱ्यावर असा संशय व्यक्त करून कॉनरॅड स्वत: संशयातीत राहू पाहत होता का? छे! सारखे असले विचार करून करून माझे डोके फिरायची वेळ आली होती. जर मी दिसेल त्याच्यावर असा संशय घेत गेलो, तर तो तरुण पोऱ्या ॲलन यालाही विषप्रयोग करणारा म्हणून समजावे लागेल. त्याने विद्यापीठातील रसायनशास्त्र विषयाचा अभ्यास केला होता, एवढ्या आधारावर तसा संशय घ्यायचा?

"डॉ. मार्लो, मी तुम्हाला माझे विचार सांगू का?" स्मिथी मला विचारत होता. त्याच्या मनातले भाव नेहमीच त्याच्या चेहऱ्यावर प्रगट होत असत.

"कोणते विचार?"

"तसे ते दोन विचार आहेत. दोन प्रकारचे विचार म्हणा वाटल्यास. तुमच्या मनातील सर्व विचार तुम्ही प्रगट करत नाही आणि सर्व अपराधी विचार तुम्ही सांगत नाही."

यावर मी म्हणालो, "नैसर्गिकरीत्या तसेच होत असते. इतरांपेक्षा काही लोकांवर नेहमीच अन्याय होत असतो. तेव्हाच त्या व्यक्तीचा स्वभाव तसा बनत जातो."

"याचा अर्थ तुम्ही मला तुमचे सारे विचार सांगितलेत, असे मी समजू का?"

"नाही. पण मी जे माझे विचार, माझे तर्क सांगितले नाहीत ते चर्चा करण्याजोगे नाहीत म्हणून. आता माझ्याकडे जर काही वस्तुस्थिती सांगणारी माहिती असती तर–"

"म्हणजे काहीतरी भयंकर चुकले आहे, असे तुम्हीही मानता आहात तर."

"अर्थातच!"

स्मिथी यावर म्हणाला, "मला असे दु:खाने सांगावेसे वाटते की, वैद्यकीय व्यवसायाबद्दल माझे काही भ्रम होते." एवढे म्हणून त्याने माझ्या डोक्यावरच्या रुंद

टोपीचा भाग जरासा खाली केला. गळ्यातला मफलर सारखा केला. तसे करताना माझ्या मानेवर असलेला काळा-निळा डाग व त्यावरची रक्ताची खपली त्याने पाहिली. तो म्हणाला, ‘‘बापरे! हे काय झाले?’’

‘‘मी पडलो होतो.’’

‘‘या जगातील मार्लो नावाची माणसे अशी कधीही पडत नसतात. ती नेहमी सावध असतात. नक्कीच तुम्हाला कोणीतरी ढकलले असणार. कुठे पडलात तुम्ही?’’ त्याने ‘पडलात’ या शब्दावर जोर देत म्हटले, ते माझ्या लक्षात आले.

‘‘वरच्या डेकवरती. पोर्टसाइडच्या बाजूला, म्हणजे डाव्या बाजूला. डायनिंग सलूनकडे जाणाऱ्या दरवाजाची जी चौकट आहे, स्टॉर्म-सिल आहे, त्यावर मी आपटलो.’’

‘‘आत्ता आपटलात? ती चौकट तशी सॉलिड आहे, तिची कड अर्धा इंच रुंद आहे आणि तशी बऱ्यापैकी धारदार आहे. तसेच ती कड ३ इंच चौकटीपासून निमुळती होत पुढे आलेली आहे. शिवाय ती खास सॉर्बो रबराची आहे. दार पक्के बसावे व बाहेरची खळबळती हवा, वादळ आत घुसू नये म्हणून ती चौकट रबराची केलेली असते. *मॉर्निंग रोज* बोटीवरच्या सर्व दारांना तशा चौकटी आहेत. त्या विंडप्रूफ व वॉटरप्रूफ आहेत. ती चौकट कदाचित तुमच्या लक्षात आली नसेल. तसेच तो जॉन हॅलिडे बोटीवरून गायब झाला आहे, हेही लक्षात आले नसेल. जॉन हॅलिडे म्हणजे तुमच्या फिल्म युनिटमधील स्थिर चित्रण करणारा तो फोटोग्राफर. लक्षात येते ना?’’

‘‘तुम्हाला कसे हे ठाऊक झाले?’’ मी त्याला विचारले. ही बातमी देऊन त्याने मला या वेळी चांगलेच हादरवून टाकले होते खरे. माझ्या चेहऱ्यावरतीही तसे भाव उमटले असावेत; पण तरीही मी माझा चेहरा निर्विकार ठेवण्याचा प्रयत्न केला होता.

मला पाहून तो म्हणाला, ‘‘म्हणजे तुम्ही ही घटना नाकारीत नाहीत तर.’’

‘‘छे, मला हे ठाऊक नाही. तुम्हाला कसे कळले?’’

‘‘मी खाली आमच्या प्रॉप्स माणसाला भेटायला गेलो होतो. त्या वयस्कर सॅन्डीकडून मला कळले की हॅलिडे आजारी आहे.’’

‘‘पण त्याला नंतर भेटायला का गेलात?’’

‘‘तसे खास कारण नाही. पण मला वाटले की, ही व्यक्ती अशी आहे की जिच्याकडे आपण होऊन कोणी जात नाही. हा माणूस लोकप्रिय नसावा. असा माणूस आजारी कसा पडला हे मला समजेना,’’ मी त्याच्या या मताशी सहमत होत माझी मान तशी हलवली. कदाचित दुसऱ्याबद्दल कणव असणे हे स्मिथीच्या स्वभावात असावे. तो पुढे सांगत गेला, ‘‘ज्याने मला ही बातमी दिली त्याला मी विचारले, ‘हॅलिडे यांचा केबिनमधला जोडीदार कुठे आहे? मला तो सकाळच्या

नाश्त्याच्या वेळी दिसला नव्हता.' त्यावर सॅन्डी मला म्हणाला की, 'तो नाश्ता करण्यासाठी गेला आहे.' मी मग त्याला काहीही बोललो नाही. मला जरा हे चमत्कारिक वाटले. म्हणून मी हॅलिडेचा शोध घेऊ लागलो. करमणुकीची खोली पाहिली. तिथे तो नव्हता. मग मात्र माझे कुतूहल वाढले व सर्व बोट शोधली, दोनदा शोधली, पार या टोकापासून त्या टोकापर्यंत. मला वाटते की, मी एकूण एक कानाकोपरा धुंडाळला. एखादा चुकूनमाकून सीगल पक्षी जरी येऊन कुठे लपून बसला असता तरी मला तो सापडला असता, एवढ्या बारकाईने मी शोधले. तेव्हा मिस्टर हॅलिडे हे '*मॉर्निंग रोज*' बोटीवर आत्ता नाहीत, बिलकुल नाहीत. अगदी नक्की!''

''मग हे कॅप्टनला कळवले?''

''काय ही तुमची प्रतिक्रिया! माणूस गायब झाल्यावर नंतरची औपचारिकता तुम्हाला आठवते. नाही, मी अजूनही त्यांना कळवले नाही.''

''का नाही?''

''त्याला काही कारणे आहेत, की जी तुम्हाला ठाऊक नाहीत. मी जर कळवले असते, तर कॅप्टन इम्री असे ताबडतोब म्हणतील की, 'तुम्ही त्यांच्याशी केलेल्या त्या करारात असे कोणतेही कलम नाही की, ज्यामुळे अशा घटनेत माझ्यावर काही बंधने पडतात. त्यामुळे तुमचा माणूस समुद्रात पडला असला तरी *मॉर्निंग रोज* मी मागे वळवून त्याचा शोध घेणार नाही. करारात तसे माझ्यावर बंधन नाही.' '' स्मिथी पडलेल्या चेहऱ्याने माझ्याकडे आपला चष्मा जरा पुढे सरकवून पाहत होता. तो पुढे म्हणाला, ''या सगळ्या प्रसंगावरून मला असे वाटते की जेव्हा आपण बेअर आयलन्ड बेटावर पोहोचू, तेव्हा नंतर काय घडेल त्याची कल्पनाच करवत नाही.''

''खरे आहे. काहीतरी चमत्कारिक नक्कीच घडेल,'' मी त्याला दुजोरा देत म्हणालो.

तो असे का म्हणाला असेल? कदाचित त्याला माझी प्रतिक्रिया आजमायची असेल. त्याचा हा शेरा मी मनामध्ये नोंद करून ठेवला. तो पुढे मला म्हणाला, ''आज पहाटेच मी ब्रिजवर असताना तुमच्याशी काय बोललो ते लक्षात आहे ना? आपल्याजवळ जर एखादा बिनतारी ट्रान्समीटर असता व संपूर्ण उत्तर गोलार्धात त्याच्या लहरी पोहोचण्याइतपत क्षमतेचा असता तर, आपण मदतीसाठी कोणाला तरी संदेश पाठवायला हवा होता. अगदी आपण दमेपर्यंत तसे प्रयत्न करायला हवे होते. मी नेमके असेच बोललो असे नाही. पण माझा मथितार्थ हाच होता. हो ना?''

''होय, तुम्ही अशाच अर्थाचे बोलला होतात,'' मी यावर असे म्हणालो खरे; पण ते अत्यंत रूक्षपणे म्हणालो. माझ्या अंगात आता थंडी भरू लागली होती; पण मी कटाक्षाने कुडकुडण्याचे टाळले होते. कदाचित माझ्या थरथरण्यातून वेगळा अर्थ निघाला असता.

"वेल, आपल्याला आता मदतीसाठी संदेश पाठवायला हवा. बाहेरच्या जगाला हे सारे कळलेच पाहिजे. येथला ट्रान्समीटर फार तर बोटीच्या दुसऱ्या टोकापर्यंत लहरी पाठवू शकेल एवढा क्षीण आहे," तो उद्वेगाने म्हणाला. त्याच्या चेहऱ्यावर आता रागाचा भाव उमटू लागला होता. त्याने आपल्या खिशातून एक स्क्रू-ड्रायव्हर बाहेर काढला आणि तो ट्रान्समीटरकडे जाण्यासाठी वळला.

"तुम्ही नेहमी जवळ स्क्रू-ड्रायव्हर बाळगता का?" माझ्या या प्रश्नाला तसा काही खास अर्थ नव्हता. मी सहज तो प्रश्न केला होता.

"मी जेव्हा ट्यूनहेम बंदरातील वायरलेस स्टेशनाशी संपर्क साधू लागलो तेव्हा मला सहसा पलीकडून प्रतिसाद मिळत नाही. ते स्टेशन बेअर आयलन्डच्या ईशान्येला आहे. अन् ते काही सामान्य स्टेशन नाही. नॉर्वे सरकारचा अधिकृत तळ तिथे आहे. त्या तळाचे ते वायरलेस स्टेशन आहे."

आम्ही दोघे आता खोलीत जाऊन वायरलेस यंत्रापाशी आलो होतो. स्मिथी यंत्राच्या फेसप्लेटवर स्क्रू-ड्रायव्हर चालवू लागला. तो म्हणाला, "एक तासापूर्वीच मी त्या स्टेशनाशी संपर्क साधायचा प्रयत्न केला होता; पण जमले नाही. मी नेहमी घाईत असल्याने हा स्क्रू-ड्रायव्हर नेहमी खिशात ठेवतो."

आज पहाटे आम्हा दोघात ब्रिजवर जे संभाषण झाले ते मी आठवू लागलो. त्याने जो संपर्काच्या वेळचा उल्लेख केला होता आणि त्या वायरलेस स्टेशनचे जे जवळचे स्थान सांगितले होते त्यावरून मी तर्क केला की, तो एक नाटो संघटनेच्या अटलांटिक विभागातील सैन्याचा तळ असावा. त्यानंतर लगेच माझी दृष्टी बोटीच्या स्टारबोर्ड बाजूकडे, म्हणजे उजव्या बाजूकडे असलेल्या जाळीच्या दरवाज्याकडे गेली. बाहेर डेकवर पडलेल्या हिमवृष्टीच्या थरात बुटांची पावले उमटलेली दिसली. ती पावले नुकतीच उमटली असावी हे सहज त्या पावलांच्या ठशांच्या रेखीवपणावरून कळून येत होते. कोणीतरी चोरून आमचे संभाषण ऐकत असावा असे मला वाटले. पण दुसऱ्याच क्षणाला मी ती कल्पना मनातून काढून टाकली. कारण ते पावलांचे ठसे माझेच आहेत हे मी ओळखले. जो कोणी हुशार गुन्हेगार आपला अजिबात माग लागू न देता आपले गुन्हे बोटीवर करत असेल, तर तो आमच्या पाळतीवर राहताना एवढी मोठी ढोबळ चूक कधी करणार नाही.

स्मिथीने प्लेटवरचा शेवटचा स्क्रू फिरवून काढला. ती प्लेट दूर केली. मी आतला यंत्राचा भाग दहा सेकंद निरखीत राहिलो व मग म्हणालो, "तुम्ही या यंत्राला एका प्लेटने का झाकून टाकता ते मला आता समजले. फक्त जो कोणी चौदा पौंडी घण हातात घेऊन येथे येईल त्याला हे वायरलेस यंत्राचे कॅबिनेट किती छोटे वाटेल."

"होय, असे आहे खरे," त्या यंत्राच्या आतील भागात अनेक तारांची खेचाखेच

एवढी झालेली होती की त्या गुंत्याचे वर्णन करता येणार नाही. जो कोणी यावर घणाचे आघात करून हे यंत्र मोडून टाकेल त्याला काय कल्पना की, या यंत्राचे अगणीत जादा सुटे भाग बोटीवर बाळगलेले असल्याने दुसरे असेच यंत्र सहज निर्माण करता येते. यंत्राची तपासणी केल्यावर त्याने मला विचारले, ''तुम्ही कधी हे यंत्र आतून पाहिले होते?''

''होय,'' मी म्हणालो. तो आता परत ती प्लेट यंत्रावर बसवू लागला होता. मी विचारले, ''तुमच्या लाइफबोटीत वायरलेस यंत्रे आहेत?''

''होय. त्याला बॅटरी नसते. हाताने त्यांचे हॅन्डल सारखे फिरवावे लागते. त्याने संदेश दूरवर जातो. पण ते एवढे कष्टाचे काम असते की, त्यापेक्षा एखादा संदेश नळकांडे घेऊन त्यातून ओरडावे.''

''तुम्हाला या यंत्रासंबंधी कॅप्टनकडे रिपोर्ट करावा लागत असणारच. हो ना?''

''अर्थातच!''

''मग सतत हॅमरफेस्टला संदेश पाठवण्यात कंटाळा येतो ना?''

''दर चोवीस तासांनी आम्हाला खुणेचा सांकेतिक संदेश पाठवून संपर्क साधावा लागतो. मग ते हॅमरफेस्ट असो वा ताहिती बेटावरचे स्टेशन असो.'' स्मिथीने शेवटचा स्क्रू लावून ती प्लेट पक्की केली. ''आता पुन्हा चोवीस तासांनी किंवा सव्वीस तासांनी मला त्यांच्याशी संपर्क साधायचा आहे.''

''सोर-हम्ना येथे गेल्यावर बोटीला नांगर टाकता येईल. तिथे किती खोली असेल?''

''प्रयत्न करून तर पाहावा लागेल.''

''स्मिथी, तुम्ही खरोखरीच एक कावेबाज माणूस आहात.''

''काय करणार? सभोवती जशी माणसे असतील त्यानुसार आपल्याला सावधगिरी बाळगत वागावे लागते.''

मग मी हळुवारपणे म्हणालो, ''त्याबद्दल स्वत:ला दोष देऊ नका. आपण सगळेच जण एका चमत्कारिक व अवघड परिस्थितीतून जात आहोत.''

चौदा

बेअर आयलन्डवर नॉर्वेच्या प्रशासनाने एक अहवाल तयार केला होता. त्यात हे बेट आपले असल्याचा दावा होता आणि ते वस्ती करण्यासाठी जगातील एक अत्यंत निरुपयोगी बेट आहे, असेही त्यात म्हटले होते. तिथला किनाराही अत्यंत उदासवाणा वाटतो, त्यात कसलीही आकर्षकता नाही असा उल्लेख केला होता. मात्र हे त्यांचे विधान काळजीपूर्वक व मुद्दाम केलेले होते. त्यांच्या विधानात भौगोलिकदृष्ट्या तसा काही दम नव्हता.

त्या बेटाच्या अक्षांशाला आम्ही जेव्हा पहाटे स्पर्श केला, तेव्हा आकाश करड्या रंगाचे होते. हिमवृष्टी थांबलेली होती. बेटावर सर्वत्र बर्फ पडलेले होते; पण ते वितळतही चाललेले होते. जसजशी दुपार जवळ येत जाईल तेव्हा ते अधिकाधिक वितळत जाणार होते. पण त्या बेटावरचा देखावा हा खरोखरीच थक्क करणारा होता. निसर्गाचे ते एक वेगळेच रूप होते. ते दृश्य किंवा देखावा बघायला न मिळणे हा केवळ आपल्या दुर्दैवाचा भाग होता. प्रत्येक जण तो देखावा आपल्या डोळ्यांत साठवून घेत होता. तिथे सर्वत्र कमालीची शांतता पसरली होती. ती शांतता भीषण होती, उदास होती, भयप्रद होती. पण तरीही ते दृश्य मोहक होते. भीषण शांतता व एक मोहक दृश्य यांचा एक संगम तिथे झाला होता. मनावर एक प्रकारची भुरळ पडत होती. तिथे जीवन नव्हते. तिथे राहणे म्हणजे मृत्युमुखी पडण्याचीच शक्यता होती. एक सैतानी दहशत, जीवन संपवण्याची भीती तिथे वावरत होती. येथेच एके काळी माणसाचे नॉर्डिक वंशाचे पूर्वज राहिले होते व संपलेही होते. कारण येथे प्राचीन काळापासून सतत वर्षभर फक्त थंडी, अफाट थंडी, कडाक्याची थंडीच

अस्तित्वात होती. येथे राहणे हे अत्यंत यातनामय ठरणारे होते. ज्यांना कोणाला भीषण मृत्यू हवा असेल, त्यांनी येथे येऊन खुशाल राहावे. या बेटाला फक्त अति धाडसी व अति मूर्ख मंडळीच भेट देऊ शकतात.

बेअर आयलन्ड हे बेट तसे काळे होते. सर्वत्र काळ्या रंगाचे खडक पसरलेले होते. काळा रंग म्हणाला की तो अंधार, मृत्यू व सैतान यांचे अस्तित्व दर्शवतो. ही एक धक्कादायक गोष्ट कोणाला वाटेल. वर्षभर येथे बर्फ पडलेला असतो. हिवाळ्यात येथल्या बेरेन्टस समुद्रातील पाणी गोठण्याच्या अलीकडच्या अवस्थेत जाते. मग ते दुधाळ रंगाचे होते. बेटावरची सर्वांत जास्त उंची ही दीड हजार फूट होती. त्याचा माथा हा वरच्या करड्या ढगात घुसतो आहे असा भास व्हायचा. ते पाहून कोणाचीही छाती दडपून जाईल. उत्तरेकडे काळे कडे असेच वर आकाशात गेलेले पाहून पाहणारा दडपून जाई. हा जो काही बेटाचा सारा भूभाग होता तो माणसाला गरगरून टाकणारा होता, थक्क करणारा होता.

आम्ही बेअर आयलन्डकडे नैऋत्येच्या बाजूने गेलो आणि तेथून बेटाला समांतर असे पूर्वेकडे जात राहिलो. येथला समुद्र शांत होता. आत्तापर्यंत विक बंदरापासून निघाल्यावर सर्वांत शांत समुद्र आम्हाला हा लागला होता. आम्ही आता बेटाचा कोणतातरी पुढे आलेला, बेटाला लंबरूप असलेला भाग शोधत होतो. तिथे आम्हाला बोट लावून नांगर टाकायचा होता. हवा मात्र अजून तशीच होती, बदलली नव्हती. उत्तरेकडून येणाऱ्या वाऱ्यापासून आमचा बचाव आपोआप होत होता. कारण बेटाच्या उंच कड्याच्या आधाराने वारा अडवला जात होता. म्हणून येथील समुद्रही खळबळाटी नव्हता. ओटोच्या सांगण्यानुसार आम्ही या बाजूने बेटाला भिडत होतो. कारण येथून जे बेटाचे दर्शन होत होते ते त्याला चित्रपटात पार्श्वभूमीसाठी वापरायचे होते. ते उंच काळे सुळके कॅमेऱ्यात पकडण्याचे स्वप्न कोणत्याही कॅमेरामनला किंवा दिग्दर्शकाला सहज पडणारे होते. जणू काही ओटोच्या इच्छेनुसार हिमकणांनी भरलेले वाऱ्याचे लोट वाहत होते. पण ते जर समोरून आले असते तर कॅमेऱ्याची भिंगे पार धूसर होऊन गेली असती. मग पुढच्या चित्रीकरणाला त्रास झाला असता.

उत्तरेच्या बाजूला बेटावरचे सर्वांत उंच कडे उभे होते. जणू काही ते किल्ल्याची भक्कम तटबंदी असावी असे वाटत होते. त्यातील नैसर्गिक खाचा या तटबंदीचे झरोके वाटत होते. त्यातून जर एखादा दगड पडला तर तो सरळ एकदम पायथ्याशी असलेल्या समुद्रात पडेल. तिथला एक सुळका सुमारे २५० फूट उंचीचा तरी असावा. तेथून एक मैलावर ईशान्येला असे कडे उभे होते. त्यांना 'बर्ड फेल कडे' असे नाव दिलेले होते. त्या बर्ड फेल कड्यांच्या पायथ्याशी अनेक सुळके व कमानीसारख्या दगडांच्या रचना यांनी गर्दी केली होती. कोण्या तरी आंधळ्या व

वेड्या राक्षसाने ती अवाढव्य रचना कोरून काढली असावी असे त्याकडे पाहिल्यावर वाटत होते.

मी आणि बाकीचे दहा जण कॅप्टनच्या कृपेने बोटीच्या ब्रिजमध्ये उभे राहून ते भौगोलिक दृश्य पाहत होतो. आम्ही काचेच्या खिडक्यांमधून तिकडे पाहत होतो. त्या खिडक्यांच्या काचा स्वच्छ राहण्यासाठी खास यंत्रणा त्यांना लावली होती. त्यावर काचा पुसणारे मोठमोठे वायपर्स सतत वेगाने आपले काम करत होते. पण तरीही काचावर येऊन धडकणाऱ्या वाऱ्यामुळे काही प्रमाणात बर्फाचे कण चिकटत असत; पण लगेच ते पुसून टाकले जात.

मी अशाच एका डाव्या बाजूच्या मोठ्या खिडकीसमोर उभा होतो. माझ्या बरोबर कॉनरॅड, लोनी व मेरी स्ट्युअर्ट हे होते. कॉनरॅड हा चित्रपटात मोठा धाडसी वाटायचा. पण प्रत्यक्ष वास्तवात, व्यवहारात तो तसा अजिबात नव्हता. मेरीशी मैत्री करताना त्याच्यात आत्मविश्वास दिसत नव्हता. गेल्या काही रात्रींपासून ती सारखी बोटीच्या हलण्यामुळे पडत होती. त्यामुळे तिच्या अंगावर खरचटण्याच्या व टेंगळांच्या बऱ्याच खुणा निर्माण झाल्या होत्या. पण काल ती मला याबद्दल काही बोलली नाही. कदाचित यामुळे तिची मन:स्थिती ठीक नसल्याने कॉनरॅड नाराज असावा. गेल्या चोवीस तासांत तिने मला टाळले नव्हते; पण ती आपण होऊन मला भेटायला आली नाही. कदाचित तिच्या डोक्यात काही वेगळे विचार आले असावेत. तिची सारासार बुद्धी व मी तिला दिलेली दयाळू वागणूक हे यासाठी कारणीभूत असावे. पण तिच्याबद्दल माझ्या मनात एक-दोन गोष्टी घोळत होत्या. पहिली गोष्ट म्हणजे ती स्वत:च होती.

तिच्याबद्दल माझ्या मनात दोन परस्परविरोधी भावना निर्माण झाल्या होत्या. तिला मद्याची नावड असल्याने मला तिने स्कॉच व्हिस्की पिऊ दिली नव्हती, अन् म्हणून माझा जीव वाचला होता. याबद्दल मी तिचा खरोखरीच ऋणी होतो. त्याच वेळी तिने मला इकडेतिकडे कुठे भटकू दिले नाही, फिरू दिले नाही. गेल्या रात्री मी तसे करायला गेलो असतो, तर जो कोणी हातात एक मोठा घण घेऊन दुष्ट हेतूने अंधारात फिरत होता, त्याच्याशी माझी टक्कर झाली असती व कदाचित त्याने तो घण मला मारला असता. तिला आणि ज्या कोणासाठी ती कामे करत होती त्याला नक्कीच ठाऊक होते की, अशा अपरात्री मी ज्या अर्थी हिंडतो आहे, त्या अर्थी नक्कीच हा माणूस संशयास्पद आहे. 'तो जो कोणी' होता तो नक्कीच हेसमान असणार असा माझा संशय होता व त्याला साथीदारावाचून एकट्याने आपले कृत्य उरकता येत नसावे. मी त्याला त्याच्या बिछान्यात वेदनेने तळमळत असताना पाहिले होते. तेव्हा हा डॉक्टर 'आपण फारशी हालचाल करू शकणार नाही' असेच नक्की समजणार असा विचार त्याने केला असावा. मग तो बिछान्यातून बाहेर पडून

बोटीवर रात्री हिंडू लागला. तसेच, तो त्याच्या केबिनमध्ये एकटाच असल्याने केव्हाही उठून येऊ जाऊ शकत होता. त्याला पाहणारे कोणीच केबिनमध्ये नव्हते. शिवाय त्याची ती सैबेरियातील पार्श्वभूमीही अधिक गूढ निर्माण करणारी होती. शिवाय तो मेरी स्टयुअर्टची चोरून भेट घेत असल्याने त्याच्यावरचा संशय अधिक दृढ होत होता.

लोनीने मागून माझा दंड धरला म्हणून मी वळून त्याच्याकडे पाहिले. त्याच्या तोंडाला दारूचा भपकारा येत होता. जणू काही तो स्वत:च एक मोठा दारूचा कारखाना झाला असावा, एवढा तो वास तीव्र होता. त्याने मला म्हटले, "मागच्या वेळी आपण काय बोलत होतो बरे? म्हणजे दोन रात्रींपूर्वी?"

"तसे आपण खूप विषयांवर बोललो होतो."

"नाही. मला दारूच्या बारबद्दल म्हणायचे होते."

"लोनी, तुम्हाला दारूखेरीज दुसरे काही सुचतच नाही का?"

यावर तो म्हणाला, "जर तुम्ही स्वर्गात पोहोचलात ना, तर तिथे दारूचा बार नाही, गुत्ता नाही किंवा एखादी मद्यशाला नाही म्हणून सुखी होणार नाही. खरे ना? माझ्यासारख्या एखाद्या वयस्कर माणसाला मद्यविरहित स्वर्गात पाठवणे हे तुमच्या दृष्टीने एक कठोर कृत्य ठरेल. हो ना?"

"ते मला सांगता येणार नाही, लोनी. बायबलमध्ये जे काही लिहिले आहे तेवढ्या पुराव्यावरून मी एवढेच सांगेन की स्वर्गात वाइन असते, भरपूर दूध व मध असतो." यावर लोनीचा चेहरा दु:खी झाला. मी पुढे म्हणालो, "पण अशी कोणती समस्या तुमच्यापुढे उभी राहणार आहे की, ज्यामुळे आपण स्वर्गवासी होऊ असे तुम्हाला वाटते?"

यावर तो वयस्कर माणूस मला आदराने म्हणाला, "मी आपला सहज एक सैद्धान्तिक प्रश्न तुम्हाला विचारला. आता मला स्वर्गात पाठवणारी व्यक्ती ही नक्कीच ख्रिश्चन नसणार. बापरे, मला आत्ताच दारूची तलफ आली आहे. अन् मला दारू कोणी दिली नाही, तर ते कठोर कृत्य होईल. काहीतरी दानधर्म करणे हा ख्रिश्चन लोकांचा एक मोठा सद्गुण असतो." मग आपली मान हलवून तो पुढे म्हणाला, "त्यासारखा दुसरा कोणताही मोठा सद्गुण नाही, माय बॉय. दयाळूपणा न करणे हा मग एक मोठाच दुर्गुण ठरतो ना?" एवढे म्हणून लोनी बाहेर पाहू लागला. बेअर आयलन्डवर प्रकाशाचा एक झोत बोटीने टाकला होता त्या झोतात आलेले बेट न बघता तो दूरवर अर्ध्या मैलावर असलेल्या कीलहौस ऑय, होस्टेनिन व स्टॅपन या बेटांकडे त्याने आपली नजर लावली होती. त्याने आपला चेहरा निर्विकार ठेवला होता; पण तरीही तो दारू प्यायला आहे समजून येत होतेच.

मग मी कुतूलहाने लोनीला विचारले, ''अशा दयाळू दानधर्मावर तुमचा विश्वास आहे लोनी?''

''माय बॉय, त्याखेरीज दुसरे कोणते सुख या जगात आहे, मला सांग बरे.''

''पण जे लायक नाहीत त्यांनाही दारूचा दानधर्म करायचा?''

''हा. आता खरा मुद्द्याचा प्रश्न आला. याचा दुसरा अर्थ असा की खरोखरीच गरज असल्याने जे लायक आहेत त्यांना असे दान दिले पाहिजे.''

''मग अगदी ज्यूडिथ हेनिसलाही दिले पाहिजे?''

तडाखा बसल्यासारखे त्याने माझ्याकडे पाहिले. निदान त्याच्या चेहऱ्यावर तरी तसे भाव होते किंवा कदाचित त्याने जरा जादाच भाव चेहऱ्यावर आणले असावेत. मग मी माझा हात लांब करून त्याला जरासे थोपटले. एक प्रकारची माफी मागण्याची माझी ती कृती होती. पण त्याने आपला चेहरा दुसरीकडे वळवला. त्याच्या चेहऱ्यावर दुःखी भाव प्रगटले होते. तो सरळ ब्रिज सोडून निघून गेला.

''अशक्य असे तुम्ही करून दाखवलेले मी पाहिले,'' कॉनरॅड मला म्हणाला. तो हसत नव्हता. पण त्याचबरोबर त्याला कसलाही संशय आला नव्हता. ''शेवटी कोणीतरी लोनी गिल्बर्ट यांना तडाखा हाणलाच.''

''कोणीतरी ते काम कधीतरी करायला हवे होते. तो मला 'कठोर' म्हणत होता.'' मी उत्तरलो.

''कठोर? अनकाइन्ड?'' असे म्हणून तिथे आलेल्या मेरी स्ट्युअर्टने आपला हात माझ्या खांद्यावर ठेवला. मी वळून तिच्याकडे पाहिले. तिच्या ब्राऊन डोळ्यांखालची त्वचा ही ३६ तासांपूर्वीपेक्षा अधिक गडद झाली होती. तसेच ती त्वचा फिकी पडली होती व त्यात किंचित लालसर छटा प्रगट झाली होती. तिला काहीतरी बोलायचे असावे, पण ती कचरत होती. तिने आपली नजर वळवून माझ्या डाव्या खांद्याकडे नेली. मी वळून तिकडे पाहू लागलो.

कॅप्टन इम्री स्टारबोर्ड बाजूचे दार उघडून आत येत होता. आत आल्यावर त्याने आपल्या मागे दार लावून टाकले. दाढीमिशा असलेल्या त्याच्या चेहऱ्यावर अस्वस्थता प्रगट झाली होती, तो वैतागला होता. तो सरळ स्मिथीकडे चालत गेला व त्याच्याशी खालच्या आवाजात काहीतरी बोलला. स्मिथीने ते ऐकून आश्चर्य वाटल्याचे भाव दर्शवले आणि आपले डोके हलवले. पुन्हा कॅप्टन इम्री त्याच्याशी काही क्षण बोलला. त्यावर स्मिथीने आपले खांदे उडवले व तो त्यावर काही उत्तरादाखल बोलला. नंतर ते दोघेही सरळ माझ्याकडे पाहू लागले. आता आपल्याला काही त्रासाला तोंड द्यावे लागणार, हे मी ओळखले. काहीतरी घडले असावे; पण जे काही घडले त्याला मी जबाबदार नव्हतो हे नक्की. आपले निळे डोळे माझ्यावर कॅ. इम्रीने रोखले व आपले डोके त्याने एका विशिष्ट तऱ्हेने चार्टरूमच्या दाराकडे फटकन

वळवले व तो तिकडे चालत गेला. त्याचा अर्थ त्याने मला तिकडे खुणेनेच बोलावले होते. तो चार्टरूममध्ये आत शिरला. मग मी मेरीकडे व कॉनरॅडकडे पाहून 'सॉरी' असे म्हटले व मीही त्या चार्टरूमकडे गेलो व आत शिरलो. कॅप्टनने माझ्या मागे चार्टरूमचे दार लावून टाकले.

मी आत गेल्यावर कॅप्टन मला म्हणाला, "मिस्टर, आणखी कटकट उभी राहिली आहे," तो मला एकेरीने 'मिस्टर' म्हणाला होता. पण मी ते फारसे मनावर घेतले नाही. तो पुढे सांगू लागला, "तुमच्या फिल्म युनिटमधील जॉन हॅलिडे हा नाहीसा झाला आहे, गायब झाला आहे."

"गायब झाला? कुठे गायब झाला?" माझे हे प्रश्न तसे हुशारीने मी म्हटलेले नव्हते. पण मी दुसरे काय बोलू शकत होतो?

"तेच तर मला जाणून घ्यायचे आहे," असे म्हणून तो माझ्याकडे एका वेगळ्याच नजरेने पाहू लागला. त्या नजरेत माझ्याबद्दल संशय भरलेला होता. मला ती नजर आवडली नाही.

मी म्हणालो, "तो असा सहजासहजी नाहीसा होणार नाही. तुम्ही त्याला नीट शोधले का?"

"होय. आम्ही त्याचा नीट शोध घेतला," त्याच्या आवाजात आता बदल झाला होता. स्वर थोडासा कर्कश्श झाला होता. "आम्ही बोटीच्या नांगर अडकवून ठेवण्याच्या टोकापासून तो मागच्या टोकापर्यंत सर्वत्र त्याचा शोध घेतला. पण तो *मॉर्निंग रोज* वर नाही, बिलकुल नाही."

मी म्हणालो, "माय गॉड! हे भयंकरच आहे." मग मी त्याच्याकडे पाहिले. माझ्या नजरेत कोडे पडल्याचे भाव उमटलेले असावेत किंवा तसे भाव मी नीट प्रगट केलेले असावेत. "पण तुम्ही हे मला का सांगता?"

"कारण तुम्ही आम्हाला या बाबतीत काही मदत करू शकाल असे मला वाटले."

"मी मदत करू? तशी मदत करायला मला आवडेलही. पण कशी मदत करू? मी असे धरून चाललो होतो की, तुम्हाला काही वैद्यकीय बाबतीत माझ्याकडून मदत हवी असावी. पण नाहीशा झालेल्या हॅलिडे यांच्या बाबतीत मी आपल्याला एवढेच सांगतो की, त्यांच्या प्रकृतीमध्ये मला काहीही वेडेवाकडे किंवा एखादा बिघाड दिसला नाही किंवा पूर्वी त्यांना तसे काही झाल्याचे त्यांच्या मेडिकल हिस्टरीमध्ये सापडलेले नाही."

"मला तुमची ती वैद्यकीय माहिती नको आहे," कॅप्टन इम्रीचा श्वास आता जडपणे होऊ लागला होता. "मला तुम्ही अन्यप्रकारे मदत करू शकता. मिस्टर, हे सारे काही ब्लडी चमत्कारिक नाही का? जे काही घडले आहे त्या गूढ प्रकारात

तुम्ही कसे काय सापडत आहात?'' मला यावर काहीही बोलता येत नव्हते. मी यावर विचार करत राहिलो. कॅप्टन पुढे तावातावाने बोलू लागला, ''ॲन्टोनिओ मरण पावल्याचे तुम्हालाच नेमके सर्वांत आधी कसे कळले? जेव्हा ब्रिजवर स्मिथी व ओक्ले हे आजारी झाले तेव्हा नेमके तुम्हीच कसे ब्रिजवर गेलात? आमचे ते दोन खलाशी आजारी झाले तेव्हा त्यांच्या क्रू क्वार्टर्सकडेही नेमके तुम्हीच कसे सरळ पोहोचलात? दुसरे असे की, तुम्ही मिस्टर गेरान यांच्या केबिनमध्ये गेलात व तिथे ते तुम्हाला मरण पावलेले दिसले. तुमच्यानंतर मि. गोईन तिथे पोहोचले. ते आधी पोहोचले असते तर माझे काहीही म्हणणे नव्हते. अन् आणखीही एक ब्लडी चमत्कारिक गोष्ट अशी की, या बोटीवर वैद्यकीय ज्ञान असलेली आपणच एकमेव व्यक्ती आहात. तेव्हा त्या सर्व माणसांना कसे आजारी पाडायचे याचे ज्ञान इतर कोणाजवळ नाही; पण फक्त तुमच्याजवळच आहे.''

यावर मी काय उलट प्रश्न विचारू शकत होतो? हा कॅप्टन इम्रीचा वेगळा दृष्टिकोन होता व तो वरवर तरी कोणालाही योग्य वाटणारा होता. मला आश्चर्य याचे वाटले की, हा कॅप्टन आपले डोके असेही चालवून पाहतो आहे. याचा अर्थ मी उगाचच त्याला कमी समजत होतो. पण आता मला त्याचा विचार कळून चुकला आहे.

''अन् काल रात्री तुम्ही स्वयंपाकघराच्या कोठीमध्ये जाऊन बराच वेळ काहीतरी शोधत होता. त्या वेळी मी माझ्या बिछान्यात होतो. डॅम यू! हॅगार्टीने मला सांगितले की, तिथेच विषारी पदार्थ येऊ शकतात. तुम्ही तिथे कसला तरी शोध घेत होतात हेही त्याने मला सांगितले. त्या कोठीच्या बाहेर तुमची व त्याची काही वेळ भेट झालेली होती. तुम्हाला जे काही शोधायचे होते ते तुम्हाला सापडले नाही. पण तरीही तुम्ही थोड्या वेळाने तिथे परतलात. तुम्हाला तिथे प्लेटमध्ये टाकून दिलेले अन्न शोधायचे होते ना? ते अन्न तेथून नाहीसे झालेले पाहून तुम्हाला आश्चर्य वाटले ना? कोर्टात हे सांगितल्यावर कसे काय वाटेल?''

''ओह! बापरे. तुम्ही तुमचे डोके भलत्याच दिशेने–''

''अन् काल रात्री तुम्ही खूप उशिरा झोपायला गेला होतात. हो ना? होय, मी तुमच्याबद्दल खूप चौकशी करून ठेवली आहे. डायनिंग सलूनमध्ये मि. गोईन यांनी मला सांगितले तसे. ओक्ले यांनी तुम्ही ब्रिजवर आल्याचे मला सांगितले. खाली लाउंजमध्ये गिल्बर्ट यांनी मला सांगितले की–'' एवढे बोलून नाटकीपणे तो क्षणभर थांबला व पुढे म्हणाला, ''की तुम्ही हॅलिडे याच्या केबिनमध्ये गेला होता. मला हे त्यांच्या केबिनमधल्या जोडीदाराने सांगितले. अन् सर्वांत कळस म्हणजे ही बोट वळवून सरळ हॅमरफेस्ट बंदराकडे नेण्यास तुम्हीच मला प्रतिबंध केला होतात. मग तुम्ही इतरांनाही तसे पटवून त्या हमीपत्रावर त्यांना सही करण्यास भाग पाडलेत.

त्यामुळे माझ्यावर काहीही दोषारोप होऊ शकणार नव्हते. हो ना? सांगा, मला सांगा मिस्टर. अं?''

शेवटी त्याने आपले हुकमाचे पान टाकले. त्याचा खरा राग कशावर होता ते मला कळले. म्हणजे तेव्हापासून तो रागाने मला कुठेतरी पकडीत धरण्यासाठी माझ्याबद्दल सगळी चौकशी करत माझ्यावर पाळत ठेवीत आला होता. मला एक प्रकारे त्याच्याबद्दल सहानुभूतीही वाटू लागली. मी त्याला यावर जे बोललो त्याबद्दल मलाही खेद वाटला. पण मला थोडीच कोणाशी मैत्री करून गोड-गोड बोलायचे होते? त्यातून माझ्यावर संशय घेतला जात असताना? मग मी कॅप्टनकडे थंडपणे पाहिले. माझा चेहरा निर्विकार ठेवून दहा सेकंद मी त्याच्यावर नजर रोखली व नंतर म्हटले, ''हे पाहा, मला 'डॉक्टर' म्हणून संबोधत जा. उगाच 'मिस्टर' असे म्हणत जाऊ नका. शिवाय मी तुमच्या बोटीवरील तुमच्या हाताखालचा नोकर नाही. हेही लक्षात ठेवा. जे बोलायचे ते सभ्यपणे बोला.''

''काय? काय म्हणालात?''

मग मी ब्रिज व चार्टहाउस यांना जोडणारे मधले दार उघडले आणि बाहेर चलण्याविषयी कॅप्टनला खूण केली. मी पुढे म्हणालो, ''तुम्ही आत्ता 'कोर्ट' हा शब्द उच्चारला होतात. आता तुम्ही बाहेर ब्रिजमध्ये चला व जमलेल्यांच्या देखत तुमचे ते निंदाजनक तथाकथित आरोप माझ्यावर करून दाखवा. म्हणजे बाकीच्या सर्व साक्षीदारांना ते समजतील. अन् मग बघा मी तुम्हाला कसे कोर्टात खेचतो ते. याचे किती भयंकर परिणाम होत जातील, याची कधी कल्पना येईल का तुम्हाला?''

मी ही वाक्ये उच्चारताच त्याचा चेहरा पडला. त्याची ती लठ्ठ आकृती जणू काही आक्रसत गेल्यासारखी वाटू लागली. कॅप्टन इम्रीला एवढीच प्रतिक्रिया ताबडतोब देता येणे शक्य होते. तो यावर काय बोलू शकणार होता? तर कॅप्टन इम्री हा एक वयस्कर माणूस होता. सरळसोट जीवन आतापर्यंत जगत आलेला होता. त्याने प्रामाणिकपणे आपल्याला काय वाटते ते मला सांगून टाकले होते. पण मी तरी काय करू? त्याने माझ्यापुढे दुसरा कोणताच पर्याय ठेवला नव्हता. मी चार्टरूममधून बाहेर पडलो. जाता-जाता माझ्या मागे मधले दार मी धाडकन लावून बाहेर जाणार होतो. आता पुढे काय करायचे यावर मी विचार करू लागलो.

पण तसे करायला मला वेळच मिळाला नाही. त्याच वेळी ओक्ले तिथे आला होता व मधल्या दारावर टकटक करून दार उघडून तो सरळ आत घुसला. त्याच्या चेहऱ्यावर काहीतरी वेगळाच भाव होता. तो गडबडीत आला होता हे समजत होते.

ओक्ले इम्रीला म्हणाला, ''मला वाटते की तुम्ही आत्ता ताबडतोब खाली डायनिंग सलूनध्ये चलावे,'' मग माझ्याकडे पाहून तो मला म्हणाला, ''डॉ. मार्लो, तुम्हीही चला. खाली एक जोरदार मारामारी झाली आहे.''

"बापरे! हे नवीनच काय घडले?" कॅ. इम्री खेदाने म्हणाला. आपण एक बोट सुखाने चालवत आहोत ही त्याची उरलीसुरली भावना त्या बातमीने पार नष्ट झाली. आपले वय व लठ्ठ शरीर विसरून तो वेगाने तेथून निघाला. मी त्याच्या मागोमाग शांतपणे निघालो.

ओक्लेने मारामारीच्या प्रसंगाचे जे वर्णन केले ते अचूक होते. ती मारामारी झाली ती अत्यंत वाईट प्रकारे झाली. ती मारामारी तशी फार थोडा वेळच चालली होती. खाली डायनिंग सलूनमध्ये सहा जण होते. त्यातले एक दोघे समुद्र लागल्याने आधीच हैराण झाले होते. बेअर आयलन्डच्या सौंदर्याचे दर्शन घेण्याच्या मन:स्थितीत ते नव्हते. ते आपापल्या केबिनमध्ये होते. ती तीन तरुण गायक मंडळी खाली करमणूक घरात संगीताचा सराव करत होती. तिथे असलेल्या सहा जणांमधील तिघे जण उभे होते. ते लोनी, एडी व हेन्ड्रिक्स हे होते. समोरची मारामारी पाहून ते धास्तावले होते; परंतु ते मधे पडून काही करू शकत नव्हते. ते तटस्थपणे समोर काय चालले आहे ते पाहत राहिले होते. कॅप्टनच्या टेबलापासच्या एका खुर्चीत मायकेल स्ट्रायकर बसला होता. त्याच्या उजव्या गालावर एक ओरखडा उमटला होता व त्यातून येणारे रक्त तो आपल्या रुमालाने टिपत होता. रुमाल धरलेल्या त्याच्या हातांच्या बोटांची कातडी सोलवटून निघाली होती. मेरी डार्लिंग ही खाली गुडघ्यावर बसली होती. मला फक्त तिची पाठ दिसत होती. तिचे लांबसडक सोनेरी केसे खाली जमिनीला टेकले होते. तिच्या डोळ्यांवर जो मोठा चष्मा होता तो तिच्यापासून जमिनीवर दोन फूट अंतरावर पडला होता. ती रडत होती; पण मोठ्याने रडत नव्हती, मुळुमुळु रडत होती. तिला थांबून-थांबून रडण्याचे कढ येत होते. त्या वेळी तिचे खांदे थरथरायचे. मी खाली वाकून तिला धरले व उठून उभे केले. तिने माझ्याकडे पाहिले. तिचा चेहरा राखाडी रंगाचा झाला होता; पण तिने मला ओळखल्याचे कोणतेच चिन्ह तिच्या चेहऱ्यावर मला दिसले नाही. चष्मा नसल्याने ती एक प्रकारे आंधळी झाली होती.

मी तिला म्हणालो, "ठीक आहे, मेरी. मी डॉ. मार्लो तुझ्याशी बोलतो आहे." एवढे बोलून मी खाली जमिनीवर पडलेल्या व्यक्तीकडे पाहिले. ती व्यक्ती म्हणजे तो पोरगेलासा तरुण ॲलन होता. मी तिला म्हणालो, "कम ऑन, बी ए गुड गर्ल. आता जरा शहाण्यासारखी वाग बरं. मी थोडा वेळ आधी ॲलनकडे बघतो."

"डॉ. मार्लो, त्याला खूपच मार बसला आहे, अगदी खूपच!" एवढे बोलायलाही तिला खूप कष्ट पडत होते. ती हुंदके देत कसेबसे बोलू शकत होती. "बघा, बघा त्याच्याकडे. केवढा जबरदस्त मार त्याला बसला आहे," एवढे बोलून ती परत रडू लागली. पण या वेळी ती मोठ्याने रडत होती. तिचे सर्व शरीर थरथरत होते.

मी बाजूला उभ्या असलेल्या हेन्ड्रिक्सला पाहून म्हटले, "मिस्टर हेन्ड्रिक्स,

प्लीज कोठीमध्ये जा. तिथे हॅगर्टी असतील तर त्यांना ब्रॅन्डीची बाटली मागा. मला ती हवी आहे असे सांगा. ते जर नसतील तर सरळ तिथली बाटली उचलून आणा.'' हेन्ड्रिक्सने मान हलवली व तो झपाट्याने निघून गेला. मग मी कॅ. इम्री याला म्हटले, ''सॉरी, मी त्या ब्रॅन्डीसाठी आधी तुमची परवानगी घ्यायला हवी होती.''

''दॅट्स ऑल राइट, डॉक्टर,'' कॅप्टन म्हणाला.

मला 'मिस्टर' न म्हणता 'डॉक्टर' म्हणाला, याचा अर्थ तो आता व्यावसायिक सभ्य संकेत पाळू लागला होता. कदाचित येथील प्रकार नीट कळून घेण्याच्या नादात तो हा संकेत नकळत पाळत असेल. मायकेल स्ट्रायकर याच्या विरोधात तिथे सर्वांची शत्रुत्वाची भावना झाली होती. कारण त्यानेच ॲलनला चांगलेच ठोकले होते. मी मेरीकडे वळालो.

''त्या कोचावर जाऊन बस बरं. अन् ब्रॅन्डी आणली की थोडीशी प्यायला लाग. ऐकू आले ना?'' मी तिला म्हणालो.

''नको! नको! मी–''

''हा डॉक्टरचा हुकूम आहे,'' एवढे तिला म्हणून मी, एडी व लोनी यांच्याकडे पाहिले. त्या दोघांनी काय ते समजून मेरीला धरून कोचापाशी नेले व त्यावर तिला बसवले. ती पुढे काय करते आहे त्याकडे लक्ष न देता मी ॲलनकडे वळलो. तो जमिनीवर पडून अस्वस्थ हालचाली करत माझे लक्ष वेधून घेत होता. स्ट्रायकरने त्याला चांगलेच जखमी केले होते. त्याच्या कपाळाला एक जखम झाली होती. गाल खरचटले होते. एक डोळा सुजू लागला होता. रात्रीपर्यंत सूज वाढून तो डोळा उघडता येणे त्याला अशक्य होणार होते. त्याच्या दोन्ही नाकपुड्यांतून रक्त वाहत होते. एक ओठ फाटला होता. एक दात पडला होता व दुसरा दात हलू लागला होता. लवकरच तोही दात पडणार होता. ते पाहून मी स्ट्रायकरला म्हटले, ''हे तुम्ही सारे याला केलेत?''

''अर्थातच! उघडच आहे. हो ना?''

''एवढा याला मार दिलात? बापरे, अन् हा तर तुमच्यापुढे एक पोऱ्या आहे. पुढच्या वेळी मारामारी करताना आपल्या शरीरयष्टीएवढा तरी प्रतिस्पर्धी निवडत जा.''

''उदाहरणार्थ, म्हणजे तुमच्यासारखा ना?'' त्याने उद्धटपणे म्हटले.

''ओह, माय गॉड!'' मी कंटाळून म्हटले. स्ट्रायकरच्या व्यक्तिमत्त्वावरील सभ्यतेचा बुरखा अत्यंत पातळ होता. त्या खाली काहीतरी रांगडे, रासवट असे होते. मी त्याच्याकडे दुर्लक्ष केले आणि लोनीला स्वयंपाकघरातून कोमट पाणी आणायला लावले. मग त्या कोमट पाण्याने ॲलनचा चेहरा जमेल तितका मी पुसून स्वच्छ केला. चेहऱ्यावरील सर्व रक्ताचे डाग पुसल्यावर त्याचा चेहरा ८० टक्के सुधारलेला दिसू लागला. मग त्याच्या कपाळावरील जखमेवर चिकटपट्टी, दोन्ही

नाकपुड्यात कापसाचे बोळे आणि फाटलेल्या ओठावर दोन टाके घातले. मी त्याला एवढेच करू शकलो. मी मग उठून सरळ उभा राहिलो.

कॅ. इम्री आता स्ट्रायकरला प्रश्न विचारू लागला, "मिस्टर स्ट्रायकर, काय झाले बरे?"

"भांडण झाले."

"भांडण आणि आत्ता येथे?" कॅप्टन उपरोधाने म्हणाला.

"कशावरून भांडण सुरू झाले?"

"त्याने माझा अपमान केला. त्यावरून भांडण सुरू झाले."

"या... या पोराने तुमचा अपमान केला?" मला जसे वाटत होते तसेच कॅप्टनलाही वाटले होते. "त्या पोराने कसल्या प्रकारचा तुमचा अपमान केला?"

"त्याने माझ्या खासगी बाबतीत अपमान केला," असे म्हणून स्ट्रायकर आपली गालावरची जखम टिपू लागला. ती जखम सुदैवाने फारशी खोल नव्हती. पण तरीही त्या लांबट जखमेमुळे त्याचा चेहरा विद्रूप वाटत होता. स्ट्रायकर पुढे म्हणाला, "माझा जो कोणी अपमान करतो त्याला मी जी शिक्षा देतो तीच शिक्षा त्याला दिली. बस्स. एवढेच."

"या बाबतीत मी गप्प राहणेच पसंत करतो," कॅ. इम्री रूक्षपणे म्हणत होता, "या बोटीचा कॅप्टन म्हणून–"

"मी तुमच्या कर्मचाऱ्यांपैकी नसल्याने तुमचा नोकर नाही. तुमचा तो 'पोऱ्या' जर माझ्याविरुद्ध कसलीच तक्रार करत नाही– अन् तो तशी तक्रार कधीही करणार नाही– तर मी तुम्हाला असे सांगतो की, उगाच तुम्ही या प्रकरणात लुडबुड करू नका. तुम्ही फक्त तुमचे काम करत राहा. तसे केलेत तर माझ्यावर उपकार होतील," एवढे बोलून स्ट्रायकर उठला व तेथून निघून गेला.

त्याच्या मागोमाग कॅप्टनही चालला होता. पण तो वाटेतच खुर्चीवर बसला व टेबलावरील त्याची बाटली त्याने घेतली. मेरीभोवताली जे तिघे जण जमले होते त्यांना कॅप्टनने विचारले, "काय घडले ते तुम्ही पाहिले का?"

"नो सर," हेन्ड्रिक्स बोलू लागला, "मिस्टर स्ट्रायकर एकटेच खिडकीपाशी उभे होते. ॲलन त्यांच्याशी बोलण्यासाठी त्यांच्याजवळ गेला. तो काय बोलला ते मला ठाऊक नाही. पण एकदम त्यांची मारामारी सुरू झाली. ते दोघे खाली जमिनीवर एकमेकांच्या अंगाला झोंबताना मला दिसले. काही सेकंदच त्यांची मारामारी चालली होती."

यावर कॅप्टनने कंटाळून आपल्या ग्लासात बऱ्यापैकी मोठा पेग ओतून घेतला. नांगर टाकण्याच्या जागेपाशी त्याने स्मिथीला पाठवले होते. त्याने आपले काम केले की नाही याकडे त्याचे लक्ष लागलेले होते. मी आता ॲलनकडे वळलो. तो पूर्णपणे

भानावर आला होता. मी त्याला डायनिंग सलूनच्या दाराकडे घेऊन जाऊ लागलो. कॅप्टन मला म्हणाला, ‘‘त्याला खाली घेऊन जाता आहात काय?’’

मी मान हलवून होकार दिला व म्हटले, ‘‘मी परत येईन तेव्हा तुम्हाला सारे काही सांगेनच,’’ यावर त्याने नुसताच एक हुंकार दिला व तो स्कॉच पिऊ लागला. मी मेरीकडे पाहिले. ती ब्रॅन्डीचे घोट घेत होती. प्रत्येक घोट घेताना ती थरथरत होती. लोनीने तिचा ग्लास आपल्या हातात पकडून धरला होता. मी लगेच ॲलनला घेऊन तेथून निघालो.

ॲलनला मी त्याच्या केबिनमधील बंकवर आडवा केला. त्याला पांघरूण घातले. नंतर मी त्याच्याशी संभाषण सुरू केले. मी विचारले, ‘‘हे सारे कशाबद्दल झाले आहे?’’

यावर तो कचरत म्हणाला, ‘‘आय ॲम सॉरी. मी जे काही बोललो ते बोलायला नको होते.’’

‘‘कधीही तसे बोलणार नाही ना?’’

‘‘आय ॲम सॉरी अगेन. ते बोलणे खासगी स्वरूपाचे होते.’’

‘‘कोणालाही लागेल असे ते होते?’’

‘‘होय, म्हणजे मी–’’ तो बोलायचे थांबला.

‘‘ठीक आहे. याचा अर्थ तुम्हाला ती आवडते आहे, असेच ना?’’ यावर तो माझ्याकडे काहीक्षण शांतपणे पाहत राहिला व नंतर त्याने आपली मान हलवली. मी पुढे म्हटले, ‘‘मी तिला इकडे खाली बोलावून आणू?’’

‘‘नको, नको डॉक्टर! तसे करू नका– म्हणजे असे की, माझा हा चेहरा असा खराब झालेला आहे. नको, तिला आणू नका.’’

‘‘पाच मिनिटांपूर्वी तुमचा चेहरा भलताच खराब झालेला होता. अन् तरीही ती तुमच्यासाठी झुरत होती.’’

‘‘खरं? खरेच ती तसे करत होती?’’ मग त्याने हसायचा प्रयत्न केला व एक डोळा सूचकपणे मिचकावला. ‘‘ठीक आहे, ठीक आहे!’’

मी त्याला तिथे सोडून स्ट्रायकरच्या केबिनमध्ये गेलो. मी दारावर टकटक केल्यावर त्याने आतून ‘‘या, आत या,’’ असे म्हटले. पण आत गेल्यावर माझे स्वागत करण्यास तो राजी नव्हता, असे त्याच्या चेहऱ्यावरील भाव पाहिल्यावर मला जाणवले. त्याच्या गालवरच्या कापलेल्या जखमेतून अजूनही रक्त बाहेर येत होते.

‘‘मी तुम्हाला जखमेवर मलमपट्टी करायला मदत करू का?’’ ज्यूडिथ हेनिसने मला विचारले. तिने आपल्या अंगावर सर्व फरचे कपडे चढवले होते. तिचे लाल केस फिसकारलेले होते. त्यामुळे ती लाल केसांची एक एस्कीमो व्यक्ती वाटत होती. त्या केबिनमध्ये फक्त एकच खुर्ची होती. त्यावर ती बसलेली होती. तिची

ती कॉकर स्पॅनिअल जातीची दोन कुत्र्यांची पिले तिच्या मांडीवर बसून राहिलेली होती. तिने केलेले ते रुंद हास्य एका झटक्यात थांबवून आपला चेहरा तिने निर्विकार ठेवला.

मी तिला म्हटले, "छे छे! मदतीची तशी गरज नाही."

"साधा ओरखडा आहे काय?" तिने विचारले. पण मी त्यावर तिला उत्तर दिले नाही.

स्ट्रायकरच्या गालावर कापल्यासारखी जी लांबट जखम झाली होती ती मी तपासू लागलो. प्रथम जखमेतील रक्त नीट टिपून घेतले. मग त्यावर जखम आक्रसणारे मलम लावले आणि वर मलमपट्टी केली. मग मी स्ट्रायकरला म्हणालो, "हे बघा, मी काही कॅप्टन इम्री नाही. त्या पोराला का एवढे मारलेत? तुम्ही नुसती त्याच्या पाठीवर थाप मारली असती तरी तो आडवा झाला असता."

"आमची ही वैयक्तिक, खासगी बाब आहे, असे मी कॅप्टनला सांगितले तेव्हा तुम्ही तिथे होता ना?" तो म्हणाला. मला आता मानसशास्त्रीय पातळीवर विचार करायला हवा. मी त्याला आपण होऊन वैद्यकीय मदत केली होती, मलमपट्टी केली होती, त्याच्याशी मी सहानुभूतीने संपर्क साधू पाहत होतो, तसेच मी त्याची उगाच स्तुतीही करत नव्हतो, तरीही हा पठ्ठ्या माझ्या प्रश्नांना दाद देत नव्हता. माझ्या वागण्याचा त्याच्यावर परिणाम होत नव्हता.

तो पुढे म्हणाला, "केवळ हातात एक वैद्यकीय पदवी पडली म्हणून तुम्ही कोणाला वाटेल ते व फाजील प्रश्न विचारू शकत नाही. मी कॅप्टनला काय सांगितले ते आठवते आहेना?"

"असे पाहा, माझे जे वैद्यकीय कर्तव्य आहे ते मला नीट पार पाडू दिले तर बरे पडेल."

"अगदी बरोबर," तो म्हणाला.

"ॲलन यालाही असेच वाटत असणार, हे नक्की."

"त्याला जी काही दुखापत झाली त्यासाठी त्याची तीच लायकी होती." ज्यूडिथ हेनिस म्हणाली. स्ट्रायकर जेवढ्या मवाळपणे म्हणत होता तेवढा तिचा स्वर नव्हता. ती जे काही बोलली त्यात मला दोन कारणाने रस होता. आपल्या नवऱ्याचा ती खूप तिटकारा करत होती, हा सर्वत्र पसरलेला समज तिच्या अशा बोलण्यातून दिसून येत नव्हता. तसेच, तिला स्ट्रायकरसारख्या आपल्या भावना बोलताना काबूत ठेवता येत नसल्याने कदाचित तिच्याशी बोलून मला आणखी माहिती मिळण्याची शक्यता यामुळे मला दिसली.

मी म्हणालो, "असे पाहा हेनिस मॅडम, असे तुम्ही कशावरून बोलता? तुम्ही तर मारामारीच्या वेळी तिथे हजर नव्हता."

''मला तिथे येण्याची गरज वाटली नाही. मी–''

तिचे वाक्य तोडीत स्ट्रायकर एकदम मोठ्या स्वरात तिला म्हणाला, ''डार्लिंग!'' त्याच्या ओरडून बोलण्याने तो तिला एक प्रकारची सावधगिरीची सूचना देत होता.

''तुमच्या पत्नीला आपले विचार मांडू देण्यावर तुमचा रोष दिसतो आहे. हो ना?'' मी म्हणालो. माझ्या बोलण्यावर त्याने आपल्या आवळलेल्या मुठी सैल केल्या. पण मी त्याच्याकडे दुर्लक्ष करून हेनिसकडे पाहत राहिलो व म्हणालो, ''तिथे वर डायनिंग सलूनमध्ये एक तरुण पोरगी रडत आहे. तुमच्या या पहिलवान नवऱ्याने ॲलनला जे काही केले, त्यामुळे तिला दुःख झाले आहे. याचे तुम्हाला काहीच का वाटत नाही?''

''तुम्ही जर ती सटवी कंटिन्युटी गर्ल हिच्याबद्दल बोलत असाल तर तिचीही लायकी रडत राहण्याचीच आहे. जे काही झाले ते तिनेही भोगले पाहिजे.''

''डाऽर्लिंग!'' स्ट्रायकर आता मघापेक्षाही जास्त ओरडून म्हणाला. मी ज्यूडिथ हेनिसकडे अविश्वसाने पाहिले; पण तिच्या चेहऱ्यावर आपण जे बोललो ते योग्यच होते, अशा अर्थाचे भाव होते. तिचे लिपस्टिकने रंगवलेले ओठ तिने आता असे आवळून धरले होते की, त्याची एक सरळ लाल रेघ झालेली दिसत होती. तिचे हिरवे डोळे आता आकर्षक न वाटता विषारी वाटू लागले होते आणि आपल्या मनातील द्वेष किंवा खुनशीपणा लपवण्यासाठी तिने आपला चेहरा वेडावाकडा केला होता. तिच्या चेहऱ्याचे ते विकृत दर्शन हे भयप्रद होते. यावरून तिच्याबद्दल चित्रपट जगात पूर्वी अफवा उठल्या होत्या.

''तुम्ही-त्या-निरुपद्रवी-पोरीला-'सटवी'-असे-म्हणता?'' मी हे वाक्य सावकाश बोललो. दोन शब्दात थांबत-थांबत बोलत गेलो.

''ती एक बहकलेली बाई आहे, घाणेरडी बाई आहे, ती म्हणजे एक गटार आहे,'' ती चिडून म्हणाली.

''स्टॉप इट!'' स्ट्रायकर आता मात्र जोरात मोठ्याने ओरडून तिच्यावर खेकसला. त्याच्या आवाजातील ताण स्पष्टपणे जाणवत होता. तो बेभान झाल्यामुळेच आपल्या बायकोपाशी असे बोलत असावा.

''होय, असले बोलणे थांबलेच पाहिजे. पण मॅडम, तुम्ही असे का बोलत आहात हे मात्र मला समजत नाही. कदाचित तुम्हालाही ते ठाऊक नसावे. यावरून मला एवढेच वाटते की, तुम्ही आजारी झाला आहात.''

एवढे बोलून मी जाण्यासाठी वळलो. पण स्ट्रायकर माझी वाट अडवून उभा राहिला. त्याच्या चेहऱ्यावरचा रंग जरासा उतरला होता.

तो मोठ्या कष्टाने मला म्हणाला, ''माझ्या बायकोशी कोणीही अशा तऱ्हेने बोलत नाही.''

मग आता स्ट्रायकरचा कंटाळा आला. मी सरळ त्याला म्हटले, "मी तुमच्या पत्नीचा अपमान केला, असे तुम्हाला वाटते का?"

"होय, अक्षम्य अपराध केलात."

"अपमान केला हाच अपराध म्हणायचा आहे का?"

"आता कसे मुद्द्यावर आलात, डॉक्टर."

"अन् जो कोणी आपला अपमान करतो त्याला त्याचे दुष्परिणाम भोगावे लागतील, असे तुम्ही कॅ. इम्री यांना म्हणालात. हो ना?"

"होय, असेच मी म्हणालो."

"अस्से?"

"असेच मी तुम्हालाही म्हणतो," तो माझी वाट अडवून अजून उभा होता.

"अन् मी माफी मागितली तर?"

"माफी?" असे म्हणून तो थंडपणे हसला. "तसे करून पाहा. मी तुमच्याएवढ्या शरीरयष्टीचा आहे. पाहायचे आहे?"

मग मी ज्यूडिथ हेनिसकडे वळून म्हटले, "मॅडम, तुम्ही कसला विचार करता आहात ते मला ठाऊक नाही अन् ते तुम्हालाही ठाऊक नसावे. तुमच्या मनात काहीतरी गोंधळ उडालेला असावा. कारण तुम्ही आजारी झालेला आहात, असे माझे मत आहे."

तिच्या चेहऱ्यावरची कातडी मागे एवढी ताणली गेली होती की, कोणातरी अदृश्य प्राण्याने आपल्या दोन्ही पंजांनी तिचे गाल पकडून मागे खेचले आहेत असे वाटत होते. तिच्या चेहऱ्यावरचे सर्व रंगही उडाले होते. मी वळून स्ट्रायकरकडे पाहिले. त्याचा चेहरा मात्र ताणलेला नव्हता. त्याचा चेहरा एरवी छाप पाडणारा होता; पण तसा तो आत्ता मात्र नव्हता. मी त्याला ओलांडून गेलो, दार उघडले व थांबलो.

मी त्याला म्हणालो, "यू पुअर बास्टर्ड. काही काळजी करू नका. आम्ही डॉक्टर इकडचे तिकडे सांगत नसतो."

मी जेव्हा वरच्या डेकवर गेलो, तेव्हा मला बरे वाटले. वरच्या डेकवर चांगलीच बोचरी थंडी होती. तर खाली काहीतरी रोगट, घाणेरडे असे जे होते त्यातून माझी सुटका झाली म्हणून मला हायसे वाटले. ते काय रोगट होते ते समजायला माझ्या वैद्यकीय ज्ञानाची जरुरी नव्हती. कोणालाही ते जाणवले असते. हिमवृष्टी आता कमी झाली होती व मी बोटीच्या पोर्ट साइडने, डाव्या बाजूने बाहेर नजर टाकली. मला दिसले की, मघाशी पाहिलेले बेटाचे दृश्य किंवा तो भाग बोटीने अर्धा मैल मागे टाकलेला होता. पुढच्या अर्धा मैलावरचा भाग आता नजरेत येऊ लागलेला होता. कोल्थॉफचे पठार व माल्मग्रेमचे पठार दिसत होते. मी नकाशात

पाहून त्याची खातरी करून घेतली होती. याचा अर्थ आमची बोट ईशान्येला जाणार होती. आता विविध कडे दिसत होते; पण ते कमी उंचीचे होते. मघापेक्षा समुद्र आता बराच शांत झाला होता. अजून आम्हाला तीन मैल अंतर कापायचे होते.

मी वर ब्रिजकडे पाहिले. हवामान निवळत चालले होते. त्यामुळे निसर्गसौंदर्याचा आस्वाद घ्यावासा वाटत होता व तिथल्या प्रदेशाबद्दलचे कुतूहलही वाढत जाऊ लागले होते. आमच्या उतरण्याच्या ठिकाणाबद्दलही उत्सुकता वाढू लागली होती. ब्रिजच्या बाहेर आमच्यापैकी दोन गट उभे होते. ते परस्परविरुद्ध दिशेला होते. त्यांनी आपापल्या डोक्यावरील टोप्या एवढ्या खाली तोंडावर ओढून धरल्या होत्या की, त्यांचे चेहरे ओळखू येत नव्हते; परंतु ब्रिजला चिकटून एक आकृती हाताची घडी घालून आपले अंग आक्रसून घेत थंडीपासून बचाव करत उभी होती. ती मेरी डार्लिंग होती. तिचे ते लांबसडक सोनेरी केस वाऱ्यावर इतस्तत: उडत होते. मी तिच्याजवळ गेलो व तिच्याभोवती माझ्या हातांचा अलगद विळखा घातला. तिचा चेहरा हाताने वर केला. तिचे डोळे लाल झाले होते. गालांवर ओघळलेले अश्रू सुकल्याच्या खुणा होत्या. तिने आपला निम्मा चेहरा टोपीने झाकून घेतला होता. तीच ती बहकलेली बाई, घाणेरडी बाई, गटार झालेली बाई होती.

मी तिला म्हणालो, ''मेरी डार्लिंग, तू येथे काय करते आहेस? इथे फारच थंड आहे. आत ब्रिजमध्ये तरी जा किंवा खाली जा.''

''मला एकटे राहायचे आहे,'' ती म्हणाली. तिच्या बोलण्यातून हुंदका प्रगटेल असा तिचा आवाज झाला होता. ''अन् मि. गिल्बर्ट हे मला ब्रॅन्डी देणार आहेत, आणि – आणि, ठीक आहे–'' एवढे बोलून ती थरथरली.

''म्हणजे तू लोनी यांना त्यांच्या जवळच्या बाटलीसह सोडून येथे आलीस. याचा अर्थ लोनी यांनाच ती ब्रॅन्डी–''

''डॉ. मार्लो,'' मी तिच्या अंगाभोवती एका हाताचा विळखा घातल्याची जाणीव झाली. मग तिने त्या विळख्यातून स्वतःला सोडवून घ्यायचा अर्धवट प्रयत्न केला व म्हटले, ''लोक आपल्याला बघतील.''

मी म्हणालो, ''बघितले तर बघितले. मला त्याची पर्वा नाही. सर्व जगाला आपले स्नेहसंबंध दिसायला हवेत.''

''सर्व जगाला तुम्ही–'' एवढे बोलून तिने भीतीयुक्त आश्चर्याने माझ्याकडे पाहिले. तिचे डोळे टपोरे होते. पण चष्म्याआडून मला ते आता अधिकच मोठे वाटू लागले होते. मग तिच्या चेहऱ्यावर एक स्मितहास्य थरथरत उमटले. ती हर्षाने म्हणाली, ''ओह, डॉ. मार्लो!''

''खाली एका तरुण पोराला तुला ताबडतोब भेटायचे आहे. तो तुझी वाट पाहतो आहे.''

मी असे म्हटल्यावार तिच्या चेहऱ्यावरचे हसू विरून गेले. माझ्या शब्दांमुळे तिच्यावर काय परिणाम झाला तो मला कळला नाही. ती म्हणाली, "म्हणजे, त्याला आता हॉस्पिटलमध्ये जावे लागणार?"

"तो आज दुपारपर्यंत बरा होईल."

"काय सांगता? खरेच का?"

"जर तुला माझ्या वैद्यकीय ज्ञानाबद्दल काही शंका नसेल तर."

"ओह, डॉ. मार्लो! मग तो का मला–"

"मला असे वाटते की, आपला हात तू धरून ठेवावा असे त्याला वाटत असावे. त्याच्या प्रेमात मी त्याचा स्पर्धक आहे ना!"

"म्हणजे, मी... मी त्याच्या केबिनमध्ये जायचे?"

"मग मी त्याला येथे खेचून आणू काय?"

यावर ती हसून म्हणाली, "नाही. तसे करण्याची गरज नाही." पण नंतर तिला काही शंका आली असावी म्हणून ती पुढे म्हणाली, "डॉ. मार्लो?"

"येस?"

"तुम्ही खूपच चांगले आहात. मी मनापासून हे म्हणते."

"छान!"

यावर तिने छान एक स्मितहास्य केले. ती खुषीत आली व आनंदाने निघून गेली. मला तिचे माझ्याबद्दलचे मत थोडेसे तरी ऐकायला मिळाले असते तरी बरे झाले असते. मी तसे तिला विचारूही शकलो असतो, तर मग मला कितीही माणसे आजारी पडली किंवा जखमी झाली असती तरीही मी त्यांना आनंदाने माझी वैद्यकीय सेवा देऊ केली असती. पण एका गोष्टीमुळे मी सुखावलो होतो, मला भीती वाटत होती की मेरीला दुखावणारे काही मी बोलेन. पण तसे काही घडले नाही. स्ट्रायकरच्या खोलीतून बाहेर पडल्यावर मेरीला कसे काय विचारावे या अडचणीत मी पडलो होतो. माझ्या मनात काही अर्धवट प्रश्न उभे राहिले होते. पण शेवटी तिला न दुखावता मी माझ्या भावना व्यक्त केल्या होत्या. ज्यूडिथ हेनिस हिने तिच्यावर जे काही आरोप केले तशी ती थोडी जरी खरोखरीच असती तर चित्रपट उद्योगातून तिला ज्यूडिथनेच डच्चू दिला असता. प्रसिद्धी व पैसा मिळवण्यासाठी ती चांगल्या मार्गाने प्रवास करत होती. तसेच तिला आता स्ट्रायकर व ॲलन यांच्याविषयी प्रश्न विचारण्यातही काही अर्थ उरला नव्हता.

मी जिथे होतो तिथेच उभा राहिलो व आजूबाजूच्या हालचाली बघू लागलो. फिल्म युनिटचे कर्मचारी उगवले होते व डेकच्या पुढच्या बाजूला जे सेटिंगचे सामान बांधून ठेवले होते त्याच्या दोऱ्या आता ते सोडू लागले. त्यावर झाकलेल्या ताडपत्र्या ते दूर करू लागले. योग्य ठिकाणी यारीला अडकवण्यासाठी फासे बांधू लागले. तर

काही जण डेरिक खांबाजवळील अडथळे दूर करू लागले व केबल गुंडाळण्याचे यंत्र चालू करून त्याची तपासणी करू लागले. बोट थांबल्यावर अजिबात वेळ घालवायचा नाही, असे कॅ. इम्री याने ठरवलेले दिसत होते. त्याला सारा माल किनाऱ्यावर झटपट उतरवायचा होता. मग मी तेथून डायनिंग सलूनच्या मागच्या बाजूकडे निघून गेलो.

तिथे फक्त लोनी एकटाच बसला होता. बाकी कोणीही नव्हते. त्याच्या हातात हाईन कंपनीने तयार केलेल्या ब्रॅन्डीची बाटली होती. त्याने ती बाटली आपल्या हातात आनंदाने पकडून धरली होती. मी त्याच्या शेजारी जाऊन बसल्यावर त्याने तोंडाला लावलेला आपला ग्लास खाली आणला.

"हं! तर तुम्ही जखमींची सेवाशुश्रूषा आटपली तर. हो ना? तुमच्या वागण्याकडे सर्वांचे लक्ष लागलेले होते, माय डियर फेलो.'' मग बाटलीवर जरासा बोटांनी ताल धरत तो पुढे म्हणाला, "झटपट कामे केल्याने सर्वांचेच धैर्य उंचावते.''

"लोनी, ही बाटली पॅन्ट्रीमधली आहे. म्हणजे बोट कंपनीच्या मालकीची आहे.''

"असे? पण निसर्गाच्या फळांवर सर्व मानवांचा अधिकार असतो. या ब्रॅन्डीचेही तसेच आहे. खरे ना? थोडी चाखून पाहणार?''

"लोनी, मी तुम्हाला आता पिण्यापासून थोपवले पाहिले. मला तुमची जराशी माफी मागायची आहे. दुसऱ्याला मार्गदर्शन करणाऱ्या त्या मॅडमच्या संदर्भात मी बोलतो आहे. त्या मॅडमबद्दल उगाच दया, सहानुभूती वगैरे दाखवण्यात काहीही अर्थ नाही, असे मला वाटते.'' मी ज्यूडिथ हेनिसचे नाव न घेता तिचा उल्लेख केला होता. मला त्याच्याकडून इतरांबद्दलची मते काढून घ्यायची होती. ते विषप्रयोग कोणी केले असतील, याचा अंदाज घ्यायचा होता.

"म्हणजे ती रूक्ष बाई, फत्तरासारखी कठोर बाई, हो ना?''

"तसे म्हणायला हरकत नाही.''

"म्हणजे आपल्या ज्यूडिथ बाईंसाठी कसलीही क्षमा नाही. तिचा उद्धार होणे नाही.''

"ती पापातून मुक्त होऊन तिचा उद्धार होईल की नाही हे मला सांगता येणार नाही. निदान मी तरी तिला तसे करणार नाही. पण त्या बाईमध्ये अतिभयानक कठोरता भरलेली आहे, एवढे मी सांगू शकतो.''

हे ऐकून लोनीने ब्रॅन्डीचा एक घोट घेतला व म्हणाला, "ती बायबलमधील उपदेश करणारी प्रॉडिगल सनची गोष्ट ठाऊक आहे ना? तो वाह्यात पोरगा घर सोडून पळून जातो व जेव्हा परत घरी येतो तेव्हा त्याबद्दल जल्लोष केला जातो. तेव्हा काहीही व कोणीही आपण पूर्णपणे गमावणार नाही.''

मी त्याला आणखी चाचपण्याच्या दृष्टीने विचारले, "मेरी स्ट्युअर्ट व मेरी डार्लिंग यांच्याबद्दल काय म्हणाल? मला तरी त्या दोन गोड मुली आवडतात."

"त्या कधी चुकीचे काहीही करणार नाहीत, असे तुम्हाला वाटते?"

"होय कधीच नाही!" तो म्हणाला.

"हाऽ हाऽ! असे बोलणे सोपे आहे, पण त्या जर अल्कोहोलच्या प्रभावाखाली आल्या तर?" मी त्याला विचारले.

ते ऐकताच त्याला एकदम धक्का बसलेला दिसला. लोनी म्हणाला, "काय बोलताय हे? माय डियर बॉय मला हे पटत नाही, मान्य नाही, बिलकुल नाही."

"मलाही नाही. पण कोणी सांगावे, त्यांनी जर दोन जिनचे पेग ढोसले तर?"

"हा काय चावटपणा चालला आहे? आपण अल्कोहोलच्या परिणामांबद्दल बोलतो आहोत. लहान बाळांबद्दल नाही."

"पण त्या दोघींपैकी एकीने जरी दारू प्यायली तर?" मी नेट धरून त्याला विचारत होतो.

आता लोनी चक्रावून गेला होता. तो म्हणाला, "तुम्ही दुसऱ्या शब्दात तेच-तेच बोलत आहात."

"होय, कारण एकदा मेरी स्ट्युअर्टने दिवसभर सेटवर काम केल्यावर तुम्हाला एका ड्रिंकबद्दल विचारले होते, तेव्हा तुम्ही आश्चर्याने उडाला होतात."

यावर लोनीने अगदी सावकाश, म्हणजे सिनेमातल्या स्लो-मोशनप्रमाणे आपल्या हातातील ग्लास व बाटली सावकाश टेबलावर ठेवत गेला. मग तो धडपडत उठून उभा राहिला. तो आता खूप थकलेला व वयस्कर दिसू लागला. मग तो मोठ्या दुःखाने कुजबुजत्या आवाजात म्हणाला, "तुम्ही येथे आल्यापासून मी बघतो आहे की, तुम्ही मला एकाच प्रश्नाकडे नेत आहात."

मग त्याने आपले डोके हलवले. त्याचे डोळे मला पाहत नव्हते. तो म्हणाला, "मला वाटले होते की, तुम्ही माझे मित्र आहात." एवढे बोलून तो शांतपणे डायनिंग सलूनमधून निघून गेला. माझा तपास अर्धवटच राहिला. बोटीवरील गूढ मृत्यूंमागे कोण असेल?

पंधरा

सोर-हम्ना उपसागराच्या वायव्येच्या कोपऱ्यात शेवटी आमची *मॉर्निंग रोज* बोट थांबली. बेअर आयलन्ड ईशान्येकडच्या टोकापासून ती नकाशावर सरळ रेघ मारल्यानुसार अवघ्या तीन मैलांवर होती. सोर-हम्ना उपसागर हा घोड्याच्या नालासारखा होता आणि तो दक्षिणेकडे समुद्रात उघडलेला होता. पूर्व-पश्चिम दिशेनुसार त्याची रुंदी ३००० फूट होती आणि दक्षिणोत्तर अक्षावर तो फक्त एक मैल लांबीचा होता. बंदराचा पूर्वेकडचा भाग अथवा फाटा हा तुटक-तुटक होता. त्याची सुरुवात एका ९०० फूट रुंदीच्या द्वीपकल्पाने झाली होती. त्यानंतर ६०० फूट अंतर पाणी होते. तेवढ्या पाण्यातही विविध आकाराची छोटी-छोटी बेटे पूर्वेपासून पश्चिमेपर्यंत पसरली होती. त्यातील *मकेही* हे अर्धा मैल रुंदीचे बेट हे अरुंद होत होत दक्षिणेकडच्या *काप रो आल्काव्हाम* येथपर्यंत निमुळते होत गेले होते. उत्तर व पूर्व दिशेकडची जमीन सखल होती. उत्तरेकडे ती उंच होत जात एका ४०० फूट उंचीच्या टेकडीत विलीन पावली होती. या इथे मात्र *बर्ड फेल* पर्वतराजीसारखी उंच शिखरे कुठेही नव्हती. पण येथील संपूर्ण जमीन बर्फाच्छादित होती. विशेषत: उत्तरेकडचे उतार तसे होते. त्यातील दऱ्यांवर तिथे निस्तेज सूर्याचे किरण पडलेले होते आणि जोरदार बोचरे वारे वाहत होते.

सोर-हम्ना उपसागर हा नुसता चांगला नव्हता, तर तिथे बोटींना नांगर टाकण्यासाठी व थांबण्यासाठी सोयिस्कर जागा होत्या. बेअर आयलन्डवर दुसरीकडे कुठेही अशा जागा नव्हत्या. येथेच पश्चिमेकडून येणाऱ्या वाऱ्यापासून संरक्षण मिळत होते. उत्तरेकडच्या वाऱ्यांपासूनही येथे संरक्षण मिळत होते; पण ते थोडेसे कमीच होते.

पूर्वेकडून वारे आले की, ते किती जोरदार आहेत व त्यांची नेमकी दिशा काय आहे यावर सारे अवलंबून असे. म्हणून या जागेवर पुरेसे संरक्षण मिळत होते. पण जेव्हा दक्षिणेकडून वारे येत तेव्हा मात्र जहाजाची नांगराची बाजू खूप वर उचलली जायची.

त्यामुळेच येथे थांबल्यावर बोटीवरील सामान खाली उतरवण्याची गर्दी *मॉर्निंग रोज* वर उसळून गेली होती. क्षणा-क्षणाला घाई गडबड वाढत चालली होती. आम्ही जेव्हा येथे पोहोचत होतो, तेव्हा वारा गेले ३६ तास संथ वाहत होता. पण येथे आल्यावर तो वेगाने वाहू लागला होता आणि त्याची दिशाही सारखी बदलत होती ज्या वेळी तो वेगाने वाहत होता, तेव्हा त्याची दिशा पूर्वेकडून येण्याची होती. त्यामुळे *मॉर्निंग रोज* एका जागी स्थिर राहणे कठीण झाले होते. जर आणखी काही नॉटस अधिक वेगाने तो वाहू लागला असता तर बोट स्थिर ठेवण्यासाठी तिच्यावर ताबा ठेवणे जड गेले असते.

वाऱ्याच्या संकटाला भीक न घालता *मॉर्निंग रोज* ही नांगर टाकून व्यवस्थित उभी राहू शकली असती. पण अडचण अशी होती की बोटीने नांगर टाकलाच नव्हता. तिथे शेजारीच एक छोटा धक्का होता. चुनखडीच्या दगडांचा तो होता. जर तो धक्का लाकडाचा किंवा लोखंडाचा असता तर कितीही वादळवाऱ्यात किंवा लाटांच्या तडाख्यापुढे तो टिकला असता. पण इथल्या याच धक्क्याला बोट बांधण्याचा निर्णय कॅप्टनने घेतला होता. हा धक्का *लर्नर* आणि *डॉईशे सीफिशरे-व्हेरीन* यांनी प्रथम रचला होता. अठराव्या शतकाच्या अखेरची ही घटना होती. मग त्याच्यात आंतरराष्ट्रीय भूवैज्ञानिक वर्षात शास्त्रज्ञांच्या मोहिमांकडून सुधारणा होत होत्या. एरवी असा धक्का अन्यत्र कुठेही वापरला गेला नसता आणि जनतेलाही तो वापरण्यास मनाई केली गेली असती. प्रथम हा धक्का इंग्रजी T आकाराचा होता. पण आता या धक्क्याचा डावा हात ढासळून नाहीसा झाला होता. धक्क्याचा मधला काही भाग हा समुद्राने खाऊन टाकला होता. अशा या धोकादायक धक्क्याला बांधलेली *मॉर्निंग रोज* बोट वाऱ्याने डुचमळत जोरात धडका मारू लागली होती. त्याचबरोबर समुद्राच्या लाटांची भर पडल्याने ती बोट जागच्या जागी जोरजोरात एवढी हिंदकळू लागली की, डेकवर काम करणाऱ्यांना तोल सांभाळता येईना. आधारासाठी ते कशाला तरी पकडून काम करायचे. बोटीचे पत्रे धक्क्याला घासत होते व आपटत होते. त्या पत्र्यांवर काय परिणाम होतो आहे हे समजून येत नव्हते; परंतु अशा ट्रॉलर बोटी या भक्कम असतात. तिचे फारसे नुकसान होणार नव्हते. पण जे नुकसान होत होते व आणखी होणार होते ते त्या धक्क्याचे. त्या चुनखडीच्या दगडांचे मोठमोठे ढलपे निसटून खाली पाण्यात पडत होते. बोटीवर इंधनाचा साठा होता, खाद्यपदार्थ, औषधे व यंत्रउपकरणे होती. जर धक्का कोसळला असता, तर मात्र संकट ओढवू शकत होते.

जेव्हा आम्ही दुपारच्या आत तिथे आलो तेव्हापासून बोटीवरचे सामान सुरळीतपणे उतरवण्यास सुरुवात झाली होती. त्या कामात सफाई होती व वेगही होता. फक्त मिस हेनिस हिचे फिस्कारणारे कुत्रे उतरवताना अडचण आली होती. बोटीच्या मागच्या बाजूला एक उंच डेरिक टॉवर होता. त्या टॉवरला १६ फूट लांबीची एक साहाय्यक बोट पाण्यात बांधली होती. त्यानंतर १४ फूट लांबीची बोट त्यामागे बांधली गेली. या बोटी आमच्या बरोबर एकत्र राहणार होत्या. दहा मिनिटांत त्या खास डेरिक टॉवरने पाणबुडीच्या मधल्या भागाचा नकली सेट उचलला व अल्लादपणे खाली पाण्यात सोडला. तिथे तो व्यवस्थित तरंगत स्थिरावला. याचे कारण त्या अवाढव्य पोकळ आकारात आतमध्ये एक चार टनाचे वजन (Ballast) तळाशी होते. आता त्या मधल्या भागावर पाणबुडीचा सर्वांत वर असलेला भाग, म्हणजे कॉनिंग टॉवरचा नकली भाग बोटीवरून उचलून बसवायचा होता. तसे करताना अडचणीला सुरुवात झाली.

तो भाग ठेवल्यावर तिथे पक्का करण्यासाठी बोल्ट बसवायचे होते. पण ते बोल्ट बसवणे जमेना. या संबंधात गोईन, हेसमान व स्ट्रायकर यांनी आधी चाचण्या घेतल्या होत्या. त्यांच्या मते पूर्वी सहज व्यवस्थित जमले होते व आताही जमायला हवे होते. कॉनिंग टॉवरचा आकार हा एक उभट लंबवर्तुळाकार होता. चार इंची फ्लॅन्जरवर वरून तो सहजासहजी बसावा, अशी त्याची रचना केली होती; परंतु प्रत्यक्षात तसे घडत नव्हते. मग असे लक्षात आले की, कॉनिंग टॉवरच्या तळाशी उथळ वक्ररेषाकृती फुगीर पृष्ठभाग होता, त्यात पाव इंचाचा फरक राहिला होता. हा फरक वाहतुकीमध्ये जी आदळआपट झाली होती, त्यामुळे निर्माण झाला होता.

यावरचा उपाय साधा होता. ज्या फुगीर रेषा जादा बाहेर आल्या होत्या त्या हातोडीने आत ठोकायच्या. डॉकयार्डमध्ये हेच काम कुशल कामगारांनी काही मिनिटांत केले असते. तेच काम येथे करायला काही तास लागणार होते. त्यासाठी तो कॉनिंग टॉवर उचलून परत बोटीच्या डेकवर ठेवावा लागणार होता. प्रत्येक वेळी थोडेसे ठोकून उचलून खाली तरंगणाऱ्या बोटीच्या मध्यावर बसवण्याचा प्रयत्न करायचा. नीट बसत नसेल तर पुन्हा वर उचलून घेऊन ठोकाठोकी करत राहायचे. असे दहा-बारा प्रयत्न झाले. पण प्रत्येक वेळी छोट्या लाटा आल्या तरी ते काम परिपूर्ण व्हायचे नाही. शेवटी ते काम करताना लाटा येणे न येणे हा एक नशिबाचा भाग ठरला होता.

या अडचणींमुळे कॅप्टन इम्री मात्र वैतागला नाही. कारण त्याचा तसा स्वभाव नव्हता; परंतु त्याचे दुपारचे जेवण मात्र हुकले. निदान कॉफी तरी प्यायला हवी होती. येथे आल्यापासून त्याने काहीही खाल्ले-प्यायले नव्हते. *मॉर्निंग रोज* बोट व्यवस्थित ठेवणे हाच त्याचा एकमेव उद्देश होता. त्याच्यापुढे त्याला बोटीवरील प्रवाशांची

फारशी पर्वा नव्हती. डेकची पुढची बाजू त्याला रिकामी करून घ्यायची होती. कारण ओटोने त्याला नको त्या शब्दात सांगितलेले माझ्या कानावर आले होते की, हॅमरफेस्टला जाण्याआधी बोटीवरील आमचा माल व पॅसेंजर्स यांना आधी उतरवून द्यावे, ही एक कराराची शर्त आहे, असे त्याने कॅप्टनला बजावले होते. आता लवकर अंधार होणार होता आणि वाऱ्याचा जोरही वाढत जाणार होता. पुढच्या डेकवरचा माल अजूनही किनाऱ्यावर उतरवला नव्हता. तेवढा वेळ डेरिक टॉवरच्या छोट्या क्रेनला कॉनिंग टॉवर लटकावत ठेवला तर तो निष्कारण गुंतून पडणार होता. तो रिकामा झाल्यावर मग बाकीचा माल उचलून किनाऱ्यावर ठेवता येणार होता.

कॅप्टनचे मन अशा समस्येत गुंतल्याने त्याला हॅलिडे याच्या गायब होण्यावर विचार करायला वेळ मिळत नव्हता. पण वेळ मिळाला तरी, तो या शोध घेण्याच्या कामात कितपत प्रगती करू शकेल याची मला शंकाच होती. कारण त्यानेच एकदा मला सांगितले होते की, हॅमरफेस्टला गेल्यावर तो पहिल्या प्रथम कायदा खात्याच्या अधिकाऱ्याची या संदर्भात गाठ घेणार होता. पण यामुळे तो असे काय विशेष साधणार होता, ते मला समजेना. तसे मी त्याला सांगणारही होतो. पण तो त्या वेळी ऐकून घेण्याच्या मन:स्थितीत नव्हता. बेअर आयलन्ड सोडल्यावर त्याची मन:स्थिती ताळ्यावर येईल, असे मला वाटले.

जहाजातून खाली धक्क्यावर उतरण्यासाठी गँगवे ऊर्फ एक धातूचा जिना लावलेला होता. तो सारखा कुंई कुंई आवाज करत होता. कारण जिन्याच्या शेवटी असलेली लोखंडी चाके गंजल्याने फिरत नव्हती. *मॉर्निंग रोज* डोलायला लागली की, ती चाके घासून मागेपुढे होत आवाज करायची. एक छोटा ट्रॅक्टर व एक स्नो-कॅट ऊर्फ स्नो स्कूटर तिसऱ्या व चौथ्या खेपेत खाली उतरवायचे होते. त्या दोन्ही वाहनांना ओढून नेण्यासाठी घसरपट्ट्याही लावून ठेवलेल्या होत्या. खाली किनाऱ्यावर उभा असलेला प्रत्येक जण ती दोन्ही वाहने खाली उतरवल्यावर ओढून न्यायचा प्रयत्न करू लागला. धक्क्यापासून जरा पुढे काही अंतरावर जुनी छोटी घरे होती. तेथवर ही वाहने किंचित चढावरून वर न्यायची होती. ती घरे आंतरराष्ट्रीय भूवैज्ञानिक वर्षात (IGY) बांधलेली होती. हवेचे तापमान शून्याखाली १५ अंश सेल्सियस होते. अशा थंडीत काही जण नुसतेच हाताची घडी घालून कुडकुडत उभे होते. मी एक अवजड यंत्रणा त्या घरापर्यंत ओढून नेण्यासाठी मदत केली.

धक्का जेवढा जुनापुराणा झाला होता, तशी ती घरे तेवढी जुनी झालेली नव्हती. ती बऱ्यापैकी सुस्थितीत होती. ती घरे सुटी करून पुन्हा नॉर्वेला नेणे हे आर्थिकदृष्ट्या परवडण्याजोगे नसल्याने तशीच सोडून दिलेली होती. त्यांच्या रचनेत कुठेही ॲस्बेस्टॉस, ॲल्युमिनियम वगैरे वापरलेले नव्हते. युरोपमधील आल्प्स

पर्वतात उंच स्थानी जशी घरे बांधतात तशी ही घरे बांधलेली होती. त्यांचे तुकडे आधी कारखान्यात तयार करून मग ते जागेवर एकत्र जोडले होते. त्या बुटक्या घरांचे चार कोपरे ऊर्फ खांदे वर आलेले होते व छपराने वाऱ्यापासून बचाव करण्यासाठी खाली मान घातलेली आहे, असे लांबून दिसे. अशी ती घरे तिथल्या हवामानात शंभर वर्षे तरी सहज टिकून राहण्याइतपत भक्कम होती. पण जर वादळी वारे सुरू झाले तर मात्र त्या घरांचा टिकाव लागणार नव्हता. तसेच शून्याखाली व शून्यावर असे सतत तापमान खाली-वर होत राहिले तरीही ती घरे टिकणार नव्हती. आर्क्टिक विभागात मात्र माणसाने खास रचनेची तयार केलेली घरे अगदी शून्याखाली खूप कमी तापमानात टिकून राहिलेली आहेत.

येथे पाच घरे जमिनीवर उभी होती. एकमेकांपासून ती बऱ्यापैकी अंतरावर उभी होती. मला जरी येथल्या आर्क्टिक विभागाविषयी फारशी माहिती नसली तरी, दोन घरात असे अंतर सोडण्याचे कारण मला ठाऊक होते. येथे सतत कडाक्याचा गारठा असल्याने आग हा एक फार मोठा शत्रू ठरत होता. रसायनाने आग विझवण्याची साधने त्यासाठी येथे हवीत. पण तशी ती असण्याची शक्यता नेहमी नसल्याने येथे एकदा भडकलेली आग सारे काही भस्मसात केल्यावाचून शमणारी नव्हती. आग विझवण्यासाठी बर्फाचाही काहीही उपयोग होत नव्हता.

मध्यभागी एक मोठे घर व त्याच्या चार कोपऱ्यात चार घरे, अशी ती घरे रचलेली होती. ती सर्व घरे चौकोनी व बिनखिडक्यांची होती. हेसमान याने नवीन घरांचे उत्कृष्ट आराखडे काढून तशी घरे राहण्यासाठी बांधावी असे सुचवले होते. अन् ही येथील पाच घरे आपली यंत्रसामग्री, वाहने, इंधनाचा साठा, अन्नपदार्थांचा साठा वगैरे गोष्टींसाठी वापरावीत, असेही सुचवले होते. मधले घर हे स्टारफिशच्या आकाराचे भासत होते. पंचकोनी आकाराचे होते. मधल्या आकारापासून पाच त्रिकोणी भाग सारख्या अंतरावर निघालेले होते. सबंध घर एकसंध होते. अशा रचनेमागचा हेतू समजणे कठीण होते. मला स्वतःला वाटत होते की, या रचनेमुळे घरातील उष्णता फारशी बाहेर निसटून जाणार नाही. घराच्या मधल्या भागात निवासाची व्यवस्था. त्यात राहणे, स्वयंपाक करणे, जेवण करणे वगैरेसाठी वेगवेगळ्या जागा. तसेच पाचही त्रिकोणी भागात दोन-दोन छोट्या खोल्या काढलेल्या होत्या. त्यात झोपण्याची व्यवस्था होती. घरात उष्णता राखण्यासाठी तेलाने भरलेले काळे हिटर्स भिंतीला बोल्टने पक्के केलेले होते. पण आमच्या जवळचा पोर्टेबल जनरेटर चालू राहील तोपर्यंत आम्ही त्यावरतीच अवलंबून राहणार होतो. तसे आम्ही साधे तेलाचे स्टोव्ह वापरणार होतो. प्रकाशासाठी आम्ही कोलमन कंपनीचे रॉकेलवर जळणारे दिवे वापरायचे ठरवले होते. ओटोने बरोबर स्वयंपाकी आणला नव्हता हे समजण्याजोगे होते. कारण येथे येऊन

स्वयंपाकाची कामे करण्यासाठी आचारी मंडळी अवाच्या सवा पैसे मागतात.

घरात सामान नेऊन घरे लावण्याचे काम ज्यूडिथ हेनिसखेरीज सर्वांनी स्वयंस्फूर्तीने व झटपट केले. थंड वाऱ्यामुळे जेवढा काही विलंब होई तेवढाच फक्त झाला. ॲलन यानेसुद्धा यात आपण होऊन भाग घेतला होता. सर्व जण शांतपणे आणि गंभीरपणे कामे करत होते. हॅलिडेच्या गायब होण्यामुळे कदाचित एखादी अनामिक भीती वाटत असल्याने सर्वांमध्ये एकजूट झाली असावी. यामागे काहीतरी दैवी कोप कोणावरही होऊ शकेल, अशी भावना चित्रीकरणाच्या पहिल्या दिवसापर्यंत सर्वांच्या मनात होती. स्ट्रायकर व लोनी हे दोघे कधीही एकमेकांशी बोलले नव्हते. फक्त एकदा गरज पडली म्हणून ते इंधन, तेल, अन्नपदार्थ, कपडे, यंत्रसामग्री वगैरे साहित्य तपासण्यासाठी त्यांना बोलावे लागले होते. ओटोमध्ये काहीही दोष असले तरी परिपूर्णतेवर त्याचा भर होता हे विशेष. सॅन्डीची प्रकृती आता कोरड्या जमिनीवर आल्यावर खूपच सुधारली होती. आपल्या आधाराची साधनेही त्याने तपासून घेतली. ती सर्व ठीक होती. हेन्ड्रिक्सने आपली ध्वनिमुद्रण यंत्रणा, काऊंटने आपला कॅमेरा व अन्य उपकरणे, एडीने त्याची इलेक्ट्रिकल यंत्रसामग्री हे सर्व तपासून खातरी करून घेतली. मीही माझी सर्व वैद्यकीय उपकरणे व अन्य सामान ठीक आहे की नाही हे पाहिले, अगदी ते छोटे मेडिकल किटसुद्धा पाहून खातरी करून घेतली. दुपारी तीन वाजेपर्यंत येथे सूर्यास्ताची वेळ झालेली होती. तोपर्यंत आम्ही आपापले सारे सामान बोटीवरून येथे घरात हलवले होते. प्रत्येकाला निवासाच्या जागा किंवा छोटी क्युबिकल्स ठरवून देण्यात आली. आपापल्या खाटा व प्रवासी-बिछाने सर्वांनी नीट लावले. आता त्या धक्क्यावर काहीही सामान उरले नाही. सर्व धक्का रिकामा झाला होता.

आम्ही तेलावर चालणारे स्टोव्ह सुरू केले. एडी हा काहीतरी पुटपुटत उदास मुद्रेने 'थ्री ॲपोस्टल्स' यांच्या साहाय्याने डिझेल जनरेटर चालू करू पाहत होता. त्यामुळे प्रकाश पडून आम्ही काही गरज पडली तर बोटीवर जाऊ शकत होतो. मला स्मिथीशी बोलणे गरजेचे होते, तर इतरांना येथे घरात खूप गारठा सहन करता येईना व येथले वातावरणही निरुत्साही होते. त्या मानाने बोटीवरचे वातावरण फारसे चांगले नसले तरी ते उबदार व आरामशीर वाटत होते. नंतर आम्ही जेव्हा येथे येऊन राहायला लागलो, तेव्हा एका मागोमाग असे काही छोटे-मोठे प्रसंग घडत गेले की, त्यामुळे सर्वांची मानसिक शांतता बिघडून गेली.

३:१० वाजता अत्यंत अनपेक्षितपणे कॉनिंग टॉवर हा पाणबुडीच्या मधल्या भागावर अगदी फिट बसला, अचानक बसला. मग त्यांना सहा बोल्टने पटकन जोडून टाकले गेले. ते दोन्ही भाग आता अचूकपणे एकमेकांशी मिळतेजुळते झाले. असे एकूण २४ बोल्ट लावले गेले. असे काही जमेल असे अजिबात वाटले नव्हते.

मग वर्क-बोटीने ती रचना ओढून नेऊन एका सुरक्षित जागी ठेवून दिली. ती सुरक्षित जागा धक्क्याच्या उजव्या कोपऱ्यात होती.

३:१५ वाजता डेकच्या पुढच्या भागातील सामान किनाऱ्यावर उतरवण्यास सुरुवात झाली. हे काम फार कार्यक्षमतेने करावे लागते. त्यासाठी स्मिथीकडे ते काम दिले. मला स्मिथीशी एकांतात खासगी बोलायचे होते. पण मी बोललो नाही. एक तर तसे मी करायला गेलो असतो तर, त्याच्या कामात मी अडथळा आणल्यासारखे झाले असते. मी खाली माझ्या केबिनमध्ये गेलो आणि माझ्या मेडिकल बॅगेतील एक चौकोनी छोटे खोके काढून घेतले. ते कापडात गुंडाळलेले होते. ते मी माझ्या पाठीवरच्या पिशवीत ठेवून दिले.

३:२० झाले. ८० टक्के सामान बोटीवरून धक्क्यावर उतरवले गेले होते. पण तिथे आता स्मिथी दिसत नव्हता. मी तेथून मध्येच खाली निघून गेल्यामुळे तो मला शोधायला गेला असावा, अशी शंका मला उगाचच आली. मी क्रेनवरील केबल गुंडाळणाऱ्या विंच मशीनवरील ऑपरेटरला विचारले. पण तो आपल्या कामात एवढा गर्क होता की, स्मिथी कधी तेथून गेला हे त्याला कळले नव्हते. कुठे गेला हेही अर्थात त्याला ठाऊक नव्हते. स्मिथी एक तर किनाऱ्यावर गेला असेल किंवा बोटीत खाली गेला असेल, असे तो म्हणाला. त्या आधारे मी बोटीच्या ब्रिजमध्ये जाऊन पाहिले, खाली जाऊन त्याच्या केबिनमध्ये डोकावले, चार्ट-हाऊसमध्ये पाहिले, डायनिंग सलूनमध्ये शोधले आणि सर्व संभाव्य ठिकाणे बघितली. पण तो कुठेही सापडला नाही. मग मी पॅसेंजर्स व कर्मचारी यांच्याकडे त्याची चौकशी केली. पण सर्वांकडून नन्नाचा पाढा आला. कुणीच त्याला पाहिले नव्हते नि कोणालाच तो कुठे गेला असेल याची कल्पना करता येईना. जणू काही स्मिथी अदृश्य झाला होता. आता चांगलाच अंधार पडू लागला होता. या भागातील वर्षातील काही दिवस खूप लहान असतात. उंचावर एक आर्क लॅम्प लावलेला होता. त्याचा प्रकाश डेकवर आणि किनाऱ्यावर उतरणाऱ्या गँगवेवर पडला होता. स्मिथी जर या प्रकाशातून कुठे गेला असता तरी नक्की कोणीतरी त्याला पाहिले असते. पण *मॉर्निंग रोज*वरून तो अदृश्य झाला होता, गायब झाला होता, जणू काही अंतर्धान पावला होता.

कॅप्टन इम्री हाही मला कुठेही दिसेना. पण मी त्याला शोधत नव्हतो. पण सर्वांना दिसेल अशा ठिकाणी तो थांबण्याची मला अपेक्षा होती. आग्नेय व दक्षिण दिशा यामधून वारा वाहत होता. पण तरीही तो शरीराला ताजातवाना करणारा ठरत होता. आता *मॉर्निंग रोज* सारखी धक्क्यावर आपटू लागली. तसेच आपटल्यानंतर धातूचे पत्रे घासणारा आवाज ती करे. तो आवाज ऐकून कॅप्टन इम्रीला कधी एकदा हे पॅसेंजर्स व त्यांचे सामान येथे उतरवून आपण आपली बोट समुद्रात नेऊन उभी

करतो आहोत, असे होऊन जाई. पण आता तो मला कुठेही दिसेना.

३:३० वाजता मी धक्क्यावर उतरून आमच्या घरांकडे गेलो. तिथे कोणीही नव्हते. फक्त सर्वत्र सामान पडलेले होते आणि एडी हा वैतागून डिझेल इंजिन चालू करून पाहत होता. त्याने मान वर करून पाहिल्यावर त्याला मी दिसलो.

"सारे जण येथून निघून गेले. जाताना कोणीही मला 'आमच्याबरोबर चल' असे म्हटले नाही. अन् हे साले इंजिन–"

"तुम्ही मिस्टर स्मिथी यांना पाहिले का?"

"दहा मिनिटांपूर्वी ते येथे आले होते. आमचे कसे काय चालले आहे ते पाहण्यासाठी आले होते. का बरे? काही गडबड आहे काय?"

"ते आपण होऊन काही म्हणाले का?"

"कशाबद्दल?"

"ते कुठे जात आहेत त्याबद्दल? ते काय करत होते?"

"नाही!" एडीने त्या 'थ्री ॲपोस्टल' गायकांकडे पाहिले. ते थंडीने कुडकुडत होते व त्यांचे चेहरे निर्विकार होते. तेव्हा त्यांच्याकडून काही कळण्याची अपेक्षा नव्हती. एडी म्हणाला, "ते येथे आले होते. खिशात हात घालून उभे राहत थोडा वेळ उभे राहिले व नंतर काही जुजबी प्रश्न विचारून ते निघून गेले."

"कुठे गेले ते दिसले का?"

"नाही," असे म्हणून त्याने त्या थ्री ॲपोस्टलकडे पाहिले. त्यांच्यातल्या एकाने आपली मान नकारार्थी हलवली. "काही विशेष आहे का?"

"काहीही तातडीचे काम नाही. बोट आता परत निघणार आहे आणि कॅप्टन स्मिथीला शोधत आहेत," मला त्या वेळी जे सुचले ते मी बोलून गेलो. पण काही मिनिटांतच माझ्या या बोलण्याला महत्त्व येणार होते. मग मी स्मिथीला शोधण्यात माझा वेळ वाया घालवला नाही. जर तो या कॅम्पभोवती निरुद्देशाने रमतगमत हिंडत असेल व बोटीच्या डेकवरून उतरवल्या जाणाऱ्या मालावर लक्ष ठेवत असेल तर ते सहज शक्य होते. त्याच्या स्वभावानुसार ते शक्य होते. मधेच काम सोडून अन्यत्र हिंडण्याची त्याला हुक्की आली असावी.

३:३५ वाजता मी बोटीवर परतलो. या वेळी कॅप्टन इम्री मला दिसला. काहीही घडले तरी तो गडबडून जात नाही, असे मला त्या वेळी वाटले. तो डायनिंग सलूनच्या एका दारात उभा होता; पण तो कोणत्या तरी चिंतेने व्यग्र होऊन हादरला आहे, असे मला वाटत होते. कशामुळे तरी तो वेडापिसा झाला होता. त्याने आपल्या हातांची मुठी आवळल्या होत्या. त्याचा चेहरा लाल होत चालला होता आणि त्याच्या निळ्या डोळ्यांची उघडझाप होत होती. त्याने मघाशी जे इतरांना सांगितले तेच मला तावातावाने सांगितले. हळूहळू हवामान खराब होत चालले

होते. त्याने ॲलिसनला वायरलेसवरून हवामानाचा ताजा अहवाल मागवून घेण्यास सांगितले होते. तसे करण्यात ॲलिसनला अपयश आले होते. मग त्याने व ॲलिसन यांनी मिळून तपासणी केली असता त्यांना वायरलेस सेटची मोडतोड केलेली आढळली. तो आता दुरुस्त होण्यापलीकडे गेला होता. तासाभरापूर्वी हाच वायरलेस सेट व्यवस्थित चालू होता. तसे स्मिथनेच बोलून दाखवले होते व त्यानेच हवामानाचा अहवाल लिहून घेतला होता. अन् आता हा स्मिथ ऊर्फ स्मिथी गेला कुठे?

"तो किनाऱ्यावर उतरला असावा," मी म्हटले.

"किनाऱ्यावर? तुम्हाला ते कसे ठाऊक आहे?" कॅप्टन इम्रीने मला विचारले. त्याच्या बोलण्यात मैत्रीची भावना बिलकुल नव्हती. त्यानंतरही तो फारसा जवळीकतेच्या भावनेतून बोलत नव्हता.

"मी आत्ताच कॅम्पमध्ये गेलो होतो. तिथे इलेक्ट्रिशियन हरबॉटल याच्याशी बोललो. त्याच्या बोलण्यातून कळले की, मिस्टर स्मिथ तिथे नुकतेच येऊन गेले होते."

"ओह्, तिथे गेले होते? ते त्या वेळी बोटीवरचा माल खाली उतरवण्याच्या कामावर असायला हवे होते. अन् ते तिथे कॅम्पमध्ये जाऊन काय करत होते?"

"मी स्मिथ यांना प्रत्यक्ष तिथे पाहिले नसल्याने त्याबद्दल मी काय सांगणार?"

"अन् तुम्ही तिथे काय करत होता?"

"कॅप्टन इम्री, एक गोष्ट तुम्ही विसरता आहात. मी तुम्हाला अजिबात जबाबदार नाही. मला फक्त मिस्टर स्मिथ यांचा निरोप घ्यायचा होता. कारण ते आता आम्हाला सोडून चालले होते. माझे ते चांगले मित्र होते."

"होय, तुम्ही त्यांचे चांगले मित्र होतात," मग त्याने ॲलिसनला हाक मारली, "ॲलिसन!"

"येस, सर?"

"ताबडतोब किनाऱ्यावर एक शोध-पथक पाठवा. अगदी ताबडतोब! मी स्वत: त्या पथकाचा मुख्य असेन." कॅ. इम्री आता किती गंभीर झाला आहे हे सर्वांना कळून चुकले. मग तो माझ्याकडे वळला. माझ्या शेजारी ओटो व गोईन हे उभे होते. कॅप्टन बोलू लागला. पण तो मलाच उद्देशून बोलतो आहे की नाही हे मला कळेना. कॅप्टन म्हणाला, "आम्ही आता अर्ध्या तासात निघत आहोत. मग आमच्याबरोबर स्मिथ असो वा नसो!"

यावर ओटोने त्याला विचारले, "कॅप्टन, मला वाटते हे काही ठीक नाही. कदाचित तो पाय मोकळे करण्यासाठी हिंडत असेल किंवा किनाऱ्यावर कुठेतरी वाट चुकला असेल. कारण आता बघा किती अंधार पडत आलेला आहे–"

"मला जेव्हा कळले की, आमचा वायरलेस सेट पार मोडून टाकला आहे आणि स्मिथला त्यावरून निरोप येणार होता असे त्यानेच सांगितले होते. तेव्हा ही गोष्ट गमतीदाखल नेण्याजोगी नाही, हे नक्की."

यावर ओटो गप्प बसला. पण गोईन पुढे सरसावून शांतपणे म्हणाला, "मला वाटते की मिस्टर ओटो गेरान यांचे म्हणणे बरोबर आहे. कॅप्टन, तुम्ही थोडेसे अयोग्य वागत आहात. वायरलेस सेटचा विध्वंस होणे ही गंभीर गोष्ट आहे हे मी मान्य करतो व ती एक काळजी करण्याजोगी घटना नक्कीच आहे. नुकत्याच अनेक गूढ गोष्टी घडलेल्या असल्याने ही एक नवीन घटनाही तेवढीच गूढ व गंभीर आहे. पण तुम्ही लगेच या घटनेचा संदर्भ मिस्टर स्मिथ यांच्याशी ताबडतोब लावता हे मात्र चुकीचे आहे. मला तर मिस्टर स्मिथ हे चांगलेच बुद्धिमान वाटलेले आहेत. ते अशी टोकाची घटना आपल्या हातून कधीच होऊ देणार नाहीत, कारण त्यातून तुम्ही म्हणता तसा त्यांचा संबंध उघड-उघड दिसतो म्हणून कोणता बुद्धिमान माणूस असे कृत्य करू शकेल? तसेच दुसरे असे की, तुमच्या एका सीनिअर अधिकाऱ्याला वायरलेस सेटचे महत्त्व कळणार नाही, हे शक्य नाही. तेव्हा ते असे कसे करतील? मि. स्मिथ असले वेड्यासारखे कृत्य कसे करतील? तिसरे असे की, या कृत्याच्या परिणामापासून सुटका करून घेण्यासाठी या उजाड बेटावर कशाला पळ काढतील? तसेच, हा काही एखादा अपघात किंवा मेंदू भ्रमिष्ट झाल्यामधून घडलेले कृत्य आहे असेही मी सुचवत नाही. मी एवढेच म्हणतो की ते हरवले आहेत. उद्या सकाळपर्यंत तुम्ही त्यांची वाट पाहिली तर काय हरकत आहे?"

कॅप्टन इम्रीने हाताच्या वळलेल्या मुठी हळूहळू सोडून दिलेल्या मी पाहिल्या. त्याने संपूर्ण मुठी सोडल्या नाहीत तरी अर्धवट सोडल्या होत्या. त्यामुळे तो थोडासा तरी शांत झाला असावा. मघाशी तो रागाने थरथरत होता. ते थरथरणे थांबले होते व सर्व परिस्थितीचा नीट विचार करण्याइतपत त्याची तयारी झाली असावी; परंतु त्याची स्थिती अजूनही दोलायमान होती. काही का असेना, येथपर्यंत तरी गोईनने त्याला आणून सोडले हे काय कमी झाले?

गोईन म्हणाला, "दॅट्स इट, ऑफकोर्स! मी म्हणतो आहे त्यात तथ्य नक्की आहे. स्मिथ जरासा इकडे-तिकडे भटकत असावा."

"काय? या अशा गडद काळोखात भटकत असावा? ॲलिसन, ओक्ली! सर्व जण इकडे या," मग आपला आवाज जरा खाली आणून तो आम्हाला म्हणाला, "मी आता अर्ध्या तासात बोट घेऊन निघतो. मग बरोबर स्मिथ असो वा नसो. आता हॅमरफेस्ट जेन्टलमेन, हॅमरफेस्ट आणि कायदा, एवढेच माझ्या डोळ्यांसमोर राहणार आहे."

मग तो गँगवेवरून खाली स्मिथीचा शोध घेण्यासाठी गेला. त्याच्यामागे पाच-

सहा जण गेले. गोईनने सुस्कारा सोडीत म्हटले, "मला वाटते की आपण एक मदतीचा हात पुढे केला पाहिजे," मग तोही निघून गेला. काही सेकंदांनी ओटोसुद्धा जरासा कचरत त्याच्या मागून गेला.

मी मात्र गेलो नाही. जर स्मिथीला आपण सापडू नये असे वाटत असेल, तर तो कधीच सापडणार नाही. तेव्हा त्याला शोधण्यात काय अर्थ आहे, असा मी विचार केला. त्याऐवजी मी खाली माझ्या केबिनमध्ये गेलो. तिथे एका कागदावर छोटासा मजकूर लिहिला, एक छोटी पाठीवरची पिशवी उचलली आणि हॅगर्टीच्या शोधासाठी निघालो. कोणावर तरी मला विश्वास टाकायला हवा होता. स्मिथीची नाहीशी होण्याची युक्ती गैरसोयीची होती व त्यामुळे माझ्यापुढे काहीच पर्याय राहिला नाही. मी समजत होतो की, बोटीवरील हॅगर्टी हा माझ्या दृष्टीने मला अनुकूल असा कर्मचारी आहे. नेहमी त्याची मान ताठ असायची, सतत संशयखोर असायचा आणि त्या दिवशी सकाळी कॅ. इम्री याने त्याच्याबद्दल चौकशी केल्यापासून तो माझ्याबद्दल अधिक संशयखोर झाला असावा, पण तो मूर्ख नव्हता. मला तो निखळ प्रामाणिक वाटत होता, अन् तो होताही तसाच. मला वाटले की, तो नेहमी शिस्त पाळणारा होता आणि सर्वांत महत्त्वाचे म्हणजे गेली २७ वर्षे तो वरिष्ठांच्या आज्ञा निमूटपणे पाळत आलेला होता.

ती पंधरा मिनिटे चुटकीसरशी संपली. शेवटी हॅगर्टी मला बोटीत भेटला. तो कुरकुरत का होईना, पण मी जे म्हटले त्याच्याशी सहमत झाला.

तो मला विचारत होता, "डॉ. मार्लो, तुम्ही मला मूर्ख तर बनवत नाही ना?"

"तसे जर तुम्हाला वाटत असेल तर तुम्ही खरोखरच मूर्ख आहात, असे म्हटले पाहिजे. असे करून मला काय मिळणार आहे?"

"बाकी हेही खरे म्हणा," असे म्हणून त्याने नाखुषीने माझी पाठीवर घेण्याची पिशवी उचलली. तो पुढे म्हणाला, "या बेटापासून आपण सुरक्षितपणे जेव्हा दूर जाऊ–"

"होय, पण ही नंतरची गोष्ट आहे. आधीची नाही. अन् त्याबद्दल फक्त कॅप्टनच विचार करेल."

"त्या वेळी बोट खोल पाण्यात गेलेली असेल डॉ. मार्लो," किती खोल पाण्यात, ते त्याला ठाऊक नव्हते. मग त्याने विचारले, "हे सारे कशाबद्दल व काय चालले आहे?"

"हॅगर्टी, ते जर मला ठाऊक असते तर मी या बेटावर मागे राहिलो असतो का?"

आता प्रथमच त्याने स्मित केले व मला म्हटले, "नाही सर, तुम्ही म्हणता तसेच कराल."

मी वरच्या डेकवर गेल्यावर काही वेळाने कॅप्टन इम्री व त्याचे शोध-पथक परतले. त्यांच्याबरोबर स्मिथी नव्हता. त्यांच्या शोधाला यश आले नाही किंवा फक्त वीस मिनिटेच शोध घेतला यामुळे मला आश्चर्य वाटले नाही. नकाशावर जरी हे बेट म्हणजे एक ठिपका असले तरी, त्याचे क्षेत्रफळ हे ७३ चौरस मैल एवढे होते. त्यामुळे एकूण क्षेत्रफळापैकी १ टक्का जरी जमिनीवर शोध घ्यायचा व तेही अंधारात घ्यायचा तर ते केवळ अशक्य आहे. शोध घेण्यातील त्याचा उत्साह ओसरून गेला होता. पण स्मिथी न सापडल्याने हे बर्फाळ बेट ताबडतोब सोडायचा त्याचा निश्चय मात्र पक्का झाला. डेकवरील सर्व माल, साहित्य, सामग्री खाली किनाऱ्यावर उतरवली गेली, तसेच फिल्म कंपनीच्या लोकांचे सर्व वैयक्तिक सामानही खाली उतरवले गेल्याची खातरी त्याने केल्यावर त्याने निघायची तयारी केली. निघताना त्याने आम्हा सर्वांशी हस्तांदोलन करून आमचा निरोप घेतला. बोटीवरचा डेरिक टॉवर पुन्हा मूळच्या स्थितीत गेला व धक्क्याला बांधलेला एकुलता एक दोर सोडवण्याचे काम आता बाकी राहिले होते.

बोटीवर ओटो हा शेवटी खाली उतरला. गँगवेपाशी आल्यावर तो कॅप्टनला म्हणाला, "आपण २२ दिवस एकत्र होतो ना? म्हणजे आताही तुम्ही परत २२ दिवसांनी परत येथे येणार, हो ना?"

कॅ. इम्री म्हणाला, "मिस्टर गेरान, मी तुम्हाला हिवाळ्यात येथे तसाच सोडून देणार नाही. काही घाबरू नका. मी परत येईन." कॅप्टन इम्रीला हे बेट आवडत नव्हते, त्यामुळे निघताना त्याला बरे वाटत होते. तो पुढे म्हणाला, "बावीस दिवस? एवढे दिवस? मी हॅमरफेस्टला गेल्यावर तिथून ७२ तासांत, म्हणजे तीन दिवसात येथे परतेन. तुमच्या कामासाठी माझ्या शुभेच्छा आहेत."

एवढे बोलल्यावर ओटो खाली किनाऱ्यावर उतरला व कॅप्टनने गँगवे वर उचलून घेण्याचा हुकूम सोडला आणि तो ब्रिजकडे निघून गेला. ७२ तासांत का व कसे काय तो परतणार या गूढ बोलण्याचा खुलासा न करता तो तिथून गेला. त्याच्या डोक्यात त्या वेळी काय विचार चालले होते याचा तर्क करणे अवघड होते. त्याची देहबोली किंवा अविर्भाव असा होता की, तो कदाचित येथे ७२ तासांत परत येईल ते नॉर्वेजियन पोलिसांच्या एका तुकडीला बरोबर घेऊन येणार असावा. पण मला त्याच्या या विचाराचे विशेष वाटले नाही. तो जर अशी भावना घेऊन निघत असेल तर आजच्या रात्रीनंतर त्याची ही भावना किंवा विचार नक्कीच बदलून जातील, असे मला वाटत होते.

बोटीवरचे नॅव्हिगेशन लाइट्स लागले आणि *मॉर्निंग रोज* बोट धक्क्यापासून सावकाश दूर सरकू लागली. प्रथम ती उत्तरेच्या दिशेने गेली व एका मोठ्या अर्धवर्तुळातून मागे वळून उपसागराकडे जाऊ लागली. हळूहळू तिने आपला वेग

वाढवला. इंजिनाच्या आवाजावरून ते समजत गेले. धक्क्याच्या समोरून परत जाताना बोटीचा भोंगा वाजला, दोनदा वाजला. तो आवाज आजूबाजूच्या बर्फाळ वातावरणात ताबडतोब शोषला गेला. काही सेकंदातच बोटीवरचे दिवे व बोटीच्या इंजिनाचा आवाज त्या अंधारात विरून गेले.

आम्ही सर्व जण बोटीचे प्रस्थान उभे राहून त्या थंड वातावरणात कुडकुडत पाहत होतो. हिमवृष्टी सुरू झाली होती. कदाचित बोटीचे दिवे पुन्हा दिसतील अशा अपेक्षेने न कळत आम्ही त्या दिशेला डोळे फाडून पाहत होतो. जणू काही आम्ही येथे अनिच्छेने आलो होतो व आता या निर्जन भागात अडकून राहिलो होतो.

सोळा

आम्ही त्या मोठ्या घरात शेवटी शिरून राहण्यास सुरुवात केली; परंतु आतमध्ये आम्हाला फारसे काही बरे वाटत नव्हते. जरी तिथे हवा गरम करणारे, म्हणजे पोकळ नळ्यातून गरम तेल फिरवणारे हीटर्स होते, तरीही म्हणावी तेवढी ऊब तिथे निर्माण झाली नव्हती. एडी याने डिझेल जनरेटर चालू करून वीज खेळवली होती. भिंतीला लावलेले काळ्या रंगाचे हीटर्स हे त्यामुळे व्यवस्थित चालले होते. ते नुकतेच सुरू झालेले होते; परंतु वर्षानुवर्षे येथील गारठणक हवा एका तासात थोडीच उबदार बनणार होती? आतले तापमान हे अजूनही शून्याखालीच होते. सर्वांना केबिन्स देण्यात आलेल्या होत्या. पण कोणीही आपापल्या केबिन्सकडे फिरकले नव्हते. याचे कारण मध्यवर्ती जागेत जेवढी हवा गार होती त्यापेक्षा अधिक गार हवा केबिन्समध्ये होती. कोणालाही दुसऱ्या व्यक्तीबद्दल बोलण्याची इच्छा आहे असे दिसत नव्हते. इथल्या या आर्क्टिक भूभागात कसे टिकून राहावे, यावर हेसमान हा एक पांडित्यपूर्ण व लांबलचक व्याख्यान झोडू लागला. याचे कारण रशियातील सैबेरिया प्रांतात त्याने दीर्घकाळ वास्तव्य केलेले असल्याने त्याला जणू काही या विषयावर बोलण्याचा अधिकार मिळाला होता. पण त्याच्या या व्याख्यानाकडे कोणी फारसे गंभीरतेने लक्ष देत नव्हते. इतकेच काय; पण आपण स्वत: तरी काय बोलतो आहोत याकडे त्याचे स्वत:चे लक्ष नव्हते. त्याचे व्याख्यान संपल्यावर ओटो आणि नील डिव्हाईन हे दोघे दुसऱ्या दिवशी जर हवामान चांगले असेल तर काय शूटिंग करायचे याच्या योजनांविषयी चर्चा करू लागले. ते अगदीच ढिसाळपणे चर्चा करत होते. त्यांचे स्वत:चेही मन त्या योजनेत नव्हते हे उघडपणे कळून येत होते.

सरतेशेवटी कॉनरॅड याने जी एक सर्वसाधारण, बेचैनी, अस्वस्थता पसरली होती त्यावर आपले बोट ठेवले किंवा सर्वांच्याच मनात असलेली अस्वस्थता त्याने बोलून दाखवली. अर्थातच मी याला अपवाद होतो.

कॉनरॅड हेसमानला म्हणाला, ''आर्क्टिक भागात, हिवाळ्यात प्रत्येकाजवळ टॉर्च असायला हवा, बरोबर?''

''बरोबर!''

''आपल्या सर्वांजवळ आहेत तसे?''

''होय, भरपूर आहेत. का बरे?''

''कारण तसा एक टॉर्च मला हवा आहे. मला बाहेर जायचे आहे. आपण या जागेत सर्व जण नवीन आहोत. किती काळ आपले वास्तव्य राहील, हे काही सांगता येत नाही. मला आता फक्त वीस मिनिटे बाहेर जाऊन यायचे आहे. बाहेर जर कोणी एखादा माणूस असेल, त्याला दुखापत झालेली असेल, तो आजारी पडला असेल किंवा त्याला हिमदंश झाला असेल किंवा खाली पडून त्याचा पाय मोडला असेल, तर तसा कोणी बाहेर आहे की नाही हे मला पाहायचे आहे.''

यावर ओटो म्हणाला, ''आले लक्षात, आले लक्षात. तुम्ही फार मनावर घेतलेले दिसते. माझ्या मते मिस्टर स्मिथ हे स्वत:ची काळजी घेण्याइतपत हुशार आहेत व धडधाकट आहेत. या भागात बर्फमय प्रदेशातील अस्वले असतील तर?'' ही शंका ओटोच्याही मनात येऊन गेली असावी.

यावर कॉनरॅड असे म्हणाला, ''असे जर तुम्हाला वाटत असेल तर तुम्ही माझ्याबरोबर बाहेर का नाही चलत व तशी खातरी करून घेत?'' कॉनरॅडचा हा दृष्टिकोन मला नवीन होता. मग आपल्या या दृष्टिकोनात मला गुंतवत तो पुढे म्हणाला, ''डॉ. मार्लो, मला तर अशी सूचना प्रथम तुमच्याकडून येईल असे वाटत होते.'' कॉनरॅडला जेवढी माहिती होती तेवढी जर मला ठाऊक असती तर मीही अशी सूचना केली असती.

''माझा तुमच्या सूचनेला पाठिंबा आहे,'' मी दुजोरा देत त्याला म्हणालो.

मग आम्ही बाहेर पडलो. ओटो अर्थातच आपल्याला बरे वाटत नाही, या सबबीवर आमच्याबरोबर बाहेर आला नाही. ज्यूडिथ हेनिस हिच्या मते तर हा सारा शोधाशोधीचा विचार म्हणजे शुद्ध मूर्खपणाचा आहे. स्मिथला बरे वाटले तर तो आपण होऊन आपोआपच परतेल. तिचे हे मत इतरांपेक्षा अगदीच वेगळे होते; पण मी त्याची माझ्या मनात नोंद घेतली. मग आम्ही बाकीचे सारे जण टॉर्च घेऊन बाहेर पडलो. प्रत्येकाकडे एकेक टॉर्च होता आणि आम्ही शक्य तितके एकमेकांजवळ राहून चालायचे ठरवले. जर वेगळेच व्हावे लागले, तर अर्ध्या तासात प्रत्येकाने परतायचे असे ठरले.

सोर-हम्ना उपसागराकडे तोंड करून असलेला डोंगराचा चढ उत्तरेला होता. आम्ही त्यावर निरनिराळ्या दिशेने वर्तुळाकारात चढाई करू लागलो. मी मात्र सरळ नाकासमोर जात राहिलो. काही वेळाने मी परतीचा मार्ग धरला. माझे कान घरात चाललेल्या डिझेल इंजिनाच्या आवाजाकडे होते. त्याचा थडथडाट हा परतीचा मार्गदर्शक होता. जर कोणी वाट चुकला तर त्याला तो आवाजच दिशा दाखवणार होता. आमचा हा शोध तसा जोखमीचा होता. मी परत घराकडे आलो. माझा टॉर्च विझूवन आत शिरलो, माझ्या मागे दार लावून घेतले. पण जरा पुढे जाताच कशाला तरी अडखळून खाली आपटलो. जमिनीवर कोणीतरी पडलेले होते. मी उठून उभा राहिलो व भानावर येत बघू लागलो.

एक माणूस जमिनीवर पडला होता अन् आश्चर्य असे की तो स्मिथी होता. त्याने जराशी हालचाल केली व घशातून एक चमत्कारिक आवाज काढला. तो कुशीवर कसाबसा वळला. त्याचा एक हात निर्जीव पडला होता. त्याचे डोळे मिटले होते. त्याच्या डाव्या गालावर सर्वत्र रक्त चोपडल्यासारखे दिसत होते. तो हळूहळू हालचाली करू लागला व कण्हू लागला. त्याच्या कण्हण्याचा आवाज असा काही होता की, तो आता थोड्या वेळातच बेशुद्ध पडणार असे मला वाटू लागले.

''स्मिथी, फार दुखते आहे का?'' मी विचारले.

यावर त्याने जरा मोठ्याने कण्हणे सुरू केले.

''तू कुठे बर्फावर पडल्याने तुझा गाल खरचटला गेला का?''

यावर त्याने आपले कण्हणे व हालचाल करणे थांबवले.

मग मी थंडपणे म्हणालो, ''अरे बाबा, तुझे हे कॉमेडी ॲक्टिंग पुरे कर आणि आता तू नीट उठून सांग बरं, हा काय वेड्यासारखा घोळ तू बेजबाबदारपणे करून ठेवला आहेस?''

मी माझ्या टॉर्चचा प्रकाश जनरेटरच्या झाकणावर टाकला. त्यामुळे परावर्तित प्रकाशात सर्व खोली नीट दिसू लागली. स्मिथीला टॉर्चचा झगझगीत प्रकाश सहन होणार नाही म्हणून मी तसे केले होते.

उठून उभा राहत त्याने मला म्हटले, ''तुम्हाला काय विचारायचे आहे?''

''मी एक जुनी आठवण करून देतो. ऑर्डर नं. पीक्यूएस १८२१३१, जेम्स हंटिंग्टन, गोल्डन ग्रीन ॲन्ड बेरुत. सध्या त्यांना जोसेफ रॅन्क स्मिथ असे चुकीचे समजतात. हे मला म्हणायचे आहे.'' मी तो त्याच्या ओळखीचा संदर्भ देत म्हणालो.

''मला वाटते की तुम्ही मला बेजबाबदारपणे वेड्यासारखा घोळ घालणारा असे म्हणाला आहात; पण आपण आपला दोघांचा परिचय एकमेकांनी नीट करून घेतला तर बरे पडेल.'' त्याने आपल्या चेहऱ्यावरील भाव काळजीपूर्वक ठेवले होते.

मी बोलू लागलो, ''असे पाहा स्मिथी, मी डॉक्टर मार्लो आहे. चार वर्षे व चार

महिन्यांपूर्वी जेव्हा मोडक्या लेबॅनीज टँकवर आरामशीरपणे तुम्ही चीफ ऑफिसरची नोकरी करत होता, तेव्हा आम्ही तुम्हाला कामावर घेतले होते. आम्हाला असे वाटले होते की येथून पुढे आमच्याबरोबर तुमचे भवितव्य चांगले होईल. चार महिन्यांपूर्वी आम्हाला असेच वाटत होते. पण आता येथे मी पाहतो आहे, ते भलतेच काहीतरी आहे.''

यावर स्मिथी हसला. पण त्याच्या हसण्यात जीव नव्हता. ''पण आता येथे बेअर आयलन्डवर तुम्ही मला नोकरीवरून काढून टाकू शकत नाही'' तो म्हणाला

''मला जर तुम्हाला नोकरीवरून दूर करायचे असते, तर मी टिंबक्टू बंदरात बोट असताना पूर्वीच काढून टाकले असते. पण जाऊ दे आता.''

''तुम्ही मला ही तुमची ओळख तंबीपूर्वीच सांगू शकला असता.'' त्याला जुन्या ओळखीचा त्रास होत असावा. त्याच्या जागी मी असतो तर मलाही तसेच वाटले असते. तो म्हणाला, ''आता मी तर्क केल्यावर मला असे दिसते आहे की, त्या टँकवरील माझ्याखेरीज येथे कोणीही नसावे, असे मला सुरुवातीला उगाचच वाटत होते.''

''तुम्हाला ते समजूच शकले नसते. तुम्ही फक्त तुम्हाला जे काम सांगितले तेच करत राहायला हवे होते. फक्त तेवढेच काम, बाकी काहीही करायचे नाही. तुम्हाला ज्या लेखी सूचना दिल्या, त्यातली शेवटची ओळ आठवते आहे? ती ओळ मुद्दाम अधोरेखित केली होती. ते एक मिल्टन या साहित्यिकाचे वचन होते. मीच ते अधोरेखित केले होते.''

''होय, आठवते मला ते. 'जे उभे राहून वाट पाहत असतात त्यांच्याही मागण्या पुऱ्या केल्या जातात.' मला त्या वेळी ते वाक्य जरासे बोचकच वाटले,'' स्मिथी म्हणाला.

मी बोलू लागलो, ''माझे शिक्षण मर्यादित झालेले आहे. पण या वाक्याचा अर्थ मला चांगलाच कळतो. तर मुद्दा असा आहे की, तुम्ही वाट का पाहिली नाही?'' मग मी पुढे जरा मोठ्या आवाजात म्हणालो, ''की उतावीळ झालात? तुम्हाला जे हुकूम दिले होते ते अत्यंत सोपे व स्वच्छ होते. अगदी स्पष्ट शब्दात दिलेले होते. *मॉर्निंग रोज* बोटीवरतीच थांबायचे, सतत तिथेच राहायचे, तुमच्याशी संपर्क साधला जाईपर्यंत थांबायचे. कोणत्याही परिस्थितीत बोट सोडून किनाऱ्यापर्यंत जायचे नाही. आणि पुढे हेही सांगितले होते की, कोणत्याही परिस्थितीत तुम्ही होऊन तपास करू नका. लक्षात घ्या, तपास करू नका. काहीही शोधू नका. तुम्ही सर्व वेळ एक नेहमीचे आरामशीर 'मर्चन्ट ऑफिसर' आहात असेच वागत राहा. पण तुम्ही असे करण्यात कुचराई केली. स्मिथी, मला तुम्ही सतत बोटीवर हवे होता. अगदी आत्ताही तुम्ही बोटीवरतीच असण्याची *माझी गरज* आहे. अन् तुम्ही आत्ता आहात

कुठे? तर एका ओसाड 'बेअर आयलन्ड' नावाच्या बेटावर. त्या साध्या सूचना का नाही पाळल्यात?''

''ठीक आहे! माझे चुकलेच. माझ्याकडे तो दोष जातो. पण मला वाटले की मी एकटा आहे. परिस्थितीमुळे पूर्वीची योजना बदलली जाऊ शकते. हो की नाही? चार माणसे गूढरीत्या मरण पावली आणि आणखी चार माणसे मरणोन्मुख झाली. असे होत असताना मी नुसते उभे राहून, हाताची घडी घालून काहीही *करायचे नाही?* मी स्वत: होऊन कोणतीच कृती करायची नाही? अगदी एकदासुद्धा त्यावर विचार करायचा नाही?''

''होय. जोपर्यंत तुम्हाला सांगितले जात नाही, तोपर्यंत काहीही करायचे नाही. आता पाहा त्यामुळे तुम्ही मला कुठल्या परिस्थितीत नेऊन ठेवले आहे. माझा एक हात पाठीशी बांधून टाकला. *मॉर्निंग रोज* हा माझा दुसरा हात होता. तोही दूर गेला. मला दिवसरात्र केव्हाही संपर्कात राहण्याची वेळ आली, तरी तयारीत राहायला हवे होते. कोणत्याही क्षणी माझी गरज भासली जाणार आहे आणि आता मी याबद्दल काहीही करू शकत नाही. त्या बोटीवरील कोणी जर अशा वादळी हवेत त्या बोटीला अंधारात येथल्या उपसागरात आणले तरच काही आशा आहे. अन् हे शक्य नाही ते तुम्हाला ठाऊक आहे. कॅप्टन इम्री हा बोटीला उन्हाळ्यात दुपारी आणू शकेल.''

''पण तुमच्याजवळ वायरलेस सेट आहे ना? तुम्ही बोटीशी संपर्क साधू शकता.''

''होय. माझ्या मेडिकल किटमध्येच तो सेट आहे. त्याला पुरेशी रेंजही आहे.''

''पण आता *मॉर्निंग रोज* वरच्या वायरलेस सेटचे तुकडे झाले आहेत.''

मी म्हणालो, ''होय, खरे आहे ते. अन् त्याचे तुकडे-तुकडे का झाले? याचे कारण तुम्ही ब्रिजमध्ये असता. त्या वायरलेसवरून फारच मोकळेपणे व खूप तपशीलवार बोलत होतात आणि नाटो संघटनेच्या अटलांटिकमधील सैन्याला वेळ पडल्यास सांगावे, असे म्हणत होतात. त्याच वेळी कोणीतरी हुशार व्यक्ती ब्रिजजवळ येऊन तुमचे सर्व बोलणे, शब्दन्‌शब्द ऐकत होती. डेकवर पडलेल्या बर्फामध्ये काही नुकतेच उमटलेले पायांचे ठसे त्या वेळी होते, हे मला ठाऊक आहे. माझ्याच पावलांच्या ठशांवर पाय ठेवत कोणीतरी ब्रिजपाशी आले होते. आपला हा हुशार टेहेळ्या नेहमी लपून राहायचा व त्याने एक जड हातोडी जवळ बाळगली होती.''

''मी त्या वेळी खूप सावध राहायला हवे होते खरे. मी त्याबद्दल आपली क्षमा मागतो. पण आता ते मागचे काढून काय उपयोग?''

''मी या सन्माननीय नोकरीत आता कितपत अनुकूल राहिलो आहे ते देव

जाणे! तेव्हा ते माफी मागण्याचे बाजूला ठेवा. पण आता तुम्ही येथे आहात, तेव्हा माझ्या मागे कोण काय करते आहे, यावर मला नजर ठेवायची गरज नाही.''

''म्हणजे ती व्यक्ती तुमच्यावरही मागून हल्ला करेल? ती व्यक्ती किंवा ते जे कोणी असतील ते?''

''अर्थातच, त्याबद्दल प्रश्नच नाही.'' मग मी त्याला मला जे काय माहीत होते ते त्याला थोडक्यात सांगितले. मला जे वाटते ते मात्र सांगितले नाही. किंवा माझे संशय अथवा तर्क बोलून दाखवले नाहीत. तसे केले असते तर स्मिथीचा गोंधळ उडाला असता. कारण माझाही तसाच गोंधळ झाला होता. मी पुढे सांगत गेलो, ''तेव्हा आता आपण दोघेही एकच गोष्ट एका वेळी दोघांनी करण्यात अर्थ नाही. मी आता काही गरज वाटणारी कृती करेन. पण तुम्ही जी एखादी कृती करू लागाल त्याला नक्की बाधा येणार नाही असे मी पाहेन. तुम्हाला योग्य वेळी योग्य वाटेल ती कृती करा किंवा कोणी जर शारीरिक धमकी दिली, तरी ती कृती करा. तशा प्रसंगात तुम्ही कोणालाही सरळ आडवे करा. माझी तुम्हाला तशी परवानगी आहे.''

''बरे झाले, हे मला सांगून ठेवलेत ते.'' असे म्हणून तो प्रथमच हसला. तो म्हणाला, ''आता कोणत्या व्यक्तीला मी आडवे करणार ते मला कळले तर बरे पडेल. तसेच, मी असे समजतो की, तुम्ही एक सीनियर ट्रेझरी ऑफिसर असून व मी एक ज्युनिअर माणूस असून आपण दोघेही या बेटावर ठरवलेली कामे करतो आहोत.''

''ट्रेझरीचा मूळ हेतू पैसा, संपत्ती हा असतो. नेहमीच तो असतो. हा हेतू विविध रूपात असू शकतो. म्हणून तर आपण दोघे येथे आहोत. ते पैसे आपले नाहीत, किंवा ब्रिटिश सरकारचेही नाहीत. ते सारे पैसे किंवा संपत्ती हा आंतरराष्ट्रीय स्वरूपाचा वाईट मार्गाने मिळवलेला काळा पैसा आहे. अन् या प्रश्नावर सर्व सेन्ट्रल बँका जवळून सहकार्य द्यायला तयार आहेत.''

यावर स्मिथी म्हणाला, ''असे पाहा, तुम्हीही माझ्यासारखे गरीब आहात, श्रीमंत नाही. तेव्हा आपल्या दृष्टीने पैसा हा फक्त पैसाच असतो. काळा पैसा वगैरे काहीही नसतो.''

''कोणताही कमी पगारावरचा सरकारी सिव्हिल कर्मचारी तुमच्यासारखे मत मांडणार नाही. तो सारा पैसा बेकायदेशीर मार्गाने गोळा केलेला आहे, दुसऱ्या महायुद्धात अवैध मार्गाने केलेली ती लूट आहे. खूप जणांचे रक्त सांडून ती संपत्ती जमवलेली आहे आणि ती लुटारूंकडून मिळवतानाही बरेच रक्त सांडले गेलेले आहे. अन् इतकेही करून त्या एकूण संपत्तीमधील फारच थोडा भाग मिळवला गेला. १९४५च्या वसंत ऋतूतली जर्मनी ही एक अनमोल खजिन्याची भूमी म्हणून आजही अस्तित्वात होती. पण त्याच वर्षी उन्हाळा संपत येताना या भूमीवरील सर्व

खजिना हा उघडा पडला होता. जर्मनी जिंकणारे जेते मंडळी आणि पराजित मंडळी यांच्यातील लोभी लोक पुढे सरसावले व त्यांनी जे-जे काही त्यांच्या डोळ्यांना किमती वस्तू, पैसे दिसतील ते सरळ उचलून घेतले. सोने, चांदी, दागिने, दुर्मीळ पेंटिंग्ज, रत्ने, हिरे, माणके, जर्मन बँकांच्या सिक्युरिटीज, अजूनही ४० वर्षांनीसुद्धा त्याचे पैसे मिळू शकतात– अशा अमाप संपत्तीची लूट झाली. ज्यांनी कोणी या गोष्टी हस्तगत केल्या त्या त्यांनी योग्य त्या अधिकाऱ्यांकडे जाहीर केल्या नाहीत.'' मी माझ्या घड्याळात पाहून पुढे म्हणालो, ''तुमचे काळजीत पडलेले दोस्त हे आता तुमचा या बेटावर शोध घेत आहेत. अर्धा तास ते शोध करून परत येतील. पंधरा मिनिटांत ते येतील. त्या वेळी मी तुम्हाला बेशुद्ध स्थितीत शोधून येथे आणले असे मला दाखवावे लागेल.''

''मला हे सारे नीरस वाटते आहे. 'हे सारे' म्हणजे ती लुटलेली संपत्ती. अशी किती ती मोठी आहे?''

''ते तुम्ही ती संपत्ती कशी आहे हे मानण्यावर आहे. असा अंदाज केला जातो की, दोस्त राष्ट्रे व रशिया यांनी एकूण संपत्तीपैकी दोन तृतीयांश संपत्तीवर आपला हात मारला आहे. नाझी व त्यांचे सहानुभूतीदार यांच्या वाट्याला उरलेली एक तृतीयांश संपत्ती गेली. अन् जुन्या अंदाजाप्रमाणे ती एक तृतीयांश संपत्ती ही सुमारे ३५ कोटी पौंड किमतीची आहे. अन् तेही स्टर्लिंग पौंड.''

''म्हणजे एकूण सुमारे शंभर अब्ज पौंड किमतीची संपत्ती?''

''होय. यात फार तर १० कोटी पौंडाचा अधिक-उणे फरक पडेल,'' मी म्हणालो.

''तेव्हा एवढ्या संपत्तीला उगाच नीरस म्हणणे हे पोरकट ठरेल. ती समजूत डोक्यातून काढून टाकली पाहिजे.''

''ठीक आहे. आता ही लूट जुन्या किंवा प्राचीन वास्तूमध्ये खरोखर जाऊन बसली. त्यातला काही भाग बँकेतील गुप्त खाते नंबर असलेल्या खात्यात गेला. तसे घडणे साहजिकच होते. तर काही संपत्ती – अन् त्याबद्दल प्रश्नच नाही म्हणा – काही दुर्मीळ वस्तूंच्या रूपाने ऑस्ट्रियातील तळ्यांमध्ये टाकून लपवली गेली आहे. ती शोधून काढण्याचे खूप प्रयत्न झाले; पण ते सारे निष्फळ ठरले. ब्यूनॉस आयर्स शहरातील एका कोट्यधीशाच्या तळघरातील संग्रहालयात प्रसिद्ध चित्रकार राफाएलची दोन पळवलेली चित्रे आहेत, रिओ शहरात एक मायकेल अ‍ॅन्जेलोचे चित्र आहे, तर न्यू यॉर्क येथील बेकायदेशीररीत्या जमवलेल्या चित्रसंग्रहात हाल्सेस व रुबेनिस या प्रसिद्ध चित्रकारांची अनेक चित्रे आहेत. प्रत्येक चित्राची किंमत काही कोटीत होईल. तसेच रेम्ब्रॉ याची चित्रे लंपास करून लंडन येथे नेलेली आहेत. त्या सर्व चित्रांवर ज्यांचे आता मालकी हक्क आहेत ते सर्व जण सरकारी अधिकारी होते किंवा सैन्यात अधिकारी होते. दुसऱ्या महायुद्धात त्यांनी जर्मनीचा पाडाव झाल्यानंतर

त्या चित्रांवर डल्ला मारला. त्यांच्या बाबतीत सरकार काहीही करू शकले नाही आणि अजूनही त्यांच्या विरुद्ध काहीही भूमिका घेण्याचा सरकारचा कल बिलकुल दिसत नाही. तेव्हा आता ज्याच्या हातात ससा तोच पारधी? अशी अवस्था झाली आहे. १९७० साली एक आंतरराष्ट्रीय व्यापारी संघ ३ कोटी पौंड किमतीच्या जर्मन बँकेच्या सिक्युरिटी घेऊन बाजारात उतरले. त्या सिक्युरिटीज जर्मन बँकांनी १९३० नंतरच्या दशकात दिल्या होत्या. न्यू यॉर्क, लंडन व झुरीच येथील बाजारात ते गेले. पण 'फेडरल बँक ऑफ जर्मनी' या बँकेने त्या वटवायला नकार दिला. त्या सिक्युरिटीजच्या खऱ्या मालकाची जोपर्यंत ओळख दिली जात नाही, तोपर्यंत आपला नकार आहे, असे त्या बँकेने सांगितले. तर सांगायचा मुद्दा असा की, १९४५ मध्ये राईश बँक या जर्मन बँकेच्या तिजोरीतून त्या सिक्युरिटीज पळवलेल्या होत्या. अन् हे रहस्य पार जगजाहीर आहे. पळवणारे ते लोक रशियाच्या रेड आर्मीतले होते. सबंध इतिहासात त्यांची नोंद सैन्यातील अधिकृत घरफोड्या करणारे लोक म्हणून आता झाली आहे.''

''पण हे सारे केवळ हिमनगाचे एक टोक आहे. अजूनही अफाट संपत्ती ही लपलेली आहे, दडलेली आहे. कारण दुसरे महायुद्ध हे अगदी अलीकडे घडलेले आहे आणि ते लोक– म्हणजे संपत्तीचे लुटारू– आपल्या जवळच्या संपत्तीचे पैशांच्या रूपात करण्यास घाबरत आहेत. इटलीमध्ये एक खास 'रिकव्हरी ऑफिसर' सरकारने नेमलेला आहे. तो अशा प्रकरणांची दखल घेतो. प्राध्यापक सिव्हीएरो यांच्या अंदाजानुसार सुमारे सातशे दुर्मीळ पेंटिंग्ज अशी आहेत की, त्यांची किंमत ठरवता येणार नाही एवढी ती अनमोल आहेत आणि अशा चित्रांचा पत्ताच लागत नाही. तर ज्युईश डॉक्युमेन्टेशन सर्व्हिसमधली दुसरी एक तज्ज्ञ व्यक्ती असेच म्हणते. त्या व्यक्तीच्या मते एस. एस. वायझेनथाल म्हणते की, संघटनेतील अगणित वरिष्ठ अधिकारी अद्यापही 'वॉटेन्ड'च्या यादीत आहेत. ते सध्या आरामात आपले जीवन जगत आहेत. त्यांची बँकेतील खाती ही युरोपमधील विविध खात्यांत विखुरलेली आहेत.''

''सिव्हीएरो व वायझेनथाल हे अधिकृत तज्ज्ञ असून, त्यांचा त्या गायब झालेल्या संपत्तीचा शोध सतत चालू असतो. काही मूठभर माणसे, म्हणजे अवघी तीन-चार माणसे अशी आहेत की ते या विषयात वाकबगार आहेत, तज्ज्ञ आहेत. पण दुर्दैवाने ते हवे तितक्या उच्च नैतिक पातळीवर जात नाहीत. या व्यक्तींची नावेही ठाऊक आहेत; पण त्यांना कोणी हात लावू शकत नाहीत. कारण आत्तापर्यंत ते कुठेही सापडले नाहीत, त्यांच्या हातून गुन्हा घडल्याची नोंद नाही. त्यांच्या संपत्तीला कायदेशीर आधार ते दाखवतात. पण तरीही आंतरराष्ट्रीय पातळीवर ते गुन्हेगारी करत आहेत. आपल्याकडे आता येथे बेअर आयलन्डवर या संदर्भात

अत्यंत वाकबगार व यशस्वी अशी व्यक्ती आहे. तिचे नाव आहे जोहान हेसमान.''

''हेसमान?''

''होय, हेसमान. दुसरे कोणीही नाही. हा माणूस अत्यंत हुशार आहे.''

''पण हेसमान? कसे शक्य आहे? फक्त दोन वर्षेच तो–''

''मला ठाऊक आहे ते. दोन वर्षांपूर्वीच हेसमान हा सैबेरियातून शिताफीने पळून जाण्यात यशस्वी झाला व तो थेट लंडनमध्ये उगवला. त्या वेळी ही बातमी खूप गाजली होती. त्यावर वृत्तपत्रे व टीव्हीवर उलटसुलट मते प्रगट झाली होती. रकानेच्या रकाने वृत्तपत्रांत छापले गेले होते. नंतर टिलबरीपासून टोम्स्कपर्यंत सर्वत्र त्याचे लाल गालिचे घालून स्वागत केले गेले. तेव्हापासून तो त्याच्या पूर्वीच्या चित्रपट निर्मितीच्या आवडत्या धंद्यात गढून गेला आहे. तेव्हा आता हेसमान कसा या चित्रात फिट बसतो ते बघा.''

''ठीक आहे. हेसमानबद्दलची आपली माहिती व मत मी मान्य करतो. त्याच्याकडे कुणाचेही लक्ष जाणार नाही. आपण त्याची सर्व माहिती तपासली आहे. तो एक ओटोच्या चित्रपट स्टुडिओमधला भागीदार महायुद्धापूर्वी व्हिएन्नात होता. तसेच ते दोघे सेंट पोल्टेनमध्ये एकाच जिममध्ये जात होते. हेसमान हा त्या काळात कम्युनिस्टांचा सहानुभूतीकार होता. त्यामुळे हिटलरच्या राजवटीने त्याचा आपल्या राजकीय हेतूंसाठी उपयोग करून घेण्यासाठी त्याला बोलावले. त्याने रशियात जाऊन जर्मनीचे राजकीय हित साधण्याचे काम केल्याने त्याच्यावर दुहेरी तिहेरी हेरगिरीचा संशय घेतला गेला. त्या काळात असे वारंवार घडायचे. शेवटी हेसमानला रशियात निसटून जाण्याची परवानगी दिली गेली असावी. तिथे त्याची रशियाच्या बाजूची सहानुभूती सर्वांना ठाऊक होती. नंतर तिथून त्याला परत जर्मनीला पाठवण्यात आले. जर्मनीत येऊन तो वायरलेसवरून रशियाची लष्करी माहिती प्रसारीत करू लागला. त्यात काही खरी माहिती व बरीचशी खोटी माहिती भरलेली होती. ही माहिती रशियाकडे तो पाठवीत असल्याने जर्मनांचा त्यावर विश्वास बसेल असा रशियनांचा होरा होता.''

''पण त्याने का असे केले? रशियानांचे का ऐकले?''

''याचे कारण त्याची बायको व दोन मुले ही रशियाने पकडून आपल्याकडे ओलीस ठेवली होती. आता झाला ना खुलासा?'' यावर स्मिथीने आपली मान डोलवली. मी पुढे म्हणालो, ''जेव्हा युद्ध संपले आणि रशियन्स बर्लीनमध्ये घुसले, तेव्हा त्यांनी तिथले घातपातासंबंधी असलेले सर्व रेकॉर्ड तपासले. त्यात त्यांना आढळले की, हेसमान हा जर्मनांच्या मार्गदर्शनाखाली आपली कामे करत होता. मग ताबडतोब त्याची उचलबांगडी करून त्याला सैबेरियात पाठविण्यात आले.''

''मला वाटते की त्यांनी हेसमानला गोळीच घातली असती.''

"त्यांनी तसेही केले असते. पण येथे एक छोटासा मुद्दा आहे. मी तुम्हाला सांगितलेच आहे की, हेसमान हा एक मृदू वागणारा माणूस होता. त्यामुळे त्यांनी परत त्याच्याशी एक नवीन करार केला. आता हा एक आणखी करार झाला. आधी जर्मन, मग रशियन, मग परत जर्मन व परत रशियन अशांशी करार झाले. हेसमान हा युद्ध चालू असलेल्या काळात संपूर्णपणे रशियासाठी हेरगिरी करत होता. तो चार वर्षे रशियनांना निष्ठापूर्वक आपले दिशाभूल करणारे अहवाल प्रमाणिकपणे पाठवत होता. हे अहवाल सांकेतिक स्वरूपात पाठवण्यासाठी जर्मन हेरखाते त्याला मदत करत असायचे. पण त्यावरही कडी करून हेसमान हा त्या अहवालात आपली माहिती सांकेतिक स्वरूपात पेरायचा. रशियनांनी त्याला सैबेरियाला पाठवले ते केवळ त्याच्या सुरक्षिततेसाठी. त्याने रशियासाठी केलेली कामगिरी शेवटी त्यांना कळून त्यांनी हा निर्णय घेतला होता, अशी एक समजूत आहे. पण आमची माहिती अशी आहे की, हेसमानला कधीच सैबेरियाला पाठवले गेले नसावे. अजूनही त्याची पत्नी व दोन विवाहित मुली मॉस्कोत सुखाने नांदत आहेत."

"म्हणजे हेसमान हा रशियासाठी कामे करत होता तर?" स्मिथीचा आता गोंधळ उडू लागला होता. मला त्याची कीव आली. "हेसमान हा दोन्ही दगडांवर हात ठेवून अत्यंत कौशल्याने आपली कामे करायचा. यात तो अत्यंत निष्णात होता. त्याचा हा गुण एकदम समजणे अवघड आहे. सैबेरियातील आठ वर्षांच्या तुरुंगवासाच्या काळात अनेक रूपे धारण करून त्याने कामे केली. त्या काळात तो उत्तर व दक्षिण अमेरिकेत, दक्षिण आफ्रिकेत, इस्राईलमध्ये आणि आश्चर्य वाटेल पण लंडनच्या सॅव्हॉय हॉटेलमध्येही तो दिसल्याच्या बातम्या कानावर आल्या होत्या. आम्हाला हे सारे कळत होते; परंतु त्याच्या या शहरांना दिलेल्या भेटी या नाझींच्या खजिन्याचा शोध घेण्यासाठी होत्या, हे आम्हाला सिद्ध करता येत नव्हते. या खजिन्याचा शोध तो रशियनांसाठी करत असावा. एक लक्षात घ्या, हेसमानने जर्मनीत हिटलरच्या पक्षात अति उच्च पदावरील लोकात आपले घनिष्ट संबंध निर्माण केले होते, तसेच संबंध त्याने एसएस संघटनेत व जर्मन हेरखात्यातही वरिष्ठ पातळीवर निर्माण केले होते. त्याचाच उपयोग रशियन करून घेत होते. या संबंधांमुळे हेसमान हा हेरगिरीसाठी रशियनांच्या मते लायक ठरला होता. त्याच्या सैबेरियातील पलायनामुळे त्याच्याबद्दल युरोपमध्ये दोन प्रतिमा निर्माण झाल्या. एक प्रतिमा पीडमान्ट शहरात निर्माण झाली. तिथे एका वृद्ध विधवेने तक्रार केली होती की, तिच्या फार्मवरील धान्याच्या कोठारातील माळ्यावर ठेवलेली काही जुनी व दुर्मीळ पेंटिंग्ज कोणीतरी चोरून नेली. दुसरी तक्रार प्रॉव्हेन्स शहरातील आहे. तिथे एका जुन्या वकिलाने पोलिसांकडे तक्रार केली की, त्याच्या ऑफिसमधून काही करारनामे जपून ठेवलेली खोकी कोणीतरी नेली. त्या खोक्यातील करारनाम्यानुसार

त्याला काही मोठे आर्थिक मूल्य होते का नाही ते समजले नाही.''

''ही सर्व माहिती एकदम कळली की मन सुन्न होऊन जाते,'' स्मिथी म्हणाला.

''खरे आहे. हो ना?''

''ओके. मी सिगारेट ओढली तर चालेल?''

''फक्त पाच मिनिटे. नंतर मी तुला फरफटत जमिनीवरून नेणार आहे.''

''तसे न्यायचेच असेल तर माझ्या खांद्याला धरून ओढत न्या,'' असे म्हणून स्मिथीने आपली सिगोरट पेटवली व काही क्षण विचार करून म्हटले, ''म्हणून तुम्ही आता हेसमानवर लक्ष ठेवण्यासाठी बेअर आयलन्डवर उतरलात तर.''

''म्हणून तर आपण दोघेही येथे आहोत.''

''बाकी अन्य काहीही हेतू नाही ना?''

''नाही. संपत्ती, फक्त पैसा, खजिना, पळवलेला खजिना एवढाच त्या मागचा हेतू आहे. हे बेट म्हणजे एक शेवटची अशी जागा आहे की, येथे खजिना लपवलेला कधीच कळू शकणार नाही. कदाचित आपली हेसमानवरची पाळत चुकीचीही ठरू शकेल. त्याच्या मनात अन्य हेतूही असू शकेल. तो येथे का आला आहे, हे सांगणे कठीण आहे. त्याचा स्वभाव अत्यंत बेभरवशाचा असल्याने आपल्याला काही अंदाज करणे खरोखर कठीण आहे.''

''त्याने या फिल्म कंपनीबरोबर काही संधान हेतुपूर्वक बांधले असेल का? म्हणजे आपला जुना मित्र ओटो याला हाताशी धरले असेल का? का तो फक्त त्याचा वापर करून घेत आहे?''

''मला याबद्दल काहीही कल्पना करता येत नाही.''

''अन् ती मेरी स्ट्युअर्ट? गुप्तपणे भेटी घेणारी पोरगी? तिचा यात कुठे संबंध येतो का?''

''यावर तेच मघाचे माझे उत्तर. तिच्याबद्दल फारच थोडी माहिती आहे. तिचे खरे नाव आपल्याला ठाऊक आहे. तिनेही ते लपवण्याचा कधी प्रयत्न केला नाही. वय, जन्मस्थळ हेही तिने लपवले नाही. तिचा जन्म लाटव्हियात झाला. त्या वेळी रशियनांनी तिचा देश पादाक्रांत केला नव्हता. तिच्याबद्दलची ही सर्व माहिती तिने आपण होऊन कधी दिली नव्हती. तिच्या लाटव्हियन आईने ती माहिती दिली. तिचे वडील जर्मन होते.''

''हंऽऽ! अस्सं! कदाचित सैन्यात असतील ते? किंवा हेरखात्यात? किंवा एसएस संघटनेत?''

''असे तर कोणालाही उघडपणे वाटेल. पण ती माहिती आम्हाला नाही. तिच्या स्थलांतराच्या फॉर्ममध्ये फक्त तिने एवढेच लिहिले आहे की, तिचे आई-वडील मृत झाले आहेत.''

''म्हणजे तुमचे खातेही तिच्याबद्दलची माहिती तपासत होते तर.''

''आम्ही प्रत्येकाचीच माहिती काढली आहे. ऑलिम्पस प्रॉडक्शनशी ज्यांच्या ज्यांचा संबंध आला आहे त्या सर्वांची माहिती आम्ही काढली आहे. यामुळे आमचा पुढचा खूप त्रास वाचला असेल.''

''म्हणजे वस्तुस्थितीजनक माहिती नाहीच. नुसते अंदाज, तर्क व मनाला वाटणे, हो ना?''

''मनाला काय वाटते हे मी नेहमीच बाजूला ठेवतो.''

''अन् त्याचा काही उपयोगही होत नाही,'' असे म्हणून स्मिथीने आपली सिगारेट पायाखाली दाबून विझवून टाकली. तो पुढे म्हणाला, ''जाण्यापूर्वी मला दोन बरे विचार सांगायचे आहेत. आत्ताच मला ते सुचलेत. नंबर एक, जोहान हेसमान ही एके काळी आंतरराष्ट्रीय कारवायात अत्यंत यशस्वी झालेली व्यक्ती आहे बरोबर?''

''बरोबर! तो एक आंतरराष्ट्रीय गुन्हेगार आहे.''

''म्हणजे गुन्हेगारांमधला एक्का आहे. मुद्दा असा आहे की, अशी माणसे शक्य तेवढा हिंसाचार टाळीत असतात. बरोबर आहे ना?''

''अगदी बरोबर! तो नेहमीच तसे वागतो.''

''हेसमानचा संबंध एखाद्या हिंसाचाराशी आल्याचे तुमच्या कधी कानावर आले का?''

''तसे मला कोणत्याच रेकॉर्डमध्ये सापडले नाही.''

''पण गेल्या एक-दोन दिवसात आपल्या येथे बराच हिंसाचार झाला आहे, या ना त्या प्रकारे झाला आहे. जर त्यामागे हेसमान नसेल तर मग कोणता बलदंड माणूस असू शकेल?''

''पण 'हेसमान नाही' असे मी म्हणालो नाही. चित्ता नेहमी आपले रंगरूप बदलत असतो. तो कदाचित काहीतरी शोधत असेल. कशाचा तरी शोध घेत असेल, अन् कशासाठी घेत असेल ते देव जाणे. कारण आत्ताची परिस्थिती ही एवढी वेगळी आहे की, काही तर्क लढवणे कठीण आहे. अन् अशा वेगळ्या परिस्थितीत त्याला कदाचित हिंसाचाराचा आसरा घेणे भाग पडले असेल. कदाचित तशी कामे करून देणारी त्याची माणसेही आपल्यात असू शकतील. त्या माणसांचे दृष्टिकोन मात्र हेसमानसारखे नसतील किंवा कदाचित अशा कोण्या एकाच व्यक्तीने ते हिंसाचार केले असतील की, त्या व्यक्तीचा या प्रकरणाशी काही संबंधही नसेल.''

यावर स्मिथी म्हणाला, ''मलाही असेच वाटते आहे. कदाचित आपल्या प्रश्नाला एक साधेसुधे सरळसोट असे उत्तर असेल. दुसरा मुद्दा असा की जो तुमच्या

नजरेतून निसटला असेल. जर आपले ते विरोधक मित्र तुमच्या विरुद्ध काही करू पाहत असतील, तर ते माझ्याही विरुद्ध काही करायला कचरणार नाहीत. ब्रिजवरचे आपले बोलणे कोणीतरी चोरून ऐकले होते, हे आठवते आहे ना?''

"तो मुद्दा माझ्या चांगलाच ध्यानात आहे. पण त्याचबरोबर तुम्ही मुद्दाम बोटीवरून निसटून गेलात हेही मी ध्यानात घेतले. याबद्दल त्यांना सर्वांना काय वाटते हे सोडून द्या. त्यामुळे फारसे काही बिघडत नाही. पण एक व्यक्ती मात्र 'तुम्ही मुद्दाम बोटीवरून पळ काढलात' असे समजू शकेल. नव्हे, त्या व्यक्तीची तशी खातरीच झाली असणार. तेव्हा स्मिथी, तुमच्या पाळतीवर तो राहील, संधी शोधेल.''

"म्हणजे आता मला तुम्ही जेव्हा आत फरफटत न्याल, तेव्हा त्या व्यक्तीला माझ्याबद्दल सहानुभूती वाटणार नाही. काही जण मला दुखापत कशी झाली एवढेच विचारतील.''

"कोणीही प्रश्न विचारणार नाहीत. कशी दुखापत झाली हे त्यांना कळून चुकेल; पण आपल्याला मात्र बेमालूम अभिनय केला पाहिजे,'' मी म्हणालो.

"तुम्ही माझी पाठ आता तपासा व नंतरही तपासा.''

"माझ्या मनात आता अनेक विचार चालू आहेत. पण मी बघतो ते.''

मग स्मिथी जमिनीवर आडवा झाला. मी त्याच्या काखेत हात घालून त्याला ओढू लागलो. त्याचे पाय, टाचा बर्फात फरफटल्या जात होत्या. डोके हलत होते. मी त्याला असे पंधरा फूट ओढत घराकडे नेल्यावर दोन टॉर्चचा प्रकाश कोणीतरी आमच्यावर पाडला.

"अरे, तुम्हाला शेवटी सापडले का ते?'' गोईन विचारत होता. त्याच्या बाजूला हरबॉटल उभा होता. "छान झाले!'' गोईन मनापासून म्हणत होता, हे मी ओळखले.

"मला हे पाव मैलावर सापडले,'' असे म्हणून मी लगेच धापा टाकण्यास सुरुवात केली. १०० किलो वजनाचा मानवी देह बर्फातून ओढत-ओढत आणणे हे किती कष्टाचे काम असते हे मला यावरून ठसवायचे होते. "एका छोट्या घळईत हे पडले होते. जरा मला हात द्या बरे.''

मग त्या दोघांनी मला मदत केली. आम्ही स्मिथीला आत नेले, एका कॅम्प कॉटवर आडवे केले.

ओटो तेथे येऊन म्हणाला, "गुड गॉड, गुड गॉड, गुड गॉड!'' ओटो आपले दोन्ही हात एकमेकांवर गुंडाळल्यासारखे चोळत होता. त्याच्यावर आधीच चित्रीकरणाचा भार होता, त्यात आता ही नवीन जबाबदारी पडल्याने तो चिंताक्रांत झाल्यासारखा झाला होता.

दुसऱ्या एका केबिनमध्ये ज्यूडिथ हेनिस एकटीच स्टोव्हपाशी शेकत बसली होती. ती तिथून उठून बाहेर आली नाही. जणू काही तो स्टोव्ह तिच्या एकटीचाच आहे असे ती भासवत होती. बेशुद्ध झालेली माणसे ती जणू काही नेहमीच पाहत आलेली होती अशा अविर्भावात ती बोलली, "त्या बिचाऱ्याला काय झाले आहे?" तिने अगदी थंडपणे विचारले. तिची साधी भुवईसुद्धा प्रश्नार्थक झाली नाही.

मी धापा टाकत म्हणालो, "ते मला नक्की सांगता येणार नाही. तो खूप उंचावरून खाली दगडावर आपटला. त्याच्या डोक्याला मार लागला आहे, असे दिसते."

"कन्कशन झाले आहे?"

"कदाचित असेल तसे," मी स्मिथीच्या डोक्याच्या केसातून बोटे फिरवत तपासणी करत म्हटले. मग उगाचच एका ठिकाणी बोट ठेवीत म्हणालो, "हंऽ! सापडले!"

सर्व जण माझ्याकडे मी काय सांगणार याकडे अपेक्षेने पाहू लागले.

मी ओटोला म्हणालो, "ब्रॅन्डी आणा," मग माझा स्टेथास्कोप काढला, छातीतला आवाज ऐकला, नाडी पाहिली, सारे काही नेहमीच्या तपासणीचे नाटक केले. मग कण्हणाऱ्या स्मिथीच्या तोंडात ब्रॅन्डीचे दोन घोट ओतले. त्यानेही आपला रुग्णाईताचा अभिनय लाजवाब केला. मग मी शेवटी जेव्हा त्याला हळुवारपणे सांगितले की, त्यांची *मॉर्निंग रोज* बोट त्याला सोडून निघून गेली, तेव्हा त्याने धक्का बसल्याचा सुरेख भाव चेहऱ्यावर आणला.

जमलेल्या सर्वांना झाल्या गोष्टीचा गंभीरपणा कळला होता. मी प्रत्येकाचे चेहरे बारकाईने न्याहाळत होतो. आश्चर्य व सुटका या दोन भावनांखेरीज आणखी एखादी वेगळी भावना कोणाच्या चेहऱ्यावर उमटली आहे की नाही हे मी निरखून पाहत होतो; पण तसे वेगळे काही मला कोणाच्याही चेहऱ्यावर दिसले नाही.

त्यानंतर सुमारे दहा मिनिटांनी आम्हा सर्वांचे लक्ष दुसऱ्याच एका बाबीकडे वळले. स्मिथी आता शुद्धीवर येऊन ठीक होत चालला होता. पण शोध-पथकातील ॲलन व स्ट्रायकर हे दोघेही हरवले होते. सकाळच्या घटनेनंतर मला त्या दोघांची अनुपस्थिती जाणवली होती. आता ते अजूनही न परतल्याने थोडीशी चिंता वाटू लागली. कदाचित ते परत येतही असतील. पण नंतर १५ मिनिटे झाली तरी ते आले नाहीत हे मला जरा चमत्कारिक वाटू लागले. वीस मिनिटानंतर तर मला ही बाब अनिष्टसूचक भासू लागली. सर्वांनाच तसे वाटू लागले होते. ज्यूडिथ हेनिस ही आपल्या स्टोव्हपासून दूर झाली व चालत-चालत, घाबरत पावले टाकत आमच्यापाशी आली. तिने आपले दोन्ही हात एकमेकात घट्ट अडकवले होते. ती माझ्यासमोर येऊन उभी राहिली.

"हे काहीतरी भयंकर आहे, मला आवडत नाही," ती म्हणत होती. तिचा आवाज ताणलेला होता व आणखी काही माहिती जाणून घेण्यासाठी ती उत्सुक होती. कदाचित ती तसा अभिनयही करत असावी. पण मला तसे वाटले नाही. स्ट्रायकरबद्दल ती म्हणाली, "अजून का तो येत नाही? इतका वेळ का त्याला लागतो आहे? तो त्या ॲलनबरोबर गेला ना? म्हणजे काहीतरी घोटाळा झालेला असणार. मला ठाऊक आहे, *मला ठाऊक* आहे ते." मी यावर काहीच बोललो नाही. मग ती म्हणाली, "वेल, तुम्ही बाहेर जाऊन त्याचा शोध का घेत नाही?"

"तुम्ही जसे बाहेर जाऊन स्मिथीचा शोध घेतलात तसेच मी करू ना?" माझे हे तिरकस व लागट बोलणे योग्य नव्हते; परंतु प्रत्येक वेळी मी दुसऱ्यांच्या मनाला काय वाटेल याची का पर्वा करायची? मी पुढे म्हणालो, "जेव्हा तुमच्या नवऱ्याला परत यावेसे वाटेल तेव्हा तो येईल."

तिने मुकाट्याने माझ्याकडे पाहिले. तिचे ओठ हलत होते; पण त्यातून शब्द फुटत नव्हते. तिच्या चेहऱ्यावर शत्रुत्वाचे भाव नव्हते. मग मला त्या दिवशी दुसऱ्यांदा समजले की, 'ती आपल्या नवऱ्याचा द्वेष करते' ही माहिती केवळ अफवाच आहे. प्रत्यक्षात तसे काहीही नव्हते. तिला आत्ता खरोखरीच आपल्या नवऱ्याची काळजी वाटत होती. तिने आपली पाठ फिरवली आणि मी माझा टॉर्च हातात घेतला.

मी म्हणालो, "चला अजून एकाचा शोध घेतला पाहिजे. कोण येणार माझ्याबरोबर?"

कॉनरॅड, जंगबेक, हेटर व हेन्ड्रिक्स हे माझ्याबरोबर आले. माझ्याबरोबर बरेच स्वयंसेवक आले खरे; पण त्यामुळे हरवलेला माणूस लवकर सापडण्यापेक्षा बाहेरच्या अंधारात आमच्यापैकी कोणी हरवण्याची शक्यता वाढली होती. आम्ही पाच जण बाहेर पडल्यावर लगेच विखरून पुढे सरकू लागलो. प्रत्येक जण दुसऱ्यापासून पंधरा फूट अंतरावर राहिला. आम्ही सारे जण उत्तरदिशा पकडून जाऊ लागलो.

पहिल्या अर्ध्या मिनिटातच आम्हाला ॲलन सापडला. खरे सांगायचे तर 'त्याला आम्ही सापडलो' असे म्हणणे योग्य ठरेल. त्याचा टॉर्च वाटेत त्याने गमावला होता. जेव्हा त्याने आमच्या सर्वांच्या टॉर्चचा प्रकाश पाहिला, तेव्हा तो अडखळत आमच्याकडे आला. 'अडखळत' हा शब्दच योग्य आहे. कारण जरी जमिनीवर बर्फाखेरीज दुसरे काहीच नव्हते, तरी तो अडखळल्यासारखा चालत होता. दारू प्यायल्यासारख्या त्याच्या झोकांड्या जात होत्या. कदाचित तो खूप दमलाही असावा. जेव्हा तो बोलायचा प्रयत्न करू लागला, तेव्हा त्याचा आवाज जड व खरबरीत असा उमटत होता. तो थंडीने काकडल्याने थरथर कापत होता. अशा परिस्थितीत त्याला अधिक काही विचारणे हे क्रूर ठरले असते, म्हणून आम्ही त्याला घाईघाईने आत नेले.

एका स्टोव्हपाशी आम्ही त्याला स्टुलावर बसवले व मी त्याला नीट न्याहाळले. त्याला दुसऱ्यांदा पाहण्याची मला गरज नव्हती. आजचा त्याचा दिवस संकटाचाच असावा असे त्याच्याकडे पाहिल्यावर वाटत होते. ॲलनवर पुन्हा आता सारे जण तुटून पडले होते. त्याला नाना प्रश्न विचारत होते. सकाळी त्याला झालेल्या दुखापतीसारख्या दुखापती आत्ताही झाल्या होत्या. त्याच्या चेहऱ्यावर दोन जखमांच्या रेघा वर गेल्या होत्या. एक रेघ तर डोळ्यापर्यंत गेली होती. एका गालावर खरचटल्याच्या खुणा होत्या. त्याच्या नाकातोंडातून रक्त वाहत होते. ते रक्त या थंड हवेत लगेच गोठून गेले होते. पण सर्वांत मोठी जखम ही त्याच्या डोक्यामागे झाली होती. ती जखम खोलवर गेलेली होती. तिथला कवटीचा भाग उघडा पडला होता. कोणीतरी ॲलनवर मागून जबरदस्त हल्ला चढवला असावा.

''आता या वेळी काय झाले रे बाबा तुला हे?'' मी त्याला विचारले. मी त्याचा चेहरा स्वच्छ करू लागलो. ''किंवा मी असे विचारायला हवे की तुला काय झाले हे तुला समजले आहे का?''

तो जड आवाजात म्हणाला, ''मला ठाऊक नाही,'' असे म्हणून त्याने आपले डोके हलवले आणि आपला श्वास जोरात आत ओढला. बहुतेक त्याच्या डोक्यात किंवा मानेत एखादी कळ आली असावी. तो म्हणत होता, ''मला काहीही आठवत नाही, काहीही आठवत नाही.''

मग मी म्हणालो, ''अरे पोरा, तू कुणाशी मारामारी केलीस का? पुन्हा एकदा तुझ्यावर कोणीतरी जबरदस्त हल्ला केला असावा.''

''शक्य आहे. मलाही तसेच वाटते आहे. पण काहीच आठवत नाही. मी देवाशपथ खरे सांगतो, मला काहीही आठवत नाही.''

गोईन म्हणाला, ''पण तू कोणाला तरी पाहिले असशीलच. जो कोणी असेल तो तुझ्यासमोर आलाच असणार. तुझा शर्ट फाटला आहे आणि कोटाची काही बटणे गायब झालेली आहेत. म्हणजे हल्लेखोर तुझ्या समोरच आला असणार. तुला त्याचा ओझरता तरी चेहरा दिसला असणार.''

ॲलन पुटपुटत म्हणाला, ''अंधारात मला नीट दिसत नव्हते. मला फक्त एवढेच कळले की मी खाली बर्फात पडलेलो असून, माझे डोके मागच्या बाजूला भयंकर दुखते आहे. रक्तस्राव होतो आहे एवढे मला जाणवले. प्लीज, मला एवढेच ठाऊक आहे. काय घडले ते मला ठाऊक नाही.''

ज्यूडिथ हेनिस गर्दीत घुसून ॲलनच्या पुढे आली. तिच्या चेहऱ्यात आश्चर्यकारक बदल झाला होता. तो चेहरा विकृत दिसत होता. ती ॲलनला म्हणत होती, ''होय, तुला ठाऊक आहे काय घडले ते. नक्कीच ठाऊक आहे,'' ती तावातवाने बोलली. तिचा चेहरा पाहून कोणालाही भीती वाटली असती. तिने आपला एक ओठ

दाताखाली धरला होता. तिच्या तोंडातली लाली अदृश्य झाली होती, डोळ्यांच्या फटी रुंदावल्या होत्या व त्यातून तिचे हिरवे डोळे दिसत होते. चेहऱ्यावरची कातडी मागे ताणली गेली होती. गालाची हाडे त्यामुळे उठून दिसत होती. ती ॲलनला ओरडून म्हणाली, "अरे खोटारड्या! तुला आता स्वत:ला वाचवायचे आहे ना, हो ना? अरे गधड्या, अरे बास्टर्ड, तू माझ्या नवऱ्याला काय केलेस? कुठे आहे तो? तू त्याला कुठे सोडून दिलेस?"

ॲलनने तिच्याकडे घाबरून पाहिले व मग आपले डोके खेदाने हलवत तो म्हणाला, "आय ॲम सॉरी, हेनिस. काय झाले ते मला नक्की समजलेच नाही–"

तिने पुढे होऊन त्याला आपल्या हाताने धरले. आपली नखे त्याच्या दंडात रुतवली आणि त्याला ती गदगदा हलवू लागली. पण असे काही घडेल या कल्पनेने मी तयारीत होतो. गोईन व कॉनरॅडही तयारीत होते. आम्ही तिला मागे ओढले. पण ती एखाद्या चिडलेल्या मांजरासारखी झाली होती, ॲलनवर ओरडत होती. मग एकदम ती सैल पडली. तिचा श्वासोच्छ्वास जोरजोरात चालू झाला व ती हुंदके देऊन रडू लागली होती, हमसाहमशी रडू लागली.

ओटो आपल्या कन्येला समजावू लागला. तो म्हणत होता, "ठीक आहे, ठीक आहे. तो काही–"

पण ती उसळून म्हणाली, "उगाच त्याची बाजू घेऊ नका, यू ओल्ड बास्टर्ड!" ती किंचाळू लागली. तिला आपल्या बापाबद्दल फारसा आदर कधीच वाटत नव्हता. ती चारचौघात आपला अपमान करत ओरडत असल्याने ओटोचा चेहरा पडला होता. त्याला अशा गोष्टीची सवय असावी, असे दिसत होते. पण आत्ताचा प्रकार सर्वदेखत घडत होता म्हणून तो हादरला होता. ती किंचाळत त्याला म्हणाली, "या डुकराने माझ्या नवऱ्याला काय केले हे बाहेर जाऊन का नाही बघत? का नाही बघत?" ती आत्ता आमच्या पकडीतून दूर जाऊ पाहत होती. आम्ही तिला सोडून दिले. मग तिने एक टॉर्च उचलला व ती दरवाजाकडे धावली.

मी ओरडून म्हणालो, "थांबवा तिला!"

हेटर व जंगबेक हे दोघे तसे पहिलवान होते. त्यांनी तिला वाटेतच अडवले. पण ती ओरडू लागली, "जाऊ द्या मला. सोडा, सोडा मला. मला बाहेर जाऊ द्या." पण त्या दोघांनी तिचा मार्ग पूर्णपणे अडवला होता. ते वाटेतून हटले नाहीत. मग ती माझ्याकडे वळून म्हणाली, "तुम्ही कोण मला अडवून धरायला सांगता आहात? मला बाहेर जाऊन नवऱ्याला, मायकेलला, शोधायचे आहे."

यावर मी तिला म्हणालो, "आय ॲम सॉरी, हेनिस! तुम्ही आता कोणालाही बाहेर शोधण्याच्या अवस्थेत नाही. तुम्ही बेभान झाला आहात. बाहेर जाऊन उलट

स्वत:ला पाच मिनिटांत हरवून बसाल. आम्हाला तुमचा मागमूसही लागणार नाही. तुमच्या नवऱ्याला शोधायला आम्ही काही जण आता निघणार आहोत.''

मग तिने झटपट ओटोच्या दिशेने तीन पावले टाकली. तिने आपल्या मुठी आवळून धरल्या होत्या. आपले दात तिने विचकले होते. ओटोला ती म्हणू लागली, ''तुम्ही त्यांना मला मागे खेचू दिलेत? अरे शेळपटा, तुला कोणीही सहज बाजूला सारू शकते?'' ओटो या नवीन भडिमारापुढे आता खचला होता. तो काहीच बोलत नव्हता. ती पुढे त्याला म्हणाली, ''अरे माणसा, मी तुमची ब्लडी मुलगी आहे, हे समजतोस ना तू? तुम्हीच इथले बॉस आहात हे विसरलात काय? येथे कोणी हुकूम सोडायचे असतात? तुम्ही की मार्लो यांनी?''

''अर्थातच तुमचे वडीलच हुकूम देणार,'' गोईन तिला बोलू लागला, ''साहजिकच आहे. पण म्हणून डॉ. मार्लो यांच्याबद्दल उगाच अनादर का दाखवायचा. ते एक डॉक्टर आहेत आणि त्यांच्या क्षेत्रात आपण ढवळाढवळ करणे हा मूर्खपणा ठरेल.''

''म्हणजे? तुम्हाला असे म्हणायचे आहे का की मी एक पेशंट आहे, मी एक मेडिकल केस आहे?'' ती ओरडून म्हणाली. तिच्या चेहऱ्यावरचे सारे रंग उतरून गेले होते. पूर्वीपेक्षा ती अधिक विकृत भासू लागली होती. ती म्हणत होती, ''तुम्हाला असंच सुचवायचं आहे ना? हो की नाही? मी एक मेन्टल केस आहे काय?''

यावर गोईन याने सरळ 'हो' असे उत्तर तिला देऊन तिथून निघून जाणे साहजिक होते. पण सुदैवाने त्याने तसे केले नाही. त्याने आपला तोल राखला होता व तो मुत्सद्देगिरीने म्हणाला होता. पण त्याच बरोबर पूर्वी तो अगदी अशाच प्रसंगातून गेला असावा व त्या वेळी तिने असेच त्याला म्हटले असावे हे यावरून समजून येते होते. तो चटकन पण ठामपणे तिला म्हणाला, ''मी असले काहीही सुचवत नाही. पण तुम्हाला दु:ख झाले आहे हे नक्की. अन् तुम्ही ते जास्त प्रगट करत आहात. शेवटी तुमचा नवरा हरवल्याने तुम्हाला दु:ख होणे साहजिक आहे. पण तरीही तुम्ही स्वत: बाहेर जाऊन नवऱ्याचा शोध घेऊ नये हे डॉ. मार्लो यांचे म्हणणे मला पटते. आम्ही बाहेर जाऊन अगदी लवकर तुमच्या नवऱ्याला परत आणू. फक्त तुम्ही आम्हाला सहकार्य द्या.''

यावर काय करावे ते तिला कळेना. राग व उन्माद यांच्यामध्ये कुठेतरी तिची अवस्था झाली होती व तेथेच ती हेलकावे खात होती. मी ॲलनच्या डोक्याच्या मागच्या जखमेवर टेप चिकटवली आणि त्याला म्हणालो, ''मी परत येईपर्यंत ही टेप काम करेल. मला या जखमेपासचे केस भादरून तिथे टाके घालावे लागतील.'' असे म्हणून मी तेथून निघालो व दारापर्यंत गेलो. तिथे गोईनला म्हणालो, ''तिला ॲलनपासून दूर ठेवा. तसेच मेरी डार्लिंगपासूनही दूर ठेवा.''

त्याने मान डोलवली. पण त्याला मेरी डार्लिंगपासून हेनिसला का दूर ठेवायचे कळेना. मी त्यावर खुलासा केला, "हेनिसच्या यादीवर मेरी डार्लिंग आहे. तेव्हा कधी तिच्याबद्दल राग उफाळून येईल ते सांगता येणार नाही."

मघाच्याप्रमाणेच मी त्या चौघांना आत सोडून बाहेर पडलो. कॉनरॅडने दार लावून टाकले व तो म्हणाला, "जीझस, बिचारीला काय काय सहन करावे लागणार आहे देव जाणे!"

मी त्यावर म्हणालो, "ती थोडीशी अस्वस्थ झाली आहे इतकेच."

"थोडीशी अस्वस्थ? तिला वेड लागत जाणार आहे असे दिसते. त्या स्ट्रायकरला काय झाले असेल याची तुम्हाला काही कल्पना आहे?"

"नाही, बिलकुल नाही?" मी म्हणालो. अंधार असल्याने माझ्या चेहऱ्यावरचे भाव त्याला दिसत नव्हते, ही एक चांगली गोष्ट होती. मी त्याच्याजवळ सरकलो. बाकीच्यांना ऐकू जाणार नाही अशा आवाजात म्हणालो, "आपण सगळे जण भिन्न-भिन्न स्वभावाची माणसे आहोत. तेव्हा कोणाची कोणती विनंती मानायची हे मला नीट ठरवावे लागेल."

"डॉक्टर, तुम्ही मला निराश करत आहात. तुम्ही व मी असे दोघे जण येथल्या नॉर्मल लोकात मोडतो."

"आत्ताच्या मनोविज्ञानानुसार कोणताही विचित्र माणूस हा नॉर्मल असू शकतो. तुम्हाला लोनी याच्या भूतकाळाबद्दल काही ठाऊक आहे का?"

काही क्षण तो गप्प बसला व नंतर म्हणाला, "त्याचा भूतकाळ? नाही. आपल्या प्रत्येकाला भूतकाळ आहे. पण जर तुम्हाला गुन्हेगारीचा भूतकाळ म्हणायचा असेल तर लोनी याला तसला भूतकाळ नाही. त्याचे जर लग्न झालेले असेल किंवा त्याचे कुटुंब असेल तर तेवढीच माहिती मला काढता येईल. बस्स, एवढीच माहिती."

"तुम्ही त्याला तसे सरळ विचारत का नाही?"

"तसे विचारण्यास मी मोकळा असेन, तर मग मी तुम्हाला कशाला विचारीन?" मग थोडे थांबून तो म्हणाला, "तुमचे नाव खरोखरीच मार्लो आहे ना डॉक्टर?"

"होय, मार्लोच आहे. पहिल्यापासून ख्रिस्टोफर मार्लो असेच आहे. हे नाव पासपोर्ट, जन्मतारखेचा दाखला, ड्रायव्हिंग लायसेन्स यावर आहे. एवढे पुरेसे आहे ना?"

"ख्रिस्टोफर मार्लो! एखाद्या नाटकातले हे नाव वाटते."

"शक्य आहे. कारण माझ्या आई-वडिलांना साहित्याची खूप आवड होती. त्यामुळे त्यांनी हे नाव ठेवले असावे."

"हंऽ, हं!" एवढे बोलून तो परत क्षणभर गप्प बसला. "तुमच्या नावासाठी

काय घडले ते आठवते ना? एकाने आपल्या मित्राच्या पाठीत त्याचा ३३वा वाढदिवस होण्याआधीच खंजीर खुपसला.''

''बाकीचे सोपे आहे. माझा ३३वा वाढदिवस हा काळाच्या ओघात मी गमावला आहे.''

''आणि तुम्ही खरोखरीच एक डॉक्टर आहात?''

''होय.''

''आणि तुम्ही आणखीही काही आहात ना?''

''होय.''

''लोनी. त्याची वैवाहिक स्थिती. त्याला मुलेबाळे आहेत की नाही. ठीक आहे, तुम्ही कॉनरॅड यांच्या मतांवर अवलंबून राहू शकता.''

''थँक्स!'' मी म्हणालो. मग आम्ही वेगळे झालो. आम्ही उत्तरेकडे दोन करणांसाठी जात होतो. एक तर वारा आणि बर्फ यामुळे आमच्या मागून पाठीवर येऊ शकत होता. त्यामुळे आम्हाला पुढे सरकणे सोपे जात होते. शिवाय उत्तरेकडूनच ॲलन अडखळत आला होता. नक्की काय घडले ते ॲलनला आठवत नव्हते. पण मला असे वाटत होते की, स्ट्रायकर त्याच दिशेला कुठेतरी सापडेल. अन् शेवटी तसेच सिद्ध झाले.

''इकडे या! इकडे या!'' कोणीतरी ओरडून सांगत होते. हिमवृष्टी चालू असल्याने तो आवाज जरासा दबलेला वाटत होता. तरीही हेन्ड्रिकचा हा आरडाओरडा व त्यातील आणीबाणीची भावना आम्हाला स्पर्शून गेली. तो पुढे ओरडला, ''सापडला, तो मला सापडला.''

हेन्ड्रिक्सला स्ट्रायकर सापडला होता. मायकेल स्ट्रायकर हा जमिनीवर बर्फात पालथा पडला होता. त्याने आपले दोन्ही हात व दोन्ही पाय ताणले होते, अगदी सारखे ताणले होते. त्याने आपल्या दोन्ही मुठी आवळल्या होत्या, अगदी गच्चपणे. त्याच्या डाव्या खांद्याशेजारी एक गुळगुळीत वाटोळा दगड पडला होता. त्याचे वजन ३० ते ३४ किलो तरी सहज असावे. मी खाली वाकून टॉर्चच्या प्रकाशात तो दगड पाहिला. त्याला एक मोठा धोंडाच म्हटले पाहिजे. त्या दगडाला मला काही केस चिकटलेले दिसले. ते रक्ताच्या डागात चिकटलेले होते. हा एक म्हटले तर पुरावा होता. मी स्ट्रायकरच्या डोक्याच्या मागे पाहिले. तिथेच घाव घातलेला होता. त्यामुळे त्याला तत्काळ मृत्यू आलेला होता.

''तो मरण पावला आहे!'' जंगबेक म्हणाला.

''होय, तसेच दिसते आहे,'' मी म्हणालो.

''अन् हा एक खून आहे.''

''होय, तसेही आहे,'' मी म्हणालो. मग कॉनरॅड व जंगबेक यांच्या साहाय्याने

मी स्ट्रायकरला पाठीवर पालथा केला. त्याचा वरचा ओठ नाकापासून फाटला होता. त्याचा एक दात गायब झाला होता. अन् त्याच्या कपाळावर उजव्या कोपऱ्यात वरच्या बाजूला प्रहार केल्याची ती विशिष्ट लालसर खूण उमटली होती.

"बापरे, येथे मोठीच मारामारी झालेली असली पाहिजे," जंगबेक घाईघाईने म्हणाला, "तो ॲलन पोरगा असे काही करेल असे मला वाटले नाही."

"मलाही तसेच वाटते." मी माझे मत दिले.

कॉनरॅड म्हणाला, "पण मी अगदी शपथेवर सांगतो की, ॲलनने जे काही सांगितले ते सारे खरे आहे. त्याला स्मृतिभ्रंशाचा विकार झालेला असताना तो असे काही करेल?"

"जेव्हा तुमच्या डोक्याला मार लागून टेंगूळ येते, तेव्हा काहीही चमत्कारिक घटना घडू शकतात," असे म्हणून मी जमिनीकडे पाहू लागलो. तिथे बर्फामध्ये मृत माणसाच्या भोवती काही पावले उमटलेली होती. फार नव्हती व ती अस्पष्ट होती. सतत हिमवृष्टी होत असल्याने त्या पाऊलखुणा पुसट होत चालल्या होत्या. त्यातून कोणताच सुगावा लागू शकत नव्हता. मग शेवटी मी म्हणालो, "चला, आपल्याला याला परत घेऊन जायचे आहे."

मग आम्ही स्ट्रायकरचा मृतदेह उचलला व तो कॅम्पकडे नेऊ लागलो. वाटेतली जमीन सरळ सपाट नव्हती, चढउताराची व खाचखळग्यांची होती. त्यातून आता हिमकण आमच्या चेहऱ्यावर मारा करू लागले होते. आम्हाला आमची अवघडलेली स्थिती बदलता येणेही कठीण झाले होते. मृत देहाचे हातपाय आता कडक होऊ लागले होते. मेल्यामुळे नव्हे, तर तीव्र गार हवेमुळे तसे होत होते. कल्पनेपेक्षाही अधिक लवकर हे घडत होते. आम्ही कॅम्पपाशी त्याला आणले; पण आत नेले नाही. मुख्य केबिनच्या बाहेर खाली बर्फातच तो देह ठेवला. मग मी हेन्ड्रिक्सला म्हटले, "आत जा आणि गोईनला सांगा की ब्रॅन्डीची बाटली घेऊन बाहेर या. आम्हाला तग धरून राहण्यासाठी त्याची आवश्यकता आहे, असे मी सांगितले आहे. हा निरोप मी दिला आहे असे त्याला सांगा." बाहेरच्या कडाक्याच्या थंडीत जिवंत राहण्यासाठी हाच एकमेव उपाय मला सुचला होता; परंतु ती वेळ चमत्कारिक होती. मी त्याला म्हटले, "गोईनला सांगा की शांतपणे बाहेर ये."

काहीतरी वेगळे घडले आहे हे गोईनने ओळखले. तो अगदी सहजगत्या बाहेर आला व आपल्या मागे त्याने दारही सहजगत्या लावून टाकले. पण तेव्हा त्याने जमिनीवर ठेवलेला स्ट्रायकरचा मृतदेह पाहिला, तेव्हा मात्र त्याचा प्रतिसाद सहजगत्या झालेला नव्हता. अनेकांच्या टॉर्चच्या प्रकाशात त्याने जेव्हा स्ट्रायकरचा पांढराफटक चेहरा पाहिला तेव्हा त्याला धक्का बसला.

"बापरे! जीझस! मरण पावला?"

मी यावर काहीच बोललो नाही. कॉनरॅड व जंगबेक यांच्या साहाय्याने तो मृतदेह नीट वळवून उलथा करून ठेवला. या वेळी मात्र तसे करणे कठीण गेले. गोईनच्या घशातून एक चमत्कारिक आवाज निघाला. बाकी त्याने कसलीच प्रतिक्रिया व्यक्त केली नाही. तो स्तब्ध उभा राहून स्ट्रायकरचे शव पाहत राहिला. स्ट्रायकरच्या चेहऱ्यावर हळूहळू बर्फ जमत चालला होता. तसेच त्याचे कपडेही हळूहळू बर्फामुळे पांढरे दिसत चालले. त्या भयानक जखमेवरही बर्फ साचत चालल्यामुळे तिचे भीषण स्वरूप अदृश्य होत चालले होते. आम्ही सर्व जण नुसते स्तब्ध उभे राहून मृत स्ट्रायकरकडे बघत राहिलो. दक्षिणेकडून येणाऱ्या वाऱ्याचा जोर वाढत चालला आहे हे मला जाणवू लागले. हवेचे तापमान किती असेल ते मला कळेना; पण ते शून्याखाली ३० अंश तरी असावे असा माझा अंदाज होता. मी हुडहुडी भरल्याने थडथडत होतो. पण ते मला नीट समजत नव्हते. बाकीचेही तसेच कुडकुडत आहेत, असे मला दिसले. आमचे उच्छ्वास बाहेर पडल्यावर गोठून जात होते. पण लगेच ते वाऱ्याने हलवले जात होते.

गोईन घोगऱ्या आवाजात म्हणाला, ''आपघात झाला ना? दुसरे काय होणार?''

यावर मी म्हणालो, ''नाही. मला त्याच्या डोक्याशेजारी एक मोठा धोंडा दिसला. तो डोक्यात घालून कवटी फोडली गेली,'' यावर गोईनने पुन्हा एकदा घशातून तोच मघाचा चमत्कारिक आवाज काढला. मग मी पुढे सांगू लागलो, ''आम्हाला तिथे त्याला सोडून देता येईना. आता याला आत नेण्यातही अर्थ नाही. मला वाटते की, आपण हे प्रेत ट्रॅक्टरच्या शेडमध्ये ठेवून देऊ.''

''होय, होय. आपण तिकडेच ठेवून देऊ.'' गोईन म्हणाला. पण आपण काय बोलतो आहोत हे त्याला कळत नव्हते.

मी पुढे म्हणालो, ''अन् ही बातमी त्याच्या बायकोला, हेनिसला कोण सांगणार?''

''काय? काय म्हणालात?'' तो धक्का बसल्यासारखा म्हणाला.

''त्याची बायको. तिला ही बातमी दिली पाहिजे ना,'' डॉक्टर म्हणून हे काम मीच करायला हवे. पण तशी वेळ आलीच नाही. केबिनचे दार एकदम धाडकन आपटले गेले आणि ज्यूडिथ हेनिस ही दाराच्या चौकटीत प्रगट झाली. तिच्या पायाशी तिची दोन कुत्री होती. तिच्या मागे ओटो व काऊंट उभे होते. आतल्या प्रकाशाच्या पार्श्वभूमीवर त्यांच्या आकृत्या दिसत होत्या. ती थोडा वेळ तिथे उभी राहिली. तिचा एक हात दाराच्या चौकटीवर होता. ती स्तब्ध उभी होती व तिच्या चेहऱ्यावर कसलेही भाव नव्हते. मग ती झोपेत चालल्यासारखी पुढे चालत गेली व आपल्या नवऱ्याच्या देहापाशी थांबली. काही क्षण ती सरळ ताठ उभी होती. मग तिने कोड्यात पडल्यासारखे आजूबाजूला पाहिले. नंतर तिने आपले प्रश्नार्थक डोळे

माझ्यावर रोखले; पण क्षणभरच रोखले. नंतर तिचे डोळे एकदम वर गेले, पांढरे झाले आणि ती धाडकन आपल्या नवऱ्याच्या देहावर कोसळली. मी तिला धरण्याच्या आत ती खाली कोसळली.

कॉनरॅड, मी आणि आमच्या मागून गोईन अशा आम्ही तिघांनी तिला उचलून आत नेले व एका कॅम्प-कॉटवर तिला झोपवले. याआधी स्मिथीला त्याच कॅम्प-कॉटवर निजवले होते. तिच्या त्या दोन्ही कॉकर-स्पॅनिएल जातीच्या कुत्र्यांना बळेबळे आम्हाला दूर करावे लागले. तिचा चेहरा संगमरवरासारखा पांढराफटक पडला होता. तिचा श्वासोच्छ्वास उथळ रीतीने चालला होता. मी तिच्या उजव्या डोळ्याची पापणी उचलून पाहिली. पण माझ्या बोटाला कसलाही विरोध जाणवला नाही. एरवी तसे केले असते, तर नकळत त्या माणसाच्या पापणीकडून प्रतिक्षिप्त क्रियेने विरोध होतो. पण तिची ही चक्कर खरीखुरी पापणी नव्हती, हे मला त्या वेळी समजू शकले नाही. ओटो जवळच उभा आहे, याचे भान मला झाले. त्याने आपले डोळे विस्फारले होते. त्याचे तोंड थोडे उघडे पडले होते आणि त्याने आपल्या हातांच्या मुठी वळल्या होत्या.

मग त्याने घोगऱ्या आवाजात विचारले, ''ती ठीक आहे का? ती शुद्धीवर–''

''येईल. नक्की शुद्धीवर येईल,'' मी म्हणालो.

''तिच्या नाकाला स्मेलिंग सॉल्ट लावायचे का?''

''नाही,'' मी म्हणालो. तसे केले तर तिला परत एकदा कटू वास्तवाला सामोरे जावे लागेल.

''आणि मायकेल? माझा जावई? त्याला–''

''तुम्ही पाहिलात ना त्याला? तो मृत झाला आहे, मरण पावला आहे,'' मी थोडासा त्रासून म्हणालो.

''पण कसे? कसे?''

''त्याचा खून केला गेला.'' यावर एक-दोघांनी आपल्या तोंडातून आश्चर्योद्‌गार काढले. आपले श्वास आत ओढले आणि मग तिथे शांतता पसरली. त्या शांततेत कोलमन लॅम्पचा हिस्स आवाज येत होता. उलट त्यामुळे शांततेची जाणीव करून दिली जात होती. मी प्रत्येकाची प्रतिक्रिया चेहऱ्यावर काय उमटली ते पाहण्याचे टाळले. कारण त्यातून मला काहीच बोध झाला नसता. मी फक्त त्या बेशुद्ध पडलेल्या बाईकडे पाहत राहिलो. यावर काय विचार करावा हे मला समजेनासे झाले होते. स्ट्रायकर हा एक दणकट शरीरयष्टीचा, सभ्य वर्तणूक असलेला व जरासा रागीट माणूस होता. पण तोही या बाईला टरकून होता, वचकून होता. केवळ ओटोची कन्या आहे म्हणून तिच्याकडे जी नकळत सत्ता आली होती, त्यामुळे असे झाले असेल काय? आपले सारे जगणे, आपले उत्पन्न हे केवळ आपल्या पत्नीच्या

लहरीवर अवलंबून आहे याची जाणीव त्याला असल्यामुळे तो तिला वचकून होता का? माझ्या मते ती एक कमालीची मत्सरग्रस्त स्त्री होती. तिच्यातला दुष्टपणा एकदम उफाळून येऊन ती वस्तुस्थिती झिडकारून मूर्खपणा करत असे. का तिने कोणत्या तरी माहितीच्या आधारे आपल्या नवऱ्याला ब्लॅकमेल करण्याची धमकी देऊन ठेवली होती. त्यामुळे तो तिच्यासमोर गुडघे टेकून बसे काय? का स्ट्रायकरचे खरोखरच आपल्या बायकोवर मनापासून प्रेम असल्याने तो ती कधीतरी सुधारेल या आशेपोटी तिच्या कलाने घेत होता का? म्हणून तो तिने केलेले अपमान सहन करत होता काय? मला काहीच समजायला मार्ग नव्हता व समजणारही नव्हते. मी आपला सैद्धान्तिक पातळीवर विचार करत होतो. आता स्ट्रायकरशी काहीही संबंध उरला नव्हता. मी फक्त ज्यूडिथ हेनिस हिची नवऱ्याच्या मृत्यूबद्दलची प्रतिक्रिया अशी का झाली यावर विचार करत राहिलो. ती त्याचा तिरस्कार करत होती. तिच्यावर तो अवलंबून जगत होता म्हणून त्याचा तिरस्कार ती करत होती का? त्याची कमजोरीता, अपमान केल्यावर तो मुकाटपणे सहन करायचा याचाही तिला राग यायचा का? त्याने तिच्याबद्दलची भीती एकदा माझ्यासमोर प्रगट केली होती. त्याच्या चेहऱ्यामागचे त्याचे एकलेपण, रितेपण उघड झाले होते. त्याच्याजवळ तरीही काहीतरी आकर्षक असल्याने त्याच वेळी ती त्याच्यावर प्रेमही करत होती. उठसूठ ज्याचा अपमान करता येईल, असा एक हक्काचा माणूस गेल्यामुळे आपण एकटे पडल्याचे तिला दुःख झाले असेल. तिला ठाऊक नसले तरी, तो तिच्या जीवनाचा एक अविभाज्य भाग झाला होता. त्याच्या रूपात तिचे निम्मे अस्तित्व सामावले होते. जेव्हा-जेव्हा तिला त्याच्या मदतीची गरज लागेल, तेव्हा-तेव्हा तो लगेच हजर व्हायचा. तिने त्याला विष जरी प्यायला दिले तरी तो ते पिऊन टाकेल, अशी खातरी तिच्या मनात होती. तिच्या मनाच्या इमारतीची तो एक कोनशिला होता. अन् ती कोनशिला जरी डागाळलेली असली तरी अशा जागी होती की, ती काढून घेतल्यावर ती इमारत ढासळून कोसळेल. स्ट्रायकरच्या मृत्यूने तिला बसलेला जबरदस्त धक्का हा प्रगट झाल्याने तिच्या स्वभावातील बऱ्याच गोष्टी उघड झाल्या होत्या. ती त्याला आपली प्रॉपर्टी म्हणून स्वार्थीपणे वापरीत होती. आता ती प्रॉपर्टी तिने गमावली होती. आता ती खरोखरच दया वाटावी अशी एकटी पडली होती, अगदी पूर्णपणे.

ज्यूडिथ हेनिसने थोडीशी हालचाल केली व आपल्या पापण्या फडफडवत डोळे उघडले. तिची स्मृती परतली आणि तिने आपले अंग शहारले. मी तिला उठून बसवले. मग तिने आजूबाजूला उदासपणे पाहिले.

''तो कुठे आहे?'' तिचे हे शब्द ऐकून माझ्यावर थोडा ताण आला.

''इट्स ऑल राइट. ठीक आहे. आम्ही त्याच्याकडे बघतो आहोत.''

"तो कुठे आहे?" तिने तोच प्रश्न परत विचारला. "तो माझा नवरा आहे नवरा. मला त्याला पाहायचे आहे."

आता गोईन बोलला, "आत्ता त्यांना नाही पाहिले तर बरे पडेल, डॉ. मार्लो त्यांच्याकडे लक्ष देत आहेत. तुम्ही एकदा त्यांना पाहिलेले आहेच. आता आणखी पाहिल्याने त्यातून वेगळे काही निष्पन्न होणार नाही."

"त्याला आत आणा. त्याला आत आणा. मला त्याला पुन्हा पाहायचे आहे," तिच्या या बोलण्यात जीव नव्हता; पण तरीही ती ठासून म्हणत होती.

मी उठून दारापाशी गेलो; पण काऊंट वाटेत आडवा आला. त्याच्या चेहऱ्यावर भीती प्रगट झाली होती. तो म्हणत होता, "तुम्ही असे करू नका. त्याला आत आणू नका. ते दृश्य अत्यंत भीषण आहे. तो भयानक मृत्यू आहे."

"कसे काय हे मी मानू?" माझ्या बोलण्यात थोडासा हिंस्रपणा आला होता. कारण मी आता थकलो होतो. मी पुढे म्हणालो, "मी जर त्याला आत आणले नाही, तर तीच बाहेर जाऊन त्याला पाहील. एक रात्र त्याला बाहेर ठेवण्यात अर्थ नाही."

म्हणून शेवटी आम्ही त्याला आत आणले. आम्ही त्याला मुद्दाम पाठीवर झोपवले. म्हणजे त्याची डोक्याला मागच्या बाजूला झालेली ती विदारक जखम दिसणार नाही. ज्यूडिथ हेनिस आपल्या कॉटवर उठली व सावकाश स्वप्नातल्यासारखी चालत-चालत त्याच्याकडे गेली व मटकन गुडघ्यावर बसली. स्तब्ध राहून तिने त्याचे निरीक्षण केले. मग आपला हात हळुवार पुढे करून तिने त्याच्या चेहऱ्याला स्पर्श केला. तिने त्याचा उजवा हात पकडून आपल्या बाजूला ओढला. कोणीच बोलत नव्हते, की हालचाल करत नव्हते. तसाच डावाही हात तिने आपल्याकडे ओढला. त्या हाताची मूठ अजूनही मिटलेली होती. तिने ती काळजीपूर्वक उघडली.

मुठीत एक ब्राऊन रंगाची छोटी गोलाकार वस्तू होती. तिने ती घेऊन आपल्या तळहातावर ठेवून नीट पाहिली. मग ती गुडघ्यावरच सरळ ताठ झाली आणि गोल फिरत तिने सर्वांना ती वस्तू दाखवली. मग तिने ॲलनकडे रोखून पाहिले. आम्हीही सगळे जण ॲलनकडे पाहू लागलो.

ते एक ब्राऊन रंगाचे कातडी बटण होते. ॲलनच्या कोटाला जी काही उरलेली बटणे राहिली होती, त्या बटणांशी त्याचे साम्य होते.

सतरा

ती शांतता नक्की किती वेळ टिकून राहिली ते मला आता सांगता येत नाही. दिव्यांचे होत असलेले हिस्स आवाज आणि दक्षिणेकडून वाहत येणाऱ्या वाऱ्याचे आवाज हे त्यामुळे खूप मोठे वाटू लागले होते. निदान दहा सेकंद तरी ती शांतता टिकली असली पाहिजे. पण प्रत्यक्षात जास्त काळ सरल्याचा भास आम्हा सर्वांना झाला. तेवढ्या काळात कोणीही जागचे हलले नाही. सारे जण स्तब्ध होते. अगदी डोळ्याची पापणीही हलवत नव्हते. ज्यूडिथ हेनिसच्या हातातील बटणावर ॲलनचे डोळे खिळून राहिले होते. तो आश्चर्याने पाहत होता. 'हे कसे काय झाले?' असे भाव त्याच्या चेहऱ्यावर होते. बाकी प्रत्येकाचे डोळे ॲलनवर खिळले होते. त्या छोट्या कातडी बटणाने आम्हा सर्वांनाच एका जागी पुतळ्यासारखे उभे करून ठेवले होते.

मग ज्यूडिथ हेनिसच प्रथम हलली. ती सावकाश उठली. जणू काही आपले मन व स्नायू यांच्या इच्छेविरुद्ध उठावे लागल्याने तिला महत्प्रयास पडत होते. मग ती उभी राहिली. तिचा चेहरा शांत वाटत होता आणि आपली मन:स्थिती तिने ताळ्यावर आणल्यासारखी वाटत होती. तिची ही प्रतिक्रिया चुकीची व अनपेक्षित असल्याने मी तिच्या मागे उभे असलेल्या कॉनरॅड व स्मिथी यांच्याकडे पाहिले. त्यांनीही माझ्याकडे पाहिले. कॉनरॅडने माझ्याकडून संकेत मिळाल्यासारखे केले. त्याने आपली नजर क्षणभर खाली वळवून परत वर आणली. स्मिथीने आपली नजर ज्यूडिथकडे नेली. जेव्हा ती आपल्या नवऱ्यापासून दूर होऊ लागली तेव्हा ते दोघे सहजगत्या एकमेकांजवळ आले व त्यांनी तिची वाट अडवली.

तिला ॲलनकडे जायचे होते असे दिसले. ज्यूडिथ हेनिस थांबली व त्यांच्याकडे पाहून ती थोडेसे हसली.

"त्याची काही गरज नाही," असे म्हणून तिने आपल्या हातातील बटण ॲलनकडे फेकले. त्याने ते झेलून घेतले आणि तो त्याकडे रोखून पाहू लागला. मग कोड्यात पडून त्याने ज्यूडिथकडे पाहिले. ती किंचित हसून त्याला म्हणाली, "तुम्हाला ते लागेल, हो ना?"

मी मनात हुश्श केले. बाकीचेही सर्व जण आपापल्या खोल्यांकडे जाऊ लागले होते. जे माझ्याजवळ उभे होते त्यांनी आपापले निःश्वास सोडल्याचे मला ऐकू आले. मी ज्यूडिथकडून माझी नजर ॲलनकडे वळवली व ही एक चूक मी केली. कारण मला लवकर हायसे वाटू लागले होते. तिथले ते शांत व दुःखमय वातावरण हे बिलकुल शोधून दिसणारे नव्हते. ते वातावरण केवळ अनपेक्षित धक्का बसल्यामुळे निर्माण झाले होते.

ती आता किंचाळून बोलू लागली, "तूच त्याला ठार मारलेस, तूच ठार मारलेस!" ती जरी ओरडून बोलत असली तरी तिच्या बोलण्यात कुठेही वेडेपणा नव्हता. ती मेरी डार्लिंगवर आरोप करत होती. मेरी डार्लिंग तिथे मागून आली होती व तिच्या मागून आणखी कुणीतरी स्त्री येऊन धडकली होती. हेनिस तिला उद्देशून म्हणत होती, "तू एक कैदाशिण आहेस! तूच ठार केलेस! तूच माझ्या नवऱ्याला मारलेस! तू! तू!" ती हुंदके देत आक्रस्ताळेपणे बोलत होती. तिचे बोलणे ऐकून सर्व जण भयभीत झाले. मेरी डार्लिंगचा चष्मा या धांदलीत पडला होता. ज्यूडिथने आता तिचे केस पकडले व ती तिच्या डोळ्यांवर हल्ला चढवू पाहत होती. स्मिथी व कॉनरॅड पुढे झाले आणि त्यांनी ज्यूडिथला पकडून ठेवले. ते दोघेही तसे बळकट होते; पण ज्यूडिथ त्यांच्याशी झगडा करून निसटू पाहत होती. तिच्या अंगात जणू वारे संचारले होते. पिसाळलेल्या वाघिणीसारखी ती झटापट करू लागली. शेवटी तिला दूर केले गेले; पण तरीही तिच्या हातून मेरीचे केस सुटले नाहीत. शेवटी स्मिथीने तिचे मनगट क्रूरपणे असे पिळले की, वेदना झाल्यामुळे तिने ओरडून केस सोडून दिले. त्यांनी तिला फरफटत दूर नेले तरीही ती किंचाळत राहिली होती. तिला उन्माद आला होता. शिरा ताणून ती किंचाळत राहिली होती; पण नंतर एकदम तिच्या किंचाळ्या थांबल्या. तिचे पाय लटपटले, त्यातले त्राण निघून गेले व ती खाली पडली.

कॉनरॅडने माझ्याकडे पाहिले. "आता अंक दुसरा?" अशा अर्थाने मला विचारले. तो धापा टाकत होता.

"नाही. हे सारे खरे घडले आहे. नाटक नाही. तुम्ही तिला तिच्या खोलीत नेऊन ठेवाल का?" मी मेरीकडे पाहिले. तिला धक्का बसला होता व ती

हुंदके देत रडत होती; परंतु तिला ताबडतोब वैद्यकीय मदत देण्याची गरज नव्हती. झाल्या प्रकारामुळे भांबावलेला ॲलन आपल्या दुखापती विसरला होता. तो मेरीपाशी बसला व त्याने तिला नीट उठवून बसते केले व जवळच्या एका बऱ्या हातरुमालाने तिच्या गालावर ओढलेले ओरखडे तो टिपू लागला. मी माझ्या क्युबिकलमध्ये, छोट्या खोलीत गेलो, एक इंजेक्शन तयार करून ज्यूडिथच्या क्युबिकलमध्ये गेलो. माझ्याबरोबर स्मिथी व कॉनरॅड होते. काही मिनिटांत ओटो, काऊंट व गोईन तिथे आले. ओटोने माझ्या हातातील इंजेक्शनची सीरिंज पाहून माझा हात पकडला.

"हे इंजेक्शन तुम्ही माझ्या मुलीला देणार? तुम्ही काय करत आहात? आता सारे काही मिटले आहे ना? ती आता बेशुद्ध झाली आहे, बघताय ना," ओटो म्हणत होता.

"अन् मी असे पाहतो आहे की, ती तशीच काही काळ राहावी. तासन् तास तशी राहावी. यामुळेच ती ठीक राहील व आपल्यालाही तिच्याकडून त्रास होणार नाही. ठीक आहे, तुमच्या मुलीला एक फार मोठा धक्का बसला आहे. मला त्या धक्क्याशी काहीही मतलब नाही; परंतु तिची शारीरिक अवस्था कशी ठीक राहील एवढे मात्र मला पाहिले पाहिजे. आत्ताची तिची प्रकृती नाजूक झाली आहे. स्थिर नाही व अत्यंत धोकादायक आहे. का तुम्हाला पुन्हा मेरी डार्लिंगला आधी पाहायचे आहे?"

यावर ओटो जरा कचरू लागला. पण नेहमीप्रमाणे शांत असलेला गोईन माझ्या मदतीला आला. तो म्हणाला, "डॉ. मार्लो हे अगदी बरोबर सांगत आहेत. ते ज्यूडिथच्या भल्यासाठी करत आहेत. एवढा मोठा धक्का बसल्यावर एक मोठी विश्रांती तिला मिळायला हवी. तरच तिची प्रकृती ठीक राहील. हे इंजेक्शन तिच्यासाठी अत्यंत उपयोगाचे आहे."

मला मात्र त्या इंजेक्शनची तेवढी खातरी वाटत नव्हती. उलट त्याऐवजी तिला चांगली शिक्षा करून ताळ्यावर आणायला पाहिजे होते; पण मी मानेनेच गोईनच्या म्हणण्याला दुजोरा दिला व ते इंजेक्शन ज्यूडिथला दिले. मग तिला स्लीपिंग बॅगमध्ये घातले, बॅगेची चेन लावली, वरतून काही पांघरुणे घातली. मग तिचे दोन्ही कुत्रे घेऊन मी माझ्या क्युबिकलमध्ये आलो. इंजेक्शन दिलेल्या पेशंटजवळ कुत्री किंवा अन्य प्राणी असू नयेत, असे माझे मत होते.

ॲलनने मेरी डार्लिंगला एका बाकावर बसवले होते व तो अजूनही तिचे गाल रुमालाने टिपत होता. तिचे हुंदके आता थांबले होते. ती थरथरत दीर्घ श्वासोच्छ्वास करत होती. तिच्या गालावर काढलेले ओरखडे फारसे गंभीर नव्हते. ते लवकरच बरे होणार होते. लोनी त्यांच्यापासून काही फूट अंतरावर उभा

होता. तो मेरीकडे दु:खाने पाहत आपले डोके हलवत होता.

तो शांतपणे म्हणाला, ''पुअर लॅसी. बिचारी मेरी. पुअर लिटल गर्ल.''

मी म्हणालो, ''ती ठीक होईल, बरी होईल. मी जर त्या ओरखड्यांवर उपचार केले, तर ओरखड्यांचे व्रण राहणार नाहीत.'' मग मी स्ट्रायकरच्या मृतदेहाकडे पाहिले आणि ठरवले की याला ट्रॅक्टर शेडमध्ये हलवलेच गेले पाहिजे, हे काम प्रथम केले पाहिजे. लोनी आणि ॲलन त्या प्रेताकडे पाहत होते. पण बाकीच्यांच्या नजरा अन्यत्र वळत होत्या. जरी स्ट्रायकरचे शव येथून हलवले तरीही ते इतरांच्या मनातून जाणारे नव्हते. दृष्टीसमोरून जरी ते शव हलले तरी, त्यामुळे कोणाचेही नीतिधैर्य वर येणार नव्हते.

लोनी माझे लक्ष वेधत म्हणाला, ''मी मेरीचा विचार करत नव्हतो, ज्यूडिथचा विचार करत होतो. बिचारी आता एकटी पडली आहे,'' मी त्याच्याकडे पाहून बारकाईने त्याचे निरीक्षण केले. त्याला दोघींची तुलना करणे नीट जमत नव्हते. तो खरोखरीच दु:खी झालेला वाटत होता.

मी त्याला म्हणालो, ''लोनी, तू नेहमी मला आश्चर्यचकित करत आलेला आहेस.'' मग मी तेलावर चालणारा स्टोव्ह पेटवला. त्यावर काही पाणी गरम करायला ठेवले. मग मी स्ट्रायकरकडे वळलो. स्मिथी व कॉनरॅड हे दोघेही माझी वाट पाहत होते. ते गप्प होते. शब्दांनी काही सांगण्याची जरुरी नव्हती. लोनीने आमच्याबरोबर येण्याचे दर्शवले व पुढे जाऊन त्याने दार उघडून ठेवले. त्याच्या हातात एक टॉर्च होता. आम्ही तिघांनी मिळून स्ट्रायकरला ट्रॅक्टर-शेडमध्ये नेऊन ठेवले आणि परत मुख्य केबिनमध्ये आम्ही गेलो. आधी स्मिथी व कॉनरॅड आत शिरले. पण त्यांच्यामागून जायला लोनी जरा कचरत होता. तो वाटेतच असा उभा राहिला की, तो खूप विचारात गढून गेला आहे. बाहेरची हिमवृष्टी आता एक वादळी स्वरूप घेऊ लागली होती.

तो म्हणाला, ''मी थोडा वेळ येथे बाहेरच थांबतो. डोके शांत करायला ताज्या हवेसारखा दुसरा उपाय नाही.''

''खरे आहे,'' मग मी त्याच्या हातून टॉर्च घेऊन त्याचा झोत जवळच्या एका खोलीवर किंवा झोपडीवजा घरावर मारला. मी पुढे म्हणालो, ''तिकडे, डाव्या बाजूला.'' 'ऑलिम्पस प्रॉडक्शन' कंपनीने जी काही सामग्री आणली होती त्यात बऱ्याच गोष्टी कमी होत्या. त्यामध्ये दारूचा साठाही फारच कमी होता. माझा उद्देश त्याला कळला.

त्याने आपला टॉर्च माझ्याकडून परत घेत म्हटले, ''माय डियर फेलो, मी स्वत: त्या सामग्रीवर लक्ष ठेवले होते.''

''मग त्यातले एकही कुलूप उघडता येणार नाही?''

“तसे झाले तरी काय उपयोग आहे? ओटो तशी मला एखादी किल्ली देईलही.”

“ओटो तुम्हाला किल्ली देईल?” मी एक सूचक प्रश्न काळजीपूर्वक विचारला.

“अर्थातच. तुम्ही काय मला एखादा सराईत कुलूप उघडणारा चोर समजलात काय? जो नेहमी किल्ल्यांचा जुडगा बाळगून हिंडत असतो. बोटीवरच्या लाउंजच्या कपाटाच्या किल्ल्याही त्यांनीच मला दिल्या होत्या.”

“ओटोने तुम्हाला दिल्या?” मी आश्चर्य दाखवत म्हणालो.

“अर्थातच!”

“लोनी, त्यासाठी तुम्ही काही ब्लॅकमेलचा प्रकार केला काय?”

“ओटो हे एक अत्यंत दयाळू गृहस्थ आहेत. अन् मला वाटते की मी हे तुम्हाला याआधी सांगितले असावे. हो ना?” लोनी गंभीरतेने म्हणाला.

“ओह, मी ते विसरलोच होतो.” असे बोलून मी त्याला विचारपूर्वक न्याहाळले मग तो खोल बर्फ तुडवत सामानाच्या कोठाराकडे गेला आणि नंतर मी मुख्य केबिनमध्ये शिरलो. आतमध्ये स्ट्रायकर सोडून बहुतेक सारे जण होते. त्या सर्वांचे लक्ष आता ॲलनकडे लागले होते. ॲलनलाही सर्व जण आपल्याला पाहत आहेत याची जाणीव झाली होती. कारण आता त्याने मेरीवरचे हात काढून घेतले होते. तरीही तो तिच्या गालावरचे रक्त टिपत होता. कॉनरॅडवर मेरी स्ट्युअर्टचा थोडासा प्रभाव पडला होता. गेले दोन दिवस शक्य तेव्हा तो तिच्या सहवासात राहण्यासाठी धडपडत होता. तिच्याजवळ बसून तिचे थंडगार पडलेले हात चोळून त्यात उष्णता आणून देत होता. आपले हात गार पडले आहेत, अशी तक्रार तिने त्याच्यापाशी केली असावी. त्याच्याकडून आपले हात चोळून घेण्यात तिला संकोच वाटत असावा. तरीही ती त्याला हरकत घेत नव्हती व लाजून थोडीशी हसत होती. ओटो, गोईन, काऊंट व डिव्हाईन हे खालच्या आवाजात बोलत होते. ते एका स्टोव्हपाशी जमले होते. डिव्हाईन हा त्यांच्या संभाषणात तिथे भाग घेत नव्हता. तो फक्त सर्वांना दारू पुरवण्याचे काम करत होता. ओटोच्या मार्गदर्शनाखाली ग्लास मांडणे, बाटल्या उघडणे वगैरे कामे तो करत होता. माझ्याकडे दृष्टी जाताच ओटोने मला खुणावून बोलावून घेतले.

जवळ गेल्यावर तो मला विचारत होता, “एवढ्या साऱ्या चमत्कारिक प्रसंगातून गेल्यावर पुन्हा आपण सारे ताळ्यावर येण्यासाठी मला वाटले की, आपल्याला दारूची अत्यंत गरज आहे.” ओटो त्याच्या स्वतःच्या साठ्यातील दारू अशी खुशाल उधळून टाकत होता, याचा अर्थ तो स्वतः अंतर्बाह्य चांगलाच हादरून निघाला असणार. तो पुढे म्हणाला, “या पिण्यानंतर आपली डोकी शांत होतील व मग पुढे त्यांच्याबद्दल काय करायचे ते आपल्याला ठरवावे लागेल.”

मी त्याला विचारले, ''म्हणजे कोणाबद्दल?''

''अर्थातच ॲलनबद्दल!''

''अंऽ होय. आय ॲम सॉरी. हे माझ्या लक्षातच आले नाही; पण मग तुम्ही मला तुमच्या पिण्याच्या कार्यक्रमातून वगळाल का?'' मग मी, ॲलन व मेरी डार्लिंग यांच्याकडे पाहून मान हलवली. ते दोघेही आम्हा दोघांकडे भयभीत होऊन पाहत होते. ''होय बुवा. काहीतरी करायला पाहिजे खरे.''

मग मी ''एक्सक्यूज मी'' असे म्हणून स्टोव्हवर ठेवलेल्या भांड्यातील गरम पाणी माझ्या राहण्याच्या क्युबिकलमध्ये नेले. तिथल्या एका तकलादू टेबलावर पांढरे कापड अंथरले. त्यावर ट्रे, वैद्यकीय हत्यारे आणि इतर औषधे वगैरे ठेवली. आता त्यांचा वापर करावा लागेल असे मला वाटले होते, म्हणून मी तसे केले. मग मी कॉनरॅड व मेरी स्ट्युअर्ट जिथे बसले होते तिथे गेलो. बाकीच्या लोकांचे केबिनमध्ये छोटे-छोटे गट झालेले होते. ते सर्व जण आपसात कुजबुजत्या आवाजात बोलत होते. त्यांना काहीतरी खासगीत बोलायचे असावे किंवा नुकत्याच झालेल्या मृत्यूच्या प्रसंगामुळेही ते खालच्या आवाजात बोलत असावेत. कॉनरॅड हा आता जोरजोरात मेरीच्या हाताला चोळत होता. ती त्याला बिलकुल विरोध करत नव्हती.

मी तिथे जाऊन त्यांना म्हटले, ''तुमच्या या प्रथमोपचाराच्या कार्यक्रमात मी व्यत्यय आणतो आहे याबद्दल सॉरी. पण मला तो तरुण पोरगा ॲलन याच्यावर जरासे उपचार करायचे आहेत. म्हणून जर मेरी डिअरने मेरी डार्लिंगकडे जरासे लक्ष दिले तर बरे पडेल.''

''मेरी डिअर?'' कॉनरॅडने आपली भुवई प्रश्नार्थक केली.

''आपल्याकडे दोन मेरी आहेत. त्यांच्यातील वेगळेपण दाखवण्यासाठी मला 'मेरी डिअर' हा शब्दप्रयोग वापरावा लागला. अनेकदा डेकवर आम्ही दोघे रात्री आकाश निरीक्षण करायचो, तेव्हा मी तिला याच शब्दप्रयोगाने संबोधायचो.''यावर ती किंचित हसली; पण ती फक्त तेवढीच तिची प्रतिक्रिया होती.

कॉनरॅडला तो शब्दप्रयोग आवडल्याने तो म्हणाला, ''मेरी डिअर, मला आवडले हे शब्द. मेरी, मी तुला अशा नावाने संबोधू का?''

ती लटक्या गंभीरतेने म्हणाली, ''मला नाही कळत. कदाचित हे नक्कल केल्यासारखे होईल. त्या शब्दप्रयोगाचे कॉपी राइट्स असतील.'' तिने विनोद केला.

मी यावर म्हणालो, ''मग पेटंट लायसेन्सखाली याचा वापर करता येईल. मी ते द्यायला तयार आहे. तुमचे दोघांचे आत्ता काय कारस्थान चालले होते?''

कॉनरॅड म्हणाला, ''बरे झाले विचारलेत. डॉक्टर, आम्हाला तुमचे मत

हवे आहे. ज्या दगडाने स्ट्रायकरला मारले त्या दगडाचे वजन ३५ किलो तरी असावे. तुम्हाला किती वाटते?''

''बरोबर आहे. मलाही तेच वाटते.''

''एवढ्या आकाराचा व अवजड दगड उचलता येईल काय असे मी मेरीला विचारले. निदान तिला तेवढा दगड उचलून आपल्या डोक्याच्या वर नेऊन खाली आपटता येईल का?''

''जर ती ऑलिम्पिक स्पर्धेत भाग घेणारी वेट-लिफ्टर असेल तरच तिला शक्य होईल. पण आता तिला ते शक्य होणार नाही. तेव्हा तुम्ही का काळजी करता?''

''आता तुम्ही तिच्याकडे पाहा. तिच्या अंगावर मास नाही. नुसती कातडी व हाडे दिसत आहेत. तेव्हा आता–''

''हे मी ॲलनला ऐकू देणार नाही.''

''मला काय म्हणायचे आहे ते तुमच्या लक्षात आले असेलच. ज्यूडिथ हेनिस मेरीला 'खुनी' असे म्हणाली. ठीक आहे. ती तिथे नुसती येऊन ऐकत होती; पण मला कळत नाही की कसे काय–''

''मला वाटते की ज्यूडिथच्या मनात काही वेगळे असावे,''एवढे बोलून मी येथून निघालो. नंतर मी ॲलनला खूण करून बोलावले. तिथेच स्मिथी बसला होता. त्याच्याकडे वळून मी म्हणालो, ''मला आता शस्त्रक्रियेसाठी एक मदतनीस हवा आहे, तुम्हाला जमेल का ते काम?''

''नक्की.'' तो उठून उभे राहत म्हणाला, ''त्यामुळे निदान माझ्या डोक्यातून कॅ. इम्री व तो माझ्याबद्दल लिहीत असलेला अहवाल हा विषय तरी तात्पुरता थांबेल.''

ॲलनच्या चेहऱ्यावर मार लागला होता. पण त्याबद्दल मी फार काही करू शकलो नाही. त्याचा चेहरा नैसर्गिकरीत्या बरा होणार होता. म्हणून मी त्याच्या डोक्याला मागे झालेल्या जखमेकडे लक्ष दिले. मी त्या जखमेभोवतालचे केस रेझरने काढून टाकले आणि माझा चेहरा मी एकदम स्मिथीकडे केला. त्याला ती जखम पाहू द्यायची होती. ती जखम पाहिल्यावर त्याचे डोळे थोडेसे विस्फारले; पण तो काहीच बोलला नाही. मी त्या जखमेवर आठ टाके घातले व शेवटी वर मलमपट्टी बांधली. हे सगळे होईपर्यंत मी ॲलनशी एक चकार शब्द बोललो नाही. ॲलन मात्र मी काही बोलेन याची अपेक्षा करणारा असावा.

सगळे झाल्यावर तो म्हणाला, ''डॉ. मार्लो, तुम्हाला मला काहीच विचारायचे नाही का?''

''चांगला व सराईत माणूस आपले काम चालू असताना कधीच बोलत नाही.''

"बाकीचे माझ्याबद्दल काय बोलतात त्यावर तुम्ही विचार केला असेलच ना?"

"बाकीचे काय बोलतात ते मला ठाऊक नाही. आता तुम्ही जर तुमचे केस नीट विंचरून भांग पाडलात तर कोणालाही तुमच्या डोक्याला जखम झाली आहे हे समजणारही नाही."

"थँक यू." असे म्हणून तो वळला व माझ्याकडे सरळ पाहू लागला. मग थोडेसे कचरत त्याने विचारले, "माझे डोके आता ठीक दिसते ना?"

"होय, निदान एका डॉक्टरला तरी."

"तुम्हाला काय वाटते. मी स्ट्रायकरवर हल्ला केला असे नाही ना वाटत?"

"माझ्या वाटण्याचा प्रश्नच उठत नाही. ही गोष्ट शोधून ठाऊक करून घ्यायची आहे. असे पाहा, आजचा तुमचा दिवस काही चांगला गेला नाही. वाटते त्यापेक्षा तुम्ही जास्त हादरून गेला आहात. अन् जेव्हा त्या औषधाचा प्रभाव ओसरेल तेव्हा तुमची जखम दुखायला लागेल. तुमचे क्युबिकल हे माझ्या क्युबिकलशेजारीच आहे; हे लक्षात असू द्या."

"होय, पण–"

"जा आता आणि दोन तास झोपून राहा."

"हो, पण–"

"मेरीबरोबरचे माझे काम संपले की, मी तिला तुमच्याकडे पाठवून देईन."

तो यावर काहीतरी बोलणार होता. पण आपले डोके हलवून निघून गेला. स्मिथी म्हणाला, "हे चमत्कारिक आहे. मी त्याच्या डोक्याच्या मागच्या बाजूला झालेल्या जखमेबद्दल बोलतो आहे. त्याला तिथे जबरदस्त तडाखा बसलेला असणार."

"नशीब की त्यामुळे त्याची कवटी फुटली नाही. शिवाय त्याला कन्कशनही झाले नाही हे त्याचे आणखी एक सुदैव म्हटले पाहिजे."

"हंऽऽ!" स्मिथी क्षणभर विचार करून पुढे म्हणाला, "असे पाहा, मी काही डॉक्टर नाही आणि मला अचूक शब्दप्रयोग करता येत नाहीत. पण यामुळे काहीतरी वेगळीच गुंतागुंत या प्रकरणात निर्माण होते आहे का?"

"मी एक डॉक्टर आहे. अन् तुम्ही म्हणता तसे मला दिसते आहे खरे."

यावर त्याने आणखी काही विचार केला व तो म्हणाला, "विशेषत: तुम्ही स्ट्रायकरला अगदी जवळून पाहिले असल्याने मी विचारतो आहे."

"होय." मी एवढेच त्यावर म्हणालो.

मग मी मेरी डार्लिंगला बोलावून घेतले. ती पांढरी पडली होती, अजूनही तिला भीती वाटत होती आणि हरवल्यावर लहान मुलांच्या चेहऱ्यावर जसे भाव

असतात तसे तिच्या चेहऱ्यावर दिसत होते; पण तिने स्वतःवर बरेच नियंत्रण मिळवले होते. तिने स्मिथीकडे पाहिले व काहीतरी बोलण्यासाठी आपले तोंड उघडले. मग ती जराशी कचरली व तिने आपले मन बदलले. मला जे उपचार तिच्यावर करायचे होते ते तिने करू दिले. मी तिच्या गालावरचे ओरखडे जंतुनाशक द्रवाने स्वच्छ केले व त्यावर काळजीपूर्वक एक टेप चिकटवली. मी तिला म्हणालो, "जरा थोडेसे तिथे खाजल्यासारखे वाटेल. पण कृपा करून खाजवू नका. खाजवण्याचा मोह टाळा. नाहीतरी पट्टी निघून येईल. तसे झाले तर तिथे कायमचा व्रण उमटेल."

"थँक यू डॉक्टर. मी तसेच करेन. आता मी तुमच्याशी थोडेसे बोलू का? प्लीज."

"अर्थातच, बोला की." यावर तिने स्मिथीकडे पाहिले. म्हणून मी म्हणालो, "तुम्ही बेलाशक बोला. आपल्या तिघांच्या बाहेर येथले बोलणे जाणार नाही याचे मी तुम्हाला वचन देतो."

"होय, तुम्ही तसे कराल; पण–"

"मिस्टर ओटो गेरान हे बाहेर स्कॉच व्हिस्की सर्वांना मुक्तपणे वाटत आहेत," स्मिथी म्हणाला व तो तिथून दाराकडे जाऊ लागला. "ही असली संधी क्वचितच मिळत असते," स्मिथी बाहेर पडायच्या आतच तिने माझ्या कोटाची कॉलर धरली. स्मिथी आपल्या मागे दार लावून निघून गेला. तिच्या चेहऱ्यावर काळजी दिसत होती व तिच्या डोळ्यांत खूप दुःख भरले होते. त्यावरून मला कळले की, स्मिथी येथे असताना तिला आपल्या भावना काबूत ठेवण्यासाठी किती कष्ट पडले असावेत.

"डॉ. मार्लो, ते काम ॲलनने बिलकुल केले नाही. खरोखरच त्याने केले नाही. मला ठाऊक आहे. तो असे करूच शकणार नाही. मी हे शपथेवर सांगते. या सर्व प्रकारात व त्याच्यावर आलेल्या बालंटाने तो अक्षरशः हादरून गेला आहे. आज सकाळीच त्याची मारामारी झाली होती आणि आता ही दुसरी मारामारी. अन् ते बटण– स्ट्रायकरच्या हातातील ते बटण, म्हणजे आता कळसच झाला. मी त्याला याबद्दल विचारले असताना तो म्हणाला की, त्याने कोणाचाही खून केला नाही. ॲलन कधीही खोटे बोलत नाही, निदान माझ्याशी तरी तो खोटे बोलत नाही. तो कोणालाही दुखावणारा माणूस नाही. त्यातून एखाद्याला ठार करणे तर दूरच राहिले. त्याने काहीही केले नाही. अन् मीही तो खून केला नाही." तिने आपल्या मुठी घट्ट आवळल्या होत्या. तिच्या डोळ्यांतून अश्रू वाहायला सुरुवात झाली होती. ते अश्रू गालांवरून खाली ओघळत होते. तिच्या आजवरच्या आयुष्याच्या छोट्या कालखंडात तिला असला भयानक अनुभव कधीही आला

नव्हता. हे सारे तिला अनपेक्षित व धक्कादायक होते. तिने खेदाने आपले डोके हलवले व म्हटले, "मी तसले काही केले नाही. का मला ती 'खुनी' असे म्हणाली! सर्वांसमोर ती मला असे म्हणाली, 'खुनी' म्हणाली. डॉ. मार्लो मी कोणाचाही खून करू शकणार नाही. मी—"

"मेरी," मी तिच्या ओठांवर माझे बोट ठेवून तिला गप्प केले व म्हटले, "तू कधी एखादी माशीसुद्धा मारू शकणार नाहीस. मारलीस तर तुला नंतर दुःख होत राहील. जर एखादी किळसवाणी माशी तुला व ॲलनला दिसलीच तर तुम्ही दोघेही तिला न मारता दूर कराल. मी अगदी पैजेवर सांगतो."

तिने माझ्याकडे रोखून पाहत म्हटले, "डॉ. मार्लो, तुम्हाला असे म्हणायचे आहे का—"

"तू एक वेडी पोरगी आहेस. तुम्ही दोघेही मिळून एक छान जोडी जमली आहे. स्ट्रायकरच्या मृत्यूशी तुम्हा दोघांचाही काहीही संबंध नाही. मला *ठाऊक आहे ते.*"

मग एक श्वास घेऊन ती म्हणाली, "तुम्ही खरोखरीच एक दयाळू माणूस आहात. डॉ. मार्लो, तुम्ही आम्हाला मदत करू—"

"प्लीज, हे बोलू नकोस. मी जे म्हटले ते मी सिद्ध करून दाखवू शकतो."

"सिद्ध करून दाखवू शकता? सिद्ध करून दाखवू शकता?" तिच्या निस्तेज डोळ्यांत आशा दिसू लागल्या. माझ्यावर किती विश्वास टाकावा हे तिला कळत नव्हते. पण नंतर लगेच तसा विश्वास न टाकण्याचे तिने ठरवले. कारण आपले डोके हलवत ती मंदपणे म्हणाली, "ती म्हणते की, मीच त्याला ठार मारले."

"ज्यूडिथ हेनिस ही काय वाटेल ते बडबडते आहे." मी म्हणालो, "ती आता चुकीचेच बोलत आहे. तिला असे म्हणायचे आहे की, तिच्या नवऱ्याच्या मृत्यूमध्ये तुझा हात आहे. अन् तसे प्रत्यक्षात अजिबात नाही."

"माझा हात? मी तो खून घडवून आणण्यास मदत केली?"

"होय," असे म्हणून मी तिचे माझ्या कोटाच्या कॉलरवरील हात हळूच दूर केले. मी तिच्याकडे वात्सल्याने पाहत म्हणालो, "मेरी डार्लिंग, सांग बरे मला, की तू कधी स्ट्रायकरबरोबर चांदण्यात फिरली होतीस का?"

"मी? मी कधी—"

"मेरी?" मी जरा दरडावून बोललो.

"होय," शेवटी ती मोठ्या कष्टाने म्हणाली, "म्हणजे नाही, नाही, असे मी काहीही केले नव्हते."

मी म्हणालो, "आता सारे स्पष्ट झाले. हे असे जमून येते बघ. तू कधी हेनिसशी बोलताना तू स्ट्रायकरबरोबर फिरलीस असे काही सूचक शब्दात बोलली

होतीस का? किंवा तिला तसा संशय येईल असे कधी बोलली होतीस?''

''होय. नाही, नाही. म्हणजे तो तसे बोलला,'' ती म्हणाली. मी थोडासा गोंधळलो. पण तसे न दाखवता तिच्याकडे उत्साहाने पाहिले. ''त्याने मला एकदा केबिनमध्ये बोलावले होते. आपण विक बंदर सोडल्यानंतरची ही गोष्ट आहे. त्या वेळी तो केबिनमध्ये एकटाच होता. एका फिल्मवर चर्चा करायची आहे, असे त्याने मला सांगितले होते.''

''वाटलेच मला ते.''

मी काय बोललो ते तिला समजले नाही. ती पुढे सांगत गेली, ''पण त्याला फिल्मबद्दल बोलायचे नव्हते. डॉ. मार्लो, प्लीज माझ्यावर विश्वास ठेवा.''

''होय, माझा तुझ्या सांगण्यावर विश्वास आहे.''

''मी आत गेल्यावर त्याने दार लावून घेतले आणि मला धरले आणि नंतर–''

''यापुढचा तपशील मला सांगू नकोस. मीच सांगतो पुढे काय झाले असेल ते. जेव्हा खलनायक हा नायिकेशी नको ते चाळे करू लागतो, तेव्हा बाहेर कोण्या बाईच्या पावलांचे आवाज येऊ लागतात. मग खलनायक तत्काळ अशी पोझ घेतो, पवित्रा घेतो की, नायिकाच त्याच्यावर जबरदस्ती करत आहे. अन् जेव्हा दार उघडले जाते तेव्हा बाहेरून आलेल्या स्त्रीला हे दिसते. ती स्त्री त्या खलनायकाची अर्थातच पत्नी असते. मग तो खलनायक ओरडून म्हणू लागतो, 'अगं पोरी, स्वत:वर जरातरी नियंत्रण ठेव. हे असे कधीही होता कामा नये,' असलेच काहीतरी तो बोलतो.''

''होय, असेच ते सारे घडले.'' ती आता पूर्वीपेक्षा अधिक त्रस्त दिसू लागली. मग आपले डोळे विस्फारत ती म्हणाली, ''पण तुम्हाला कसे हे सारे ठाऊक आहे?''

''याचे कारण स्ट्रायकर हा एक अत्यंत निगरगट्ट माणूस होता. त्यानंतर काय झाले असेल ती दृश्ये अत्यंत वेदनामय असतील,'' मी माझा अंदाज सांगितला.

''होय तशी दोन प्रसंगांची दृश्ये आहेत. नंतरच्या रात्री वरच्या डेकवर ते घडले. स्ट्रायकरने माझ्याशी अतिप्रसंग केला. मग ज्यूडिथ मला म्हणाली की, ती ही गोष्ट तिच्या बापाच्या, म्हणजे ओटोच्या कानावर घालणार आहे. यावरून मी जर काही आणखी हे प्रकरण स्ट्रायकरच्या विरुद्ध पुढे नेणार असेन, तर ओटो मला त्याच्या कंपनीतून काढून टाकेल. ओटोने असे मला थेट सांगितले नाही. पण तिच्या बोलण्यात तसे आले. शेवटी ओटो डायरेक्टर आहेत ना. नंतर माझी ॲलनशी दोस्ती झाली. ते पाहून ओटो म्हणाले की, आता मी

त्या दोघांनाही वेळ पडली तर काढून टाकेन. एवढेच नव्हे तर कोणत्याही फिल्म कंपनीत आम्हाला काम मिळणार नाही असे पाहीन. यावर ॲलन मला असे म्हणाला की, आपण जर काहीच केलेले नाही तर उगाच अशी शिक्षा आपल्याला का द्यावी? म्हणून–''

''म्हणून ॲलनने जेव्हा सकाळी त्याला त्याची चूक दाखवायचा प्रयत्न केला तेव्हा ॲलनलाच मारण्यात आले. तेव्हा तू आता काळजी करू नकोस. तुझा जखमी झालेला सखा बाहेर तुझी वाट पाहत आहे, मेरी.'' एवढे बोलून मी हसलो आणि तिच्या सुजलेल्या गालाला हलकासा स्पर्श केला. ''प्रेमी जनांचे स्वप्न या जखमांच्या रूपाने दिसते आहे, असे आता समज. तुझे ॲलनवर प्रेम आहे, हो ना मेरी?''

''अर्थातच, डॉ. मार्लो!'' ती गंभीरपणे म्हणाली.

''झकास, उत्तम, छान!''

यावर ती हसली, अत्यंत समाधानाने हसली. ती कधी बाहेर पडते आहे याची स्मिथी वाट पाहत होता. ती गेल्यावर तो ताबडतोब आत आला. मग मी त्याला काय घडले ते सांगितले.

''हे असेच असले पाहिजे,'' स्मिथी म्हणाला. ''जेव्हा तुमच्या समोर सत्य टांगून ठेवले जाते, तेव्हा ते अगदी उघड झालेले असते अन् तरीही तुमच्यावर तडाखे मारले जातात. आता काय?''

''आता मी तीन गोष्टींचा विचार करतो आहे. पहिली गोष्ट म्हणजे या दोन प्रेमिकांवरचा संशय काढून टाकणे. पण आत्ताच्या अवस्थेत ते महत्त्वाचे नाही. पण ती प्रेमी माणसे अत्यंत संवेदनशील आहेत. त्यांना बाकीच्यांशी खुलेपणे संवाद करण्याइतपत तरी त्यांच्या विरुद्धचे वातावरण निवळले गेले पाहिजे. दुसरी गोष्ट अशी की, पुढचे बावीस दिवस मला या जागी अडकून पडण्याची अजिबात इच्छा नाही. कोणी सांगावे कदाचित मी अज्ञान मंडळींवर दबाव आणून त्यातून काहीतरी कृती, घटना घडतील.''

''जे-जे काही आत्तापर्यंत घडले तेवढे आता पुरे झाले,'' स्मिथी म्हणाला.

''तुमच्या म्हणण्यात तथ्य आहे. तिसरी गोष्ट अशी की मी लोकांचे आयुष्य सुसह्य करू शकतो. जर येथे सर्व जणच एकमेकांकडे संशयाने पाहू लागले तर इथे कामे करणे अवघड होऊन बसेल. मग ज्यांना काहीही झळ लागली नाही अशी मंडळी हळूहळू नकळत आपल्याला चिकटून बसतील. आपल्याला ते कधी घडेल ते कळणारही नाही.''

''तुम्ही एका संवेदनशील नर्व्हला स्पर्श केला आहे. तेव्हा तुमच्या योजनांची कार्यवाही आता ताबडतोब करायला लागा. मग आता जमलेल्या लोकांबरोबर

थोडा वेळ गप्पा मारायच्या?'' स्मिथीने विचारले.

''पण त्यापेक्षा ॲलन व मेरीबरोबर जर दोन तास झोपण्यापूर्वी गप्पा केल्या तर? पाहा हे जमते आहे का?''

स्मिथी निघून गेला व मी बाहेरच्या मधल्या मोकळ्या जागेत गेलो. गोईन, ओटो, काऊंट यांनी आपापल्या हातात स्कॉच व्हिस्कीने भरलेले ग्लास धरले होते. सर्वांच्याच हातात तसे ग्लास होते. ओटोने मला खूण करून जवळ बोलावले.

''एक मिनिट?'' असे म्हणून मी बाहेर गेलो. बाहेर जाऊन मी जरासा खोकलो, घसा साफ केला, बाहेरची ताजी हवा फुप्फुसात भरून घेतली. अन् मग तिथून मी बर्फात चालत-चालत सामान ठेवलेल्या कोठीघराकडे गेलो. तिथे एका पॅकिंग केसवरती, खोक्यावर लोनी बसला होता. त्याच्या हातात एक ग्लास होता व त्यातील तपकिरी रंगाच्या द्रवावर टॉर्चचा प्रकाश टाकून तो निरखून पाहत होता.

''हा!'' तो म्हणाला, ''हे आपले कुठेही बरोबर येणारे मोबाईल शामक पेय. ही असली उत्कृष्ट वाइन जर माणसाने प्यायली–''

''वाइन?'' मी विचारले.

''तो आपला एक बोलण्याचा प्रकार आहे हो. ही असली उत्कृष्ट स्कॉच व्हिस्की जेव्हा एखादा पितो, तेव्हा त्याला निम्मा आनंद नुसता हा भरलेला ग्लास पाहण्याने होतो. असले पिणे हे अंधारात कधी तुम्ही अनुभवले आहे? फार मजा येते. ही मजा त्या चार भिंतीमधल्या मेजवानीत येत नाही. बराच वेळ आधी करून ठेवलेले मिळमिळीत व शिळे अन्न तिथे असते. त्या ऐवजी येथे पाहा. शांतता, रात्र, अज्ञात भाग. जर कोणी बेअर आयलन्डवर बार उघडला तर किती मजा येईल!''

मी यावर म्हणालो, ''लोनी, येथेच आत्ता आतमध्ये ओटो सर्वांना ती अप्रतिम वाइन वाटत आहे. त्यासाठी त्याने मोठमोठे काचेचे ग्लास वापरले आहेत.''

''मी आता येथून निघणारच होतो,'' मग लोनीने आपले डोके मागे करून ग्लासातील मद्य घटाघट पिऊन टाकले. ''मला कोणी माणूसघाणा म्हटलेले आवडत नाही. चला, जाऊ या आत.''

या चमत्कारिक माणसाला घेऊन मी आतल्या मुख्य केबिनमध्ये गेलो. तिथे जमलेली माणसे मी मोजली. मी धरून आम्ही सर्व जण एकूण २१ जण होतो. बावीसावी व्यक्ती ही अर्थातच ज्यूडिथ हेनिस आपल्या क्युबिकलमध्ये गुंगीत पडलेली होती. अजून काही तास तिला जाग येणार नव्हती. ओटोने मला दुसऱ्यांदा खूण करून जवळ बोलावले. मी त्याच्याजवळ गेलो.

''आम्ही आता एक मंडळ स्थापन केले आहे. तुम्ही त्याला युद्धमंडळ किंवा

'कौन्सिल ऑफ वॉर' म्हणू शकाल.'' ओटो काहीतरी महत्त्वाचे सांगत होता. ''तर आम्ही सर्व जण एका निष्कर्षाप्रत येऊन पोहोचलो आहोत आणि त्याबद्दल आम्हाला तुमचे मत हवे आहे.''

''माझे मत? कशाबद्दल? अन् मी तर तुमचा नुसता एक कर्मचारी आहे. तुम्ही तिघे व ज्यूडिथ सोडून जसे इतर कर्मचारी आहेत तसाच एक मी आहे.''

यावर काऊंट उदारपणे म्हणाला, ''असे धरून चाला की, आम्ही तुम्हाला आमच्या मंडळावर एक संचालक या नावाखाली सामावून घेतले आहे. कोऑप्ट केले आहे. अर्थातच, तात्पुरते आणि विनावेतन.''

''तेव्हा तुमचे मत आम्हाला मोलाचे वाटते आहे,'' गोईन स्पष्टपणे म्हणाला.

''मत? कशाबद्दल माझे मत?''

''आम्ही ॲलनच्या संदर्भात काही बंदोबस्त करण्याची तजवीज करणार आहोत त्याबद्दल,'' ओटो म्हणाला. ''कायद्यानुसार आरोप सिद्ध होत नाही, तोपर्यंत कोणीही माणूस हा निर्दोष समजला जातो. आम्हाला अमानवी असे काहीही करायचे नाही; परंतु आम्हाला आमच्या जिवाच्या रक्षणासाठी–''

मी यावर म्हणालो, ''मला त्याबद्दल तुमच्याशी बोलायचे आहे. आपल्या सुरक्षिततेसाठी काय करावे याबद्दल. त्याबद्दल मला प्रत्येकाला काहीतरी सांगायचे आहे. आत्ता तरी हाच हेतू माझ्या मनात असल्याने मी त्यावर बोलणार आहे.''

''तुम्ही त्यासाठी काय करायचे ठरवले आहे?'' ओटोने आपल्या भुवया चमत्कारिक रीतीने उडवत म्हटले. जेव्हा तो एखादी गोष्ट मनावर घेतो तेव्हा नेहमीच त्याच्या भुवया अशा होतात.

मी म्हणालो, ''मी सर्वांना एक भाषण देणार आहे. ते भाषण छोटंसं असल्याने थोडा वेळच चालेल.''

यावर ओटो थोडासा उसळून म्हणाला, ''मी त्यासाठी परवानगी देणार नाही. निदान तुम्ही काय बोलणार आहात त्याची कल्पना जोपर्यंत मला देत नाही तोपर्यंत तरी. ती कल्पना आम्हाला आल्यावर तुम्हाला परवानगी द्यायची की नाही ते आम्ही ठरवू.''

''तुमच्या परवानगीचा येथे कसलाच संबंध येत नाही,'' मी तुटकपणे म्हणालो. ''जेव्हा मी जीवन-मरणाच्या प्रश्नाबद्दल बोलतो तेव्हा मला कोणाच्याही परवानगीची गरज लागत नाही. कळले?''

''मग मी तुम्हाला अजिबात परवानगी देणार नाही. त्यातून तुम्ही मला बेधडक काहीतरी बजावता आहात याची मी दखल घेतली आहे.'' जेव्हा नाजूक व गंभीर बाबींबाबत लोक हलक्या आवाजात आपापसात चर्चा करतात, तेव्हा सर्वांना उद्देशून सांगण्याची गरज निर्माण होते. ओटो हे विसरत होता. त्यातून

केबिनमध्ये जमलेल्या सर्वांचे लक्ष आमच्या बोलण्याकडे लागले होते. ओटो मला मोठ्याने म्हणाला, ''तुम्ही माझे एक नोकर आहात, कर्मचारी आहात, हे विसरू नका.''

''असे? मग एका कर्तव्यदक्ष कर्मचाऱ्यांचे शेवटचे कर्तव्य मी आता करतो.'' असे म्हणून माझ्या ग्लासमध्ये ओटोची स्कॉच व्हिस्की मी ओतून घेतली. बाकीच्यांसारखे माझे पिणे अजून सुरू व्हायचे होते. ते मद्य पिण्यात कसलाही धोका नाही याची मला खातरी होती. मी माझा ग्लास उंचावत म्हणालो, ''हेल्थ टू वन अ‍ॅन्ड ऑल! आपल्या सर्वांच्या आरोग्यासाठी माझ्या शुभेच्छा! मी हे सहजगत्या बोलतो आहे किंवा केवळ प्रथा म्हणून बोलतो आहे असे नव्हे.'' मी सर्वांना उद्देशून बोलू लागलो होतो. केबिनमध्ये शांतता पसरली. सर्व जण माझ्याकडे कान देऊन ऐकू लागले. ''आपल्याला अशा शुभेच्छांची अत्यंत गरज आहे, निदान हे बेट सोडेपर्यंत तरी. येथे असताना कोणावरही कसलाही घाला पडू नये, त्याच्या किंवा तिच्या जिवावर हल्ला होऊ नये. मिस्टर ओटो गेरान, तुमचा मी नोकर असल्याने तुम्ही माझ्या नोकरीचा राजीनामा वाटल्यास आत्ता या क्षणापासून स्वीकारू शकता. मूर्खांसाठी काम करायला मला आवडत नाही. त्याहीपेक्षा अधिक महत्त्वाचे म्हणजे जी माणसे मूर्ख आहेत व परिस्थितीकडे न बघता आपल्या डोळ्यांवर कातडे ओढून घेतात, त्यांच्यासाठी मी कशाला काम करू?''

माझी ही वाक्ये ऐकताच ओटो गप्प बसला. तो रागाने लाल झाला. त्याचा श्वास जोरजोरात चालू झाला. मी काऊंटकडे पाहिले. त्याच्या चेहऱ्यावर अंदाज घेतल्याचे भाव होते. तर गोईनचा चेहरा निर्विकार होता. मी केबिनमधील सर्वांकडे माझी नजर फिरवली.

मी सांगू लागलो, ''मला सांगायला जड जाते आहे की आपल्या या मोहिमेला, सहलीला किंवा कामाला पहिल्यापासून नाट लागत गेलेला आहे, नशिबाची साथ मिळाली नाही. आपल्यावर सारख्या एकामागून एकेक अशा शोकांतिका व चमत्कारिक घटना कोसळत आल्या. सुरुवातीला अ‍ॅन्टोनिओचा मृत्यू घडला. कदाचित त्याचा मृत्यू केवळ अपघाताने घडला असेल किंवा कदाचित त्याचा योजनापूर्वक खून केला गेला असेल किंवा चुकून दुसऱ्याऐवजी त्याची हत्या झाली असेल. तसेच बोटीवरच्या मोक्झेन व स्कॉट या दोन कर्मचाऱ्यांचाही बळी घेतला गेला असावा. असेच प्रयत्न मिस्टर ओटो गेरान, मिस्टर स्मिथ, ओक्ले आणि तरुण सेसिल यांच्या बाबतीतही झाले होते. मी याबद्दल खातरीपूर्वक सांगतो की, जर यांच्याजवळ मी सुदैवाने त्या वेळी नसतो, तर त्यांच्यापैकी निदान तिघे जण तरी बळी पडले असते. कदाचित या घटना तुम्हाला साध्या

सोप्या वाटत असतील व त्याबद्दल मी एवढा का गंभीर होतो आहे, असा प्रश्न पडला असेल. एक जबरदस्त जीवघेणी विषबाधा ही एक सरळ घटना नाही, असे माझे काही कारणांवरून मत झाले आहे. पण दुर्दैवाने मी तसे सिद्ध करू शकत नाही. ॲकोनाईट किंवा बचनाग हे अन्य भाज्यांपासून वेगळे ओळखू येत नाही. हे विषारी बचनाग आपल्या संध्याकाळच्या जेवणात विशिष्ट वेळी मिसळण्यात आले होते. ज्यांनी ते खाल्ले त्यांना त्याची बाधा झाली.''

माझ्या बोलण्याकडे सर्वांचे लक्ष आहे की नाही मी एक वरवर नजर टाकून पाहणी केली. सर्व जण माझे बोलणे ऐकून इतके सुन्न झाले होते की, एकमेकांकडे पाहण्याचे टाळत होते. ओटोने खैरात केलेल्या मद्याचे औदार्य सारे जण विसरले होते. सर्व जणांच्या नजरा फक्त माझ्याकडे लागल्या होत्या, मी काय म्हणतो आहे त्याकडे त्यांचे कान लागले होते. आपल्या भाषणामुळे अशी परिस्थिती निर्माण झाली, तर एखाद्या विद्यापीठातील प्राध्यापकाला हर्ष झाला असता व हे स्वप्न वाटले असते.

मी पुढे सांगत गेलो, ''त्यानंतर मग हॅलिडे गूढपणे गायब झाले. त्यांच्या देहाचे जर शवच्छेदन झाले तर, त्यांच्या मृत्यूचे कारण नक्की समजेल अशी माझी खातरी आहे. पण दुर्दैवाने हॅलिडेचा देह हा 'बेरेन्टस सी' या समुद्राच्या तळाशी आता पहुडला आहे. याबद्दलही मला कसलीच शंका नाही. माझा तर्क असा आहे की, हॅलिडे कोणत्याही विषबाधेने मृत्यू पावला नसून, त्याने झोपण्यापूर्वी जो एक व्हिस्कीचा पेग घेतला त्या बाटलीत विष ओतलेले होते. अन् हा प्रकार मला मारण्यासाठी योजलेला होता.'' मी मेरी स्ट्युअर्ट हिच्याकडे पाहिले. तिचे ते विस्फारलेले मोठे डोळे व विलग झालेले ओठ व पांढराफटक पडलेचा चेहरा मला दिसला; पण फक्त मीच तिच्याकडे पाहिले होते. बाकीचे सारे माझ्याकडे पाहत होते.

माझ्या डफेल-कोटाची कॉलर मी खाली ओढून घेतली व सर्वांना माझ्या मानेची डावी बाजू दाखवली. त्यावर एक मोठा काळा निळा डाग उमटला होता. मला मारलेल्या तडाख्याचा तो पुरावा होता.

''कदाचित तुमच्यापैकी कोणी हा डाग माझा मीच निर्माण केला असावा, अशी मनात शंका घेतील किंवा, मी कुठेतरी घसरून पडल्याने मला मार लागला असेल असेही काही जणांना वाटत असेल. बोटीवरील वायरलेस सेटची मोडतोड केली गेली, हे लक्षात घ्या. हे तर नक्कीच मानवी कृत्य होते. वायरलेस सेट हे एक मानवी प्रगतीचे द्योतक आहे; पण कोणाला तरी ते आर्क्टिकच्या भूभागात नसावे, असे वाटले असावे.''

पण हे सारे माझे आतापर्यंतचे तर्क आहेत. काही असामान्य किंवा त्याहीपेक्षा

जास्त असे हिंसक व दुर्दैवी प्रसंग घडावेत त्याबद्दल काय म्हणणार? एका मागोमाग असे प्रसंग घडण्यामागे योगायोग नाही. आयुष्यात योगायोग घडतात हेही तितकेच खरे आहे; परंतु एवढे योगायोग घडत नाहीत. येथे मात्र योगायोगांची कमाल झालेली दिसते आहे. कोणाला तरी काहीतरी साध्य करायचे आहे म्हणून त्याने हुशारीने व मुद्दाम हे हत्यासत्र घडवून आणले आहेत. ते जे काही साध्य करायचे आहे ते यावरून असे दिसते की, ते नक्कीच अति अतिमहत्त्वाचे असले पाहिजे.''

श्रोते मंडळी माझ्या बोलण्यावर काहीच प्रतिक्रिया व्यक्त करत नव्हती. ते माझे मुद्दे मान्य करत नसावेत किंवा तसे ते मोठ्याने बोलूनही दाखवत नव्हते. पण मला असे वाटले की, त्या सर्वांची मने बधिर होऊन गेली असावीत व म्हणून ते कसलाही विचार करू शकत नव्हते. सर्व जणच असे करत होते असे नाही. एकाचा तरी अपवाद याला असणार. कदाचित अधिक लोकांचाही अपवाद असू शकेल.

मी पुढे बोलत गेलो, ''आणि आपल्याकडे आता एक सिद्ध झालेला गुन्हा आहे, मायकेल स्ट्रायकरचा खून केला गेला आहे. त्यात गुंतागुंत आहे. त्यात ॲलनला अडकवले आहे. त्याच्यावर आरोपाचे बोट जाईल अशी व्यवस्था केलेली आहे. त्या खुन्याचे ॲलनशी काही भांडण असेल किंवा त्याच्याविरुद्ध काही आकस असेल असे मला वाटत नाही. त्याला फक्त आपल्यावर संशय येऊ नये एवढीच खबरदारी घ्यायची होती. तुम्ही यावर नीट विचार करू शकाल. तेवढा वेळ तुमच्याकडे आहे व शेवटी तुम्ही या निष्कर्षाला पोहोचाल की ॲलनचा या खुनाशी काहीही संबंध नाही.''

जे काही घडले ते आपल्याला काहीही आठवत नाही, असे ॲलन म्हणतो. माझा त्यावर पूर्ण विश्वास आहे. त्याच्या डोक्यावर मागच्या बाजूला फार मोठा तडाखा बसला होता. त्याची कवटी फुटण्यापासून थोडक्यात बचावली. सुदैवाने त्याला कन्कशनही झाले नाही. मला याबद्दल अधिक काही सांगता येत नाही; पण ॲलन मरण्यापासून वाचला. त्या तडाख्यामुळे तो काही काळ तिथे बेशुद्ध होऊन पडला असावा. त्यामुळे पुढे खुन्याला त्याची कारवाई करण्यास वेळ मिळाला. ॲलनवर हल्ला झाल्यानंतर तो बेशुद्ध झाला व लगेच उठला व त्याने खुन्याचे पाय पकडून धरले? हे अशक्य आहे. मग यावर एकच उत्तर आहे. ते म्हणजे कोणती तरी अज्ञात व्यक्ती ॲलनच्या मागून चोरपावलांनी गेली आणि त्याला फटका मारला. नुसत्या हाताने नाही तर दुसऱ्या कशाने तरी – बहुतेक तो दगड असावा. तिथे असे दगड खूप पडलेले आहेत. एवढे झाल्यानंतर त्या व्यक्तीने ॲलनच्या कोटाच्या दोन गुंड्या तोडून घेतल्या. शिवाय

त्याने त्याचे कपडे असे काही फाडले व अस्ताव्यस्त केले की, ॲलनने कोणाशी तरी मारामारी केल्याचे भासावे.

नंतर त्याने परत दुसऱ्या व्यक्तीबरोबर, म्हणजे स्ट्रायकरबरोबर असेच केले. पण या वेळी अधिक घातक पद्धतीने केले. ॲलन हा बेशुद्ध होऊन पडला; पण नंतर स्ट्रायकरला तर सरळ ठार करण्यात आले. अशा कृत्यात तो खुनी तरबेज असावा. नंतर खुन्याने स्ट्रायकरचा कोणाबरोबर तरी झगडा झाल्याचा, मारामारी झाल्याचा देखावा निर्माण केला. मग त्याने स्ट्रायकरचा चेहरा खराब केला, ॲलनसारखाच खराब केला. एखाद्या मृत व्यक्तीचा चेहरा आघात करून विकृत करणाऱ्याचे मन किती विकृत असेल, याची तुम्ही कल्पना करू शकता.''

यानंतर मी काही वेळ बोलायचे थांबलो. श्रोत्यांच्या मनातील अंदाज व विचार यांना मी चालना दिली होती. मी सांगत असताना त्यांनी कसलीही प्रतिक्रिया दर्शवली नाही. प्रतिक्रिया असलीच तर धक्का बसल्याची होती. त्यांचे मन अजूनही सर्व परिस्थिती नीट समजावून घेत होते. कोणीही आपापले ग्लास तोंडाला लावले नाहीत की कोणीही इकडे-तिकडे आपली नजर वळवली नाही. त्यांच्या नजरा फक्त माझ्यावर खिळून राहिलेल्या होत्या.

मी पुढे सांगत गेलो, ''स्ट्रायकरचा वरचा ओठ फाटलेला आहे. त्याचा एक दात पडलेला आहे आणि त्याच्या कपाळावर तडाखा मारल्याची खूण उमटली आहे. माझ्या मते त्यासाठी दुसरा एखादा दगड वापरला असावा. सर्व दुखापती अशा केल्या आहेत की, मारेकऱ्याने आपल्या हाताच्या खुणा कोठेही राहू नयेत याची खबरदारी घेतली असावी. जर त्या दोघात मारामारी झाली असती, तर मोठ्या प्रमाणात दुखापती होऊन भरपूर रक्तस्राव झाला असता आणि अंगावर मारहाणीचे वळ, खरचटल्याच्या खुणा उमटल्या असत्या. पण अशा कोणत्याही खुणा नाहीत. कारण स्ट्रायकर लवकर मेल्याने त्याचे रक्ताभिसरण थांबलेले होते. मग खुनी माणसाला आपण हवे तसे दृश्य निर्माण केल्याची खातरी पटल्यावर त्याने मृताच्या तळहातावर ॲलनच्या कोटाचे बटण ठेवून त्याची मूठ घट्ट बंद करून ठेवली. तिथे बर्फात खाली झटापट झाल्याच्या कोणत्याही खुणा उमटलेल्या नव्हत्या. स्ट्रायकर जिथे पडला होता तेथवर जाणाऱ्या पाऊलखुणा होत्या व तेथून दूर जाणाऱ्याही तशाच पाऊलखुणा होत्या.''

एवढे बोलून मी ओटोने दिलेली स्कॉच व्हिस्की थोडी प्यायलो. ती स्कॉच भलतीच अप्रतिम होती. मग मी एखाद्या व्याख्यात्याच्या अविर्भावात श्रोत्यांना विचारले, ''कोणाला काही प्रश्न विचारायचे आहेत?''

माझ्या अंदाजानुसर कोणीच काहीही विचारले नाही. ते सर्व जण आपापल्या मनात निर्माण झालेल्या प्रश्नांची उत्तरे शोधीत असावेत.

मग मी पुढे सांगू लागलो, "म्हणजे मी सांगितलेले तुम्हाला पटले असावे. यावरून तुम्हाला असे दिसून येईल की, या आधी घडलेले कोणतेही मृत्यू योगायोगाने घडलेले नाहीत. फक्त जो कोणी भोळसट व भाबडा असेल तोच पहिल्या चार मृत्यूंचा स्ट्रायकरच्या मृत्यूशी संबंध नाही यावर विश्वास ठेवेल आणि आधीचे मृत्यू ज्याने घडवले त्यानेच स्ट्रायकरचा मृत्यू घडवला नाही, हेही तो मानेल. जो माणूस वेडा आहे किंवा विकृत मनोवृत्तीचा आहे किंवा तो दुष्ट वृत्तीचा आहे, तोच हे सर्व खून पाडत आलेला असला पाहिजे. यातून त्याला काय साधायचे आहे ते देव जाणे! तो जो कोणी खुनी असेल तो आत्ता या केबिनमध्ये हजर आहे. तुमच्यापैकी कोण तो असेल, याचे मला नवल वाटते आहे."

आता प्रथमच सर्वांच्या नजरा माझ्यावरून हलल्या व ते एकमेकांकडे पाहू लागले, खुन्याचा शोध घेऊ लागले. जणू काही त्यांना पाहताक्षणी खुनी कळणार होता. पण त्यांची नजर तेवढी शोधक नव्हती. जर माझ्यावर कोणा एकाची जरी नजर खिळली असती तर मला तीच व्यक्ती खुनी आहे हे कळले असते. कारण खऱ्या खुन्याला तो स्वत: खुनी असल्याचे ठाऊक असल्याने तो इतरांकडे पाहणार नाही. पण तरीही माझ्या प्रयत्नाला यश येईल असे मला वाटले नाही. कदाचित खुनी माणूस एवढा हादरला असेल, घाबरला असेल की माझ्याकडे पाहणे त्याला जमले नसेल किंवा कदाचित त्याने माझी ही युक्ती ओळखलीही असेल.

मी थोडा वेळ वाट पाहिली व नंतर बोलू लागलो, "या पाच हत्या करणारी व्यक्ती कोण आहे याची मला कल्पना नाही. पण कोण खुनी नाही हे मात्र मी खातरीपूर्वक सांगू शकतो. इथे गैरहजर असलेली ज्यूडिथ हेनिस हिला लक्षात घेता आपण एकूण बावीस जण आहोत. त्यातल्या नऊ जणांवर मी कसलाही संशय घेऊ शकत नाही."

गोईन हळू आवाजात म्हणाला, "डॉ. मार्लो, आपल्यापैकी एकाचे हात पाच जणांच्या रक्ताने माखले आहेत, ही गोष्ट किती भयंकर आहे?"

"मी आता माझा कोणावर संशय नाही, हे बोलून दाखवतो. मी स्वत: खुनी नाही हे तर मला ठाऊक आहे. आपण सर्व जणच तसे म्हणू शकतो. पण माझ्या दोन मित्रांचे जीव घेण्याच्या झालेल्या प्रयत्नांमुळे माझे म्हणणे तुम्हाला पटेल. त्यातला एक जण तर मरता-मरता वाचला. तसेच जेव्हा स्ट्रायकरचा खून होत होता आणि ॲलन जखमी झाला होता, तेव्हा मी मिस्टर स्मिथ यांना येथे ओढून आणीत होतो. ही गोष्ट तर खुद्द खुन्यालाही ठाऊक आहे, त्यामुळे खुद्द तोही माझ्यावर संशय घेऊ शकणार नाही. तसेच मिस्टर स्मिथ हेही त्या वेळी येथे होते. पण त्याहीपेक्षा खुद्द त्यांच्यावर बोटीवर विषप्रयोग झाला होता

व वेळीच उपचार झाल्याने ते वाचले होते. यावरून त्यांना कोणीही खुनी ठरवू शकणार नाही. ''

''डॉ. मार्लो, असे असेल, तर मग माझ्यावरही कोणाला संशय घेता येणार नाही,'' ड्यूक घोगरट आवाजात म्हणाला.

''अगदी बरोबर, मान्य आहे मला, सेसिल. तुमच्यावरही विषप्रयोग झाला होता. तेव्हा तुम्ही खुनी असणे शक्यच नाही. तसेच स्ट्रायकरच्या डोक्यात जो धोंडा वर उचलून घातला होता, त्याचे वजन व आकार पाहता, तुम्हाला ते शक्य झाले नसते. तसेच मिस्टर ओटो गेरान हेही संशयातीत आहेत, हे उघड दिसते आहे. कारण ते त्या वेळी येथे केबिनमध्येच होते. ज्या वेळी स्ट्रायकरचा खून घडत होता तेव्हा ॲलन येथे येऊन पोहोचला होता व मिस्टर गोईन हेही येथेच होते, हे मी सांगतो. तेव्हा यांनाही संशयातून मी वगळतो.''

''म्हणजे नक्की काय, डॉ. मार्लो?'' गोईनने विचारले.

''कारण जेव्हा तुम्ही स्ट्रायकरचा देह पाहिलात, तेव्हा तुमचा चेहरा पांढराफटक पडला. लोक आपल्या देहाला वाटेल तसे वाकवू शकतात; पण कोणालाही आपले शरीरातील रक्ताभिसरण स्वत:च्या इच्छेनुसार कमी-अधिक करता येत नाही. जर तुम्ही आधीपासूनच स्ट्रायकरच्या मृत देहाचे दृश्य मनात आणले असते, तर तुमचे शरीर आधीपासून सावध राहिले असते व तुमचे रक्ताभिसरण कमी झाले नसते व तुम्ही पांढरे पडला नसता. याचा अर्थ तुम्हाला ते दृश्य अनपेक्षित होते. तेव्हा तुमच्यावर संशय घेता येत नाही. आपल्याकडे असलेल्या मेरी नावाच्या दोन स्त्रियांनाही वगळावे लागेल. कारण स्ट्रायकरचा खून करण्यासाठी एक अवजड धोंडा उचलून त्याच्या डोक्यात घालण्याएवढी ताकद त्यांच्यात नक्कीच नाही. तीच गोष्ट ज्यूडिथ हेनिस यांच्याबाबत म्हणावी लागेल. म्हणजे आता ही मी उल्लेखलेली माणसे वगळता फक्त तेरा जण उरतात. त्यांच्यापैकीच कोणीतरी एक जण खुनी आहे, असे माझे गणित व तर्क सांगतो.'' मग मी केबिनमध्ये सर्वत्र नजर फिरवून माणसे मोजून पुढे म्हटले, ''बरोबर. फक्त बाकीच्या तेरा माणसांवर माझा संशय आहे. तेरा हा आकडा किती दुर्दैवी असतो ते पाहा. यातील एक जणाला तर नक्कीच तसे वाटणार.''

गोईन म्हणाला, ''डॉ. मार्लो, तुम्ही दिलेला नोकरीचा राजीनामा परत घ्यावा हे उत्तम.''

''ठीक आहे, मी तो मागे घेतला आहे असे समजा. नाहीतर मी माझ्या खाण्या-पिण्याविषयी सोय कशी करावी या विचारात होतो; पण आता मी पुन्हा नोकरीत असल्याने मला त्याबद्दल काळजी करण्याचे कारण नाही. हो ना मिस्टर ओटो?''

''अर्थातच, अर्थातच!'' असे म्हणून हतबल झालेला ओटो एका तात्पुरत्या केलेल्या कामचलाऊ स्टुलावर मटकन खाली बसला. त्याची अवस्था फुग्यातील हवा गेल्यावर जशी होते तशी झाली होती. तो पुढे म्हणाला, ''अरे देवा, आपल्यातलाच एक जण खुनी आहे नि त्याने आत्तापर्यंत पाच खून पाडले आहेत, हे किती भयंकर आहे!'' जरी आता केबिनमध्ये उष्णता वाढली होती तरीही ओटोचे सबंध शरीर थंडी वाजल्यासारखे थरथरले. तो म्हणाला होता, ''पाच खून. पाच माणसे मेली. अन् खुनी येथेच आत्ता आपल्यामधे आहे! किती भयंकर!''

मग मी एक सिगारेट शिलगावली, ग्लासातील स्कॉच थोडीशी प्यायलो आणि आता पुढे काय बोलायचे यावर विचार करू लागलो. बाहेर वाऱ्याचा जोर वाढला होता. त्याचा विव्हळण्याचा आवाज जाऊन घोंगावण्याचा आवाज सुरू झाला होता. मधेच त्यातून शिट्टीसारखे आवाजही उमटायचे. प्रत्येक जण बाहेरच्या आवाजाकडे कान देऊन ऐकू लागला. भीतीची भावना त्या आवाजामुळे प्रत्येकाला घेरून टाकू लागली. जणू काही स्ट्रायकरच्या मृत्यूनंतर आणखी कोणाचे तरी बळी जाणार असे त्यातून सुचवले जाते आहे, असे ऐकणाऱ्याला वाटू लागले. कोणीच बोलत नव्हते. या शांततेत एक मिनिट गेला व मी आता पुढे बोलण्यासाठी सरसावलो.

मी म्हणालो, ''आता पुढे काय होईल यावर तुम्ही विचार करू लागला असाल. पण हा विचार खुनी करत असेल का? मुळीच नाही. स्ट्रायकरचा मृत्यू झाला आहे– आणि चार जणही त्या आधी मरण पावले आहेत. ते मरण पावावेत असे कोणाला वाटले? त्यांनी का मरण पावावे? त्यांची हत्या करण्यामागे काहीतरी हेतू असला पाहिजे. का आपल्यामधील एखादा विकृत मनोवृत्तीचा माणूस वाटेल त्याचे खून पाडत सुटला आहे? जर काही हेतू मनात धरून हत्या झाल्या असतील तर तो हेतू साध्य झाला आहे काय? तसा तो जर अजून साध्य झाला नसेल, तर आज रात्री कोणाचा खून पडणार असेल? रात्री आपापल्या क्युबिकलमध्ये झोपल्यावर एक वेडा व पिसाट खुनी केव्हाही प्रवेश करू शकतो किंवा कदाचित तुमचा क्युबिकलमधील जोडीदारच कशावरून खुनी नसेल? त्याच्यापासूनही तुम्हाला धोका संभवतो. म्हणजे आपल्यापुढे आता एक जागरण घडवणारी रात्र उभी आहे. तुमचा जोडीदार तुम्ही झोपल्यावर तुम्हाला भोसकू शकतो किंवा तुमच्या तोंडावर उशी दाबून तुम्हाला घुसमटवून मारू शकतो. याचे कारण त्या खुन्याला आपल्या क्युबिकलमधील जोडीदाराचा खून करण्याची संधी प्रथम मिळणार आहे. विकृत माणसाला तर या संधीचा मोह पडणारच. आपण फार तर आजची रात्र जागून काढू शकतो; पण आपल्याला

येथे एकूण बावीस रात्री काढायच्या आहेत. जेव्हा *मॉर्निंग रोज* बोट परत येईल तेव्हा आपण जिवंत असू काय, असा प्रश्न प्रत्येकाला पडेल.''

माझ्या प्रश्नावर सर्व जण गप्प बसले. सर्वत्र शांतता पसरली. ती शांतता व त्यांच्या चेहऱ्यावरील भाव पाहून कोणालाही काहीही सुचत नव्हते असे दिसते. पण या माझ्याच प्रश्नाचे उत्तर जर मी द्यायचे ठरवले तर हा प्रश्न इतरांपेक्षा मलाच जास्त लागू पडत होता. जर खुनी विकृत मनोवृत्तीचा नसेल व थंडपणे काहीतरी हिशेब करून आपले हेतू साध्य करण्यासाठी पावले टाकणारा असेल, तर तो प्रथम माझ्यावरच हल्ला करून माझा बळी घेईल, दुसऱ्या कोणाचाही नाही. खुन्याच्या योजनेत माझा जीव घेण्याचा कार्यक्रम नसणार; पण त्याच्या योजनेत मी अडथळा ठरणार होतो.

मी पुढे बोलू लागलो, ''तर आपल्यापुढे जी आता भीती उभी राहिली आहे, तिला आपण कसे तोंड देणार? का असे केले तर? आपण दोन गटांत आपली सर्वांची विभागणी करू या. जे नऊ जण संशयातीत आहेत, ज्यांनी आत्तापर्यंत कोणाचाही खून केला नाही असे एका गटात, तर बाकीचे तेरा जण दुसऱ्या गटात अशी विभागणी करू या. तुम्हाला हे कदाचित आवडणार नाही किंवा अशी विभागणी स्वीकारायला जड जात असेल. पाणी व तेल जसे एकमेकांत मिसळू शकत नाहीत, तसेच हे दोन्ही गट आहेत. उद्यापासून मिस्टर ओटो हे चित्रीकरणाची कामे सुरू करतील. त्या वेळी त्यांना कोणी इजा करू नये म्हणून नऊ जणांच्या गटातील मंडळी लक्ष ठेवतील. चालेल ना? हेसमान हे चित्रीकरणासाठी जी छोटी नौका आपण आणली आहे, ती समुद्रात चालवतील. आपल्याबरोबर मदतनीस म्हणून नऊ जणांच्या गटातील कोणाला तरी निवडतील. त्यातून ते चित्रीकरणाच्या लोकेशन्सवर जा-ये करतील. सोर-हम्ना उपसागर व दक्षिणेकडे जाऊन येण्याचे काम त्यांच्याकडे असेल. जंगबेक व हेटर हे दोघेही त्यांचे मदतनीस म्हणून त्यांच्याबरोबर जातील. जे संशयित गटातील आहेत ते संशय नसलेल्यांच्या बरोबर कसे राहू शकतील? आपल्यापुढची चमत्कारिक परिस्थिती अशी आहे.''

आता ओटो मोठ्यांदा बोलला, ''हे सारे हास्यास्पद आहे, संपूर्णपणे हास्यास्पद आहे.''

यावर मी म्हणालो, ''खरे आहे ना? याबद्दल स्ट्रायकरचे मत काय आहे हे आपण त्याला विचारू शकत नाही. किंवा अॅन्टोनिओ व हॅलिडे, मोक्सेन व स्कॉट या सर्व मृत व्यक्तींना त्यांची मते आपण विचारू शकत नाही. मिस्टर ओटो गेरान, जेव्हा बळी गेलेल्यांची पिशाच्चे आपल्याकडे बघत असताना तुम्ही 'हास्यास्पद' शब्द कसा काय वापरू शकता?''

ओटो यावर थरथरला व त्याने स्कॉचची बाटली हातात घेतली. तो चिडून म्हणाला, "मग आता आपण करायचे तरी काय?"

"ते मला ठाऊक नाही," मी म्हणालो, "मी मिस्टर गोईन यांना मघाशी जे म्हणालो ते तुम्ही ऐकलेच आहे ना. मी आता आपल्या कर्मचाऱ्यांच्या स्थितींची उलटपालट करतो. मिस्टर गोईन कॅ. इम्री याला जे म्हणाले, म्हणजे माझे भांडवल किंवा पैसा या सिनेमावर लावला नाही. तेव्हा आता जो निर्णय कराल तो डायरेक्टरच्या पातळीवर व्हावा. म्हणजे तुम्ही तीन डायरेक्टर्स मिळून तो निर्णय घ्यावा."

यावर हसून सर्वांना उद्देशून गोईन म्हणाला, "आमच्या या कर्मचाऱ्यांना डॉ. मार्लो यांचे म्हणणे पटते आहे का?"

गोईन असे म्हणाला खरा; पण त्याच्या आवाजात जीव नव्हता.

आता मी बोलू लागलो, "तुम्हा सर्वांना तुमच्या चित्रपटाच्या सर्व दृश्यांचे चित्रीकरण येथेच, या जागीच करायचे आहे का? हे आता तुम्ही ठरवा. जर आपण सगळे या केबिनमध्येच सतत राहू लागलो तर त्यातील पाच-सहा जण तरी नक्कीच जागे राहतील, सावध राहतील. मग ते सतत आजूबाजूला आपली नजर फिरवत राहतील व एखाद्या आवाजाचा कानोसा घेत राहतील. मग आपले बावीस दिवस तणावरहित होतील. असे नाही केले, तर तुम्ही तुमचे चित्रपटाचे सर्व चित्रीकरण करू शकणार नाही व ज्यांनी कोणी या चित्रपटाच्या निर्मितीत आपले भांडवल ओतले आहे, ते वाया जाणार. ही समस्या कशी सोडवायची ते तुम्हीच पाहा. मी याबद्दल कसे काय सांगू शकणार? बाकी मिस्टर गेरान, तुम्ही दिलेली स्कॉच अत्यंत झकास आहे. थँक्स फॉर दॅट!"

"तुम्हाला ती आवडलेली दिसते आहे," ओटो निर्विकारपणे म्हणाला. पण त्याच्या आवाजावरून तो जरा अडचणीत आल्यासारखा मला वाटला.

मग मी त्याला थोडा धीर देत म्हणालो, "एवढे काही माझे बोलणे मनाला लावून घेऊ नका. अशा प्रसंगात आपल्या आत्म्याची परीक्षा होत असते. विक बंदर सोडल्यावर एकदा काऊंट म्हणाला होता की, बचनाग या विषाबद्दल आपण सतत बोलत गेलो तर काही चमत्कारिक विचार मनात उद्‍भवू लागतात. ते एवढे वेगाने येतात की आपल्या मनाला त्याची दखल घेणे अवघड होऊन बसते. आताही तसेच होते आहे. फक्त या वेळी मी काही शब्द बोलल्यामुळे तसे होत आहे त्याबद्दल सॉरी!"

"माझ्या लक्षात आले ते," काऊंट माझ्याकडे पाहत विचार करत बोलत होता, "आपल्या सर्वांची काय जबाबदारी आहे ते आता आपल्याला समजले आहे. पण डॉ. मार्लो, तुम्ही स्वत: काय करणार आहात? तुम्हाला आम्ही

जर विनावेतन डायरेक्टरचे पद दिले तर काय करणार?''

"शांत व्हा!'' मी म्हणालो. मग माझ्या तोंडून त्या प्रश्नाचे उत्तर अर्धा मिनिट विचार केल्यावर मला सहजगत्या सुचले. मी म्हणालो, "मी सावध राहून आपल्या कोणावर पाठीमागून हल्ला होत नाही ना, यावर लक्ष ठेवीन आणि तुमचे चित्रीकरण पाहत राहीन.''

"असे आहे तर,'' असे म्हणून ओटोने आपली मान हलवली. काऊंट व गोईन यांनी एकमेकांकडे समाधानाने पाहिले. "पण आता या क्षणाला तुम्ही काय करणार?''

"आपले रात्रीचे जेवण कधी आहे?''

"रात्रीचे जेवण?'' ओटो डोळ्यांची उघडझाप करत म्हणाला, "सुमारे आठ वाजता.''

"अन् आता संध्याकाळचे पाच वाजले आहेत. अजून तीन तास आहेत. तेवढ्या काळात मी काही काम करतो. तेव्हा एवढा वेळ कोणीही माझ्याजवळ येऊ नका. अगदी कोणाला ॲस्पिरिन हवी असेल तरीही. कारण आता मी मानसिकदृष्ट्या फार थकलो आहे.''

स्मिथी आपला घसा खाकरत म्हणाला, "पण मी आत्ता ॲस्पिरिन मागितले तर? किंवा काहीतरी झोपेची स्ट्राँग गोळी देऊ शकाल? माझे डोके फार दुखते आहे.''

"मी तुम्हाला दहा मिनिटांत झोप आणून देतो; पण मग उठल्यानंतर तुम्हाला चमत्कारिक वाटेल पाहा.''

"माझ्या बाबतीत ते अशक्य आहे. द्या तुमचे औषध.''

मी त्याला माझ्या क्युबिकलमध्ये नेले. तिथ एक दुहेरी काचेची खिडकी होती. तिचे हॅन्डल धरून मी ओढले व खिडकी थोड्या कष्टाने उघडली. त्याला म्हटले, "तुम्हाला असे करता येईल ना?''

"अगदी सहज.''

"मग तुमची कॉट येथे क्युबिकलमध्ये आणा. ज्यूडिथच्या क्युबिकलमध्ये एक रिकामी कॉट आहे.''

"ठीक आहे. मी घेऊन येतो ती,'' स्मिथी म्हणाला.

अठरा

बाहेर वाऱ्याचे विव्हळणे थांबून दम दिल्यासारखे घोंगावणे चालू झाले होते. उघड्या खिडकीतून हिमकण आत येत होते. ते डोळ्यांत जाऊ नये म्हणून डोळ्यांवर हात धरून आम्ही ती खिडकी पक्की बंद केली. त्यासाठी तिच्या कडेने कागद खुपसून ती जाम केले. खिडकीला बाहेरून हॅन्डल नव्हते याची आधी खातरी करून घेतली. आम्ही केबिनच्या मागच्या भागात उभे होतो. परत खिडकी उघडण्यासाठी काहीही अडचण येणार नव्हती. कारण माझ्याकडे एक स्विस आर्मी चाकू होता. त्याचे पाते फटीत घुसवून खिडकी उघडणे सहज जमण्यासारखे होते. केबिनमध्ये कोलमन दिव्यामुळे लख्ख उजेड पडला होता. कारण त्या दिव्याची ज्योत झगझगीत पांढरी शुभ्र होती.

''कोणताही प्रामाणिक माणूस अशा रात्री आपल्यावर हल्ला करणार नाही. पण एखादा अप्रामाणिक असेल तरचे काय?'' स्मिथी मला विचारत होता.

''आज रात्री त्याने तसे केले तर ते फार घाईघाईने, अति लवकर केलेले कृत्य ठरेल. कारण आता येथे संशयाचे वातावरण अगदी दाट आहे. कदाचित आजच्या नंतर काही घडेलही. पण आज नाही,'' मी म्हणालो.

मग आम्ही दोघेही कोठीच्या खोलीकडे गेलो. आत गेल्यानंतर आमच्या मागे आम्ही दार लावून टाकले. त्या खोलीला एकही खिडकी नव्हती. त्यामुळे तिथे पूर्ण काळोख होता. आम्ही दोघांनी बरोबर टॉर्च नेले होते ते आता लावले. तिथल्या अन्नपदार्थांच्या, धान्याच्या सर्व बॅगा, खोकी, पेट्या आम्ही तपासल्या. पण कुठेही आक्षेपार्ह गोष्टी आम्हाला सापडल्या नाहीत.

शेवटी स्मिथीने मला विचारले, "आपण शोधतो आहोत तरी काय?"

"मलाही त्याची कल्पना नाही. जे येथे असायला नको आहे, असे ते काहीही असू शकेल."

"एखादे पिस्तूल? रिव्हॉल्व्हर? 'विष' असे लेबल असलेली बाटली?"

"होय, असेच काहीतरी," असे म्हणून मी तिथली एका खोक्यातील हेगची एक बाटली उचलली व माझ्या खिशात घातली आणि पुढे म्हणालो, "ही बाटली फक्त वैद्यकीय उपयोगासाठी आहे," स्मिथीने आपल्या टॉर्चचा झोत भिंतीवरून सर्वत्र फिरवला व शेवटी भिंतीवरील शेल्फवरच्या छोट्या पेट्यांवर स्थिर केला. त्या पेट्यांना भरपूर व्हार्निश लावलेले होते.

"यामध्ये फार उच्च प्रतीचे खाद्यपदार्थ असणार," स्मिथी म्हणाला, "ओटोसाठी कॅव्हिएर पदार्थ तर असेल का यामध्ये?"

"यात माझ्यासाठी वैद्यकीय उपकरणे असणार. विष बिष काहीही नाही," मी दाराकडे जात म्हणालो, "चला निघू या."

"अजून तपासणार नाही?"

"त्यात काही अर्थ नाही. अशा पेट्यात एखादी सब-मशिनगन लपवणे हे कठीण आहे," त्या पेट्या १० इंच लांब व ८ इंच रुंद होत्या.

"ठीक आहे. एक शेवटची नजर मी फिरवतो."

"ऑल राइट," मी म्हणालो. मी थोडासा उतावळा होत पुढे म्हणालो, "जरा घाई करा."

स्मिथीने पहिल्या दोन छोट्या पेट्यांची झाकणे उघडली व आतल्या वस्तूंकडे पाहिले. पुन्हा ती झाकणे लावून टाकली. मग त्याने तिसरी छोटी पेटी उघडली.

"आत काय असणार? एक इंजेक्शनची सिरिंज व सुया," मी म्हणालो.

स्मिथीने माझ्याकडे शांतपणे पाहिले व ती पेटी बंद करून टाकली व म्हटले, "मला या वस्तू आवडत नाहीत."

"अजून जे बावीस दिवस आपल्याला काढायचे आहेत तो एक मोठा काळ असेल. आता त्या इंजेक्शनच्या सिरिंजमध्ये कोणता द्रव भरला जाईल तो आपल्याला शोधला पाहिजे."

"कोणीतरी आपल्या वैयक्तिक उपयोगासाठी हे सामान आणले असेल काय? अमली पदार्थ टोचून घेण्यासाठी तर या गोष्टी नाहीत ना? ते 'थ्री ॲपोस्टल' पोरटी तर यामागे असतील का? सर्व पॉप-म्युझिकचा नाद असणारे लोक अशा अमली पदार्थांच्या आहारी गेलेले असतात. त्यांची पार्श्वभूमी अशीच असते. फिल्मी जगातील ही पोरेही त्याला अपवाद नसणार."

"नाही. मला नाही तसे वाटत."

"होय. पण मी आपली माझी शंका बोलून दाखवली."

मग आम्ही तेथून दुसऱ्या एका छोट्या घरात गेलो. तिथे पेट्रोल, तेले वगैरे इंधन ठेवलेले होते. तिथे शोधण्याजोगे तसे काहीही नव्हते. तिथे यंत्रसामग्री नव्हती; पण तिथे मला दोन वस्तू मिळाल्या. टूल-बॉक्समधून एक स्क्रू-ड्रायव्हर मी काढून घेतला. मला तो हवा होता. एडीने याआधी जनरेटर जोडत असताना वापरला होता. तिथेच एका पाकिटात काही स्क्रू होते. मी त्यातून काही स्क्रू काढून घेतले. स्मिथीने मला विचारले, "तुम्हाला कशाला पाहिजे?"

"मी खिडकी बंद करण्यासाठी त्यांचा उपयोग करणार आहे," मी म्हणालो. "फक्त दारातूनच झोपलेल्या माणसाच्या क्युबिकलमध्ये प्रवेश करता येतो असे नाही."

"तुमचा इथल्या माणसांवर बिलकुल विश्वास नाही असे दिसते."

"पण सावधगिरी बाळगायला काय हरकत आहे?" मी म्हणालो.

ट्रॅक्टरच्या शेडमध्यचे रेंगाळण्यात अर्थ नव्हता. शिवाय तिथे स्ट्रायकरचा मृतदेह ठेवला होता. टॉर्चच्या प्रकाशात त्याचा चेहरा भयानक दिसत होता. त्याचे डोळे उघडे होते. ते चकचकीत डोळे वरच्या छताकडे निश्चलपणे पाहत होते. आम्ही तिथले प्रत्येक सामान पाहिले. तिथल्या टूल-बॉक्सेस उघडून पाहिल्या, इंधनाच्या टाक्यातही डोकावून पाहिले, रेडिएटर्स तपासले; पण आम्हाला काहीही सापडले नाही.

मग आम्ही तिथून धक्क्याकडे गेलो. मुख्य केबिनपासून तो धक्का साठ फुटांवर होता; पण तरीही तो शोधून तिथे पोहोचायला आम्हाला पाच मिनिटे लागली. कारण आम्ही आमचे टॉर्च पेटवले नव्हते. जोरदार हिमवृष्टी व वादळी वारे चालू होते. एका हातापलीकडचे काहीही दिसत नव्हते. जणू काही आम्ही आंधळे बनून आंधळ्यांच्या जगात फिरत होतो. आम्ही धक्क्याच्या कडेकडेने चालत पार टोकाला पोहोचलो. खालच्या चुनखडीच्या जमिनीला जेवढे तडे, भेगा गेल्या होत्या ते सर्व बर्फाने बुजवून टाकले होते. त्यावर बर्फाचा एक जाड थरही तयार झाला होता. तिथल्या उपसागराच्या अति थंड पाण्यात पडल्यावर वाचण्याची शक्यता बिलकुल नव्हती. आम्ही ती नौका ऊर्फ 'वर्क-बोट' शोधून काढली. ती धक्क्याच्या वायव्येच्या कोपऱ्यात बांधून ठेवली होती. धक्क्याला एक लोखंडी शिडी कायमची पक्की केली होती. ती शिडी अत्यंत जुनी व गंजून गेलेली होती. शिडीच्या शेवटच्या काही पायऱ्या तर गायब झाल्या होत्या व त्यांचे काही थोटकांसारखे अवशेष शिडीला अजूनही चिकटून राहिलेले होते.

त्या अंधाऱ्या रात्री आमच्या टॉर्चचा प्रकाश हा लांबून कोणालाही दिसू शकला असता, अगदी मोठ्या हिमवृष्टीतसुद्धा. आता आम्ही धक्क्याखालच्या पातळीवर

आल्यावर टॉर्च लावले; परंतु टॉर्चच्या तोंडावर रुमाल बांधून थोडासाच प्रकाश त्यातून बाहेर येईल असे पाहिले. त्या वर्क-बोटीत जाऊन आम्ही तिथे एक झटपट तपासणी केली. पण आम्हाला खास असे काहीही सापडले नाही. तिथेच बाजूला बांधून ठेवलेल्या चौदा फूट लांबीची नौकाही तपासली. तिथेही काही मिळाले नाही. मग आम्ही त्या नकली पाणबुडीमध्ये गेलो. त्या पाणबुडीच्या बाजूला व कॉनिंग टॉवरला एक लोखंडी शिडी वेल्डिंग करून जोडलेली होती.

कॉनिंग टॉवरमध्ये एक प्लॅटफॉर्म टॉवरच्या सर्व कडांना वेल्डिंग करून लावलेला होता. वरच्या माथ्यापासून तो खाली चार फुटांवर जोडलेला होता. त्याला एक मध्यभागी झडप होती व त्यातून आतमध्ये दीड फुटावर एक अर्धगोल आकाराचा प्लॅटफॉर्म होता. येथून एक छोटी शिडी पाणबुडीच्या आतल्या डेककडे गेली होती. आम्ही तिथे खाली जाऊन टॉर्च लावून सारी तपासणी केली.

"अशा पाणबुडीवर मला काम करणे म्हणजे निदान हिमवृष्टीचा तरी त्रास होणार नाही. बाकी येथे काम करण्यात काही अर्थ नाही.'' स्मिथी म्हणाला.

पाणबुडीच्या आतली जागा अरुंद व दाटीवाटीची होती, सर्द होती, उदास होती. आतल्या समोरासमोरच्या भिंती या आडव्या लाकडी फळ्या त्यांना बटरफ्लाय नटने पक्क्या करून टाकल्या होत्या. फळ्यांच्या खाली काही अरुंद बार लावलेले होते. त्यांना करडा रंग दिलेला होता. तळाशी चार टन वजनाचा भार (बॅलास्ट) हा पाणबुडी पाण्यात डुचमळू नये म्हणून जागा ठेवली होती. बॅलास्ट टँक्स हे दोन्ही बाजूला ओळीने एकूण चार असे होते. त्यात पाणी भरल्यावर चार टन वजनाचा भार निर्माण होणार होता. त्यातल्या एका टाकीच्या शेवटी एक छोटे डिझेल इंजिन होते. त्यातून निघालेला एक्झॉस्ट पाइप वर कॉनिंग टॉवरकडे गेला होता. तिथे तो बोल्टने पक्का केला होता. या इंजिनाला एक कॉम्प्रेसर युनिट जोडलेले होते. त्याच्या साहाय्याने बॅलास्ट टाक्यातील पाणी काढून टाकून त्या रिकाम्या करता येतात. मला असे सांगण्यात आले होते की, हे पाणबुडीचे संपूर्ण नकली युनिट पंधरा हजार पौंड खर्चून बनवले होते. चित्रपट निर्मात्यांच्या संघात त्यामुळे ओटोची प्रतिष्ठा खूप वाढली होती.

तिथे आणखीही काही वेगवेगळ्या प्रकारांची यंत्रसामग्री व उपकरणे ठेवलेली होती. तिथे मागच्या बाजूला एका लॉकरमध्ये चार भूछत्राच्या आकाराचे लंगर होते. त्यांना साखळ्या लावलेल्या होत्या. शिवाय चार रहाटही त्याला लावलेले होते. त्याच्या बरोबर वर माथ्याला एक झडप होती. तिथून वरच्या डेकवर जाता येत होते. ते लंगर किंवा नांगर हे ती नकली पाणबुडी पाण्यात नांगरून स्थिर ठेवण्यासाठी होती. कोणत्याही स्थितीत ती तशीच पक्की राहू देता येत होती. त्या लॉकरच्या विरुद्ध बाजूला एक प्लॅस्टिकचा हलका व नकली पेरिस्कोप होता. तो खूपच खऱ्या

पेरिस्कोपसारखा वाटत होता. त्याच्या जवळच तीन प्लॅस्टिकची मॉडेल्स होती. एक नकली ३ इंची व्यासाची नळी असलेली तोफ होती. ती तोफ अर्थातच वर डेकवर पक्की करण्यासाठी होती. आणखी दोन नकली मशीनगन्स होत्या. त्याही वर कुठेतरी कॉनिंग टॉवरमध्ये पक्क्या करता येण्याजोग्या असल्या पाहिजेत, अशी मी कल्पना केली. पाणबुडीच्या पुढच्या टोकाला आणखी दोन लॉकर्स होती. एकामध्ये बरीच लाइफ जॅकेट्स होती, तर दुसऱ्यामध्ये रंगाचे ६ डबे होते आणि रंगवण्याचे काही ब्रश होते. त्या डब्यावर लिहिले होते Instant Grey- झटपट वाळणारा करडा रंग!

"हा असला रंग कशासाठी असेल?" स्मिथीने मला विचारले.

"काहीतरी चटकन झाकून टाकण्यासाठी असलेला झटपट वाळणारा रंग आहे."

"सारे काही नीटनेटके ठेवले आहे. अगदी ब्रिस्टॉल बंदरातील बोटींप्रमाणे आहे," स्मिथी म्हणाला. "पण याचे श्रेय मी ओटोला देणार नाही," मग काही क्षण थांबून तो कापरे भरल्यासारखा अंग थरथरत म्हणाला, "येथे आत बर्फ पडत नसले तरी मला खूप थंडगार वाटले आहे. ही जागा म्हणजे मला एक लोखंडी थडगे वाटते आहे."

"ठीक आहे. म्हणून आपण वर जाऊ या."

"शेवटी हाही तपास फुकट गेला, असेच वाटते ना?"

"तुम्ही म्हणा तसे. पण मुळातच मला फारशी आशा नव्हती."

"म्हणून तुम्ही त्यांच्या सिनेमा बनवण्याच्या प्रयत्नांबद्दल नाराज आहात? एक मिनिट तुम्ही त्यांच्याकडे त्रयस्थासारखे पाहता तर, लगेच नंतर त्यांना सल्ले देऊ लागला. मग जेव्हा ते सर्व जण बाहेर पडतील तेव्हा त्यांचे खासगी सामानसुमान तुम्हाला तपासता येईल, असेच ना?"

"स्मिथी, तुझ्या मनात नक्की काय आहे?"

"येथे एवढे बर्फाचे थर व उंचवटे जमतात की, त्याखाली कोणालाही काहीही लपवून ठेवता येईल."

"माझ्या मनात हीसुद्धा शक्यता येऊन गेली होती."

मग आम्ही त्यानंतर धक्क्यापासून मुख्य केबिनकडे आलो. मघापेक्षा अधिक सहजतेने आलो. कारण आम्हाला मुख्य केबिनमधून बाहेर येणारा अंधूक प्रकाश दिसत असल्याने वाट चुकण्याची भीती नव्हती. काहीही अडचण न येता आम्ही आमच्या क्युबिकलमध्ये शिरलो, बुटांवर व कपड्यांवर जमलेला बर्फ झटकला. नकली पाणबुडीतील गार ठणक हवेपेक्षा येथील हवा खूप उबदार वाटत होती. मग मी स्क्रू व स्क्रू ड्रायव्हर घेऊन खिडकी पक्की बंद करण्याच्या प्रयत्नाला लागलो. स्मिथीने येताना कोठीच्या खोलीतून एक मद्याची बाटली आणली होती. त्याने माझ्या

मेडिकल बॉक्समधून दोन लहान काचेचे बीकर बाहेर काढले व त्यात मद्य भरून तो पिऊ लागला. माझे काम संपेपर्यंत पाहत राहिला.

मग तो म्हणाला, ''हे ठीक झाले. आता रात्री बाहेरून काही धोका नाही. पण बाकीच्यांच्या बाबतीत काय?''

''त्यांना फारसा धोका नाही. कारण ते खुन्याच्या योजनेला शह देत नाहीत,'' मी म्हणालो.

''बहुतेक सारे जण?''

''मला वाटते की, मी ज्यूडिथ हेनिस हिची खिडकीही स्क्रूने पक्की बंद करावी. कारण ती खुन्याच्या धोक्यात सापडू शकते. तो धोका कितपत गंभीर आहे हे मला सांगता येणार नाही.''

स्मिथीने थोडासा मद्याचा घोट घेतला व तो म्हणाला, ''मी जरा वेगळ्या लाइनवर विचार करत आहे. या फिल्म कंपनीचे जे डायरेक्टर बोर्ड आहे त्यांना असे कधी वाटेल की, आता काहीतरी कायदेशीर उपाय करावा किंवा बाहेरून मदत मागावी किंवा निदान बाहेरच्या जगाला सांगावे की, ऑलिम्पस प्रॉडक्शनच्या लोकांना माश्या माराव्यात तसे येथे मारले जाते आहे.त्यांचे मृत्यू नैसर्गिकरीत्या होत नाहीत?''

''शेवटी याच निष्कर्षाला तुम्ही पोहोचलात का?'' मी विचारले.

''या केसमध्ये गुन्हेगाराला आपल्या भोवताली कायद्याचा वावर असू नये, असे वाटण्याची दाट शक्यता मला वाटते.''

''तरीही येथे आता कायद्याचे हात आत्ता पोहोचू नयेत असे मला वाटते. त्यासाठी माझ्याकडे काही जोरदार कारणे आहेत. ज्या क्षणाला कायदा येथे हस्तक्षेप करू लागेल, त्या क्षणाला गुन्हेगाराचे मन व कारवाया या एकदम सुप्तावस्थेत जातील. मग ते जे पाच खून पडले त्यांची उकल कधीच होणार नाही. त्या खुनांबद्दल सर्वांवर संशयाची टांगती तलवार लटकत राहील. म्हणजे गुन्हेगाराच्या फासाची दोरी आपण खूप लांबवत नेणार.''.

''पण असे केल्याने गुन्हेगार न सापडता भलत्याच माणसावर संशय घेतला जाऊन त्याचा बळी घेतला गेला तर?''

''तसे खरोखरच होऊ लागले तर, आपल्याला कायद्याच्या क्षेत्रातून मदत मागवावी लागेल. मी येथे एक काम जमेल तितके चांगले कसे होईल ते पाहतो आहे. पण त्यासाठी मी निष्पाप लोकांचा बळी देणार नाही.''

''तुमच्या या बोलण्याने थोडासा दिलासा मिळतो आहे. पण त्या डायरेक्टर बोर्डाने कायदा क्षेत्रातून मदत मागवली तर? तसा विचार त्यांच्या मनात आला तर?'' स्मिथीने शंका विचारली.

''तसे झाले तर मग आपल्याला ट्यूनहीम शहराशी संपर्क साधावा लागेल. तिथे एक हवामान खात्याचे मोठे ऑफिस आहे. त्यांच्यापाशी एक वायरलेस सेट आहे. तो सेट एवढा प्रभावी आहे की, त्याची क्षमता चंद्रापर्यंत संपर्क साधण्याइतपत आहे. ते येथून दहा मैलांपेक्षा कमी अंतरावर आहे. पण आत्ताची हवामानाची स्थिती पाहता ते पार सैबेरियाइतके येथून संपर्कासाठी दूर असल्यासारखे आपल्याला आहे. जेव्हा हे हवामान निवळेल तेव्हा संपर्क साधणे शक्य होणार आहे. वारा आता पश्चिमेच्या दिशेने वाहतो आहे. तो तसाच वाहत राहिला तर नौकेतून किनाऱ्याकिनाऱ्याने जाता येईल; पण तो जर वायव्येच्या दिशेने वाहू लागला तर आपल्याकडच्या नौकेतून, म्हणजे वर्क-बोटीतून मात्र जाता येणार नाही. कारण तशी उघडी नौका ही पाण्यात उलटण्याची शक्यता आहे. वारा पूर्ण पडलाच तर, जमिनीवरून जाता येईल की नाही हे मात्र सांगता येत नाही. मात्र त्या वेळी हिमवृष्टीही थांबायला हवी. हा इथला भूभाग अत्यंत डोंगराळ आहे व सलग नाही, तुटक-तुटक आहे. तेव्हा आपल्याकडच्या स्नो-कॅट या घसरगाड्याही उपयोगाच्या नाहीत. म्हणजे आपण फक्त चालत-चालत पायी जाऊ शकतो. शिवाय ट्यूनहीम शहर हे पश्चिम किनाऱ्याला आहे. जर आपण पूर्व किनाऱ्याला जाऊन भिडलो तर, तिथे उंच-उंच कडे किनाऱ्यावर वाटेत आडवे येतील. इतकेही करून त्या पलीकडे आपण गेलो, तर वाटेत असंख्य तळी आहेत. त्यातली किती तळी गोठलेली असतील ते सांगता येत नाही. तसेच त्या तळ्यावरील बर्फाचा थर हा एका माणसाचे वजन पेलून धरण्याइतपत नक्कीच जाड नाही. शिवाय ते बर्फाचे थर भुसभुशीत असतील तर, तुमचा पाय घोट्यापर्यंत आत बुडेल का मांडीपर्यंत आत बुडेल ते सांगता येत नाही. तसेच अशा प्रवासात लागणारा तंबू आपल्याकडे नसल्याने आपण कुठेही रात्रीचा मुक्काम करण्यासाठी थांबू शकणार नाही. अन् एकूण अंतर हे एका दिवसात कापण्याजोगे नाही. तसेच, आपल्याकडे साधे होकायंत्र नसल्याने आपण भरकटत एकाच ठिकाणी गोल-गोल फिरत राहू. मग बराच वेळ हिमवृष्टीत राहिल्याने गारठून मरून जाऊ किंवा थकून कोसळू. ऑलिम्पस प्रॉडक्शनमधल्या लोकांची अशी वाताहत होऊन जाईल.''

स्मिथी माझे बोलणे ऐकून हादरला. तो म्हणाला, ''असे असेल तर मी जाणार नाही. माझ्याऐवजी तुम्हीच जा. मी गेलो तर वाटेत कुठे गुहा दिसतात का ते पाहीन व तिथेच आश्रय घेईन. रात्रभर थांबून दुसऱ्या दिवशी परत येऊन सांगेन की, या वाटेने पुढे जाणे केवळ अशक्य आहे.''

''पाहिलेत ना, आपल्यापुढे किती पर्याय कमी आहेत,'' मी माझे पिणे संपवले आणि स्क्रू व स्क्रूडायव्हर उचलले व म्हटले, ''चला, आता आपण ज्यूडिथ हेनिसला जाऊन पाहू या.''

ज्यूडिथ हेनिसची तब्येत आता बऱ्यापैकी ठीक झाली होती. तिला ताप नव्हता,

तिची नाडी सुरळीत चालली होती. तिचा श्वासोच्छ्वास उथळ नव्हता, खोलवर होता, तसेच त्यात नियमितता होती; पण ती जागी झाल्यावर तिला काय वाटेल, तिची मन:स्थिती काय असेल, हे आत्ता सांगता येणे कठीण होते. मी तिच्या क्युबिकलमधील खिडकी स्क्रू लावून पक्की बंद केली. आता बाहेरून जर कोणी काचा फोडून आत येऊ लागले तर, तेवढ्या आवाजाने आतल्या माणसाला सहज जाग येईल.

मग आम्ही केबिनच्या दिवाणखान्यासारख्या भागात गेलो. आश्चर्य असे की तिथे कोणीही नव्हते. निदान तिथे नऊ-दहा माणसे तरी असतील असे मला वाटले होते. ओटो, काऊंट, हेसमान व गोईन हे क्युबिकलमध्ये बसून महत्त्वाच्या गोष्टींवर चर्चा करत असणार. बाकीच्यांनी त्यांच्या चर्चा ऐकू नये म्हणून ते तिथे गेलेले असणार. लोनी हा पुन्हा ताजी हवा खाण्यासाठी बाहेर गेला असणार. केबिन व कोठीची खोली यामध्ये तो हरवला नसावा, अशी मी आशा केली. ॲलन हा निश्चितच आत्ता झोपलेला असणार. मेरी डार्लिंगचीही अशीच अवस्था झालेली असणार. ती आपले हात एकमेकांवर फिरवून चोळीत झोपली असावी. मी 'तीन ॲपोस्टल' पोरे आत्ता काय करत असतील याची मला कल्पना करता येईना. पण मला त्यांची अजिबात काळजी वाटत नव्हती. त्यांच्याकडून कोणालाच शारीरिक इजेचा धोका नव्हता, असलाच तर त्यांच्या कर्णकटू संगीतामुळे कानाचे पडदे फाटण्याचा धोका होता.

मी कॉनरॅडकडे गेलो. तीन बर्नर असलेल्या तेलाच्या स्टोव्हवर तो काहीतरी शिजवत होता. दोन मोठे पॅन व एक मोठे भांडे त्याने स्टोव्हवर ठेवले होते. त्या भांड्यात काहीतरी खदखदत होते. स्ट्यू, बीन्स, कॉफी असले वास त्यातून बाहेर येत होते. तो आपल्या अन्न शिजवण्याच्या कामात खूप गर्क होता, आनंदात होता. त्याला ही आचाऱ्याची भूमिका आवडलेली होती. कारण त्याच्या बरोबर त्याची मदतनीस मेरी स्ट्युअर्टही होती. आपले पाककौशल्य तिला दाखवण्याचा आनंद तो घेत असावा. चित्रपटसृष्टीत त्याच्यासारखा माणूस विरळच होता.

मी त्याला विचारले, "हे काय चालले आहे तुमचे? असली कामे तुम्ही कुठे शिकलात? मला वाटले होते की, ओटोंनी त्या 'थ्री ॲपोस्टल्स' पोरांना याच आचाऱ्याच्या कामासाठी आणले असेल."

"त्या पोरांना आपले संगीत सुधारण्यासाठी येथे आणले असावे," कॉनरॅड म्हणाला. "त्या पोरांशी वादात स्वत:चा बचाव करतच मी वागतो. ते आपल्या संगीताचा सराव सामानाच्या कोठीत करतात. तिथेच तो जनरेटर असल्याने त्या आवाजात त्यांचे गाणे बजावणे कोणालाही ऐकू येत नाही."

त्यांच्या वाद्यांचा आवाज, त्यांच्या गाणी म्हणण्यासाठी टिपेला पोहोचलेला आवाज आणि जनरेटरची घरघर असा संमिश्र आवाज ८ फूट × ८ फूट खोलीत

कितपत नीट व सुरेल ऐकू येईल? मी त्याला व मेरी डिअर हिला म्हणालो, "तुम्हाला खरोखरीच एक पदक बक्षीस म्हणून पाहिजे, अन् मेरी तुलाही."

मेरी हसून म्हणाली, "मला? मला कशाबद्दल?"

"मी काय म्हणालो ते आठवते आहे का? जेव्हा चांगली माणसे वाईट माणसांबरोबर राहतात तेव्हा काय होईल? त्या वाईट माणसांबरोबर किंवा त्या संशयित माणसांवर नजर ठेवता येते, पाळत राहते. तुमच्या या शिजणाऱ्या अन्नावर त्यांचे हात काही विषबाधा करण्यासाठी घिरट्या घालू नयेत. तसे काही दिसले नाही ना?"

तिच्या चेहऱ्यावरचे स्मित मावळले, "डॉ. मार्लो, तुम्ही हे विनोदाने म्हणत नाही, असे मी धरून चालते."

मग मी कॉनरॅडकडे पाहत म्हणालो, "काय मी आचारी साहेबांशी थोडे बोलू शकतो का?"

कॉनरॅडने माझा अंदाज घेत माझ्याकडे पाहिले, मग मान हलवून त्याने आपली पाठ वळवली. मेरी स्ट्युअर्ट ते पाहून म्हणाली, "त्यांच्याशी तुम्ही येथेच बोलले तर बरे पडेल."

"मी त्यांना काही गमतीदार गोष्टी सांगणार आहे. तुम्ही माझे विनोद फारसे मनावर घेऊ नका." मग मी काही पावले चालून कॉनरॅडपाशी गेलो व म्हटले, "त्या लोनीशी बोलायची काही संधी मिळाली का?"

"नाही, तशी संधी अद्याप मिळाली नाही. ते इतके तातडीचे आहे का?"

"मला आता मात्र तसे वाटू लागले आहे. असे पाहा, मी त्याला तिथे अजून पाहिले नाही. पण तो कधीतरी त्या कोठीच्या खोलीकडे जाणार हे नक्की."

"अन् तिथेच ओटो आपला मद्याचा साठा ठेवतात ना?"

"फ्युएल शेडमध्ये लोनी दिसण्याची अपेक्षा ठेवता येईल काय? डिझेल व पेट्रोल हे त्याला आवडत नाहीत. तर कोठीच्या खोलीत तो गेल्यावर तिथे दारू पीत असेल, त्यासाठी तो काहीही कारण देईल, तर त्याला बोलण्यात गुंतवून ठेवा. आपण कुटुंबापासून दूर पडल्याने आपल्याला कसे एकटे-एकटे वाटत आहे हा विषय काढा किंवा अन्य कोणताही विषय काढा. त्यावर तो काय बोलतो आहे ते पाहा."

मग कॉनरॅड थोडेसे कचरत म्हणाला, "मला लोनी आवडतो. त्यामुळे असले काम करण्यात मला स्वारस्य नाही."

"पण मला लोकांना पडलेल्या काळजीची दखल घ्यायला हवी. लोकांची आयुष्ये महत्त्वाची आहेत. त्यांना जगायचे आहे नि त्यांचे जगणे चालू राहिले पाहिजे ना?"

"बरोबर आहे," असे म्हणून त्याने आपली मान हलवली व पुढे जरा खालच्या स्वरात मला म्हटले, "तशी काळजी तुम्ही घेत आहात ना? त्यातून माझ्यासारख्या संशयिताची मदत घेऊन? हो ना?"

यावर मी म्हणालो, "तुम्ही माझ्या संशयितांच्या यादीत कधीच नव्हता व अजूनही नाही."

काही क्षण तो माझ्याकडे बघत राहिला व नंतर म्हणाला, "हे तुम्ही त्या मेरी डिअरला सांगा," एवढे म्हणून बाहेर जाण्यासाठी तो दाराकडे वळला. मग मी त्या स्टोव्हपाशी गेलो. मेरी स्ट्युअर्टने माझ्याकडे तिच्या नेहमीच्या गंभीर व त्रयस्थाच्या नजरेने पाहिले.

मी तिला म्हणालो, "कॉनरॅडने हे तुला सांगण्यासाठी मला सांगितले आहे की, तो माझ्या संशयितांच्या यादीत नाही. मी त्यालाही तसे सांगितले आहे."

"हे फार छान झाले," असे म्हणून ती हसली. पण तिच्या हसण्यात शिशिर ऋतूतला थंडपणा होता.

मी तिला म्हणालो, "मेरी, मी बोलल्याचा तुला राग आला?"

"वेल."

"वेल, व्हॉट?"

"तुम्ही माझे मित्र आहात का?"

"अर्थातच!"

"अर्थातच! अर्थातच!" तिने माझ्या बोलण्याची नक्कल केली व पुढे म्हटले, "डॉ. मार्लो हे साऱ्या मानवजातीचे मित्र आहेत."

"पण त्यासाठी डॉ. मार्लो साऱ्या मानवजातीला रात्रभर आपल्या कवेत घेऊन कवटाळत बसत नाहीत," मी म्हणालो.

यावर ती परत हसली. पण या वेळी तिच्या हसण्यात मला वसंत ऋतू दिसला. तिने विचारले, "चार्लस कॉनरॅड यांच्याबद्दल तुमचे काय मत आहे?"

"मला ते आवडतात. पण त्यांना माझ्याबद्दल काय वाटते ते मला ठाऊक नाही."

"मला ते आवडतात आणि त्यांनाही मी आवडते. तेव्हा आम्ही दोघे एकमेकांचे मित्र आहोत." ती म्हणाली. यावर मी 'अर्थातच' असे म्हणणार होतो; पण त्याऐवजी मी नुसतीच माझी मान डोलवली. ती पुढे म्हणाली, "मग तसे असेल तर तुमच्याकडची माहिती आम्हाला का सांगत नाही?"

यावर मी म्हणालो, "बायका या अत्यंत कुतूहलजन्य प्राणी आहेत. अन् 'कुतूहल' हा शब्द मी सर्वार्थाने वापरतो आहे."

"उगाच मला तुमची हुशारी दाखवू नका."

''तुम्ही नेहमी तुम्हाला कळलेली माहिती, रहस्ये ही दुसऱ्यांना सांगता?''
यावर तिने आपल्या भुवया थोड्याशा उंचावल्या. जणू काही ती कोड्यात पडली
होती. मग मी पुढे सांगत गेलो, ''आपण लहान मुलांचा खेळ खेळू या. तुम्ही मला
एक गुप्त रहस्य सांगा व बदल्यात मी तुम्हाला एक माझ्याजवळचे गुप्त रहस्य
सांगेन.''

''तुम्हाला काय म्हणायचे आहे तरी काय?''

''हे रहस्य तुम्हाला काल सकाळी ठाऊक झाले. त्या वेळी हिमवृष्टी होत होती
व तेव्हा तुम्ही बोटीच्या वरच्या डेकवर होता. त्या वेळी तुमचे हेसमानबद्दलचे प्रेम
उफाळून आले होते.''

हे सांगितल्यावर मला तिच्याकडून काही ठाम प्रतिक्रिया अपेक्षित होती. पण
तिने यावर कसलीच प्रतिक्रिया व्यक्त न केल्याने मी निराश झालो. तिने माझ्याकडे
पाहिले व ती थंडपणे विचार करून म्हणाली, ''म्हणजे तुम्ही आमच्यावर हेरगिरी
करत होता.''

''मी तिथे केवळ योगायोगाने होतो.''

''मला तसा कसलाही योगायोग वाटत नाही,'' एवढे बोलून तिने आपले ओठ
चावले; पण ते कोणत्याही चुकीमुळे अथवा निराशेने चावले नाहीत. ''तुम्ही ते
पाहायला नको होते,'' तिने शेवटी ते बोलून दाखवले.

''का बरे?'' असे मी तिला विचारणार होतो. पण माझ्या डोक्यात कुठेतरी एक
धोक्याची घंटा मोठ्याने वाजली.

''याचे कारण ती गोष्ट बाकीच्यांना ठाऊक होऊ नये, अशी माझी इच्छा आहे.''

''उघडच आहे,'' मी शांतपणे म्हणालो. ''पण का?''

''कारण त्या गोष्टीचा मला गर्व वाटत नाही. मला कसेही करून जगण्यासाठी
पैसा लागणार आहे, तो मी मिळवला पाहिजे. डॉ. मार्लो, मी फक्त दोन वर्षांपूर्वी
या देशात आले आणि माझ्याकडे कसलीही शैक्षणिक पात्रता नाही. मी आता जी
कामे करत आहे त्याचेही मी कुठे शिक्षण घेतलेले नाही. मी एक फालतू अभिनेत्री
आहे. माझ्यात कसलीही अभिनयक्षमता नाही की टॅलेन्ट नाही. मी ज्या शेवटच्या

दोन चित्रपटांत कामे केली ती अगदीच भिकार होती. लोक माझ्याकडे नेहमीच थंडपणे पाहतात. असे असताना मी हा ऑलिम्पस प्राडॅक्शनसाठी तिसरा चित्रपट का करते आहे? तुम्ही त्याचा आता तर्क करू शकता. जोहान हेसमन हे त्याचे कारण आहे,'' एवढे बोलून तिने एक स्मित केले व पुढे म्हटले, ''हे सारे ऐकल्यावर तुम्हाला आश्चर्य वाटले असेल ना डॉ. मार्लो? कदाचित धक्काही बसला असेल ना?''

''नाही.''

तिच्या चेहऱ्यावरचे ते स्मित हास्य मावळले. तिचा चेहरा थोडासा उतरला. ती आता पडलेल्या आवाजात म्हणाली, ''तेव्हा हे सारे असे आहे. आता मी सांगते त्यावर विश्वास बसला ना?''

''वेल, नाही. माझा तुमच्यावर किंचितही विश्वास नाही.''

तिने माझ्याकडे पाहिले. तिच्या चेहऱ्यावर थोडेसे दु:खी भाव पसरले होते व तसेच मी बोललो ते न समजल्याचेही भाव होते. ती म्हणाली, ''तर तुम्ही विश्वास ठेवीत नाही, माझ्यावर विश्वास ठेवीत नाही.''

''नाही. माझा मेरी स्ट्युअर्टवर विश्वास नाही. मेरी डिअरवर विश्वास नाही.''

माझ्या अशा बोलण्यामुळे तिचा चेहरा काहीसा उजळला. मग ती आश्चर्याने म्हणाली, ''माझ्याबद्दल असे चांगले कोणीही आत्तापर्यंत बोलले नाही,'' एवढे बोलून ती खाली मान घालून आपल्या तळहाताकडे पाहत राहिली. मान वर न करता मला म्हणाली, ''जोहान हेसमान हे माझे मामा लागतात. म्हणजे माझ्या आईचे भाऊ लागतात.''

''तुमचे मामा?'' असे बोलून मी मनातल्या मनात अनेक शक्यतांचा विचार करू लागलो. पण असे काही असेल हे माझ्या कधीच लक्षात आले नव्हते.

''जोहानमामा!'' मी म्हणालो. पुन्हा तिच्या चेहऱ्यावर तिचे स्मित हास्य उगवले. पण या वेळी त्या हास्यामध्ये थोडासा खट्याळपणा होता. तिला जेव्हा निखळ आनंद होईल तेव्हा तिचे हास्य कसे असेल याचा तर्क मी करू लागलो.

ती म्हणाली, ''तुम्ही माझ्यावर विश्वास ठेवू नका. तुम्हीच स्वत: मनात यावर विचार करा व स्वत:लाच प्रश्न विचारा. प्लीज.''

एकोणीस

त्या दिवशी रात्री जे जेवण सर्वांनी घेतले ते फारसे खेळीमेळीने झाले नाही. अशा प्रसंगी जो सर्वांचा मनमोकळेपणा हवा असतो तोच हरवला होता, अन् ते स्पष्टपणे कळून येत होते. याला एक कारण असे होते की, बऱ्याच जणांनी आपापल्या क्युबिकलमध्ये एकेकट्यानी खाऊन घेतले होते. आता ते येथे पुन्हा काहीतरी खात होते. त्यांचे छोटे-छोटे गट तयार होऊन हातात बशी घेऊन, बशीतले पदार्थ खात-खात गप्पा मारीत होते. काही जण बसले होते, तर काही जणांचे गट उभे राहून कोंडाळे करून खात होते. असे होणे साहजिक होते. कारण नुकताच घडलेला स्ट्रायकरचा मृत्यू, बोटीवर झालेल्या विषबाधा यांच्या आठवणी मी जागृत करून दिल्या होत्या. त्यांना खाण्यामध्ये फारसा रस नव्हता. कारण खाताना ते मधेच थांबत व आपली नजर सर्वत्र भिरभिर फिरवित. मग ते परत बशीतले स्ट्यू व बीन्स यांचा समाचार घेऊ लागत; परंतु पुन्हा त्यांचे डोळे आपल्यातील कोणी खुनी असावा याचा शोध घेऊ लागत. तशा काही खाणाखुणा कोणामध्ये दिसत आहेत का ते पाहत होते; परंतु अनैसर्गिक खाणाखुणा दिसणे कठीण होते. कारण सर्व जणच आत्ता अनैसर्गिकपणे वागत होते. जो कोणी खुनी असेल तो तर इतरांप्रमाणेच जादा हुशारीने वागण्याचा प्रयत्न करत असणार. असेच वागणे निर्दोष व्यक्तीचेही होते; परंतु सर्वांच्या मनात असलेला संशय काही निघून जात नव्हता.

ओटो मात्र असे काही वागत नव्हता. एक तर त्याच्यावर संशय घेतलेला नव्हता. तो येथल्या सर्वांचा बॉस होता, फिल्म युनिटचा चेअरमन होता व चित्रपट

निर्माता होता. तेव्हा तो स्वत:ला साहजिकच इतरांपेक्षा वेगळा समजत होता. त्यामुळे त्याच्या वागण्यात आत्मविश्वास होता, जोर होता व तो ठासून बोलत असे; पण दुर्दैवाने आज त्याचे वागणे हे तसे नव्हते. त्याची चलबिचल होत होती, त्याला काय निर्णय घ्यावा ते समजत नव्हते. त्याचा गोंधळ होत होता; परंतु जेव्हा सर्वांची जेवणे झाली तेव्हा तो भाषण करायला उठला. त्या वेळी मात्र त्यांची चलबिचल संपली होती, गोंधळ दूर झाला होता.

ओटो बोलू लागला, "गेल्या काही दिवसांत ज्या काही दुर्घटना घडत गेल्या त्याची जाणीव आपल्या सर्वांना आहे. त्यामुळे मला असे वाटते की, त्यावर डॉक्टर मार्लो यांनी जे विवेचन केले ते आपल्याला स्वीकारायला काहीही हरकत नाही. तसेच, भविष्यात घडू शकणाऱ्या घटनांची डॉक्टरांनी जी सावधगिरीची व धोक्याची सूचना दिली तीही आपण लक्षात घेतली पाहिजे. त्यांनी जे-जे काही सांगितले आहे ते सारे सत्य आहे. ते सत्य बदलता येणार नाही. त्यावर आधारित त्यांनी भविष्यकाळातील अंदाज व्यक्त केले आहेत. त्यामुळे ते पूर्णपणे पटण्याजोगे आहेत. त्यापासून आपली सुटका नाही. आपण आता एक चमत्कारिक परिस्थितीत सापडलो आहोत. आर्क्टिक भागातील एका ओसाड भूमीत आपण सापडलो आहोत. येथे कोणाकडूनही आपल्याला मदत मिळणार नाही. बाहेरच्या जगाला कल्पनाही नसेल की, आपल्या फिल्म युनिटमध्ये खून पडले आहेत व हा हिंसाचार किंवा हत्याकांड अजून संपलेले नसणार." त्याने मग घाईघाईने जमलेल्या लोकांकडे आपली नजर फिरवली. मीही तशीच नजर फिरवली. ओटोने ज्या शांतपणे परिस्थितीवर भाष्य केले त्याची अनेकांवर छाप पडली. तो पुढे सांगू लागला, "याचे कारण जे काही घडले आहे, घडते आहे ते अनपेक्षित व विश्वास बसणार नाही असे आहे. म्हणून मी असे सुचवतो की, काहीही झाले तरी आपली माथी शांत ठेवा, अगदी नेहमीसारखे वागा व चिकित्सक नजरेने पाहत राहा. जर तुम्ही गडबडून गेलात तर एक सार्वत्रिक उन्माद पसरू शकेल व त्याचे दुष्परिणाम आपल्यालाच भोगावे लागतील."

"म्हणून मी व माझ्या सहकाऱ्यांनी असे ठरवले आहे की, अत्यंत काळजी घेऊन आपण आपल्या हातातील ठरवलेली कामे व्यवस्थित उरकून घेऊ. अन् तेवढ्यासाठीच तर आपण लांबून येथे आलो आहोत. एरवी आपले येथे शूटिंगसाठी येणे हे ठीक दिसले असते. पण आता परिस्थिती बदललेली आहे. मी हे जे काय म्हणतो आहे ते तुम्हाला पटते आहे, असे धरून चालतो आहे. आपला येथला सर्व काळ आपण कामे पूर्ण करण्यात घालवू. उगाच नुसते बसून न राहता, काहीतरी हेतुपूर्वक व रचनात्मक कामे आपण करत राहू. म्हणजे जी भीतिदायक भावना आपल्या मनावर स्वार करून राहिली आहे तिचा आपल्याला विसर पडेल. याचा अर्थ ज्या दुर्घटना घडल्या त्या विसरून जाण्याचे सोंग करा, असे मी म्हणत नाही.

पण आता आहे त्याच परिस्थितीचा फायदा घेऊन आपण जिद्दीने कामाला लागू. तसे करणे हाच एक परिस्थितीवरचा तोडगा आहे.''

''जर हवामान चांगले असेल तर उद्या आपल्यापैकी तिघे जण शूटिंगच्या जागेवर असतील. येथे असलेल्या मिस्टर डिव्हाईन यांच्या नेतृत्वाखाली मुख्य गट असेल. हा गट उत्तरेला 'लेर्नर्स वे' या मार्गाने जाईल. हा रस्ता पलीकडच्या उपसागराला नेणारा आहे. गेल्या शतकाच्या शेवटी हा रस्ता बांधलेला होता. त्या मूळ रस्त्याचे आता किती अवशेष राहिले असतील याची मला शंकाच आहे. काऊंट, ॲलन व सेसिल हे अर्थातच बरोबर येतील. मीही त्यांच्याबरोबर जाण्याचे ठरवतो आहे. अन् कॉनरॅड तुम्हीही चला तिकडे.''

''मिस्टर गेरान, मीही तिकडे यायला हवे आहे का?'' मेरी डार्लिंगने विचारले. तिने शाळकरी मुलीसारखा आपला हात वर्गात उचलावा तसा उचलून विचारले होते.

''वेल, परिस्थिती कशी असेल यावर ते अवलंबून आहे,'' एवढे बोलून ओटो एकदम गप्प बसला. त्याची दृष्टी ॲलनच्या मार खाल्लेल्या चेहऱ्याकडे गेली होती. मग त्याने परत मेरीकडे पाहिले. त्याच्या चेहऱ्यावर एक फसवे हास्य होते. तो पुढे तिला म्हणाला, ''तुमची इच्छा असेल तर तुम्ही नक्कीच येऊ शकता. मि. हेन्ड्रिक, ल्यूक, मार्क व जॉन येथे आहेत. ते या बेटावरील सर्व प्रकारचे ध्वनी रेकॉर्ड करतील. इथे वाहणारे वारे, कड्यापाशी उडणाऱ्या पक्षांचे आवाज, किनाऱ्यावर फुटणाऱ्या लाटांचे आवाज, हे सर्व टिपतील. मिस्टर हेसमान हे एक हॅन्डकॅमेरा घेऊन आपल्या वर्क-बोटीतून हिंडतील व शूटिंगसाठी चांगल्या जागांचा शोध घेतील. मिस्टर जंगबेक व मिस्टर हेटर यांना उद्या काहीही काम नसल्याने ते आपल्या या कामाला आपण होऊन मदत करणार आहेत.

''तर हा असा आपला उद्याचा कार्यक्रम ठरला आहे; पण यातला सर्वांत महत्त्वाचा कार्यक्रम मी शेवटी ठेवला आहे. तो कार्यक्रम आपल्या कामाशी संबंधित नाही. आम्हाला असे वाटते की, आपल्याला कुठून तरी आता वेगाने मदत मिळवली पाहिजे. ती मदत अर्थातच कायदा खाते, पोलीस किंवा तेवढ्या सक्षम खात्याकडून अथवा अधिकाऱ्याकडून हवी. हे काही आपल्याला कर्तव्य म्हणून करायचे नाही, तर आपल्या सुरक्षिततेसाठी करायचे आहे. कोणीतरी संपूर्ण तपासणी, चौकशी व शोध झटपट घेतला पाहिजे. त्यासाठी आपल्याकडे एखादा वायरलेस सेट असायला हवा. तशी सोय फक्त जवळ असलेल्या ट्यूनहीम या नॉर्वेतील शहरातील नॉर्वेजियन हवामान केंद्राकडे आहे.'' या वेळी मी स्मिथीकडे पाहणे टाळले. या कामासाठी त्याला बोलावले जाईल याची मला कल्पना होती. स्मिथीला ओटो म्हणाला, ''मिस्टर स्मिथ, तुम्ही येथे आहात हे आमचे भाग्यच म्हटले पाहिजे. आमच्यातील

तुम्हीच एकमेव व्यावसायिक दर्यावर्दी म्हणून येथे आहात. येथून बोटीने ट्यूनहीम येथे जाता येणे जमू शकेल का?''

यावर स्मिथी काही क्षण बोलला नाही. त्यामुळे त्याच्या उत्तराकडे सर्व जण कान देऊन ऐकू लागले. मग तो म्हणाला, ''आत्ताची परिस्थिती अशी खराब आहे की, तसा प्रयत्न करण्याचे मनातही आणू नये. मग आत्ता आपली कितीही निकड असली तरीही असा प्रयत्न करू नये, असे माझे मत आहे. नुकताच आपण एका खराब हवामानाचा अनुभव घेतला आहे, मिस्टर गेरान, आता खवळलेला समुद्र शांत होण्यास अजून काही वेळ लागणार आहे. त्या वर्क-बोटीचे एक वैगुण्य असे आहे की, त्यातून खवळलेल्या समुद्रातून प्रवास करता येत नाही. समोर जर खवळलेला समुद्र आला तर सरळ त्याकडे पाठ करून परत फिरावे लागते. याचे कारण अशा वर्क-बोटी या मागच्या बाजूला पूर्णपणे उघड्या असतात. त्यामुळे तिथे बोटीत पाणी शिरते व शेवटी बोट बुडते. तेव्हा जर ही वर्क-बोट किंवा नौका समुद्रात घालायची असेल तर आपल्याला कोणत्या हवामानाल तोंड द्यावे लागणार आहे, याची आधी नक्की कल्पना असायला हवी.''

''आय सी! तेव्हा सध्या या नौकेचा वापर करणे हे अति धोकादायक आहे तर. मिस्टर स्मिथ, हा समुद्र केव्हा शांत होईल याची कल्पना आहे का?''

''ते सारे वाऱ्यावर अवलंबून आहे. आत्ताचा वारा हा पश्चिमेला जाणारा आहे आणि तो जर तसा काही काळ राहिला तर मात्र काही आशा करता येईल. पण तो जर वायव्येकडे किंवा आणखी उत्तरेकडे वाहू लागला, तर मात्र काहीही करता येणार नाही.'' एवढे बोलून स्मिथी थोडासा हसला व पुढे म्हणाला, ''जर आपण जमिनीवरून चालत गेलो तर तेही अवघडच ठरणार आहे. पण निदान तुम्ही समुद्रात तरी बुडणार नाही.''

''अच्छा! म्हणजे पायी गेलो तर ट्यूनहीमला पोहोचता येईल तर. हो ना?''

''ते मला सांगता येणार नाही. मी आर्क्टिक भागात प्रवास करण्यातला तज्ज्ञ नाही. येथे मिस्टर हेसमान आहेत. मला असे कळले की, त्यांनी नुकतेच अशा विषयावर एक व्याख्यान दिलेले आहे. तेव्हा या बाबतीत माझ्यापेक्षा तेच अधिक तज्ज्ञ आहेत.''

यावर हेसमान स्मिथीचे बोलणे हाताने झटकून टाकत म्हणाला, ''नाही नाही. या बाबतीत तुम्हाला काय वाटते आहे, तुमचे मत काय आहे, ते मिस्टर स्मिथ तुम्ही आम्हाला सांगा.''

जमिनीवरून ट्यूनहीम शहराकडे जाण्यात काय काय अडचणी आहेत याबद्दल मी जे स्मिथीला आधी सांगितले होते तेच त्याने सर्वांना ऐकवले. जेव्हा त्याचे बोलणे संपले तेव्हा हेसमानने मान हलवून त्याला आपली संमती दिली. आर्क्टिकसारख्या

थंड प्रदेशात हिवाळ्यात प्रवास करताना काय अडचणी असतात याचा हेसमानला चांगला अनुभव असल्याने त्याला ते पटले. तो यावर म्हणाला, ''छान तुम्ही अगदी मुद्देसूद सांगितले. मला मिस्टर स्मिथ यांचे म्हणणे शंभर टक्के मान्य आहे.''

यानंतर सर्व जण विचारात पडले व तिथे शांतता पसरली. ती शांतता शेवटी स्मिथीनेच भंग केली. तो भिडस्तपणे म्हणाला, ''मी येथे तुमच्यात त्रयस्थ आहे. जर हवामान सुधारले तर, जमिनीवरून जाण्याचा प्रयत्न करावयास हरकत नाही.''

''पण तुमचे हे मत मात्र मला मान्य नाही. तसे काही करणे हे आत्महत्या करण्याजोगे आहे. यातून बाकी काहीही निष्पन्न होणार नाही,'' हेसमान ताबडतोब म्हणाला.

ओटो यावर ठामपणे म्हणाला, ''ठीक आहे, आपण तो विचार सोडून देऊ. पण आपल्या सर्वांच्या सुरक्षिततेसाठी अशी पायी चालत जाण्याची मोहीम आपण सोडून देऊ या.''

स्मिथी यावर म्हणाला, ''तसली चालत जाण्याची मोहीम म्हणजे आंधळ्याने आंधळ्यांना मार्गदर्शन करत जाण्यासारखे आहे.''

आता हेटर बोलू लागला, ''मिस्टर गेरान, कदाचित मी येथे काही मदत करू शकातो.''

''तुम्ही?'' ओटोने कोड्यात पडत त्याच्याकडे पाहिले. मग आपला चेहरा नीट करत म्हटले, ''हेटर हा माझा स्टंटमॅन आहे. चित्रपटात धाडसी कृत्ये करणार आहे. त्याने माझ्या *दी हाय सिएरा* चित्रपटात कडे चढून जाण्याचे काम केले आहे. चित्रपटातील ज्यांना धाडसी कामे करता येत नाहीत, त्यांच्या जागी ते ती कामे करतात. ते एक चांगले गिर्यारोहक आहेत. मग, मिस्टर स्मिथ तुमचे काय मत आहे? हेटर यांना पाठवायचे का?''

यावर स्मिथी काय उत्तर देईल हे ऐकायला मी आतुर होतो. स्मिथीने मात्र क्षणाचाही विलंब न लावता ताबडतोब म्हटले, ''अशीच छोटी मोहीम माझ्या मनात होती. मला स्वत:ला त्यांच्याबरोबर जायला आवडेल; पण बहुतेक वाट मला त्यांना उचलूनच न्यावे लागेल.''

ओटो म्हणाला, ''म्हणजे हे ठीक झाले तर. तुम्हा दोघांचे मी आभार मानतो. पण जर हवामान सुधारले तरच त्यांनी जावे.'' मग माझ्याकडे वळून ओटो म्हणाला, ''को-ऑप्टेड मेंबर म्हणून तुमचे काय मत आहे? तुम्हाला मान्य आहे हे?''

मी म्हणालो, ''होय, आहे. तुमच्या योजनेला माझी मान्यता आहे. याला अपवाद फक्त रोज सकाळी तुम्ही लोकांना ठरवून दिलेल्या कामांचा आहे. याचे कारण तुम्ही रात्रीच्या सर्वांच्या निद्रेचा विचार नीट केलेला नाही. काही लोकांना रात्र काय व दिवस काय, आपले हेतू साध्य करण्यासाठी कसलाच विधीनिषेध नसतो.

'काही लोक' म्हणजे कोण व त्यांचा 'हेतू' म्हणजे मनुष्यहत्या हे तुमच्या लक्षात आले असेलच.''

ओटो म्हणाला, ''मी व माझ्या सहकाऱ्यांनी यावर विचार केला आहे. तुम्ही आम्हाला रात्रीच्या पहाऱ्याबद्दल सुचवता आहात काय?''

''होय, त्यामुळे आपल्यातील काही जणांचे जीव नक्की बचावतील,'' असे म्हणून मी तीन-चार पावले टाकून केबिनच्या मध्यभागी जाऊन उभा राहिलो आणि म्हणालो, ''मला येथून सर्व क्युबिकल्सकडे जाणारे पाचही बोळ दिसत आहेत. येथे उभे असलेल्या व्यक्तीच्या नजरेतून, क्युबिकल्समध्ये आतबाहेर करणारी कोणतीही व्यक्ती सुटू शकणार नाही.''

कॉनरॅड यावर हसून म्हणाला, ''यासाठी गोईन हे योग्य ती व्यक्ती पहाऱ्यासाठी निवडतील. मात्र त्या व्यक्तीला आपली मान सारखी सर्व बाजूला गरागरा फिरवावी लागेल.''

यावर मी म्हणालो, ''त्यासाठी दोन पहारेकरी एका वेळी ठेवणे हा एक उपाय आहे. ही दोन्ही माणसे इथल्या बोळांवर जशी लक्ष ठेवतील, तशीच ती एकमेकांवरतीही लक्ष ठेवतील. या दोघांमधील एक जण संशयातीत गटातील असेल तर दुसरा संशय असलेल्या गटातील असेल. संशयातीत गटातील दोन्ही मेरींना आपण या कामातून वगळू. तसेच मिस्टर ॲलन यांनाही रात्रभर झोपेची गरज असल्याने त्यांनाही आज आपण या कामातून वगळू. म्हणजे आता मिस्टर गेरान, मिस्टर गोईन, मिस्टर स्मिथ, सेसिल आणि मी स्वत: एवढेच पाच जण उरतात. आम्ही पाच जण दोन-दोन तासांचा पहारा करू. हा पहारा रात्री दहा ते सकाळी आठ वाजेपर्यंत चालेल.''

ओटो म्हणाला, ''ही एक उत्तम सूचना आहे. तेव्हा हे पाच स्वयंसेवक पहारेकरी ठरले.''

आपण होऊन पहारा देण्यासाठी तिथे तेरा स्वयंसेवक तयार होते. त्यांनी तत्काळ तशी आपली संमती दर्शवली. शेवटी असे ठरले की, गोईन व हेन्ड्रिक्स यांनी रात्री १० ते १२ वाजेपर्यंत, स्मिथ व कॉनरॅड यांनी रात्री १२ ते २ वाजेपर्यंत आणि मी व ल्यूक यांनी रात्री २ ते पहाटे चार वाजेपर्यंत पहारा द्यायचा. नंतर ओटो व जंगबेक यांनी सकाळी ६ वाजेपर्यंत आणि सेसिल व एडी यांनी पुढे सकाळी ८ वाजेपर्यंत पहारा द्यायचा. इतरांपैकी, विशेषत: काऊंट व हेसमान यांनी याबद्दल निषेध व्यक्त केला. तो निषेध तेवढासा तीव्र नव्हता. त्यामुळे तो बाजूला सारला गेला. अजून यानंतर २१ रात्री पार करायच्या होत्या.

सर्वांनी या पहाऱ्याच्या कार्यक्रमाला मान्यता दिली, हे एक आश्चर्यच होते. यात एक गोष्ट अशी अंतर्भूत होती की, पहारेकऱ्याला जर आपला जोडीदार आवडत

नसेल तर काय करायचे? पण त्याला इलाज नव्हता. हळूहळू एकेक किंवा दोघे-दोघे जण तिथून काढता पाय घेऊन आपापल्या क्युबिकलमध्ये जाऊ लागले. काही मिनिटांत सर्व जण निघून गेले. फक्त मी व स्मिथी तिथे उरलो. तसेच तिथे कॉनरॅडही थांबला होता. त्याला माझ्याशी काहीतरी बोलायचे असावे. स्मिथी क्युबिकलमध्ये निघून गेला. जाता-जाता त्याने माझ्याकडे एक दृष्टिक्षेप टाकला.

कॉनरॅड मला विचारू लागला, ''तुम्हाला लोनी व त्याच्या कुटुंबाबद्दल कशी माहिती आहे?''

''बिलकुल नाही. तो काही बोलला?''

''थोडेसेच, फार नाही. त्याचे एक कुटुंब होते.''

''कुटुंब होते?''

''होय. एक पत्नी व दोन मुली त्याला होत्या. त्या दोन्ही मुली मोठ्या झालेल्या होत्या. मग त्यांची मोटार एका अपघातात सापडली. तो अपघात कसा झाला ते ठाऊक नाही व कोण त्याची गाडी चालवत होते तेही मला ठाऊक नाही. त्याने मला एवढेच सांगितले. नंतर तो ओठ मिटून गप्प बसला. त्याला वाटले की, आपण फार बोललो असावो. तो त्या मोटारीत होता की नाही हेही त्याने सांगितले नाही किंवा आणखी कोणी होते का तेही सांगितले नाही.''

कॉनरॅडला फक्त एवढीच माहिती कळली होती. मग आम्ही दोघे सुचले तसे काही वेळ एकमेकांशी बोलत गेलो. जेव्हा गोईन व हेन्ड्रिक्स हे दोघे पहाऱ्याची पहिली वेळ करण्यासाठी उगवले तेव्हा मी तिथून निघून माझ्या क्युबिकलमध्ये आलो. स्मिथी अजून कॉटवर आडवा झाला नव्हता. त्याने अंगावर सर्व कपडे चढवले होते व तो त्या खिडकीला लावलेला शेवटचा स्क्रू काढीत होता. तिथल्या तेलाच्या दिव्याची ज्योत त्याने अगदी बारीक करून ठेवली होती. त्यामुळे क्युबिकलमध्ये अर्धवट अंधार झाला होता.

''निघालात?'' मी विचारले.

''बाहेर कोणीतरी आहे,'' स्मिथी म्हणाला, त्याने आपले रेनकोटसारखे जॅकेट अंगावर चढवले होते. त्याला जोडलेली टोपी त्याने डोक्यवर ओढून घेतली होती. तो पुढे म्हणाला, ''पुढच्या दाराने बाहेर जाण्यात अर्थ नाही.''

मग मीही तसेच जॅकेट घालून तयारीत राहिलो. मी विचारले, ''कोण आहे बाहेर?''

''काही कल्पना नाही.'' त्याच्या चेहऱ्यावर जराशी भीती प्रगट झाली होती. मी ते ओळखले आहे, हे त्याला कळले नाही. मग तो खिडकीतून बाहेर गेला व ज्यूडिथच्या खिडकीतून टॉर्चचा प्रकाश आत टाकला. तिथून कोणीतरी बाहेर पाहत असले असते तर? त्याने असे करायला नको होते. तो बाहेर कुठे जात आहे ते मला

समजले नाही. पण तो धक्क्याकडे जात असावा.

मीही बाहेर पडलो व खिडकी पक्की बंद केली. स्मिथीच्या मागे मी जाऊ लागलो. हवा मघासारखीच होती. अजूनही हिमकणांचे वारे जोरात वाहत होते. कडाक्याची गार हवा होती. अंधार आणि बोचरे वारे होते. वाऱ्याची दिशा नैर्ऋत्येकडे वळली होती. आम्ही दोघे ज्यूडिथच्या खिडकीजवळून गेलो. टॉर्चची तोंडे आम्ही कापडाने कमी केली असल्याने त्यातून बारीक झोत बाहेर पडत होता. जेटीकडे जाणारा मार्ग आम्ही पकडला. त्याच वेळी माझ्या मनात आले की, जो कोणी बाहेर आहे तो कोठून आला हे पाहणे जरुरीचे आहे. खाली बर्फातले त्याच्या पावलांचे ठसे पुसले जाण्याच्या आत पाहायला हवे होते. पण ते ठसे आम्हाला सापडले नाहीत. जो कोणी होता तो अगदी भिंतीलगत चालत आला असला पाहिजे. निदान दोन वेळा तरी तो केबिनभोवतालून तसा गेला असला पाहिजे. परत जाताना तो आपलेच ठसे पुसले जाण्यासाठी त्यावरून त्याने आपले पाय फरफटत नेले असले पाहिजेत. तेव्हा तो नेमक्या कोणत्या क्युबिकलमधून बाहेर पडला असेल हे ओळखणे अवघड होते. त्याने आपल्या पाऊलखुणा का मिटवल्या? हा प्रश्न मला फार त्रास देऊ लागला. याचा अर्थ तो जे काही करणार होता त्यासाठी सावधगिरी बाळगत होता.

आम्ही जेटीकडे भरभर पण सावधगिरीने जाऊ लागलो. त्यामुळे ती व्यक्ती बेसावध राहून आपल्या पाऊलखुणा मिटवणार नाही. धक्क्याच्या टोकाशी आल्यावर मी माझ्या टॉर्चचा बारका झोत टाकण्याची जोखीम पत्करली. तिथून बाहेर पावलांची एक ओळ पुढे गेलेली दिसत होती.

ते पाहून स्मिथी हळू आवाजात म्हणाला, ''हा पठ्ठ्या येथे पाणबुडीत किंवा बोटीत येऊन गेला तर. जर आपण हाच माग धरून गेलो, तर त्याच्याशी आपली टक्कर नक्कीच होईल. तो आत्ता आपल्याही पावलांच्या खुणा पाहत असेल. आपण जर चटकन धक्क्याच्या दुसऱ्या टोकाला गेलो व त्याला धडकलो नाही, तर त्याला सहज गाठता येईल. मात्र आपण अजिबात आवाज करता कामा नये.''

''पण तो जर बाहेर नुसताच हिंडत असेल तर त्यात बेकायदेशीर असे काहीच नाही. मग भले ते हिंडणे या वादळवाऱ्यातले असो. अन् जर आपण आपले अस्तित्व त्याला येथे कळू दिले, तर नंतर तो आपली कृत्ये करताना अति सावधगिरी बाळगेल.''

आम्ही किनाऱ्यावर उतरून तिथे असलेल्या एका मोठ्या खडकाच्या आड आश्रय घेतला होता. तसे लपण्याची खरे म्हणजे काहीही गरज नव्हती. कारण त्या वेळी एवढा मिट्ट काळोख होता व हवेतली दृश्यता जवळ-जवळ शून्य होती.

स्मिथीने विचारले, ''तो कशासाठी बाहेर आला असेल?''

''खरे सांगायचे तर मलाही त्याची कल्पना नाही. काहीतरी गुन्हा करायचा

असेल किंवा खलनायकासारखे काही करायचे असेल. तो तिथून निघून गेल्यावर आपण तिथे जाऊन पाहू या.''

त्याच्या मनात काहीही हेतू असला तरी त्याने फार वेळ बाहेर काढला नाही. कारण तो दोन मिनिटांत तिथून निघून गेला होता. खाली जमिनीवर बर्फाचा जाड थर जमला होता. काळोख तर गडद होता. त्यामुळे तो निर्धास्त असावा. त्याच्या हातातील टॉर्चची हालचाल वाटेल तशी होत होती. आम्ही काही सेकंद वाट पाहिली व लगेच ताठ झालो.

''त्याने काहीतरी बरोबर घेतलेले आहे का?'' मी विचारले.

''मलाही तसेच वाटते आहे. ''

मग आम्ही त्या दोन पाऊलखुणांच्या रांगेतून धक्क्याकडे गेलो. तिथे ती लोखंडी शिडी होती. तिथेच पाण्याच्या जवळ ती नकली पाणबुडी होती. येथेच तो गेला असला पाहिजे यात शंकाच नव्हती. कारण त्या नकली पाणबुडीवर त्याची ओल्या बुटांची पावले सर्वत्र उमटलेली होती. कॉनिंग टॉवर जवळ असलेल्या प्लॅटफॉर्मवरतीही तशीच पावले उमटलेली होती. आम्ही त्या नकली पाणबुडीवर चढून हे सर्व पाहिले आणि सरळ आतमध्ये उतरलो.

आतमध्ये काहीही बदललेले नव्हते. सारे काही जिथल्या तिथे होते. कुठलीही वस्तू तेथून नेलेली नव्हती. स्मिथी म्हणाला, ''मला ही जागा आवडत नाही. मागच्या वेळी येथे आपण आलो असताना. मी या जागेला एक लोखंडी कबर असे म्हटले होते.''

''तुम्हाला आत्ता काही त्रास होतो आहे का?''

''हा जो पठ्ठ्या आहे त्याने येथून काहीच उचललेले नाही. पण ज्या अर्थी तो येथे आला त्यामागे त्याचा नक्की काहीतरी हेतू असला पाहिजे. तो हेतू काहीही असू शकेल. त्याने कशावरून ही पाणबुडी उडवून देण्यासाठी येथे एखादा बॉम्ब लावून ठेवला नसेल? नक्कीच तसले काहीतरी असावे.''

''पण तो असे का करेल?'' माझा त्या बॉम्ब पेरण्यावर विश्वास बसत नव्हता.

''मग यापूर्वी त्याने जे गुन्हे केले त्यामागे तरी असा कोणता खास हेतू होता? आत्ता यामागचे कारण शोधण्यात अर्थ नाही. मला आत्ता फक्त एवढेच माहिती करून घ्यायचे आहे की, आत्तापासून तो कोणती चमत्कारिक गोष्ट करू पाहत आहे? का करत आहे? हा एक नंतरचा प्रश्न आहे.''

मी स्मिथीला म्हणालो, ''तुमचा तर्क बरोबर आहे असे जरी समजले तरी तो ही भली मोठी वस्तू छोट्या प्लॅस्टिक बॉम्बने उडवून देऊ शकणार नाही. याला यापेक्षा जास्त काहीतरी मोठे घडवायचे असावे. त्यासाठी त्याला एक बऱ्याच वेळाने स्फोट घडवणाऱ्या फ्यूजची गरज लागणार.''

''जेव्हा त्याने योजलेला स्फोट घडेल तेव्हा तो आपल्या बिछान्यात गाढ

झोपलेला असेल? मला आता या गूढ प्रकाराची अधिकच धास्ती वाटू लागली आहे. त्याला येथून आपल्या बिछान्यात जाऊन झोपायला किती वेळ लागणार असेल?''

''ते एका मिनिटात सहज पोहोचेल.''

''मग आपण उगाच येथे उभे राहून का बोलतो आहोत?'' असे म्हणून स्मिथीने आपल्या टॉर्चचा झोत आजूबाजूला फिरवला. ''या पठ्ठ्याने तो बॉम्ब किंवा ते काही असेल ते येथे कुठे लपवून ठेवले असेल?''

''ते कुठेतरी इथल्या भिंतीला किंवा तळाला चिकटवून ठेवले असणार.''

मग आम्ही आतली प्रत्येक गोष्ट तपासू लागलो. अगदी तिथला चौरस इंचन् इंच तपासू लागलो. पण लोखंडी बॅलास्ट टाक्यांचे बार व त्याला धरून ठेवणारे लाकडी बॅटनच्या पट्ट्या जागच्या जागी होत्या. तिथे छोटासाही बॉम्ब लावण्यास जागा नव्हती. आम्ही त्या छोट्या मशरूम अँकरच्या मागे पाहिले, तिथल्या साखळ्यांच्या आजूबाजूला पाहिले, तिथले कॉम्प्रेसर युनिट तपासले आणि प्लॅस्टिकच्या पेरीस्कोप व तोफा यांच्या मागे असलेले रहाटही तपासले. तरीही आम्हाला काहीही आक्षेपार्ह सापडले नाही. इतकेच काय, पण बॅलास्ट टाक्यांमध्येही डोकावून पाहिले. कुठलाही स्क्रू पिळून सैल केलेला आढळत नव्हता किंवा तसे केल्याच्या खुणाही दिसल्या नाहीत. तिथे लोखंडी भिंतीला चिकटवून धरण्यासाठी कुठेच सोयिस्कर जागा नव्हती. इतकेही करून कुठे एखादा स्फोटक लावलाच तर तो लगेच उठून दिसला असता, लक्षात आला असता.

स्मिथीने माझ्याकडे पाहिले. माझ्यासारखाच तोही कोड्यात पडला आहे की नाही, हे समजायला मला मार्ग नव्हता. मला भीती अशी वाटत होती की, इतकेही करून कुठेतरी स्फोटके लावून त्याचा टाइम-फ्यूज सुरू करून दिला असेल तर ती स्फोटके केव्हातरी उडणार होती. मला याचीच आता भीती वाटू लागली व ती वाढत चालली. स्मिथीने समोरच्या भिंतीला असलेले लॉकर पाहिले व तो म्हणाला, ''कदाचित या लॉकरमध्ये त्याने बॉम्ब सोडून दिला असेल. येथे लपवणे तर सर्वांत सोपे व चटकन करता येण्याजोगे आहे.''

''मला ती शक्यता वाटत नाही,'' मी म्हणालो. मग मीच तिथे त्याच्याआधी जाऊन पोहोचलो. रंग ठेवलेले लॉकर उघडून आतमध्ये टॉर्चचा झोत सोडला. लॉकरच्या तळाशी एक आडवी लाकडी पट्टी होती. मी त्यावर प्रकाश टाकून स्मिथीला म्हटले, ''तुम्हीही पाहा.''

ते लॉकर अगदी तळाशी होते; आमच्या पायाशी. स्मिथी म्हणाला, ''येथे एक बर्फाचा तुकडा पडलेला आहे. अजून वितळलेला नाही. कुणाच्या तरी बुटाला लागून तो तिथे आलेला आहे.'' मग त्या लॉकरचे झाकण पूर्ण बाहेर उघडून तो पुढे

म्हणाला, ''आपण यात उगाचाच वेळ वाया घालवतो आहे. ते स्फोटक किंवा बॉम्ब प्रथम शोधला पाहिजे.''

मी त्याच्या दंडाला धरून म्हटले, ''असे काहीही करू नका. आत चाचपडल्यावर हाताला बॉम्ब कदाचित लागेलसुद्धा. पण कशावरून त्याला 'बूबी ट्रॅप' लावला नसेल?'' बूबी ट्रॅप म्हणजे एक असा सापळा की, तिथे जरा कोणी हात लावला किंवा ते स्फोटक हलवायचा प्रयत्न केला की एकदम त्याचा स्फोट होतो.

''बरोबर आहे,'' असे म्हणत त्याने एकदम आपला हात मागे घेतला. वाघाचा जबडा आपल्यावर मिटत चालला हे पाहिल्यावर माणूस जसा झटकन मागे होतो तसे त्याने केले. ''पण मग आपण ते तपासणार कसे?''

''सावकाश ते लक्षात येईल. एवढा बूबी ट्रॅप लावायला त्याच्याजवळ नक्कीच वेळ नव्हता. त्याने त्या सापळ्याची वायर झाकणाला लावली असेल किंवा सापळ्याला एक दोरी लावून ठेवली असेल. पण काहीही खेचले, ओढले तरी बॉम्ब उडू शकतो. पण तरीही आपण लॉकरचे झाकण दोन इंच तरी वर उचलू शकतो.''

मग आम्ही तसे ते झाकण किंचित वर उचलून तपासले. त्याची गोल कडा तपासली व फटीतून आतमध्येही पाहिले. पण स्फोटकाचा मागमूसही नव्हता. आतमध्ये काहीही ठेवले नव्हते. पण तिथले काही तरी उचलून नेले होते. तिथे रंगाचे दोन डबे व दोन ब्रश होते. ते गायब झालेले होते.

माझ्याकडे पाहून स्मिथीने आपले डोके हलवले. आम्ही काहीही बोललो नाही. रंगाचे डबे चोरून नेलेले कळल्यावर का तसे केले यावर आम्हाला विचार करता येईना. कारण हे आम्हाला अत्यंत अनपेक्षित होते. लॉकर बंद करून आम्ही वर आलो व त्या नकली पाणबुडीतून बाहेर पडलो. मी म्हणालो, ''त्याने ते रंगाचे डबे केबिनमध्ये नेले नसणार. याचे कारण ते डबे आकाराने मोठे होते आणि ते छोट्या क्युबिकलमध्ये लपवून ठेवले तर सहज दिसू शकतील. कोणाच्याही नजरेस ते पडू शकतात.''

''छे! त्याला तिथे लपवण्याची गरज नाही. येथे सर्वत्र एवढे बर्फाचे ढीग साठलेले आहेत. त्यात कुठेही लपवता येईल.''

पण जर त्याला एखाद्या बर्फाच्या ढिगात ते डबे लपवायचे असतील तर, तो धक्का व केबिन यांच्या मार्गावर नक्कीच लपवणार नाही. कारण या वाटेवर त्याची पावले सरळ गेलेली आम्हाला आढळली. आम्ही त्या पावलांचा मागोवा घेत केबिनच्या भिंतीपर्यंत पोहोचलो. तिथे पुढे त्या पाऊलखुणा पुसून टाकल्या गेल्या होत्या. स्मिथीने टॉर्च लावून ती तपासणी केली.

तो म्हणाला, ''हा त्याच्या पाऊलखुणांचा मार्ग पूर्वीपेक्षा रुंद होत गेला आहे व अधिक खोल होत गेला आहे. यावरून कदाचित त्याच व्यक्तीच्या पावलांच्या

या खुणा नसतील किंवा दुसऱ्याच्याच असतील.''

"तुमचा तर्क बरोबर असावा," मी म्हणालो. आम्ही त्या पाऊलखुणांचा मागोवा घेत आमच्या क्युबिकलच्या खिडकीपाशी पोहोचलो. मी ती खिडकी बाहेरून ओढणार होतो. पण कोणत्या तरी अंत:प्रेरणेने मी तसे केले नाही. कदाचित मी मनातून अति संशय घेत असल्यानेही तसे झाले असेल. मी टॉर्च लावून खिडकीची चौकट तपासली. मग स्मिथीकडे वळून म्हणालो, "लक्षात आले का काही?"

"मला असे दिसते की, जो एक कागदाचा बारका बोळा खिडकीत खोचून ठेवला होता, तो आता तिथे नाही. खिडकीचे दार व चौकट यांच्यामध्ये तो नाही." मग स्मिथीने आपला टॉर्चचा झोत जमिनीवर पाडून एके ठिकाणी तो थांबला व मला म्हणाला, "बघा इकडे. कोणीतरी येऊन गेले हे नक्की."

"असे दिसते खरे," आम्ही दोघेही खिडकीतून आत गेलो. आत गेल्यानंतर स्मिथी खिडकी लावून स्क्रूने पक्की बंद करू लागला. मी तेलाचा दिवा पेटवला व येथे कोणी येऊन गेल्याच्या खुणा शोधू लागला. मी प्रथम माझी वैद्यकीय उपकरणे तपासली. मी माझा शोध झटपट संपवला.

"झकास! एका दगडात दोन पक्षी." मी स्मिथीला सांगू लागलो. मी पुढे म्हणालो, "आपण बाहेर पडण्याआधी कोणीतरी खिडकीला आपला चेहरा चिकटवून आत पाहण्याचा प्रयत्न करत होते, असे तुम्ही म्हणाला होता. ती व्यक्ती आतले नीट दिसेपर्यंत आत पाहण्याचा प्रयत्न करत होती. अन् मग आपली आणखी उत्सुकता वाढवण्यासाठी त्या व्यक्तीने ज्यूडिथच्या खिडकीवर टॉर्चचा प्रकाश पाडला. या दोन कृतींमुळे आपण कुतूहलापोटी ताबडतोब बाहेर पडू, अशी त्याची इच्छा होती."

"खरे आहे," स्मिथी म्हणाला. मग माझ्या वैद्यकीय उपकरणांच्या किटमध्ये पाहत तो पुढे म्हणाला, "यातले काही गायब झाले आहे काय?"

"होय. एक जबरदस्त मॉर्फिनचा डोस चोरलेला आहे. त्या इंजेक्शनमुळे कोणाचाही मृत्यू होऊ शकेल."

वीस

‘‘**फो**र बेल्स अ‍ॅन्ड ऑल इज वेल,’’ स्मिथी आपल्या नाविक व्यवसायातील बोलली जाणारी वाक्ये उच्चारत होता. मी झोपलो होतो. माझे खांदे हलवून तो मला उठवू पाहत होता. त्याचे हे हलवणे किंवा बोलणे यामुळे मी जागा होत नव्हतो. मी या आधीपासूनच जागा होतो. त्याने दरवाजाचे हॅन्डल फिरवलेले मला ऐकू आले होते. पहारा देण्याची माझी वेळ झाली होती. तो बोलत होता, ‘‘टाइम टू रिपोर्ट ब्रिज. आम्ही थोडी कॉफी बनवली आहे. प्यायची असेल तर उठा.’’

मी उठून त्याच्या मागोमाग मुख्य केबिनमध्ये गेलो. तिथे कॉनरॅड हा एका स्टोव्हपाशी बसला होता. काही भांडी व कप यावर वाकला होता. मी त्याला अभिवादन केले व बाहेर पडण्याच्या दरवाजापाशी गेलो. दार उघडून पाहिले तर मला आश्चर्य वाटले. बाहेरचा वाऱ्याचा धिंगाणा थांबला होता. त्याचा जोर शास्त्रीय भाषेत फक्त ‘फोर्स-४’ वर आला होता. जमिनीवरचा बर्फाचा थर वितळून अगदी पातळ झाला होता. काही वेळातच तो पूर्ण नाहीसा होणार होता. अंधार अजूनही होता. वर आकाशात काही तारे दक्षिणेकडे एका ठिकाणी चमकत असल्याचा मला भास झाला. ते तारे अर्थातच सोर-हम्ना उपसागरापलीकडे होते. पण आता थंडी मात्र खूपच वाढली होती, तीव्र झाली होती. मी ताबडतोब दार लावून टाकले व स्मिथीकडे वळून हळू आवाजात बोलू लागलो.

स्मिथी म्हणत होते, ‘‘तुम्ही फार उत्साही दिसत आहात. तुमचे पक्के मत आहे का की ते पाचही–’’ एवढे बोलून तो एकदम थांबला. कारण ल्यूक हा जांभया देत व आळोखेपिळोखे देत मुख्य केबिनमध्ये आला होता. तो एक सडपातळ शरीरयष्टीचा

तरुण माणूस होता. त्याचे वाढलेले केस पाहता त्याला आता एक अंघोळीची नितांत गरज होती. त्याची पहाऱ्याची पाळी नुकतीच संपली असावी.

मी स्मिथीला विचारले, ''त्याच्याजवळ एखादे पिस्तूल बिस्तूल आहे का? आपल्याला पहारा करताना तो ते देईल काय?''

''त्याच्याशी जर आपण काही संगीताबद्दल चर्चा करून एखादे गिटार त्याला दिले, तर तो जवळ पिस्तूल असेल ते देईलही.''

कॉनरॅड उठून हातात एक कॉफीचा कप घेऊन तिथल्या एका बोळात, पॅसेजमध्ये गेला. ''हा एक माणूस मला विश्वासार्ह वाटतो.''

''पण हा लेकाचा आत्ता कोणाकडे गेला आहे?''

''त्याच्या 'लेडी-लव्ह'कडे गेला आहे. मेरी स्ट्युअर्टने बराच वेळ मघाशी पहारा दिला होता.''

या मेरी स्ट्युअर्टला रात्रीच्या अंधारात इतरांबरोबर पहाऱ्यासाठी हिंडण्याची बरीच आवड असावी किंवा तिचा तसा कल असावा, असे मला वाटले. हेसमान तिचा मामा होता. पण त्याने तिच्या आदल्या दिवशीच्या वागणुकीबद्दल तिला विचारले नसणार याची मला खातरी होती. एखाद्या खुनी कृत्यात तिचा सहभाग असेल असे मला बिलकुल वाटत नव्हते.

स्मिथी मला विचारत होता, ''मी ट्यूनहीमला जाणे हे खरोखरीच एवढे महत्त्वाचे आहे का?''

''तुम्ही तिकडे हेटरबरोबर गेलात काय आणि नाही गेलात काय, यामुळे फारसा काहीही फरक पडत नाही. हे सारे हवामान कसे आहे व तिथे जाण्याचा मार्ग कितपत चांगला आहे यावर अवलंबून आहे. तुम्हाला जर जायचे नसेल तर ते मला उत्तमच आहे. पण जर ट्यूनहीमला गेलात तर तिकडेच थांबून राहा.''

''तिकडेच रहा? तिकडे कसे काय थांबून राहायचे? मी तिकडून मदत आणायला जाणार असल्याने मला तिथे कसे थांबता येईल? अन् हेटर मला परत चलण्याची घाई नाही का करणार?''

''तिकडे गेल्यावर तुम्ही जर आपण दमलो असून विश्रांती घ्यायची आहे, असे म्हणालात तर ते मानतील. जर हेटर याला विरोध करायला लागला तर त्याला कोठडीत बंद करा. तिथे असलेल्या हवामान खात्यातील एका अधिकाऱ्याला उद्देशून मी एक पत्र तुम्हाला लिहून देतो. त्या अधिकाऱ्याकडे बरेच अधिकार आहेत.''

''तुम्ही तसे करालच म्हणा. पण इतकेही करून तुमची विनंती त्या अधिकाऱ्यांनी मानली नाही व नकार दिला तर?''

''मग मी सांगतो त्या लोकांचा शोध घ्या. त्यांना तुम्हाला मदत करायला आवडेल,'' मी म्हणालो.

त्याने माझ्याकडे आदराने पाहिले आणि म्हटले, ''म्हणजे ते लोक नक्कीच तुमचे मित्र असणार. हो ना?''

''काही ब्रिटिश तज्ज्ञांची, म्हणजे पाच जणांची एक तुकडी नार्वेच्या हवामानखात्याच्या भेटीवर आहे. त्यांचा काही काळ तिथे मुक्काम आहे. फक्त ते हवामानशास्त्रात तज्ज्ञ नाहीत.''

''नसणारच,'' स्मिथी थंडपणे म्हणाला. त्याचा उत्साह ओसरून गेलेला होता. तो नाराज होत म्हणाला, ''तुम्ही तुमच्या हातातील पत्ते फार लपवून ठेवता, डॉ. मार्लो?''

''असे रागावू नका. मी तुम्हाला काही जाब विचारत नाही, फक्त धोरण सांगतो. जरी तुम्ही ते पाळत नसलात तरी, मला वरून आलेले हुकूम हे पाळावेच लागतात. एखादे गुप्त रहस्य जर दुसऱ्याला सांगितले तर, ते अर्धे होत नाही की गुप्तही राहत नाही. म्हणून मी माझी हुकमाची पाने कोणालाही उघड करत नाही. त्या पाच जणांसाठी मी तुम्हाला उजाडल्यावर एक पत्र लिहून देईन.''

''ठीक आहे,'' स्मिथी म्हणाला. मग तो मलूलपणे पुढे म्हणाला, ''मला जर ट्यूनहीमला *मॉर्निंग रोज* बोट थांबलेली दिसली, तर त्याचे मला आश्चर्य वाटणार नाही. असेच ना?''

मी त्यावर म्हणालो, ''असे पाहा, मी जे सांगतो ते शक्य कोटीतले असते, पलीकडचे नसते.''

यावर स्मिथीने मान डोलवली व तो वळून सरळ स्टोव्हपाशी गेला. तिथे कॉनरॅड नुकताच परतला होता. तो एका कपात कॉफी ओतत होता. आम्ही दोघेही तिथे दहा मिनिटे बसलो, कॉफी पिऊ लागलो. थोडेसे सटरफटर बोलल्यावर स्मिथी व कॉनरॅड तिथून निघून गेले. असाच एक तास काहीही विशेष न घडता निघून गेला. मग पाच मिनिटांनी ल्यूक चक्क झोपला, गाढ झोपला. मी त्याला उठवायचा प्रयत्न केला नाही. त्याची गरज नव्हती. मी स्वतः अत्यंत सावध राहिलो होतो. माझ्या डोक्यात विचार चाललेले होते.

पॅसेजमधले एका क्युबिकलमध्ये दार उघडले गेले आणि त्यातून लोनी बाहेर पडला. तो फार वेळ झोपला नव्हता. त्यानेच तसे मला सांगितले. माझ्या संशयितांच्या यादीत तो नव्हता. त्याच्यापासून सावधगिरी बाळगण्याची गरज नव्हती. तो मधल्या केबिनमध्ये आला व त्याने धाडकन एका खुर्चीत आपले अंग टाकून दिले. तो आता बराच वयस्कर दिसू लागला होता, थकला होता. त्याच्या बोलण्यातला नेहमीचा उत्साह आता नव्हता.

तो म्हणत होता, ''पुन्हा एकदा तुमचे दिलासा देणारे बोलणे मला आता ऐकायला मिळेल. तुमच्या रात्रीच्या पहाऱ्याला मी आता साथ देऊन मदत करतो.''

"आता ३ वाजून २५ मिनिटे झाली आहेत," मी म्हणालो.

त्यावर तो म्हणाला, "म्हणजे पहाटच झाली. मी रात्रभर नीट झोपालो नव्हतो. मी एक त्रासलेला वृद्ध माणूस झालो आहे, डॉक्टर."

"अरेरे, मला हे ऐकायला बरे वाटत नाही, लोनी."

"माझ्यासाठी दुःख व्यक्त करू नका. माझे हाल व माझी दुःखे मलाच भोगावी लागत आहेत. वृद्ध होणे हे फार वाईट असते. त्यातून एकाकी वृद्ध माणूस असणे हे तर आणखीनच वाईट असते. गेली कित्येक वर्षे मी एकटा राहत आलो आहे. यामुळे मी आता खूपच दुःखी बनलो आहे. एकटेपणा व वृद्धत्व असले की, माणसाची जाणीव बधीर होत जाते. अशा माणसांनी जन्मच घेऊ नये," एवढे म्हणून त्याने एक सुस्कारा सोडला. पुढे तो म्हणाला, "मला आज रात्री माझ्याबद्दलच खूप दया वाटली."

"आता तुम्हाला कसे वाटते आहे?" मी विचारले.

"यामुळे माझी झोप उडून मी जागा राहिलो आहे. अरे बेटा, आता रात्र संपत चालल्यावर मी असे हळहळून काय उपयोग? संपली वेळ."

"तुम्हाला थोडशी मद्याची जरुरी आहे का?"

त्याने दुःखाने आपली मान हलवत म्हटले, "नाही, तसले काही मी मागत नाही. या जगातून मी जेव्हा स्वर्गात जाईन तेव्हा माझ्या स्वागतासाठी कोणीही आपले हात पुढे करणार नाही." एवढे बोलून त्याने स्मित केले. त्याच्या डोळ्यांत दुःख साठलेले दिसत होते. "मला आता थोडीशी बिअर मिळावी एवढीच माझी इच्छा आहे. त्यामुळे तरी माझे मन ताळ्यावर येईल."

मग तो गप्प झाला. त्याने आपले डोळे मिटले. तो आता निद्राधीन होत चालला आहे असे मला वाटले. पण मधेच त्याने अस्वस्थपणे हालचाल केली, आपला घसा साफ केला आणि डोळे मिटूनच त्याने म्हटले, "नेहमी उशिरच झालेला असतो, नेहमीच."

"लोनी, कशाला उशीर झालेला असतो?"

"दया दाखवायला, नीट समजावून घ्यायला किंवा क्षमा करायला. हा लोनी गिल्बर्ट जसा असायला हवा होता त्यापेक्षा कमीच आहे. पण आता नेहमीप्रमाणे उशीर झालेला आहे. तुम्ही मला आवडता किंवा तुम्ही किती चांगले आहात किंवा मी तुम्हाला माफ करतो, असे म्हणायलाही आता उशीर झाला आहे. एखाद्या मेलेल्या व्यक्तीच्या देहाकडे पाहूनही शांत राहणे किती कठीण असते. बापरे!" मग अत्यंत कष्टाने तो उठून उभा राहिला व पुढे म्हणाला, "पण काहीतरी एक धागा असा आहे की तो वाचवता येईल. जे खूप-खूप वर्षांपूर्वी करायला पाहिजे होते ते मी आता करणार आहे; पण प्रथम मी त्यासाठी आधी पूर्ण तयारी केली पाहिजे. या

म्हाताऱ्या हाडात काही शक्ती भरून घेतली पाहिजे. मनातील गोंधळ निपटला पाहिजे. थोडक्यात, मी आता यापुढे जे काही लाज वाटेल असे करणार आहे. त्यासाठी मला तयार राहिले पाहिजे. थोडक्यात सांगायचे तर माय डियर फेलो, स्कॉच कुठे आहे?''

''ओटोने त्याची स्कॉच परत घेऊन बंदोबस्तात जवळ ठेवलेली आहे.''

''ओटो, एक दयाळू माणूस आहे. त्यांच्यापेक्षा अधिक दयाळू दुसरा कोणी असणार नाही. पण त्याचा स्वभाव जरासा चिक्कूच आहे, कंजूष आहे. काही हरकत नाही. पुन्हा एकदा रविवारी पार्टी होणार आहेच,'' असे म्हणून तो दार उघडून बाहेर जाऊ लागला. पण मी त्याला थोपवून धरले.

''लोनी, पूर्वी तू असाच बाहेर जाऊन बसू शकत होतास, झोपू शकत होतास व पार गोठून मरून जाऊ शकत होतास; परंतु आता तशी गरज नाही. माझ्या क्युबिकलमध्ये माझ्याकडे थोडीशी दारू आहे. मी ती तुमच्यासाठी आणतो. पण मी परत येईपर्यंत झोपून जाऊ नका. डोळे उघडे ठेवा.''

मी वीस सेकंदांत एक बाटली घेऊन परतलो. एका ग्लासात त्याला ते थोडेसे मद्य दिले. क्युबिकलमधून बाटली आणताना स्मिथी अजिबात जागा झाला नव्हता.

लोनीने हातात ग्लास धरून दोन-तीन घोटात सारी दारू पिऊन टाकली. मग त्याने बाटलीकडे पाहिले व निग्रहाने ती दूर सारली. तो म्हणाला, ''चला, एक कर्तव्य पुरे केले. आता मला जरासे बरे वाटते आहे. अंगातली बरीचशी थंडी पळाली.''

''तुम्ही कोठे चालला आहात?'' एवढ्या रात्री त्याला पहारा सोडून असे कोणते महत्त्वाचे काम करायचे होते?

''हेनिस हिचे माझ्यावर फार उपकार आहेत. माझी अशी इच्छा आहे की–''

''म्हणजे ज्यूडिथ हेनिस हिचे?'' मी त्याच्याकडे रोखून पाहत विचारले, ''माझी तर अशी समजूत झाली होती की, तिच्याकडे बघणेसुद्धा तुम्हाला कठीण जाते.''

यावर तो ठासून म्हणाला, ''तिचे खरोखरच माझ्यावर उपकार आहेत. त्याबद्दल माझी कृतज्ञता तिच्यापाशी व्यक्त करायला हवी. समजले ना?''

''नाही. मला एवढेच समजले आहे की, आता पहाटेचे पावणेचार वाजलेले आहेत. अन् तुम्ही म्हणता ते तुमचे काम एवढे महत्त्वाचे असेल व अनेक वर्षांपासून करायचे राहिलेले असेल तर, अजून काही तास थांबून वाट पाहायला काय हरकत आहे? शिवाय ज्यूडिथ ही आजारी असून, तिच्या मनाला धक्का बसला आहे. ती गुंगीमध्ये आहे. तिला आवडो ना आवडो, मी तिचा डॉक्टर म्हणून तुम्हाला तिला मी आत्ता भेटू देण्यासाठी परवानगी देणार नाही.''

"असे पाहा माय डियर फेलो, एक डॉक्टर म्हणून तुम्हाला तातडीचे महत्त्व कळत असले पाहिजे. मी ज्यूडिथला काही सांगण्याचा प्रयत्न गेली अनेक वर्षे करत आता येथपर्यंत आलो आहे. अन् तुम्ही म्हणता आहात की, अजून काही तास वाट पाहत थांबा. तसे मी थांबलो तर मग फार उशीर झालेला असेल. तोपर्यंत हा लोनी गिल्बर्ट पुन्हा एक वाईट म्हातारा बनेल, भित्रा होईल, स्वार्थी बनेल, त्याचे पाय मातीचे बनतील, तो एक पहिल्यासारखा भूतकाळातील व्यक्ती बनेल. तुमच्या स्मृतीला जुना लोनी बनेल. मग मात्र तोपर्यंत उशीर झालेला असेल.'' एवढे बोलून तो थोडा थांबला व म्हणाला, "तुम्ही ती गुंगीत आहे म्हणालात ना? गुंगीच्या औषधाचा परिणाम किती वेळ राहतो?''

"ते प्रत्येक व्यक्तीच्या बाबतीत भिन्न-भिन्न असते. काहींवर चार तास, काहींवर सहा तास तर काहींवर आठ ताससुद्धा परिणाम होतो. गुंगीतून बाहेर यायला एवढा वेळ लागतो.''

"बरोबर बोललात बघा. बिचारी ज्यूडिथ बरेच तास झोपून राहिली आहे. कदाचित तिला आता जाग येऊन ती बराच वेळ डोळे उघडे ठेवून तासभर जागी झालेली असेल. तिला आता कोणाचा तरी सहवास हवासा असेल. मी लोनी गिल्बर्ट म्हणून तिच्याशी बोलू इच्छितो. तुम्ही तिला गुंगीचे औषध देऊन आता बारा तास झाले आहेत हे तरी तुमच्या लक्षात येते का?''

माझ्या ते केव्हाच लक्षात आले होते; परंतु लोनी आणि ज्यूडिथ यांचे एकमेकांशी संबंध कसे होते हे मात्र मला एक कोडे होते. त्याला एवढी का तिच्याशी बोलण्याची तीव्र इच्छा झाली होती हे मला समजेना. माझ्या मनात एक विचार असा आला की, लोनीने तिच्याशी बोलल्याने तिच्या स्मृतिमंजूषेतील एखादी गूढ आठवण वर येऊन त्यामुळे तिची प्रकृती सुधारायला मदत होईल आणि मलासुद्धा लोनीच्या मनावर कसले ओझे आहे हेही जाणून घेता येईल. म्हणून मी त्याला म्हटले, "प्रथम मला तिच्याकडे जाऊन तिची प्रकृती पाहू दे. जर ती जागी झाली असेल, बोलण्याच्या मनःस्थितीत असेल, तर मग ठीक आहे.''

त्याने मान हलवून संमती दर्शवली. मी ज्यूडिथच्या क्युबिकलमध्ये दार न ठोठावता आत शिरलो. तेलाचा दिवा तिथे जळत होता. ती जागी झाली होती. तिने सर्वांगावर पांघरूण ओढून घेतले होते. फक्त तिचा चेहरा बाहेर उघडा होता. तो चेहरा भयानक दिसत होता; परंतु तो तसा दिसेल अशीच मला अपेक्षा होती. तिचे केस अस्ताव्यस्त होऊन तिच्या कपाळावरून गालावर आलेले होते. तिच्या चेहऱ्याचा रंग उडालेला होता. तिच्या हिरव्या डोळ्यांतील नेहमीची चमक जाऊन ते निस्तेज झालेले होते. गालावर अश्रू ओघळल्याने तिथे अस्पष्ट रेषा उमटलेल्या होत्या. एक स्टूल ओढून मी त्यावर बसलो. ती माझ्याकडे निर्विकारपणे पाहू लागली व नंतर

दुसरीकडे तिने आपली नजर वळवली.

मी तिला म्हणालो, ''तुम्हाला नीट झोप लागली होती ना? आता कसे वाटते आहे?''

तिने म्हटले, ''तुम्ही नेहमी मध्यरात्रीही आपल्या पेशंटना भेटून विचारत असता का?'' तिच्या मलूल डोळ्यांप्रमाणेच तिचा आवाजही मलूल होता.

''माझी तशी प्रथा मुळीच नाही. पण आम्ही आता पाळीपाळीने रात्रभर पहारा देत आहोत अन् आता पहाऱ्याची माझी पाळी आहे. तुम्हाला काही हवे आहे का?''

''नाही. माझ्या नवऱ्याला कोणी मारले ते तुम्हाला सापडले आहे का?'' तिने कमालीच्या थंडपणे विचारले. याचा अर्थ तिचे आपल्या मनावर अत्यंत कठोर नियंत्रण असले पाहिजे. याचाच आणखीही एक अर्थ असा होत होता की, तिला आता एक अनियंत्रित उन्माद होऊ शकत होता. त्याचा केव्हाही उद्रेक होऊ शकत होता. त्याची ही नांदी होती?

''नाही. असे पाहा मॅडम हेनिस, याचा अर्थ मी असा घेऊ का, की तुम्ही या संदर्भात ॲलनचा विचार करत नाही?'' मी विचारले.

''मला नाही तसे वाटत? मी येथे अनेक तास पडून आहे, नुसती विचार करत पडलेली आहे. तेव्हा मला ॲलनबद्दल तसले काहीही वाटत नाही,'' तिच्या त्या निर्जीव आवाजातून व तसल्याच चेहऱ्यामधून मला खातरी पटली की, तिच्यावर अजूनही गुंगीच्या औषधाचा अंमल चालू आहे. ती म्हणाली, ''त्या खुन्याला तुम्ही पकडाल, हो ना? ज्याने माझ्या नवऱ्याला, मायकेलला ठार केले त्याला शोधाल ना तुम्ही? लोकांना वाटते तेवढा मायकेल काही वाईट माणूस नव्हता, डॉ. मार्लो, तो खरेच वाईट नव्हता.'' आता प्रथमच तिच्या बोलण्यात थोड्याशा भावना उमटल्या होत्या. तिच्या चेहऱ्यावर एक पुसटसे स्मित उमटेल असे मला वाटले. ''तो एक दयाळू माणूस होता किंवा भला माणूस होता किंवा एक सुसंस्कृत माणूस होता असे काही मी म्हणत नाही; पण माझ्यासाठी तो एक योग्य माणूस होता.''

''होय, मला ठाऊक आहे ते.'' मला हे माहीत आहे अशा स्वरात मी तिला म्हणालो. मी पुढे म्हणालो, ''ती खुनी व्यक्ती आपल्याला सापडेल अशी मला आशा आहे. अगदी नक्की. या संदर्भात तपासाला मदत होईल अशी काही माहिती तुमच्याकडे आहे?''

''माझ्या कल्पना तेवढ्या महत्त्वाच्या नसतात, डॉक्टर. माझ्या मनातील गोंधळ अजूनही दूर झालेला नाही.''

''तुम्हाला अजून थोडा वेळ बोलणे जमेल ना? का फार दमल्यासारखे वाटेल?'' मी तिला विचारले.

''हे काय, मी आता तुमच्याशी बोलतेच आहे.''

"माझ्याशी नाही, तुम्हाला लोनी गिल्बर्टशी काही बातचीत करता येईल का? ते तुमच्याशी बोलण्यासाठी कमालीचे उतावळे झाले आहेत.''

"माझ्याशी त्यांना बोलायचे आहे?'' तिने थकलेल्या आवाजात विचारले, "त्यांना का माझ्याशी बोलावेसे वाटते?''

"ते मला ठाऊक नाही. लोनी त्याबाबतीत मला काहीही सांगायला तयार नाही. त्यांच्या बोलण्यावरून मला असे दिसले की, त्यांनी काहीतरी तुमच्याशी मोठे चुकीचे वर्तन केले असावे आणि त्याबद्दल त्यांना तुमची माफी मागायची असावी, असे मला वाटते.''

"लोनी माझी माफी मागणार?'' तिच्या आवाजात आश्चर्य होते. त्यावरून लोनीच्या बोलण्यात काही तथ्य असेल असे तिला बिलकुल वाटत नसावे. ती पुढे म्हणाली, "लोनी माझी माफी मागेल? नाही, मला नाही तसे वाटत. तो माझी माफी नक्कीच मागणार नाही.'' एवढे बोलून ती क्षणभर गप्प बसली. मग ती पुढे म्हणाली, "ठीक आहे. त्यांनी माझ्याशी बोलले तर मला चालेल ते.''

मला तिच्या या बोलण्याचे आश्चर्य वाटले; पण मी ते आश्चर्य महत्प्रयासाने लपवले. मग मी केबिनच्या मुख्य हॉलमध्ये परतलो व तसे लोनीला सांगितले. तिचा होकार ऐकून लोनीलाही आश्चर्य वाटले. तो पॅसेजमधून चालत-चालत तिच्या क्युबिकलमध्ये शिरला आणि आपल्या मागे त्याने दार लावून टाकले. मी पहारा देणाऱ्या ल्यूककडे पाहिले. तो मला कधी नव्हे एवढा गाढ झोपलेला वाटला. त्याच्या चेहऱ्यावर एक हसू पसरले होते. कदाचित तो मनात आपल्या संगीताची उजळणी करत असावा. मी पॅसेजमधून आवाज न करता चालत-चालत ज्यूडिथच्या खोलीपाशी गेलो. दाराबाहेरून पेशंटचे खासगी बोलणे ऐकण्यात मला कोठेही वैद्यकीय नीतिमत्तेचा आपण भंग करत आहोत, असे वाटले नाही.

क्युबिकलचे दार साध्या प्लायवूडचे असल्याने मला आतले आवाज बाहेर ऐकू येणे शक्य होते. मात्र तेवढ्यासाठी मला दाराला कान लावावा लागणार होता. ते दोघे आतमध्ये अगदी खालच्या आवाजात बोलत होते. मला बाहेर फक्त त्यांची नुसती गुणगुण ऐकू येत होती. मग मी गुडघे जमिनीवर टेकून खाली बसलो व माझा कान दाराच्या अंगच्या कुलपाच्या भोकाला लावला. आता मला एकदम स्पष्ट ऐकू येऊ लागले.

"मी, माय डियर, मी. एवढी सर्व वर्षे, एवढी वर्षे!'' असे लोनी म्हणत होता. नंतर त्याचा आवाज बारीक होत गेला. मला त्यापुढचे शब्द नीट ऐकू आले नाहीत. थोड्या वेळाने मला परत ऐकू येऊ लागले. तो म्हणत होता, "नीच, नीच माणूस! एवढे वैर बाळगून संबंध आयुष्य काढणे, छे! छे! हा द्वेष जोपासत-'' मग तो एकदम बोलायचे थांबला. काही क्षण नंतर शांतता होती. मग तो पुढे बोलू लागला,

"क्षमाशीलता नाही, क्षमाशीलता नाही. मला ठाऊक आहे की तो तसा– तो इतका काही वाईट नव्हता, दुष्ट नव्हता. तू त्याच्यावर प्रेम केलेस. अन् जो संपूर्ण वाईट आहे त्याच्यावर कोणीच प्रेम करणार नाही, अगदी जरी त्याने काही काळी कृत्ये केलेली असली, पापे केलेली असली तरीही–"

"लोनीऽऽ!" ज्यूडिथने जोरात ओरडून त्याचे बोलणे मधेच तोडले. ती म्हणत होती, "मी काही एखाद्या देवदूताशी लग्न केले नाही, हे मला ठाऊक होते. पण मी एखाद्या सैतानाशी नक्कीच लग्न केले नव्हते, हेही तितकेच खरे आहे."

"माय डियर, मला ठाऊक आहे ते. मी फक्त असे म्हणत होतो की–"

"लोनी, नीट ऐक. ज्या मोटारगाडीने टक्कर देऊन अपघात केला त्यामध्ये मायकेल नव्हता."

मी पुढचे बोलणे ऐकण्यासाठी माझे कान टवकारले. पण नंतरचे नीट ऐकू आलेच नाही. ती पुढे म्हणाली, "तसेच, मीही त्या गाडीमध्ये नव्हते, लोनी हे लक्षात घे."

त्यानंतर तिथे बराच वेळ शांतता होती. मग लोनी अत्यंत खालच्या आवाजात बोलू लागला. त्याचा आवाज जेमतेम ऐकू येत होता. तो म्हणाला, "हे काही आजवर मला कोणीही सांगितले नाही."

"शक्य आहे, लोनी. ती मोटारकार माझीच होती. पण ती मी त्या वेळी चालवत नव्हते. तसेच, मायकेलही ती गाडी चालवत नव्हता."

"पण त्या रात्री माझ्या मुलींना अंधारात रस्ता ओलांडणे जमणार नव्हते. एवढ्या त्या लहान होत्या. हे तर तुलाही जमले नसते ना?"

"मी काहीच नाकारीत नाही. आपण सर्वांनी त्या रात्री दारू जास्त झोकली होती. तेव्हापासून मी आजवर कधीच दारू पीत आलेले नाही. त्या अपघाताला कोण जबाबदार होते हे मला ठाऊक नाही. मला एवढेच ठाऊक आहे की त्या रात्री मी व मायकेल दोघेही घरातच होतो, घराबाहेर गेलो नव्हतो. आता हे मला सांगायची वेळ आली आहे, ओऽ गॉड! अन् आता तर मायकेल मृत्यू पावला आहे."

"ठीक आहे, तुमच्या हातून अपघात झाला नाही. मग कोण गाडी चालवत होते?" लोनीने विचारले.

"दोन अन्य माणसे. दोन माणसे."

"दोन माणसे! आणि इतकी वर्षे तू त्यांना संरक्षण देत आलीस ना?"

"मी संरक्षण देत आले? मी 'संरक्षण' हा शब्द या संदर्भात कधीच वापरणार नाही. मी जी काही माहिती लपवली असेल ती केवळ आमच्या हितासाठी, आमच्या स्वार्थासाठी म्हणा वाटल्यास. हा गुन्हा आम्हा दोघांच्या हातून घडला असल्याने आम्ही दोघे गुन्हेगार आहोत. पण आम्ही सतत एखादी संधी मिळते आहे काय

त्यावर डोळा ठेवून होतो.''

''दोन माणसे!'' लोनी म्हणाला. जणू काही हा शब्द त्याने तिच्या तोंडून ऐकला नव्हता. तो पुढे म्हणाला, ''दोन माणसे! मग ती दोन माणसे ठाऊक असतीलच.''

यावर शांतता पसरली. काही क्षणांनी ती म्हणाली, ''अर्थातच.''

पुन्हा एकदा ती जीवघेणी शांतता पसरली. मी आता श्वास रोखून धरला. पुढे बोलले जाणारे शब्द मला ऐकायचे असल्याने मी कानात प्राण आणून ऐकू लागलो. पण ते शब्द ऐकण्याची किंवा गमावण्याची संधी मला मिळालीच नाही. कारण कोणीतरी आपल्या कर्कश आवाजात रागाने मला विचारत होते, ''महाशय, आपण आत्ता येथे काय करत आहात?''

प्रश्न विचारण्याला मी चिडून काहीतरी अपशब्द वापरून गप्प करणार होतो. पण मी संयम राखला आणि वळून वर पाहिले. माझ्यासमोर ओटो येऊन उभा राहिला होता. त्याने आपल्या मुठी आवळल्या होत्या. त्याचा अवजड देह माझ्यावर आपले दडपण टाकू पाहत होता. त्याचा चेहरा रागाने लाल झाला होता. त्याचे डोळे आग ओकत होते. त्याने आपले ओठ आवळून धरले होते. त्याची ही देहबोली नक्कीच मला धमकी देणारी होती.

मी त्याला म्हणालो, ''मिस्टर गेरान, तुम्ही अस्वस्थ झालेले दिसत आहात. खरे सांगायचे तर मी आतले संभाषण चोरून ऐकत होतो.'' मी उठून उभा राहिलो. माझ्या पॅन्टवरची धूळ झटकली व त्याला म्हटले, ''मी याचा खुलासा करतो.''

''होय, मी त्याचीच वाट पाहतो आहे,'' तो थोडासा रागानेच म्हणाला. ''डॉ. मार्लो, तुमचा खुलासा हा नक्कीच रस वाटणारा असणार.''

''तो तुम्हाला रस वाटायला लावेल की नाही हे मला ठाऊक नाही. मी फक्त खुलासा करेन एवढेच म्हणालो, मिस्टर गेरान. याचा अर्थ असा नाही की, त्या खुलाशामागे माझा काही हेतू असेल. पण तुम्ही येथे काय करत आहात? कशासाठी आलात?''

''मी– मी– येथे कशासाठी– म्हणजे?'' ओटो आता अडखळत बोलू लागला व शेवटी गप्पच बसला. त्याच्या तोंडून शब्दच फुटेना. मग कसाबसा स्वत:ला सावरत तो पुढे म्हणाला, ''तुमचा उद्धटपणा पुरे झाला! मी आता पहाऱ्यावर निघत होतो. तुम्ही माझ्या मुलीच्या दारापाशी काय करत आहात? तुम्ही त्या कुलपाच्या भोकातून आत पाहत नाही हे आश्चर्यच आहे. बघण्याऐवजी कशासाठी ऐकत आहात?''

''याचे कारण मला आत बघण्याची गरज नाही. ज्यूडिथ या माझ्या पेशंट आहेत आणि मी त्यांचा डॉक्टर आहे. मला जर त्यांना पाहायचे असेल तर मी सरळ

दार ढकलून आत जाऊ शकतो. तेव्हा तुम्ही आता तुमचा पहारा चालू केला आहे तर. मीही आता माझा पहारा संपवून झोपायला जातो. मी आता थकलो आहे.''

''झोपायला जाणार! बाय गॉड. मार्लो, खरे सांगा, आत आणखी कोण आहे?''

''लोनी गिल्बर्ट.''

''लोनी गिल्बर्ट! बाजूला व्हा. मला आत जाऊ द्या.''

मी त्यांचा मार्ग अडवून उभा राहिलो. जाडजूड ओटोला थांबवणे म्हणजे गाद्या लावलेल्या छोट्या रणगाड्याला अडवण्याजोगे होते. मी ओटोला म्हणालो, ''मी तुम्हाला आत जाऊ देणार नाही. ते दोघे आता एका वेदनादायक गोष्टीवर बोलत आहेत. ते भूतकाळातील आठवणीमध्ये बुडून गेलेले आहेत.''

''तुम्हाला काय म्हणायचे आहे तरी काय? चोरून ऐकणाऱ्या माणसा, तुम्ही काय मला शिकवता आहात?'' ओटो चिडून बोलला.

''मी तुम्हाला काहीही शिकवत नाही. तरीही तुम्ही मला चार शब्द बोलता आहात. कदाचित तुम्ही तो मोटारीचा अपघात मला सांगू शकाल. मी असे धरून चालतो की, तो अपघात कॅलिफोर्नियात झाला असावा. त्या अपघातात लोनी गिल्बर्टची बायको व दोन लहान मुली मरण पावल्या. खूप वर्षांपूर्वीची ही घटना आहे.''

हे ऐकल्यावर त्याच्या रागाचा आवेश ओसरला. त्याचा चेहराही आता नेहमीसारखा झाला. ''मोटार अपघात?'' आपल्या आवाजावर नियंत्रण ठेवीत त्याने विचारले. ''कोणता मोटार अपघात?'' त्याने मोठ्या कष्टाने म्हटले.

''ते मलाही ठाऊक नाही. म्हणून तर मी तुम्हाला विचारतो आहे. मी ते लोनीच्या तोंडून ऐकले. तेही त्यातील काही अर्धवट वाक्ये ऐकली. तो त्याच्या कुटुंबाला संपवणाऱ्या मोटार अपघाताबद्दल बोलत होता. अन् असे दिसते की, तुमच्या मुलीला त्या अपघाताबद्दल काही ठाऊक आहे. म्हणून मी असे धरून चालतो की, तुम्हालाही त्याबद्दल माहिती असावी.''

''लोनी काय बोलतो आहे ते मला कळत नाही व तुम्हीही जे काही बोलता आहात तेही मला समजत नाही.'' ओटो म्हणाला. तो माझी येथे जी चौकशी करत होता, मला जाब विचारत होता, ते सारे आता विसरून गेला. तो गर्रकन वळला आणि पॅसेजमधून चालत-चालत मुख्य केबिनच्या हॉलकडे निघून गेला. मीही त्याच्या मागून चालत जाऊन बाहेरच्या दारापाशी गेलो. स्मिथी तिथे उभा होता. त्याला बाहेर फिरून येण्याची हुक्की आली असावी. पण थंडी कमी झाली नव्हती. ती पूर्वीसारखीच तीव्र होती. हिमवृष्टी थांबली होती. पश्चिमेच्या वाऱ्याऐवजी मंद झुळका वाहत होत्या. वर आकाशात बऱ्याच ठिकाणी ढग नसल्याने आकाशाचे

रिकामे तुकडे दिसत होते. त्यात सर्वत्र तारेही दिसत होते. वातावरणात एक गूढ अंधूक प्रकाश पसरला होता. मंद वाऱ्यापेक्षाही तो प्रकाश जास्त वाटत होता. मी बाहेर पडून चार पावले चाललो. मला वर अष्टमीचा चंद्र दिसला.

मग मी पुन्हा केबिनमध्ये परत आलो, दार लावून टाकले आणि मला लोनी दिसला. तो या मुख्य हॉलमध्ये परत येत होता. बहुतेक तो आपल्या क्युबिकलमध्ये चालला असावा. पण त्याची चाल तशी अनिश्चित वाटत होती. एखादा आजारी माणूस चालत असावा तसा तो चालत होता. तो जेव्हा माझ्या जवळून गेला तेव्हा मी त्याचे पाण्याने डबडबलेले डोळे पाहिले. लोनीच्या भावना अनावर झाल्या असल्या पाहिजेत. ओटो जवळच त्याच्या टेबलापाशी स्कॉच व्हिस्कीची बाटली घेऊन बसला होता. त्या बाटलीत तीन चतुर्थांश स्कॉच उरलेली होती; परंतु तरीही लोनीने तिकडे दुर्लक्ष केले. त्याने ओटोकडे पाहिले नाही. ओटोही एखाद्या पुतळ्यासारखा स्तब्ध बसला होता. त्यानेही लोनी जवळून जाताना त्याच्याकडे पाहिले नाही. मला ज्यूडिथच्या दाराबाहेर ऐकताना पाहून ओटोची जी मन:स्थिती झाली होती ती पाहताना त्याने आत्ता लोनीला हटकून काहीतरी विचारायला हवे होते, अशी मी अपेक्षा केली होती. लोनीला जवळ बोलावून काही प्रश्न त्याच्यापुढे टाकायला हवे होते. ज्यूडिथकडे काय बोलायला गेलास, अशी चौकशी करायला हवी होती. आपले दोन्ही हात या वृद्ध माणसाच्या गळ्यात टाकून त्याला विचारायला हवे होते. पण ओटोची मन:स्थिती बरीच बदललेली होती.

मी ल्यूककडे जाऊ लागलो. ल्यूक आता उठू पाहत होता. एकदम ओटो ताडकन उठला व लांब पावले पॅसेजमध्ये टाकत तो ज्यूडिथच्या क्युबिकलकडे गेला. मीही त्याच्या मागोमाग गेलो. मात्र मघासारखाच बंद दाराच्या कुलपाच्या भोकाला कान लावून ऐकण्याची गरज नव्हती. तावातावाने तो आत गेल्याने आपल्यामागे त्याने ते दार नीट लावलेले नव्हते. जरासे किलकिले झाले होते. ओटो आपल्या कन्येला उद्देशून काहीतरी बोलत होता. तो खालच्या आवाजात बोलत होता तरीही तो कठोरपणे बोलतो आहे समजत होते. त्याच्या बोलण्यात प्रेमळपणा अजिबात नव्हता.

"अग कार्टे, तू त्याच्याशी काय बोलत होतीस? त्या मोटार अपघाताबद्दलच ना? मोटार अपघात! हो ना? लोनीला काय-काय थापा मारीत होतीस? तू त्याला ब्लॅकमेलिंग करते आहेस ना?"

"चालते व्हा येथून!" ज्यूडिथने आता आपला मलूल आवाज टाकून रौद्र अवतार धारण केला होता. ती म्हणत होती, "अरे म्हाताऱ्या जा येथून. गेट आऊट! गेट आऊट! गेट आऊट!"

मी दाराकडे अधिक झुकलो. हे कौटुंबिक भांडण भलतेच चमत्कारिक होते.

ओटो म्हणत होता, "माय गॉड! माझीच मुलगी मलाच दटावते आहे," हळू आवाजात बोलण्याचे भान विसरून ओटो म्हणाला, "तू आणि तो हरामखोर आळशी, ब्लॅकमेलिंग करणारा यांच्याभोवती मी आत्तापर्यंत नको तितके पैसे खर्चून तुम्हाला सांभाळून घेतले आहे. तू जे काही–"

"तुम्ही मायकेलबद्दल अशा भाषेत बोलता?" तिने एकदम शांतपणे बापाला विचारले. तिचा तसा आवाज ऐकून मी थरथरलो. "तो आता मरण पावलेला आहे आणि तरीही त्याच्याबद्दल असे बोलता? त्याचा खून झाला आहे. माझ्या नवऱ्याचा खून झाला आहे. माय डियर फादर, तो तुम्हाला ब्लॅकमेलिंग करत होता हे मला ठाऊक नाही, अशी तुमची समजूत होती; पण मला ते सारे ठाऊक होते हे मी तुम्हाला आत्ता सांगते. अन् माय डियर फादर, मी हे जोहान हेसमान यांनाही सांगू काय?"

त्यानंतर काही क्षण शांतता पसरली होती. नंतर थोड्या वेळाने ओटो म्हणाला, "गधडे, दुष्ट, हलकट कार्टे!" पुढे त्याचा घसा रुद्ध झाल्यासारखा आवाज ऐकू आला.

"गधडे, दुष्ट, हलकट कार्टे!" असे म्हणून ती मोठ्याने हसली. ते हसणे चिरकल्यासारखे होते. "डियर डॅडी, तुम्हाला १९३८ साल आठवत असेल. मला जर ते व्यवस्थित आठवते आहे, त्या अर्थी तुम्हालाही ते आठवत असणारच. हेसमानला बिचाऱ्याला तुम्ही आपल्यामागे धावायला लावले आणि तोही सारखा धावतच राहिला. बिचारा जोहान हेसमान! तुम्हीच मला त्याला अशा शब्दांनी संबोधायला शिकवले होते ना?"

मग मी तिथून निघालो. कारण हे संवाद फार वेळ चालणार नाहीत. ते आता लवकर संपतील अशी माझी खातरी होती. शिवाय ओटोने दुसऱ्यांदा मला त्याच्या मुलीच्या खोलीच्या बाहेर चोरून ऐकताना पकडले तर काय होईल? मी घड्याळात वेळ पाहिली. आता ओटोबरोबर पहाऱ्यावर असणार जंगबेक हा केव्हाही उगवू शकत होता. त्याने मला येथे उभे असताना पाहायला नको होते. म्हणून मी झटपट ल्यूकजवळ गेलो. त्याला परत झोप लागली होती. उगाच त्याला उठवून काय सांगायचे? तर "परत झोप" म्हणून? मग मी माझ्या ग्लासात मद्याचा एक छोटा पेग तयार करून घेतला आणि तो पिणार, एवढ्यात एका बाईच्या ओरडण्याचा आवाज मी ऐकला. तो आवाज म्हणत होता, "गेट आऊट! गेट आऊट! गेट आऊट!" त्या पाठोपाठ ओटो आपल्या कन्येच्या खोलीतून घाईघाईने बाहेर पडला व त्याने आपल्या मागे दार आपटून लावले. तो अडखळत केबिनच्या हॉलमध्ये आला, व्हिस्कीची बाटली त्याने उचलली व सरळ ग्लासात अंदाजाने ओतली. तो गटागट व्हिस्की पीत गेला. शेवटी अर्धा पेग उरल्यावर तो थांबला. त्याचा हात

थरथरत असल्याने बरीचशी व्हिस्की त्याच्या अंगावर सांडली होती.

"मिस्टर गेरान, तुम्ही हे जे करता आहात ते एक अविचारी कृत्य आहे," मी ओटोला सहानुभूतीने म्हणालो, "तुम्ही तुमच्या मुलीला अस्वस्थ केलेत. ती एक आजारी मुलगी आहे. तिला आता प्रेमाची व सहानुभूतीची गरज आहे. तिच्याशी तुम्ही प्रेमळपणे वागायला हवे होते."

"प्रेमळपणे!" असे म्हणून तो ग्लासातील उरलेली व्हिस्की पिऊ लागला. त्यातली बरीचशी व्हिस्की त्याच्या शर्टावर सांडली. "प्रेमळपणे वागवायला हवे होते! जीझस!" असे म्हणून त्याने आणखी काही व्हिस्की बाटलीतून ग्लासात ओतली व त्यातली थोडी तो प्यायला. हळूहळू तो शांत होत गेला व विचार करू लागला. जेव्हा तो बोलू लागला, ते ऐकताना कोणालाही असे वाटले नसते की, हाच माणूस काही वेळापूर्वी चिडून मला फाडून खाण्याची इच्छा करत होता. आता तो म्हणू लागला, "कदाचित मी विचार न करता काहीतरी बहकून गेलो होतो, माझा तोल सुटला होता. असे व्हायला नको होते. पण एक उन्माद झालेली मुलगी, अत्यंत उन्माद झालेली मुलगी! तिचा तो स्वभाव एका अभिनेत्रीचा जसा असतो तसा होता. तुम्ही तिला दिलेल्या गुंगीच्या औषधाचा तिच्यावर फारसा परिणाम झाला नाही, डॉ. मार्लो."

"प्रत्येकाचा गुंगीच्या औषधाला होणारा प्रतिसाद हा वेगवेगळा असतो. त्याचा अंदाज आधी करता येत नाही, मिस्टर गेरान." मी म्हणालो.

"मी त्याबद्दल तुम्हाला दोष देत नाही, अजिबात देत नाही. काळजी घेणे व लक्ष देणे, एवढेच आपल्या हातात असते; पण काही विश्रांतीही आवश्यक असते. एक झकास झोप ही फार-फार आवश्यक असते, असे माझे मत आहे. तिला आता आणखी एकदा गुंगीचे औषध दिले तर? या वेळी त्याचा परिणाम आणखी होईल का? त्यात काही धोका नाही ना?"

"नाही, काहीही धोका नाही. ती तशी आता थोडी बरी झालेली दिसते आहे; पण ती स्वत:च्या मर्जीने वागणारी मुलगी आहे. तिने जर याला नकार दिला तर?"

"हाऽ! स्वत:च्या मर्जीने वागणारी मुलगी! ठीक आहे, प्रयत्न तर करून पाहा." त्याचा आता या विषयातला रस ओसरू लागला होता. तो जमिनीकडे एकटक पाहत राहिला. तेवढ्यात झोपेतून उठलेला जंगबेक तिथे आला. ओटोने मान वर करून पाहिले. जंगबेकने ल्यूकच्या खांद्याला हलवून त्याला जागे केले व म्हटले, "कसला रे तू झोपाळू पहारेकरी! जा, तुझी वेळ संपली, आत जाऊन झोप!"

ल्यूक काहीतरी 'सॉरी' असे पुटपुटत उठला आणि निघून गेला.

"त्याला उगाच उठवलेस," मी म्हणालो, "नाहीतर आता काही तासात

सकाळ झाल्यावर त्याला उठावेच लागणार होते.''

ओटो म्हणाला, ''मी आता दोन तासात सर्वांना जागे करून कामाला लावणार आहे. आता हवाही निवळली आहे. चंद्रही आकाशातून जातो आहे. आपल्याला जिथे शूटिंग करायचे आहे, तिथे सर्वांना जमायला सांगतो. पुरेसा प्रकाश लवकरच पडेल. शूटिंग करण्यात अडचण येणार नाही.'' मग आपल्या कन्येच्या क्युबिकलकडे जाणाऱ्या पॅसेजकडे पाहत तो मला म्हणाला, ''मग तुम्ही पुन्हा प्रयत्न करणार का?''

मी मानेने होकार दिला व तिथून निघालो. तिच्यावर दहा मिनिटांत गुंगीच्या औषधाचा परिणाम होणार होता. पण आत्ताच्या तिच्या केसमध्ये तसे घडणे हे शंकास्पद होते. तिचा चेहरा चांगलाच ओढलेला दिसत होता, निस्तेज दिसत होता. तिचे आता खरे वय त्यातून प्रगट होत होते. गेल्या दहा वर्षांचा काळ तिचा कठीण गेला होता. त्यामुळेही वयाच्या खुणा आता उमटत होत्या. त्या शांततेत ती रडत होती. तिच्या गालावरून, कानाच्या पाळीवरून अश्रूंच्या धारा जात होत्या. त्याचे ओले डाग तिच्या उशीवर पडले होते. मला तिच्याबद्दल कधी नव्हे ती दया वाटू लागली. तिला सहानुभूती द्यावी असे मला वाटू लागले. मी तिला म्हणालो, ''मला वाटते की तुम्ही आता पुन्हा एक झोप काढावी.''

''का?'' आपल्या हाताच्या मुठी तिने घट्ट आवळल्या होत्या. ती पुढे म्हणाली, ''जागी राहिले तर काय बिघडते? नाहीतरी आता काही वेळात उठायची वेळ होत आहे ना?''

''होय, खरे आहे.'' मी आपले काहीतरी बोलायचे म्हणून बोलून गेलो. ''पण आणखी झोप घेतली, तर तुम्हाला आणखी बरे वाटेल.''

''होय, बरोबर आहे. ठीक आहे. खूप झोप लागेल असे इंजेक्शन द्या.'' मग मी तो मूर्खपणा केला. त्यापेक्षा अधिक मूर्खपणा मी जाऊन झोपलो. अन् सर्वांत मूर्खपणाचा कळस म्हणजे मला झोप लागली.

एकवीस

चार तासांनी मी जागा झालो. तेव्हा केबिनमध्ये कोणीही नव्हते. ओटोने सर्वांना भल्या पहाटे उठवून लोकेशनच्या जागी शूटिंगसाठी पिटाळले होते. त्यांच्यापैकी कोणीही मला उठवायचा प्रयत्न केला नाही. साहजिकच होते ते. माझा शूटिंगशी काहीच संबंध नव्हता.

केबिनमध्ये फक्त ओटो व कॉनरॅड होते. ते दोघेही कॉफी पीत होते; परंतु आदल्या रात्रीची त्यांची प्यायलेली दारू अजून उतरली नव्हती. कॉनरॅडने मला ''गुड मॉर्निंग'' म्हटले. ओटो तसे म्हणायच्या भानगडीत पडला नाही. कॉनरॅडने सांगितले की, ''काऊंट, नील डिव्हाईन, ॲलन, सेसिल व मेरी डार्लिंग हे स्नो-कॅट घेऊन गेले आहेत. स्नो-कॅट म्हणजे घसरपट्टी लावलेली बर्फावर चालणारी स्कूटर. 'लर्नर्स वे' या मार्गाने ते कॅमेराही घेऊन गेले आहेत. ओटो व आपण आता तिकडेच निघणार आहोत. हेन्ड्रिस व ते तीन 'थ्री ॲपोस्टल्स' हे ध्वनिमुद्रणाचे साहित्य घेऊन पुढे गेले आहेत. स्मिथी आणि हेटर हे त्या आधीच ट्यूनहीमला जाण्यासाठी निघून गेलेत.'' मला हे सुरुवातीला जरासे खटकले. निदान स्मिथीने मला उठवायला हवे होते व जाण्यापूर्वी मला सांगायला हवे होते. याचा अर्थ स्मिथीला आता ट्यूनहीमला जाऊन काम पुरे करण्याचा आत्मविश्वास आला होता. अखेर ओटोने मला सांगितले की, हेसमान हा जंगबेकसह हॅन्ड हेल्ड कॅमेरा घेऊन लोकेशन शोधण्यासाठी १६ फुटी वर्क बोटीतून गेले आहेत. त्यांच्याबरोबर गोईनही गेला होता. त्याने हेटरच्या जागी आपण काम करू, असे सुचवले होते.

ओटो उठून उभा राहिला. त्याने हातातल्या कपातील कॉफी पिऊन संपवली व

तो म्हणाला, ''डॉ. मार्लो, माझी मुलगी कशी आहे?''

''ती ठीक होईल.'' पण आता ती कधीच ठीक होणार नव्हती!

''निघण्यापूर्वी मी तिच्याशी जरा बोलतो,'' त्याला कशासाठी तिच्याशी बोलायचे आहे ते मला समजेना. पण मी तसे विचारण्यापासून स्वत:ला परावृत्त केले. तो म्हणाला, ''तुमची काही हरकत नाही ना? म्हणजे वैद्यकीय हरकत नाही ना?''

''नाही, बिलकुल नाही. तिला मी गुंगीच्या औषधाचा एक मोठा डोस दिला आहे. तुम्ही तिला हलवून जागे करू शकणार नाही.''

''नक्की?''

''होय. किमान दोन-तीन तास ती झोपलेली असेल; पण कशासाठी तुम्ही हे विचारता आहात?''

''ठीक आहे, ठीक आहे. तिला मी जागे करणार नाही.'' असे म्हणून तो बाहेरच्या दाराकडे गेला व मला म्हणाला, ''डॉ. मार्लो, तुम्ही आता दिवसभर काय करणार आहात?''

''तुमची कन्या आणि मी यांच्याखेरीज येथे कोण-कोण मागे राहिले आहेत?'' मी विचारले.

तो म्हणाला, ''मेरी स्ट्युअर्ट, लोनी, एडी व सॅन्डी एवढे आहेत. का बरे?''

''ते अजून झोपलेले आहेत?''

''होय, का बरे?''

''कोणीतरी स्ट्रायकरचे दफन केले पाहिजे.''

''होय, केले पाहिजे खरे! मी ते विसरूनच गेलो होतो. यू नो– पण होय, अर्थातच. येस, येस. तुम्ही–?''

''होय, मी नक्कीच ते काम करेन.''

''खरोखर, तुमचे माझ्यावर खूप उपकार आहेत. हे एक भयानक काम आहे; अगदी भयानक. थँक यू अगेन, डॉ. मार्लो.'' मग ओटो दाराकडे जात कॉनरॅडला म्हणाला, ''चला, चार्ल्स, चला जाऊ या. आपल्याला आधीच उशीर झाला आहे.''

ते दोघे निघून गेले. मी माझ्या कपात कॉफी ओतून घेतली; पण कॉफीबरोबर खायला काहीही नव्हते. अजून सकाळचा उजेड व्हायचा होता. कॉफी पिऊन मी बाहेर पडलो. मग मी बाहेर जिथे सारे सामानसुमान ठेवले होते त्या शेडमध्ये गेलो. तिथे मी एक फावडे शोधून काढले. जमिनीवरचा बर्फ फार खोलवर असलेला थर नव्हता. पण तो गोठून घट्ट झाला होता. पण तरीही फूटभर तरी खोल गेलेला होता. त्याखाली मूळचा घट्ट झालेला, दगडासारखा कठीण असलेला पर्माफ्रॉस्टचा थर होता. तो थर जमिनीत पक्का रुतला होता. त्यामुळे खणत खणत जमिनीपर्यंत पोहोचायला दीड तास लागला. एवढ्या थंड अक्षांशामध्ये असले श्रमाचे काम करणे

धोक्याचे असते. माझ्या अंगातून बराचसा घाम निघून गेला. मी फावडे ठेवून दिले व झटपट आतमध्ये कपडे बदलायला परतलो. अजून सूर्य उगवला नव्हता; पण आता उजेड झाला असल्याने ती एक स्वच्छ सकाळ होती. बोचऱ्या थंडीने ती भरलेली होती. तरीही अशा थंडीत घामाघूम झालेल्या माणसाने फार वेळ राहू नये.

पाच मिनिटांनी मी गळ्यात दुर्बीण अडकवून पुढच्या दाराने बाहेर पडलो. आता सकाळचे दहा वाजले होते. एडी, सॅन्डी, लोनी आणि मेरी स्टयुअर्ट हे आपापल्या क्युबिकलमधून बाहेर पडलेले नव्हते. मेरी स्टयुअर्ट सोडता बाकीचे तिघे जर उठून बाहेर आले असते तरी मला त्यांचा उपयोग झाला नसता. स्ट्रायकरचे दफन करण्यासाठी मला मदत हवी होती. हे तिघे जण कोणतेही शारीरिक श्रमाचे काम टाळण्यात पटाईत होते. मेरी स्टयुअर्ट मात्र कामाची होती. तिने कदाचित मला मदत केली असती. त्याची कारणे अशी होती : तिला प्रत्येक कामाचे कुतूहल वाटे, त्या कामातून तिला नवीन काहीतरी समजे, शिवाय तिला माझ्यावरही लक्ष ठेवायला सांगितलेले होते. तसेच तिला केबिनमध्ये एकटी राहण्यापेक्षा माझ्याबरोबर राहण्यात सुरक्षित वाटे. अशी ती कारणे काहीही असली तरी तिने माझ्यावर नजर ठेवणे मला आवडत नव्हते. कारण मला हेसमानवर पाळत ठेवायची होती.

तशी पाळत ठेवण्यासाठी मी प्रथम त्याला शोधायला हवे होते. अन् हेसमान तर मला कुठेही दिसत नव्हता. तो कुठे सोयिस्कररीत्या गायब झाला होता ते देव जाणे! तो जंगबेक व गोईन यांच्याबरोबर सोर-हम्ना उपसागरात वर्क-बोटीतून गेला होता, असे मला नुसते सांगण्यात आले होते. ते सर्व जण चित्रीकरण करण्यासाठी योग्य त्या पार्श्वभूमीची जागा शोधण्यासाठी गेलेले होते. पण मी दुर्बिणीतून त्यांचा मागोवा घेण्याचा प्रयत्न केला असता, त्या उपसागरावर मला त्यांचा मागमूसही सापडला नाही. कदाचित समुद्रात असलेल्या छोट्या बेटांच्या मागे बोट गेलेली असल्याने आपल्याला ती दिसत नसावी, अशी मी समजूत करून घेतली. म्हणून मी काही मिनिटांनी पुन्हा दुर्बिणीतून पाहिले. तरीही ते मला सापडले नाहीत. हेसमान नक्की त्या १६ फुटी वर्क-बोटीबरोबर गेला होता.

तो उपसागर पूर्वेला असलेल्या खुल्या समुद्राला मिळत होता. तिकडे जर ते गेले असतील तर त्यांना *मकेही* बेटाच्या टोकाला वळसा घालून जावे लागले असणार; पण हे मला अशक्य वाटत होते. कारण त्या खुल्या समुद्रावर हिमखंडांचे आच्छादन पसरलेले होते. मग मला एक भयप्रद शंका वाटू लागली. आदल्या दिवशी स्मिथीने सावधगिरीची सूचना दिली होती की, ती वर्क बोट खुल्या समुद्रात नेणे धोक्याचे आहे. वादळी हवामानात तिच्यात मागच्या बाजूने समुद्राचे पाणी शिरू शकते. 'हेसमान हा एक शूर दर्यावर्दी आहे' अशी त्याच्याबद्दलची एक समजूत पसरलेली होती. कदाचित त्याने स्मिथीच्या सूचनेकडे दुर्लक्ष केले असेल किंवा ती

सूचना तो विसरला असेल. कदाचित ते या उपसागराच्या दक्षिण बाजूला गेले असतील. तिथले पाणी तसे शांत होते. हीच शक्यता मला जास्त संभाव्य वाटत होती.

मग मी दक्षिणेकडे चालत जाऊ लागलो. सुरुवातीला मी नैर्ऋत्य दिशा धरली. त्या बाजूला अनेक कडे होते. त्या बाजूला कुठेतरी हेन्ड्रिक्स व ते 'तीन ॲपोस्टल्स' हे ध्वनिमुद्रण करत होते. पक्ष्यांचे आवाज त्यांना ध्वनिमुद्रित करायचे होते. सीगल, ससाणे, फुम्लार्स वगैरे पक्षी त्या बाजूला खूप असल्याचे ठाऊक होते. मला तिथे कोणापासूनही धोका वाटत नव्हता; पण मला उगाच त्यांच्या जवळ जाऊन त्यांचे कुतूहलही वाढवायचे नव्हते.

सरळ तिरप्या मार्गाने मी चढ चढून जायचे ठरवले होते. पण प्रत्यक्षात त्यामुळे उलट मला बरेच कष्ट पडू लागले होते. तो मार्ग चढून जाण्यासाठी गिर्यारोहणाचे कौशल्य लागण्याची गरज नव्हती. वाटेत एवढ्या छोट्या-छोट्या घळ्या मला पार कराव्या लागल्या की, मी पुरता दमून गेलो. तिथे साठलेले बर्फाचे थर पार करणे हे एक अति अवघड काम होते. स्मिथी आणि हेटर हे असल्या बर्फाळ प्रदेशातून कसे काय आता जात असतील याचे मला आश्चर्य वाटले. त्यांच्या वाटेवरची जमीन तर यापेक्षाही अवघड होती.

एका मैलापेक्षा कमी अंतर तोडायला मला दीड तास लागला. शेवटी मी एका ५०० फूट उंचीच्या उंचवट्यावर येऊन पोहोचलो. येथून मला तो दक्षिणेकडचा समुद्र किंवा दुसरा उपसागर दिसत होता. तो एक घोड्याच्या नालाच्या आकाराचा उपसागर होता. नैर्ऋत्येकडच्या दोन डोंगरांमध्ये तो सामावलेला होता. त्या उपसागराचा संपूर्ण किनारा म्हणजे एक भला विस्तृत असा डोंगराचा कडा होता, सरळसोट उंच असलेला कडा होता. कोणत्याही जहाजाने अशा किनाऱ्याला आश्रय घेतला नसता.

मी त्या बर्फभूमीवर सरळ थोडा वेळ ताणून दिली. त्यामुळे माझे श्रमामुळे धडधडणारे हृदय शांत झाले व जोरात चालणारा श्वासोच्छ्वास कमी झाला. त्यामुळे मला माझ्या डोळ्याला दुर्बीण लावताना माझा हात थरथरत नव्हता. मी सर्वत्र न्याहाळले. मला कुठेही मनुष्यप्राणी दिसला नाही. सूर्य आता बराच वर आला होता. दृश्यताही बऱ्यापैकी चांगली होती आणि दुर्बिणीतून दिसणारे दृश्यही एवढे रेखीव होते की, मी लांबचा सीगल पक्षीही पाहू शकत होतो. उपसागरात उत्तरेकडे तीन छोटी बेटे होती. माझ्या पायाजवळच एक मोठा कडा सुरू झालेला होता. त्यामुळे कड्याच्या पायथ्याजवळचे बरेच दृश्य मला दिसू शकत नव्हते. त्या ठिकाणी हेसमान आणि मंडळी असतील तर ती मला दिसणे शक्यच नव्हते.

दक्षिणेकडे असलेल्या एका डोंगराकडे मी पाहिले. तिथे असलेले समुद्राचे पांढरे पाणी फेसाळत होते. या फेसाळणाऱ्या पाण्यात हेसमान मंडळींनी आपली

नौका नेलेली नसणार. तेवढे धाडस त्यांनी नक्कीच केले नसणार. हेसमानला समुद्राचा अनुभव व त्या दृष्टीने असलेले कौशल्य नसले, तरी गोईन हा दूरदर्शी होता. तो उगाच कोणताही धोका पत्करणारा नव्हता.

मी तिथे किती तरी वेळ त्यांच्या नौकेची वाट पाहत होते. एकदम मला जाणवले की, थंडीमुळे मला हुडहुडी भरली असून, मी कापत होतो. माझे हात व पाय बधीर होत चालले होते. मग मला आणखी काहीतरी जाणवले. तिथे वायव्येला दिसत असलेल्या कड्यांमध्ये थोडीशी फट पडलेली दिसली. कारण आता त्यामागून सूर्यप्रकाश येत होता. सूर्य खाली जात असल्याने सावल्यांचे आकार लांब होत चालले होते. मी त्या कड्याच्या फटीच्या पलीकडे पाहू लागलो. त्यांची नौका किंवा ती वर्क-बोट तिथेच कुठेतरी असणार हे मी समजलो. पण इतका वेळ ते पलीकडे काय करत असतील? मला त्याचे कारण सापडेना, तर्कही करता येईना. एक गोष्ट मात्र नक्की होती. ती म्हणजे, तिथे जमिनीवरून जाऊन काही निरीक्षण केले तरच कळणार होते. तिथे मला जाण्यासाठी दोन तास तरी लागले असते. अन् इतकेही करून तिथे मला सुखरूप पोहोचता येईलच असे वाटत नव्हते. वाटेत खूप अडथळे होते.

मी उठून उभा राहिलो आणि परतीचा प्रवास चालू केला. परतताना मात्र मला काहीही त्रास झाला नाही. कारण आता चढ नव्हता, उतार होता. माझ्या उमटलेल्या पावलांच्या वाटेने मी जात असल्याने चांगली वाट शोधण्याचा प्रश्न येत नव्हता. तसेच भुसभुशीत बर्फात बुडण्याचा प्रश्न येत नव्हता. मी ज्या वेळी केबिनमध्ये परतलो तेव्हा दुपारचा एक वाजून गेला होता.

केबिनजवळ पोहोचल्यावर एकदम मुख्य दार उघडले गेले व त्यातून मेरी स्ट्युअर्ट बाहेर आली. तिचा चेहरा असा काही झाला होता की, तो पाहताच माझ्या पोटात धस्स झाले. तिचे केस विसकटलेले होते, चेहरा उतरला होता. कसलातरी मानसिक धक्का तिला बसला होता. ती खूप घाबरली होती. पुन्हा एकदा कोणावर तरी मृत्यूचा घाला पडला असणार असा मी अंदाज केला. मी जबरदस्त हादरलो.

ती घोगरट आवाजात म्हणाली, "थँक गॉड!" तिच्या डोळ्यांतून अश्रू ओघळत होते. "थँक गॉड, तुम्ही आला तर! लवकर आत या. काहीतरी भयंकर घडले आहे."

काय घडले आहे? असे मी तिला विचारत बसलो नाही. मी तिच्या मागोमाग घाईघाईने जाऊ लागलो. तिने पॅसेजमध्ये शिरून ज्यूडिथच्या क्युबिकलचे दार उघडले. तिथे खरोखरीच काहीतरी भयंकर घटना घडली होती. पण आता कसलीही घाई करण्यात अर्थ नव्हता. ज्यूडिथ हेनिस ही आपल्या कॉटवरून खाली पडली होती. जमिनीवर आडवी झाली होती. तिच्या निम्या अंगावर पांघरूण होते. पडताना

ते पांघरूण तिच्या अंगात गुरफटलेले असल्याने तेही तिच्याबरोबर खाली आलेले होते. तिच्या बिछान्यावर एक उघडी बाटली होती. त्यातील पाऊण भाग रिकामा होता व उरलेल्या पाव भागात बार्बिच्युरेटच्या गोळ्या होत्या. काही गोळ्या बिछान्यावर विखुरलेल्या होत्या. खाली जमिनीवर पडलेल्या ज्यूडिथने एक जीन मद्याची बाटली पकडून धरलेली होती. बाटलीतील पाऊण भाग रिकामा होता. मी वाकून तिच्या कपाळावर हात ठेवला. ते थंडगार पडले होते. आजूबाजूचे थंड वातावरण लक्षात घेतले तरीही तिचा मृत्यू होऊन काही तास उलटले असावेत. ''मला खूप वेळ झोपवून ठेवा'' असे ती म्हणाली होती. खरोखरीच आता तसेच झाले होते.

''ती.... ती...?'' मेरी मला कुजबुजत विचारू पाहत होती. एखादा मृत्यू झाला की माणसे नेहमी कुजबुजत बोलतात.

''नुसते पाहून एखादा मरण पावला आहे की नाही हे समजते?'' मी म्हणालो. माझे हे बोलणे तसे कठोर होते. पण मला राग आला होता. तो राग आम्ही ते बेट सोडेपर्यंत शमला नव्हता.

''तुम्हाला कधी हे दिसले?''

''एका मिनिटापूर्वी किंवा दोन मिनिटांपूर्वी. मी थोडेसे अन्न शिजवले व कॉफी केली. नंतर मी तिला पाहायला येथे आले. तो हा प्रकार मला दिसला.''

''बाकीचे कुठे आहेत? लोनी, सॅन्डी, एडी?''

''ते मला ठाऊक नाही. काही वेळापूर्वी ते बाहेर गेले. जाताना ते म्हणाले की, ते जरा पाय मोकळे करण्यासाठी बाहेर जात आहेत.''

मी तिला म्हणालो, ''त्यांना बोलावून आणा. ते आता सामान ठेवलेल्या शेडमध्ये असतील.''

''त्या शेडमध्ये? तिथे कसे काय असतील?''

''कारण तिथेच ओटो आपला दारूचा साठा ठेवतो.''

ती निघून गेली. मी ती जीनची बाटली व बाबिच्युरेटची बाटली उचलून बाजूला ठेवल्या. मग मी ज्यूडिथला उचलून बिछान्यावर ठेवले. खालच्या लाकडी जमिनीवर तिला तसेच पडून राहू देणे हे क्रूरपणाचे ठरले असते. मी क्युबिकलमध्ये सर्वत्र नजर फिरवली. पण कुठेही काहीही अनपेक्षित असे दिसले नाही, कुठेही हलवाहलवी झाली नव्हती. खिडकी आतून स्क्रूने तशीच पक्की बंद केलेली होती. आपले काही कपडे तिने घड्या करून खुर्चीवर ठेवले होते, तेही तसेच होते. मी परत जीनच्या बाटलीकडे पाहिले. मी स्ट्रायकरने सांगितले होते आणि लोनीला तिने सांगितलेलेही मी बाहेरून ऐकले होते की, ती कित्येक वर्षे कधीही दारू पीत नव्हती. अशी एखादी व्यक्ती जर बरीच वर्षे मद्यप्राशन करत नसेल तर, जवळ कधीही दारूची बाटली बाळगत नसते किंवा सहज हाताला येईल अशा ठिकाणी ठेवीत नसते.

लोनी, एडी व सॅन्डी आत आले. त्यांनी येताना त्या शेडमधून एक दारूची बाटली पळवून आणली होती. जेव्हा मेरीने त्यांना जाऊन ज्यूडिथच्या मृत्यूची बातमी दिली, तेव्हा त्यांना धक्का बसला होता. आता ते आत येऊन मृत ज्यूडिथकडे उभे राहून पाहत राहिले. ते काहीच बोलत नव्हते. साहजिक आहे. कदाचित काय बोलावे ते त्यांना सुचत नसावे.

मी त्यांना म्हणालो, "मिस्टर गेरान यांना त्यांच्या कन्येची मृत्यूची बातमी ताबडतोब कळवली पाहिजे. ते उत्तरेकडे तिथल्या उपसागराकडे गेले आहेत. ते तुम्हाला सहज सापडतील. तुम्ही फक्त त्या स्नो-कॅट स्कूटरने उमटलेले मार्ग पकडून जा. मला वाटते तुम्ही सगळ्यांनी मिळून बरोबर जावे."

लोनी म्हणाला, "गॉड लव्ह अस ऑल!" तो खालच्या आवाजात दुःखाने म्हणाला. "बिचारी कन्या! प्रथम तिचा नवरा गेला. अन् आता ती स्वतः गेली. डॉक्टर, हे सारे चालले आहे तरी कोठे?"

"लोनी, ते मला ठाऊक नाही. जीवन हे नेहमी दयाळू नसते. हो ना? मिस्टर गेरान यांना शोध घेण्यासाठी अगदी जीवघेणी धडपड करू नका. नाहीतर त्यांना एखादा हार्ट ॲटॅक येईल. मग सर्वांवर कळस झाला, असे म्हणावे लागेल."

लोनी म्हणाला, "बिचारी ज्यूडिथ! अन् आपण मिस्टर ओटो यांना तिच्या मृत्यूची बातमी कशी सांगणार? दारू व झोपेच्या गोळ्या हे एकत्र घेतलेली एक अतिघातक मिश्रण होऊन माणूस मरतो. हो ना डॉक्टर?"

"होय, बहुतेक वेळा असेच घडते."

मग त्यांनी एकमेकांकडे पाहिले व वळून ते निघून गेले. मेरी स्ट्युअर्टने मला विचारले, "मी आता काय करू?"

"तिथेच थांब," मी कठोरपणे म्हणालो. माझ्या आवाजातील तीव्रपणा ऐकून तिला आश्चर्य वाटले. ती म्हणाली, "मला तुमच्याशी काही बोलायचे आहे."

मी एक टॉवेल व रुमाल हातात घेतला. ती जीनची बाटली टॉवेलमध्ये गुंडाळली व बार्बिच्युरेटची बाटली रुमालात गुंडाळून ठेवली. हे करत असताना मेरी माझ्याकडे डोळे विस्फारून बघते आहे, याची मला जाणीव होती. मग मी ज्यूडिथच्या मृत देहाची तपासणी करू लागलो. तिच्या अंगावर कुठे काही खुणा उमटलेल्या आहेत की नाही हे मी तपासू लागलो. फारशी तपासणी करण्यात अर्थ नव्हता. कारण ती बिछान्यात होती व तिच्या अंगावर पांघरूण होते. शिवाय तिने अंगावर पूर्णपणे कपडे चढवलेले होते. मग मी मेरीला खूण करून जवळ बोलावले व तिला ज्यूडिथच्या मानेवर एक सूक्ष्म भोक उमटलेले दाखवले. ते पाहून मेरी अत्यंत आश्चर्यचकित झाली.

मी म्हणालो, "होय, ज्यूडिथचा खूनच झाला आहे. हे ऐकल्यावर तुला कसे

वाटते आहे मेरी डियर?'' माझ्या आवाजात उपरोधिक प्रेमळपणा होता.

"खून!'' मेरी कुजबुजत म्हणाली, "खून!'' मग तिने त्या गुंडाळून ठेवलेल्या बाटल्या पाहिल्या. तिला त्यावर काही बोलायचे होते. पण तिला बोलणे कठीण जात होते.

"तिच्या पोटात काही जीन गेलेलीही असेल. तसेच बार्बिच्युरेटही गेले असेल. तरीही मला शंका येते आहे की, जेव्हा माणूस बेशुद्धावस्थेत असतात तेव्हा त्यांना गिळता येत नाही. कदाचित त्या बाटलीवर दुसऱ्या कोणाचे बोटांचे ठसे असतील. पण माझी खातरी आहे ते नक्की पुसून टाकलेले असणार. अन् जरी तिचे एक बोट व अंगठा यांचे ठसे सापडले तरी, तेवढ्या दोन बोटांच्या आधारे कोणीही तीन चतुर्थांश बाटली आपल्या तोंडात रिकामी करणार नाही.'' मेरीने ज्यूडिथच्या मानेवर टोचलेल्या खुणेकडे भयभीत होऊन पाहिले. मी पुढे म्हणालो, "तिचा कसा जीव गेला ते मला ठाऊक नाही; पण मला वाटते की, तिला मॉर्फिनचा जादा डोस असलेले इंजेक्शन दिले गेले असावे. मेरी डियर, तुला काय वाटते याबद्दल?''

तिने माझ्याकडे करुण नजरेने पाहिले व म्हटले, "तुम्ही मला हा प्रश्न दुसऱ्यांदा विचारत आहात. असे का बरे?''

"कारण याबद्दलचा काही दोष तुझ्याकडे जातो. कदाचित जादाच दोष तुझा असेल. पण परिणाम काय झाला? तर ज्यूडिथचा मृत्यू झाला. फार हुशारीने तिला मारण्यात आले. अगदी नक्की. माझी खातरीच आहे तशी. अशा गोष्टी मला व्यवस्थित शोधता येतात; पण दुर्दैवाने त्या फार उशिरा समजून येतात. हा एक फक्त आत्महत्येचा देखावा आहे. कारण तिने दारू पिणे केव्हाच सोडून दिले होते.''

"पण मी तिला मारले नाही. ओ गॉड! मी तिला मारले नाही! मी नाही! मी नाही!''

"मी देवाकडे अशी आशा करतो की, स्मिथीला ठार करण्यामागेही तू नसावीस.'' मी हिंस्रपणे म्हणालो, "जर तो परत आला नाही, तर माझ्या संशयितांच्या यादीत तुझे पहिले नाव असेल, खुनी म्हणून.''

"मिस्टर स्मिथ!'' तिला अतिशय आश्चर्य वाटले होते. तिचा चेहरा दयार्द्र झाला होता. पण माझ्यावर त्याचा परिणाम झाला नाही. ती म्हणाली, "मी देवाशपथ सांगते की, तुम्ही म्हणता तसले माझ्या हातून काहीही झालेले नाही.''

"अर्थातच नाही. जेव्हा मी तुला विचारेन की, गेरान व हेसमान यांच्यात काय चालले आहे, तेव्हाही तू 'आपल्याला ठाऊक नाही' असेच म्हणणार. तुझ्यासारख्या एका सुंदर व निरागस दिसणाऱ्या मुलीने असे का वागावे? तू आणि तुझा तो प्रेमळ जोहानमामा यांच्यात काय चाललेले आहे, हेही तुला ठाऊक नसणार ना?''

ती माझ्याकडे एखाद्या मुक्या जनावराने रोखून पाहावे तशी पाहू लागली व तिने

आपले डोके हलवले. माझ्या मनात खूप राग निर्माण झाला होता. मी माझ्यावरच चिडलो होतो. पण माझा राग मला मनातल्या मनात दाबून ठेवता येत नव्हता. मी तिला रागाने एक टप्पल मारली. पुन्हा एक टप्पल मारण्यासाठी मी माझा हात उचलला तेव्हा तिने डोळे मिटून आपले डोके बाजूला सरकवले. मग मी माझा हात तिच्या भोवती टाकून तिला घट्ट धरले. तिने सुटण्यासाठी कसलीही धडपड केली नाही. ती नुसती स्तब्ध उभी राहिली होती. धडपड करण्यासाठी तिच्याजवळ आता काहीच उरले नव्हते.

"मेरी डियर, अग तुला आता कोणतीच पळवाट काढता येणार नाही," यावरही ती काहीच बोलली नाही. तिने आपले डोळे गच्च मिटून घेतले होते. मी म्हणालो, "जोहान हे तुझे मामा नाहीत. तुझ्या इमिग्रेशन पेपर्सवर तुझे आई-वडील मयत आहेत, असे लिहिले होते. हेसमान हा तुझ्या आईचा भाऊ नाही की, तुझा काका नाही. माझी अशी ठाम समजूत आहे की, हेसमानने तुझ्या आई-वडिलांना काही हेतूंसाठी ओलीस ठेवले असणार. तसेच त्यांनाही त्याने सांगितलेले असणार की, तुलाही त्याने ओलीस ठेवलेले आहे. हेसमान ही काही चांगली व्यक्ती नाही. तो एक आंतरराष्ट्रीय पातळीवरचा गुन्हेगार आहे. मला तेही ठाऊक आहे. तू लाटीव्हियन वंशाची नसून जर्मन वंशाची आहे, हेही मला ठाऊक आहे. दुसऱ्या महायुद्धात तुझे वडील कौन्सिल ऑफ वॉरमध्ये खूप वरच्या श्रेणीतले होते, हेही मला ठाऊक आहे." हे मात्र मला ठाऊक नव्हते. मी ते केवळ अंदाजाने ठोकून दिले होते. "आणि मला हेही ठाऊक आहे की, या साऱ्या प्रकरणात भरपूर संपत्ती अडकली आहे. ती संपत्ती रोख चलनांच्या स्वरूपात नाही; पण काही विक्रीयोग्य अशा सिक्युरिटीजच्या स्वरूपात आहे. हे सारे खरे आहे ना?"

त्यानंतर काही क्षण शांतता होती. मग ती मलूलपणे म्हणाली, "तुम्हाला जर एवढी माहिती आहे, तर मग तुमच्यापासून लपवण्याचे ढोंग मी कशाला करू?" मग ती थोडे मागे सरकून पराजित भावनेने माझ्याकडे पाहत म्हणाली, "तुम्ही एक खरे डॉक्टर नाहीत. हो ना?"

"मी खरोखरीच एक डॉक्टर आहे. पण नेहमीच्या सर्वसामान्य समजुतीनुसार नक्कीच तसा नाही. गेली अनेक वर्षे मी माझी प्रॅक्टिसही केली नाही. मी ब्रिटिश सरकारमधला एक सिव्हिल सर्व्हन्ट आहे. हेरखाते किंवा प्रतिहेरखाते यासारखी काही नेत्रदीपक पार्श्वभूमी माझ्याकडे नाही. मी फक्त ट्रेझरीचे काम पाहतो. म्हणून मी येथे आलो आहे. आम्हाला हेसमानच्या संपत्तीमध्ये रस आहे. मला या असल्या खून-प्रकरणात फारसा रस नाही."

"म्हणजे काय?"

"ते नीट समजावून सांगायला खूप वेळ लागेल. मी ते सांगणार नाही. मला

दुसरी कामे आहेत.''

तिने मग चाचरत विचारले, ''मिस्टर स्मिथ हे सुद्धा ट्रेझरी खात्यातले आहेत?'' मी यावर मानेनेच होकार दिला. ती पुढे म्हणाली, ''महायुद्धात माझ्या वडिलांनी पाणबुडीच्या एका गटाचे नेतृत्व केले होते. ते पक्षामध्येही वरच्या पातळीवर होते. खूप वर होते. मग ते एकदम नाहीसे झाले–''

''त्यांनी कुठे कुठे नेतृत्व केले होते?''

''शेवटच्या वर्षात त्यांनी उत्तरेकडे असलेल्या ट्रॉम्सो, ट्रॉन्डेहीम, नार्विक या भागात केले होते. मला ते नक्की ठाऊक नाही,'' मला एकदम आतून असे वाटले की, ती सांगते आहे ते खरे आहे, असलेच पाहिजे.

मी त्यावर म्हणालो, ''नंतर ते गायब झाले. त्यांना युद्ध गुन्हेगार ठरवले म्हणून?'' यावर तिने होकारार्थी मान डोलवली. ''आणि आता ते एक वृद्ध गृहस्थ आहेत ना?'' पुन्हा तिने आपली मान डोलवली. ''मग त्यांचे वय लक्षात घेऊन त्यांना माफी दिली गेली. हो ना?''

''होय. दोन वर्षांपूर्वीच ती माफी दिली गेली. मग ते आमच्याकडे आले. मिस्टर हेसमान यांनी आम्हा सगळ्यांना एकत्र आणले. त्यांनी ते कसे काय जमवले ते मला ठाऊक नाही.''

या अशा कामासाठी हेसमानची खास पार्श्वभूमी व अंगचे गुण कसे उपयोगी पडले हे मी तिला सांगू शकलो असतो. पण ती वेळ आता नव्हती. मी तिला म्हणालो, ''तुमचे वडील हे एक नुसतेच 'युद्ध गुन्हेगार' नव्हते, ते नागरी कायद्यानुसार एक गुन्हेगार आहेत. बहुधा त्यांनी प्रचंड प्रमाणात पैशांचा अपहार केला असावा अन् तरीही तू त्यांच्यासाठी काम करते आहेस?''

''मी माझ्या आईसाठी काम करते आहे.''

''ओह, तसे असेल तर आय ॲम सॉरी.''

''आय ॲम सॉरी टू. मी तुम्हाला आत्तापर्यंत जेवढा काही त्रास दिला त्याबद्दलही मी तुमची माफी मागते. माझी आई ठीक होईल असे तुम्हाला वाटते?''

''होय, मला वाटते खरे तसे,'' मी म्हणालो. माणसे नीट जिवंत राहावीत म्हणून मी नेहमी त्यांना आशा दाखवणारे बोलत असतो. माझा तो स्वभावच आहे.

''पण मग आता आम्ही काय करायचे? ज्या काही भयानक घटना घडत आहेत त्याबद्दल काय करायचे?''

''त्याबद्दल 'आपण' काहीही करू शकत नाही. काय करायचे ते मी सांगतो व ते तूच करायला हवे.''

''मी करीन ते. तुम्ही काहीही सांगितले तरी मी ते करीन. वाटल्यास मी वचन देते तसे.''

"मग 'तू काहीही करायचे नाहीस' एवढेच कर. जू जशी वागत आली आहेस तसेच वागणे पुढे चालू ठेव, विशेषत: तुझे मामा जोहान यांच्याशी; परंतु आपल्यातल्या या बोलण्यातील एकही शब्द त्यांच्याशी उच्चारायचा नाही."

"चार्लीसशीही नाही?"

"म्हणजे कॉनरॅड? त्याच्याकडे दुर्लक्ष कर."

"पण मला वाटले की, तुम्हाला तो आवडतो–"

"होय, नक्कीच. पण त्याला तू जेवढी आवडतेस त्याच्या निम्म्याने तो मला आवडतो. मी त्याचा वेळोवेळी समाचार घेत जाईन. आत्तापर्यंत मी त्याच्या संदर्भात काही हुशारी दाखवलेली नाही. पण आता शेवट जवळ आला आहे." मग मी थोडा वेळ विचार करून म्हणालो, "तू एक गोष्ट कर. येथे कोणी जर आत्ता परत येत असेल, तर सावध कर. मी तोपर्यंत जरा पाहणी करतो."

माझ्या जवळच्या जुडग्यात जेवढ्या किल्ल्या होत्या तेवढी कुलपे ओटोच्या सामानात होती. तो ऑलिम्पस प्रॉडक्शन कंपनीचा चेअरमन होता, चित्रपट निर्माता होता आणि आत्ताच्या या मोहिमेचा तो एक अनभिषिक्त नेता होता. त्यामुळे त्याने आपल्या बरोबर लहान-मोठे, किरकोळ व सटरफटर अशा असंख्य वस्तू आणलेल्या होत्या. बरेचसे सामान हे वैयक्तिक वापराचे होते व त्यामध्ये बहुतांशी कपडे होते. ओटोचा देह हा गोल गरगरीत होता. त्याने आपल्याबरोबर डझनभर तरी सूट आणले असतील. एवढे सूट या निर्जन बेटावर त्याला कशासाठी लागणार होते याचा तर्क करणे कठीण होते. त्याने आपल्या सामानात दोन तपकिरी रंगाच्या जराशा चपट्या व लहान सूटकेस आणल्या होत्या. त्यांचा उपयोग केवळ इतर सामानांवर नुसता ठेवून देण्यासाठी होई.

दोन पत्र्याच्या मोठ्या पेट्या होत्या. त्याला कडी कोयंडे होते व दोन पितळी कुलपे त्यांना लावलेली होती. तसली कुलपे उघडणे हा कोणत्याही चोराला अवघ्या एका मिनिटाचा खेळ होता. मला ती पेट्यांची कुलपे उघडायला फार वेळ लागला नाही. पहिल्या पेटीत फारसे महत्त्वाचे काहीही नव्हते. त्यामध्ये वर्तमानपत्रांतील शेकडो कात्रणे होती. त्यातला मजकूर पाहता ती कात्रणे विशिष्ट हेतूने काळजीपूर्वक निवडलेली होती. गेल्या वीस एक वर्षांतल्या वृत्तपत्रांची ती कात्रणे होती. त्यामध्ये ओटोच्या चित्रपट निर्मितीमागच्या त्याच्या बुद्धिमत्तेची तरफदारी केलेली होती. त्यातला मजकूर ओटोचा अहंकार कुरवाळणारा होता. दुसऱ्या पेटीमध्ये जी कागदे होती ती नुसती आर्थिक बाबींबद्दलची होती. त्यातून ओटोचे आर्थिक व्यवहार, उलाढाली, उत्पन्न, खर्च हे गेल्या अनेक वर्षांत कसे कसे झाले, हे समजून येत होते. एखाद्या इनलॅन्ड रेव्हेन्यू इन्स्पेक्टरला ती कागदपत्रे वाचवण्यात खूपच रस

वाटला असता. पण माझा हेतू तसला नव्हता. ओटोने आपली रद्द केलेली अनेक चेकबुके ठेवलेली होती. मला त्यात रस होता. ओटोला येथल्या ओसाड बेटावर त्यांचा काहीही उपयोग नसल्याने मी ती चेकबुके ताब्यात घेतली. मग परत सर्व सामान पूर्वीसारखे लावून तिथून निघालो.

गोईन हा ओटोच्या फिल्म कंपनीचा अकाउंटंट होता. त्यानेही आपले सर्व सामानसुमान कुलूपबंद करून ठेवले होते. पण त्याचे सामान ओटोच्या सामानापेक्षा पावपटच असल्याने मला ते तपासण्यासाठी थोडाच वेळ लागला. गोईनचा हेतू हा केवळ आर्थिक असल्याने त्याच्या सामानातही मला त्या संबंधातील कागदपत्रे सापडली. मला हवीशी वाटणारी त्यातली कागदपत्रे मी तीन-तीनदा तपासली. त्यामध्ये आलिम्पस प्रॉडक्शनच्या पगारपत्रिका होत्या, त्याचे खासगी बँकबुक होते आणि एक डायरी होती. त्या डायरीतील बरीच माहिती ही सांकेतिक स्वरूपात लिहिलेली होती. ती सर्व माहिती पैशासंबंधीच होती. तसेच पैशांचे आकडे लिहिताना पौंड व पेन्स यांचे आकडे दोन भिन्न स्तंभात लिहिण्यासाठी गोईनने आळस केलेला होता. पण कुठेच मला फारसा काही आक्षेपार्ह असा मजकूर सापडला नाही.

पुढच्या अर्ध्या तासात मी चार जणांची क्युबिकल्स तपासली. हेसमानच्या क्युबिकलमध्ये मला अपेक्षेप्रमाणे काहीच सापडले नाही. त्याच्यासारख्या अनुभवी व वरच्या पातळीवरची पार्श्वभूमी असलेल्या व्यक्तीने फक्त आपले डोके हीच एक सर्व माहिती लक्षात ठेवण्याची सर्वांत सुरक्षित जागा मानलेली असावी; पण काही निरुपद्रवी वाटणारी माहिती होती. ऑलिम्पसच्या फिल्मसाठी त्याने ती ठेवून दिलेली असावी. मला त्यात रस असल्याने ती कागदपत्रे मी नीट न्याहाळली. त्यात मोठमोठे बेअर आयलन्डचे नकाशे होते. त्यातला एक नकाशा मी बरोबर घेतला.

नील डिव्हाईन याच्या सामानातील खासगी कागदपत्रांवरून फारसे महत्त्वाचे समजले नाही. त्यात त्याने देणे असलेल्या बिलांचा एक मोठा गठ्ठा होता, ऋण मान्य केलेले कागद व काही पत्रे होती. त्या कागदपत्रांमधून तो कितपत आर्थिक अडचणीत सापडलेला आहे ते समजून येत होते. एका बँकेशी त्याने केलेल्या पत्रव्यवहारावरून नील डिव्हाईन हा नेहमी घाबरलेला व खचलेला का असतो ते कळून येत होते. त्याच्या पेटीत तळाशी मला एक छोटे ऑटोमॅटिक व गोळ्या भरलेले पिस्तुल सापडले. त्याबरोबरच तिथे त्या पिस्तुलासाठी घेतलेले एक लायसेन्सही मिळाले. त्याने ते नुकतेच घेतलेले आहे असे त्यावरील तारखेमुळे मला समजले. जंगबेक याच्या पेटीत एक कागदाचे पाकीट होते. ते सीलबंद केलेले होते. मी ते घेऊन मुख्य केबिनच्या हॉलमध्ये गेलो. मेरी स्ट्युअर्ट ही एका खिडकीपासून दुसऱ्या खिडकीपर्यंत येरझाऱ्या घालून पहारा देत होती.

''कोणीही नाही ना?'' तिने मान हलवली. मी पुढे म्हणालो, ''किटलीत पाणी

घालून गरम करायला ठेवणार का?''

''तिथे अजून काही कॉफी उरलेली आहे. काही खाण्याचे पदार्थही आहेत.''

''मला कॉफी नको आहे. मला किटलीत एक इंचभर पाणी घालून ती स्टोव्हवर ठेव. मला हे पाकीट उघडून पाहायचे आहे. पाण्याच्या वाफेने ते उघडेल. तेव्हा ठेवशील का किटली?''

''वाफ– त्यात काय आहे?''

''ते जर मला ठाऊक असते तर पाकीट उघडायचा खटाटोप मी कशाला केला असता?'' मी तिच्याजवळ ते पाकीट उघडण्यासाठी दिले.

मग मी लोनीच्या क्युबिकलमध्ये गेलो. पण तिथे फक्त लोनीची स्वप्नेच होती. जुन्या फोटोंचा एक संग्रह होता. ते फोटो फिके पडले होते. एक-दोन फोटो सोडले तर ते सारे फोटो त्याच्या कुटुंबीयांचे होते. खुद्द लोनीनेच ते फोटो स्वत: काढलेले होते, हे कळत होते. पहिल्या काही फोटोत एक काळ्या केसांची तिशीच्या आसपासची देखणी बाई होती. तिने आपल्या हातात दोन लहान मुले धरलेली होती. ती मुले नक्कीच जुळी आहेत हे कळत होते. जसजशी वर्षे उलटत गेली तसतशी लोनीच्या या पत्नीची केशरचनाही बदलत गेली होती. दरम्यानच्या फोटोत त्या दोघी पूर्ण वाढ झालेल्या व आईसारख्या सुंदर दिसणाऱ्या मुली झालेल्या होत्या. शेवटच्या फोटोमध्ये सर्व तिघे जण पांढऱ्या उन्हाळी कपड्यात होते. त्या तिघीही एका काळ्या रंगाच्या, छत नसलेल्या उघड्या मोटारीला टेकून उभ्या होत्या. आता त्या मुली सुमारे १८ वर्षांच्या झालेल्या दिसत होत्या. एखाद्या माणसाची खासगी स्वप्ने बघण्याचा असभ्यपणा आपण करत आहोत, असे वाटून मी अपराधी भावनेने तो संग्रह मिटून टाकला.

मग मी एडीच्या क्युबिकलमध्ये गेलो. मेरीने मला त्याच वेळी हाक मारली. मी तिच्याजवळ जे कागदी पाकीट ऊर्फ सीलबंद लखोटा दिला होता, तो तिने वाफेवर धरून तो उघडला होता. आतली कागदपत्रे व सर्व गोष्टी तिने एका रुमालावर काढून ठेवलेल्या होत्या. मी तिला म्हणालो, ''शाब्बास!''

तिने म्हटले, ''हे सारेपैसे दोन हजार पौंड आहेत. सर्व पैसे पाच-पाच पौंडांच्या नोटांमध्ये आहेत.''

''म्हणजे बरीच रक्कम आहे असे म्हणायचे,'' त्या नोटा नुसत्या नवीन नव्हत्या, तर त्यांचे नंबर्ससुद्धा एका मागोमाग असे होते. मी पहिले व शेवटचे नंबर टिपून घेतले. मग सर्व नोटा व इतर कागदपत्रे पाकिटात घालून ते पुन्हा सीलबंद करून टाकले आणि ते पाकीट जंगबेकच्या सूटकेसमध्ये ठेवून दिले. मला एक प्रकारचा पुरावा आता मिळाला होता. कदाचित तो पुढे उपयोगात येऊ शकत होता.

एडी आणि हेन्ड्रिक्स यांच्या क्युबिकलमध्ये फारसे काही महत्त्वाचे मला

सापडले नाही. फक्त मला सॅन्डीच्या खोलीत नजर टाकल्यावर कळले की, तोही कुठून तरी दारूच्या बाटल्या आणून पीत असला पाहिजे. अर्थात, लोनीइतक्या प्रमाणात तो करत नव्हता. सॅन्डीने ओटोच्या स्कॉचच्या साठ्यातून एक बाटली पळवून आणली होती. नंतर मी त्या 'थ्री अॅपोस्टल्स' पोरांच्या खोल्यांत गेलो. तिथे मला वाटल्याप्रमाणे काहीही महत्त्वाचे सापडले नाही. कॉनरॅडची खोली तपासावी असे मात्र माझ्या मनात आले नाही.

दुपारी तीन वाजल्यानंतर आकाशातील प्रकाश मंद होऊ लागला. मी मुख्य हॉलमध्ये आलो. लोनी व इतर दोघे ओटोला सांगून परतले होते. माझा तसा अंदाज होताच. पण अंदाजापेक्षा ते उशिरा परतले होते. मेरीने काही खाऊन घेतले होते. तिने मला स्टीक व चिप्स दिले. बंद डब्यातले हे पदर्थ आधीच शिजवून त्यात भरलेले होते. मेरीचा चेहरा चिंताग्रस्त झालेला होता. त्याला अनेक कारणे होती. पण आत्ता चिंतेसाठी एकच विशिष्ट कारण होते.

''बाकीचे सारे आहेत तरी कुठे? माझी *खातरी* आहे की, त्यांनाही काहीतरी झालेले असणार.''

''ते ठीकच असणार. बहुधा ते अधिक पुढे गेलेले असतील. बस्स. दुसरे काहीही कारण नाही.''

''ठीक आहे. पण आता अंधारून यायला लागले आहे आणि बर्फही पडायला लागला आहे–'' एवढे बोलून ती एकदम थांबली आणि तिने माझ्याकडे अवघडलेल्या चेहऱ्याने पाहिले. ती म्हणाली, ''तुम्ही खूप हुशार आहात. हो ना?''

''तसा मी परमेश्वरकृपेने व्हायला हवा होतो.'' एवढे बोलून मी माझ्या पुढ्यातले अन्नपदार्थ बाजूला सारले व उठून उभा राहत म्हणालो, ''सॉरी, तू पदार्थ चांगले बनवले आहेस; पण आता मला भूक नाही. मी आता माझ्या खोलीत जातो.''

''आता अंधारून येते आहे,'' तिने पुन्हा आठवण करून दिली.

''होय. लवकरच अंधार पडेल.''

मी माझ्या क्युबिकलमध्ये जाऊन कॉटवर पडून राहिलो व निरनिराळ्या क्युबिकलची तपासणी करून जे काही जप्त करून आणले त्याकडे मी पाहू लागलो; परंतु मला त्यातून फारसे महत्त्वाचे मिळाले नाही असे दिसून आले. ती पगारपत्रिका काही सूचित करत होती; परंतु ओटोची चेकबुके व गोईनचे बँकबुक यातून मला बरेच काही समजत होते. ते सारे महत्त्वाचे होते. मी नकाशाकडे पाहून मेरी स्टयुअर्टच्या वडिलांविषयी विचार करू लागलो. त्याच वेळी मेरी स्टयुअर्ट माझ्या क्युबिकलमध्ये आली.

''कोणीतरी येत आहे.''

''कोण?''

“काही नीट दिसत नाही. अंधारून आले आहे आणि बर्फ पडू लागला आहे.”

“कोणत्या दिशेकडून येत आहे?”

“तिकडून,” असे म्हणून तिने दक्षिणेकडे बोट केले.

“म्हणजे ते हेन्ड्रिक्स व थ्री अ‍ॅपोस्टल असणार,” असे म्हणून मी पुढ्यातील सर्व कागदे एका छोट्या टॉवेलमध्ये गुंडाळून ठेवली व तिच्याकडे दिली. “हे तुझ्या खोलीत कुठेतरी लपवून ठेव.” मग मी माझी मेडिकल बॅग उलटी केली. मग एक स्क्रू-ड्रायव्हर खिशातून बाहेर काढून मी बॅगेच्या मागची चारही टेकणे त्याने फिरवून सोडवू लागलो.

ती घाईघाईने म्हणाली, “होय, होय, मी लपवते हे. तुम्ही मला सांगाल का की मला–”

“आपल्या भोवताली निर्लज्ज माणसे आहेत. त्यांना आपल्या खासगी गोष्टींचा कोणी शोध घेतला आहे हे मनात येणार नाही,” असे म्हणून मी बॅगेचा तळ बाजूला केला. तिथे आतमध्ये मी एक चपटी काळी धातूची पेटी चपखल बसवली होती.

“तुम्ही आता बाहेर जाणार आहात.” ती यांत्रिकपणे म्हणाली. तिला आता कशाचेच आश्चर्य वाटेनासे झाले होते. “कुठे जाणार?”

“मी कुठेही जाणार नाही.” मग मी तिच्याजवळ ती छोटी चपटी पेटी देऊन पुढे म्हटले, “हेही तू तुझ्याजवळ लपवून ठेव. अगदी व्यवस्थित लपवून ठेव.”

मग घाईघाईने ती तिथून निघून गेली. मी पुन्हा त्या बॅगेच्या तळाशी असलेली टेकणे बसवून टाकली. मग मी केबिनच्या हॉलमध्ये गेलो. हेन्ड्रिक्स व ते थ्री अ‍ॅपोस्टल्स तिथे उगवले होते. येताना सर्वांनी आपापले हात व शरीरे एकमेकांना खेटून ते आले होते. शरीरातील उष्णता टिकवण्याचा तो प्रयत्न होता. आता ते मेरीने स्टोव्हवर गरम केलेली कॉफी पीत होते. परत आल्याचा त्यांना अत्यंत आनंद झाला होता. पण जेव्हा मी त्यांना ज्यूडिथ हेनिस हिच्या मृत्यूची बातमी दिली, तेव्हा त्यांचा आनंद लगेच मावळला. आत्तापर्यंत जे-जे मृत्यू घडले होते त्यापेक्षा ज्यूडिथच्या मृत्यूचा त्यांच्यावर खूप परिणाम झाला. त्यांना झालेल्या दुःखातून ते बाहेर पडू शकत नाहीत, असे मला दिसून आले. ते मुके झाले होते. एक शब्दही बोलत नव्हते. अन् तेवढ्यात बाहेरचे दार उघडून ओटो आत आला. तो धापा टाकत होता. तो अत्यंत थकलेला दिसत होता. त्याला आपल्या बुटांचे बंदसुद्धा सोडवायचे त्राण त्याच्या अंगात राहिले नाहीत. तो कमालीचा धापा टाकत होता. मी त्याच्याकडे बारकाईने पाहिले.

मी त्याला गंभीरपणे म्हणालो, “मिस्टर गेरान, शांत व्हा. जरासा दम खा. कारण मी आता जे सांगणार आहे त्याचा तुम्हाला एक धक्का बसणार आहे–”

“ती कुठे आहे?” तो घशातून खालच्या आवाजात म्हणाला. काय झाले ते

त्याने ओळखले असावे. ''माझी मुलगी कुठे आहे? अन् हे कसे काय तिला–''

मी त्याचे बोलणे तोडत म्हणालो, ''ती तिच्या क्युबिकलमध्ये आहे.'' तो तिच्याकडे निघाला. मी त्याला अडवायचा प्रयत्न केला. पण त्याने मला बाजूला सारले. मी तरीही त्याच्या वाटेत उभा राहून म्हणालो, ''मिस्टर गेरान, तुम्ही तिकडे आता जालच. पण त्याआधी मला– अंऽऽ, तुमच्या लक्षात येते आहे ना मला काय म्हणायचे आहे ते?''

मग त्याने आपल्या उंचावलेल्या भुवया खाली करून माझ्याकडे पाहिले व आपली मान हलवली. मला काय म्हणायचे आहे ते त्याला समजले होते. तो म्हणाला, ''चला, लवकर करा काय ते.''

''अगदी काही सेकंदच लागतील,'' मग मी मेरी स्ट्युअर्टकडे पाहून तिला म्हटले, ''मिस्टर गेरान यांच्यासाठी ब्रॅन्डी घेऊन ये.''

ज्यूडिथ हेनिसच्या क्युबिकलमध्ये मला जे काही करायचे होते ते मी अवघ्या दहा सेकंदांत उरकले. ती जीन मद्याची बाटली व बार्बिच्युरेट औषधाची बाटली कापडात गुंडाळून ठेवल्या होत्या. त्या जर त्याला दिसल्या असत्या तर त्याबद्दल ओटोने मला अवघड प्रश्न विचारले असते. मी त्या बाटल्यांच्या झाकणाला धरून उचलल्या आणि संशय वाटणार नाही अशा रीतीने ठेवून दिल्या व मग ओटोला बोलावले. ओटो आत आला. काही वेळ तिथे घुटमळला. ज्यूडिथकडे पाहून धक्का बसल्यासारखा त्याचा चेहरा झाला. मग काहीतरी दुःखपूर्ण उद्‌गार त्याने काढले. मी त्याच्या दंडाला धरले. त्याने त्याबद्दल विरोध केला नाही. ''येथे उभे राहून फारसे काही साध्य होणार नाही,'' असे सांगून त्याला बाहेर घालवले.

बाहेर पॅसेजमध्ये त्याने मला विचारले, ''शेवटी तिने आत्महत्याच केली ना? अर्थातच केली असणार ना?''

''त्याबद्दल काही शंकाच नाही.''

मग त्याने एक सुस्कारा सोडून म्हटले, ''माय गॉड! आता मीच मला कसे समजावू? मलाच मी कसा दोष देऊ?''

''मिस्टर गेरान, तुम्ही उगीच स्वतःला दोष देऊ नका. आपल्या नवऱ्याच्या मृत्यूची बातमी आल्यावर ती कशी कोलमडून पडली होती हे तुम्ही पाहिलेच होते. हे नेहमी असेच होत असते.''

ओटो यावर म्हणाला, ''अशा संकट प्रसंगात तुमच्यासारखी माणसे जवळ आहेत हे किती चांगले आहे,'' मी यावर काहीही बोललो नाही. नुसते मौन धारण केले. मी त्याला त्याच्या ब्रॅन्डीचा ग्लास त्याच्या हातात दिला व म्हटले, ''बाकीचे कोठे आहेत?''

ओटो म्हणाला, ''ते माझ्या मागून येतच आहेत. काही मिनिटांतच उगवतील.

मीच त्यांच्यापुढे धावत-पळत आलो.''

''लोनी व इतर यांना तुम्हाला शोधायला बराच वेळ लागलेला दिसतो.''

''शूटिंग करण्यासाठी आजचा दिवस अप्रतिम होता. पार्श्वभूमी अगदी मनासारखी सापडली होती. आम्ही शूटिंग करत जात राहिलो. प्रत्येक शॉट आधीपेक्षा चांगला येत गेला. अन् त्यानंतर मात्र एका संकटाला तोंड द्यावे लागले. माय गॉड, आमच्या लोकेशन युनिटचे नशीबच खराब होते काय–''

''नक्की काय झाले?'' मी विचारले. कसल्या संकटातून ते गेले ते मला समजेना. मी कोड्यात पडलो होतो. माझ्या आवजातील भीती कोणाच्या लक्षात आली नसावी.

ओटो खालच्या आवाजात सांगू लागला, ''हेटर. त्याने स्वत:ला दुखापत करून घेतली.'' एवढे म्हणून त्याने ब्रॅन्डीचा एक घोट घेतला व आपल्यावर किती बोजा पडला आहे असे दर्शवणारी हालचाल केली. ''तो आणि स्मिथ हे दोघे एक कडा चढून वर जात होते. पण ते खाली कोसळले. त्यांच्या घोट्याला खूप इजा झाली आहे. तिथे वेदना होत आहेत. कदाचित तिथले हाडही मोडले असेल. अजून काही नीट समजले नाही. आम्ही त्यांच्याकडे पळत जाऊ लागलो. त्यांनीही आम्हाला पाहिले. पण तरीही ते खूप उंचावरतीच होते. असे दिसत होते की, हेटर स्मिथला तरीसुद्धा वर चढण्याचा आग्रह करत होता. ते आमचे लक्षही वेधून घेत होते.'' मग ब्रॅन्डीचा एक घोट घेत तो म्हणाला, ''मूर्ख लेकाचे!''

स्मिथी व हेटर हे दोघे पायी ट्यूनहीमला गेले आहेत, असे मी समजत होतो. ''मला नीट नाही समजले,'' मी म्हणालो. त्याच वेळी मला बाहेर स्नो-कॅट स्कूटरच्या इंजिनाचा आवाज जवळ येत असल्याचा ऐकू आला.

''त्या दोघांनी तिथेच वर आडवे पडून राहायला हवे होते. पण त्याऐवजी आम्ही त्यांच्यापासून हाकेच्या अंतरावर आलो असताना त्यांनी आपल्या दिशेने धडपडत खाली उतरायला सुरुवात केली. त्याच वेळी हेटरचा घोटा दुखावला आणि तो एका घळईत कोसळला. त्याला जबरदस्त दुखापत झाली. तो तिथे किती काळपर्यंत बेशुद्ध होऊन पडला ते देव जाणे. दुपारी तिथून आम्हाला त्याच्या हाका ऐकू आल्या. तिथे खाली उतरून त्याच्यापर्यंत पोहोचणे एक अवघड काम होते. बाहेर ते स्नो-कॅट आले आहे का?''

मी यावर होकारार्थी मान हलवली. ओटो एक सुस्कारा सोडून उठून उभा राहिला व आम्ही सगळे दाराकडे धावलो. ''स्मिथीला शेवटी हेटर सापडला का?'' मी ओटोला विचारले.

ओटो यावर माझ्याकडे नवलाने पाहत म्हणाला, ''छे! त्याला तो दिसला नाही. कारण तो बराच पुढे आलेला होता. त्याला दिसणे शक्यच नव्हते. मी तुम्हाला

सांगितले होते ना?''

"अर्थातच सांगितले होते. पण मी ते विसरलो होतो.'' मी म्हणालो.

आम्ही दारापाशी गेल्यावर दार बाहेरून उघडले गेले. कॉनरॅड व काऊंट आत शिरले. त्या दोघांनी मिळून हेटरला उचलून आत आणले. हेटरचा फक्त एकच पाय ठीक होता. दुसरा पाय त्याला टेकवता येत नव्हता. त्याचे डोके दमल्यामुळे लटलटत होते. त्याची हनुवटी पार छातीला टेकली होती. त्याच्या चेहऱ्यावर असंख्य खरचटल्याच्या खुणा होत्या.

आम्ही त्याला एका कोचावर झोपवला. मी त्याच्या अंगातला शर्ट सैल केला, पायातले बूट काढून टाकले. त्याचा घोटा सुजून मोठा झाला होता. तिथल्या कातडीचा रंगही बदलला होता. तिथून किंचित रक्तही येत होते. घोटा अनेक ठिकाणी मोडला होता. मेरी स्ट्युअर्ट ही पाणी गरम करत होती. मी त्याला उठवून बसते केले व थोडी ब्रॅन्डी पाजली. मग मी डॉक्टरचे ते खास हास्य करत त्याला दिलासा दर्शवला. त्याच्या दुर्दैवाबद्दल सहानुभूती दर्शवली व मनात हा लवकरच मरणार हे हेरले.

बावीस

ओटोने आणलेल्या मद्याचा साठा कमी-कमी होऊ लागला होता. आमच्या वैद्यकशास्त्रानुसार असे आहे की, जी माणसे अत्यंत तणावाखाली असतात ती नेहमी जास्त अन्न खाऊ लागतात; पण येथे तसला प्रकार नव्हता. अन्नाला फारशी मागणी नव्हती; परंतु मद्याला मात्र मोठ्या प्रमाणात मागणी येत होती. सारे जण मद्याचा अधिक आश्रय घेत होते. सगळे जण दारू पिताना केबिनमधले वातावरण चांगलेच उत्साही व आनंदी असत. पण आता जायबंदी झालेला हेटर सोडला तर केबिनमध्ये १६ जण विखुरलेले होते. आपापल्या क्युबिकलमध्ये जाण्याची त्यांची इच्छा नव्हती. त्यांच्यात एक अशी भीतिदायक समजूत पसरली होती की, जर ज्यूडिथ आपल्या क्युबिकलमध्ये मरण पावली असेल, तर आपल्यावरही तशीच वेळ क्युबिकलमध्ये येऊ शकेल. ते सर्व जण दोन-दोनच्या किंवा तीन-तीनच्या गटांनी एकत्र बसलेले होते, शांतपणे पीत होते आणि एकमेकांशी हलक्या आवाजात बोलत होते. त्यांचे डोळे चंचल झाले होते. ते सारखे इतरांकडे पाहत होते. तिथले वातावरण मुक्त नव्हते. सर्वांच्या मनावर कसले तरी दडपण होते. आधीच्या पाच जणांचा मृत्यू, नंतर आज झालेल्या ज्यूडिथचा मृत्यू, हेटरला झालेला अपघात, बाहेर पडलेला काळोख व चालू झालेली हिमवृष्टी आणि त्यातून अजून हेसमान, गोईन व जंगबेक अजून आलेले नव्हते, अशा सर्व गोष्टींचे दडपण सर्वांच्या मनावर आलेले होते.

कधी नव्हे तो ओटो माझ्या शेजारी येऊन बसला होता. त्याने एक जाडजूड सिगार तोंडात धरली होती व ती तो चावत-चावत चोखत होता. तो पीत मात्र

नव्हता. आपल्यावर केवढे भयानक संकट कसे कोसळले आहे, असे तो दाखवत होता. मी हेसमान आणि मंडळी अजून कशी आली नाही याबद्दल त्याच्याकडे मघाशी काळजी व्यक्त केली होती. त्या वेळी त्याने सरळ ''कदाचित ते समुद्रात बुडाले असतीलही'' अशी आपली शंका व्यक्त केली होती. त्याच्या बोलण्यातून हेही मला कळले की, त्या तिघांना कोणालाही ती वर्क-बोट चालवण्याचे ज्ञान नव्हते. जर ते तिघे बर्फासारख्या गारठणक पाण्यात पडले असले व तरंगत राहिले तरीही पोहत-पोहत किनाऱ्यापर्यंत येणे शक्यच झाले नसणार. जरी ते किनाऱ्यावरील उभ्या सरळ उंच असलेल्या खिडकीपाशी आले तरी आपली बोटे कड्यात रुतवून स्वत:ला वर उचलण्याचे त्राण त्यांच्यात राहिलेले नसणार. वर चढता-चढता ते घसरून खाली पडणार. समजा, इतकेही करून ते वर चढून किनाऱ्यावर आले तरी तेथून त्यांना घरापर्यंत जाताच येणार नाही. त्यांच्या भिजलेल्या कपड्यांवर गार वारे लागल्यावर त्यांची शरीरे एवढी गार पडतील की त्यातून ते वाचणार नाहीत. ते मृत्यू पावतील. पुढे ओटो म्हणाला की, जर ते परत आले नाहीत तर ही सारी चित्रपट बनवण्याची योजनाच तो बरखास्त करून टाकणार. मग तो स्मिथीला ट्यूनहीम येथे पाठवून मदत मागवणार व सर्वांना घेऊन येथून निघणार.

त्याचे हे मनोगत ऐकल्यावर सर्व जण क्षणभर हादरले व गप्प बसले. ओटोने मग माझ्याकडे पाहून एक वेदनादर्शक स्मित केले व तो वातावरणातील ताण सैल करण्यासाठी मला म्हणाला, ''डॉ. मार्लो, तुम्ही अजूनही ग्लास घेऊन पिण्यास सुरुवात केली नाही?''

''नाही, तसे करणे आत्ता शहाणपणाचे ठरणार नाही,'' मी म्हणालो.

ओटोने केबिनमध्ये सभोवार नजर फिरवली. आपला मद्याचा साठा कमी होत चालला आहे, या दु:खावर सारवासारव करण्यासाठी तो मला म्हणाला, ''पण बाकीच्यांना मात्र हेच पिणे शहाणपणाचे वाटते आहे.''

''उघड्यावर शून्य अंश तापमानाचा वारा बसण्यामुळे होणारे धोके बाकीच्यांना ध्यानात घेण्याजोगे वाटत नाहीत, म्हणून ते पिऊ शकतात,'' मी म्हणालो.

''काय? याचा अर्थ काय?'' तो माझ्याकडे पाहत म्हणाला.

''याचा अर्थ असा की, जर हेसमान, जंगबेक व गोईन हे काही मिनिटांत आता परत आले नाहीत, तर मी दुसरी नौका घेऊन त्यांना शोधण्यासाठी निघण्याचा विचार करतो आहे.''

''काय!'' ओटो एका वेगळ्याच स्वरात उद्गारला. मोठ्या कष्टाने त्याने आपला अवजड देह उचलून तो उभा राहिला. जेव्हा त्याला काही छाप पाडणारे बोलायचे असे, तेव्हा तो नेहमीचा उभे राहून बोलत असे. तो म्हणाला, ''समुद्रात जाऊन त्यांना शोधायचे? तुम्हाला वेड लागले आहे काय, डॉक्टर?'' या अशा

काळोख्या रात्री तुम्हाला ते कसे सापडणार? अंधार एवढा आहे की आपल्याला आपला हातही दिसत नाही. बापरे, मी आत्तापर्यंत एवढी माणसे गमावली आहेत, खूप गमावली आहेत. तेव्हा तुम्हाला तसे करण्यासाठी मी पूर्णपणे मनाई करतो.''

''त्यांच्या बोटीचे इंजिन बंद पडले असेल, ही शक्यता तुम्ही ध्यानात घेतली का? मग त्यांची बोट नुसती भरकटत जात असेल व ते तिकडे गारठून मरण पावत असतील. आपण मात्र इकडे काहीही न करता पीत बसायचे?'' मी म्हणालो.

''दोन्ही बोटींच्या इंजिनांचे ओव्हरहॉलिंग नुकतेच केलेले आहे आणि जंगबेक हा एक निष्णात मेकॅनिक आहे. या गोष्टी तुम्ही लक्षात घ्या,'' ओटो मला म्हणाला.

''तरीही मी जाईनच,'' मी निर्धाराने म्हणालो.

''मग मीही तुम्हाला बजावतो की, त्या बोटीला तुम्ही हात लावू नका. ती बोट ही कंपनीच्या मालकीची आहे.''

''बोट नेण्याला कोण मला विरोध करतो ते मी बघतोच.''

ओटो म्हणाला, ''हे लक्षात घ्या की–''

''माझ्या सर्व काही लक्षात आले आहे. फार तर तुम्ही मला नोकरीतून काढून टाकणार ना?'' मी ठासून म्हणालो.

''तुम्ही मलाही नोकरीतून काढून टाका,'' कॉनरॅड अचानक म्हणाला. आम्ही सर्व जण वळून त्याच्याकडे पाहू लागलो. तो पुढे म्हणाला, ''कारण मीही डॉ. मार्लो यांच्याबरोबर जाणार आहे.''

कॉनरॅड असे काही करायला उद्युक्त होईल याचे मला नवल वाटले नाही. जेव्हा आम्ही बोटीवरून येथे उतरलो तेव्हा स्मिथी नाहीसा झाला आहे, हे सर्वांच्या लक्षात आले. तेव्हा कॉनरॅड याने स्मिथीचा शोध घेण्यासाठी पुढाकार घेतला होता. आता मी त्याच्याशी यावर चर्चा केली नाही. मेरी स्ट्युअर्टच्या हाताने त्याच्या दंडाला धरले होते हे मला दिसले. ती त्याच्याकडे घाबरून पाहत होती. जर तिला त्याचे मन वळवता येत नसेल, तर मग मी त्याला काही सांगण्याचा उपयोग नव्हता.

''चार्लस!'' ओटो मोठ्या अधिकारवाणीने बोलू लागला. ''तुम्हाला मी आठवण करून देतो की, तुम्ही माझ्याशी एक करार केला–''

''–करार?'' कॉनरॅड तुच्छतेने म्हणाला.

ओटो त्याच्याकडे अविश्वासाने पाहू लागला. त्याने आपले ओठ घट्ट आवळून धरले होते. मग तो वळून आपल्या क्युबिकलमध्ये जाऊ लागला. तो गेल्यानंतर जमलेला प्रत्येक जण आता एकाच वेळी बोलू लागला. काऊंट ब्रॅन्डी पीत होता. मी त्याच्याकडे गेलो. त्याने माझ्याकडे पाहिले व एक स्मित हास्य केले.

मी त्याला म्हणालो, ''माय डियर बॉय, जर तुला तिसरा आत्मघातकी स्वयंसेवक म्हणून काम करायचे असेल तर–''

तो माझे बोलणे तोडून टाकत म्हणाला, ''तुम्ही ओटो गेरान यांना किती वर्षे ओळखता आहात?''

''कशासाठी असे विचारता?'' माझ्या या प्रश्नावर क्षणभर काय बोलावे हे त्याला सुचेना. त्याने एक ब्रॅन्डीचा घोट घेतला. मी त्याला म्हणालो, ''सुमारे तीस-एक वर्षे तरी. सर्वांनाच हे ठाऊक आहे. महायुद्धापूर्वी तो व्हिएन्नात होता, तेव्हापासून. पण तुम्ही का–''

''त्या वेळी तुम्ही चित्रपट व्यवसायात होता?''

''होय आणि नाही,'' मी म्हणालो. मग कोड्यात टाकणारे हसू त्याने चेहऱ्यावर आणले. मी सांगू लागलो, ''शिवाय या गोष्टीची कागदोपत्री नोंदही झालेली आहे. शांतता व सुबत्ता असलेल्या काळात जेव्हा मी काऊंट टेड्यूस लेसक्रान्स्की होतो तेव्हा ओटो मला त्याचा देवदूत समजून मात देत होता. माझा त्याला पहिला पाठिंबा होता.'' यावर तो हसला. ''मी त्याच्या बोर्डवर सभासद म्हणून का आहे हे कळले ना?''

''हेसमान व्हिएन्नामधून १९३८ मध्ये एकदम गायब कसा झाला, याबद्दल तुम्ही सांगू शकाल?''

इतका वेळ काऊंटला माझ्या बोलण्याची गंमत वाटत होती. पण आता तो गंभीर झाला होता. मी म्हटले, ''या गोष्टीची मात्र कोठेही नोंद नाही.'' मग यावर तो काही बोलेल याची मी वाट पाहिली. तो काहीच बोलत नाही असे पाहून मी त्याला पुढे म्हणालो, ''काऊंट, तुमच्यावर मागून हल्ला होऊ शकतो. तिकडे लक्ष द्या.''

''माझ्यावर मागून?''

''आपल्या पाठीत केव्हाही खंजीर खुपसला जाऊ शकतो किंवा हे जर तुमच्या लक्षात येत नसेल, तर ऑलिम्पस कंपनीचे बोर्ड तुमच्यावर कधी कोसळेल याचा नेम नाही. एका मृत व्यक्तीचे बाहेर दफन झालेले आहे. दुसरी मृत व्यक्ती आत्ता आतमध्ये आहे. तिघे जण समुद्रात संकटात सापडलेले आहेत किंवा एव्हाना ते मृतही झालेले असतील. मग तुम्ही स्वत:ला वेगळे समजून सुदैवी समजता आहात काय? लांबून कुठूनही तुमच्यावर बाण येतील किंवा गलोलीने धोंडे मारले जातील. तुम्ही नील डिव्हाईन व लोनी यांनाही हा धोका समजावून सांगा. मी येथून गेल्यानंतर जरूर सांगा. कृपया सावध राहा. विशेषत: लोनीला सांगा. माझ्या गैरहजेरीत लोनीने हे केबिन सोडून बाहेर पडू नये म्हणून त्याला बजावा. त्याच्यावर मागून हल्ले होऊ शकतात.''

हे ऐकल्यावर काऊंट काही क्षण गप्प बसून राहिला. थोड्या वेळाने तो म्हणाला, ''तुम्हाला नक्की काय म्हणायचे आहे ते मला समजत नाही.''

"तुम्हाला ते नीट समजेल अशी मी अपेक्षा केली नव्हती," मी त्याच्या अंगातल्या जर्कीनच्या खिशावर बोटाने आपटत म्हटले, "ही गोष्ट बाहेर काढायची वेळ येऊ नये. ही वस्तू तुमच्या खोलीत कुठेही ठेवू नका."

"कोणती वस्तू तुम्ही म्हणता आहात?"

"हीच ती, तुमच्या खिशातील नाईन एमएम बेरेटा पिस्तूल."

एवढे गूढ विधान करून मी तेथून निघालो व लोनीपाशी गेलो. लोनी ब्रॅन्डी पीत होता. त्याचा हात सारखा कंप पावत होता. त्याचे डोळे चकाकत होते. पण तरीही तो व्यवस्थित बोलू शकत होता. त्याचे बोलणे असंबद्ध नव्हते, अस्खलित होते.

मी जवळ गेल्यावर लोनी मला म्हणाला, "शेवटी आमचा डॉक्टर हा धाडसी निघाला तर. अरे पोरा, तू अशा अंधारात शोध घ्यायला जाणार हे पाहून मला तुझा खूप अभिमान वाटतो आहे."

"लोनी, मी येथून बाहेर गेल्यावर आतच राहा. ही केबिन सोडून कुठेही जाऊ नका. त्या दाराबाहेर बिलकुल पाऊल टाकू नका. एकदासुद्धा जाऊ नका. प्लीज. माझे एवढे तरी ऐका."

"ओह!" एवढे बोलून लोनीने एक मोठी उचकी दिली व तो म्हणाला, "याचा अर्थ मी धोक्यात आहे."

"होय आहेच. तुम्ही धोक्यात आहात."

"मी? मी? धोक्यात आहे?" तो गोंधळून म्हणत होता. "पण या गरीब व वृद्ध असलेल्या बिचाऱ्या निरुपद्रवी लोनीला कोण धोक्यात घालेल?"

"होय, आहेत. आहेत असे लोक. तो तुमचा दयाळूपणा वगैरे विसरून तुमच्याकडे वाकड्या नजरेने पाहत आहेत. लोनी, मला वचन द्या. खरेच वचन द्या, की तुम्ही आज रात्री केबिनबाहेर जाणार नाही म्हणून."

"माय बॉय, असे दिसते की, तुमच्यासाठी हे खूप महत्त्वाचे आहे."

"होय, आहे खरे तसे!"

"ठीक आहे. मी एक बाटली घेऊनच–"

त्याचे पुढचे बोलणे मी ऐकलेच नाही. पुढे तो बरीच बडबड करणार हे ठाऊक असल्याने मी तेथून निघालो आणि कॉनरॅड व मेरी यांच्यापाशी गेलो. मेरी त्याच्याशी खूप खालच्या आवाजात काहीतरी चर्चा करत होती. मी जवळ गेल्यावर त्यांची चर्चा थांबली. मेरीने माझी मनधरणी करण्यासाठी आपल्या हाताने माझा दंड धरला. ती म्हणत होती, "डॉ. मार्लो, प्लीज चार्लसला सांगा की त्याने बाहेर जाऊ नये. ते तुमचे ऐकतील. मला ठाऊक आहे, तुमचे नक्की ऐकतील." मग पुढे तिचे अंग थरथरले व ती म्हणाली, "मला ठाऊक आहे की, आज रात्री नक्की काहीतरी भयंकर घडणार आहे."

मी तिला म्हणालो, ''कदाचित तुझे खरेही ठरेल. मिस्टर कॉनरॅड, तुम्ही तुमचा जीव धोक्यात घालून वाया घालवू नका.''

यावर मेरी स्टयुअर्ट कॉनरॅडऐवजी माझ्याकडे पाहू लागली. मी जे काही बोललो त्याचे परिणाम मला आता उमगले, तसेच तिलाही उमगले असावे. तिने दोन्ही हाताने माझे दंड धरले व निराशेने माझ्याकडे एकदाच पाहिले व नंतर वळून ती तिच्या क्युबिकलमध्ये गेली.

मी कॉनरॅडला म्हणालो, ''तिच्याकडे जाऊन तिला सांगा–''

''त्याचा काहीही उपयोग होणार नाही. मी तुमच्याबरोबर येणार. तिलाही ते ठाऊक आहे.''

''पण तिला हेही सांगा की, मी तिला दिलेली ती काळी चपटी पेटी तिने खिडकी उघडून बाहेर ठेवावी व खिडकी बंद करून घ्यावी.''

कॉनरॅडने माझ्याकडे निरखून पाहिले. तो यावर काहीतरी बोलणार होता. पण न बोलता निघून गेला. त्याने जाता-जाता 'सांगितलेले समजले' अशा अर्थाने आपली मानही हलवली नव्हती.

एका मिनिटांत तो परतला. आम्ही अंगावर आणखी कपडे चढवले. चार प्रखर टॉर्च आमच्याजवळ घेतले. आम्ही दाराकडे जात असताना मेरी डार्लिंग आमच्याकडे आली. ती इतका वेळ जायबंदी झालेल्या ॲलनपाशी बसली होती. तिने मला हाक मारली, ''डॉ. मार्लो!''

मी तिच्याकडे मान वळवून पाहिले व तिच्या कानात कुजबुजत म्हणालो, ''मी चांगला दिसतो आहे ना?''

यावर तिने गंभीरपणे मान हलवून होकार दिला. तिने आपल्या डोळ्यांवर एक मोठा चष्मा चढवला होता. तिच्या डोळ्यांत खूप दुःख भरले होते. तिने झटकन माझ्या गालावर आपले ओठ टेकवले. तिच्या या छोट्याशा कृतीमुळे तिथे जमलेल्या लोकांना काय वाटेल याची मी पर्वा केली नाही. कदाचित एका चांगल्या डॉक्टरला शेवटचा दिला जाणारा तो निरोप असेल, असेही बाकीच्यांना वाटले असावे. मी बाहेर पडलो आणि माझ्या मागे दार लावले गेले.

त्या नंतर कॉनरॅड मला म्हणाला, ''तिने जाता-जाता माझेही चुंबन घ्यायला पाहिजे होते.''

एवढे बोलून तो गप्प बसला. मग आम्ही टॉर्च न पेटवता शेडमध्ये आधी गेलो. कारण बाहेर जोरदार हिमवृष्टी सुरू झाली होती. आम्ही तिथे दोन-तीन मिनिटे उभे राहिलो. पण आमच्या मागोमाग कोणीही आले नाही व येणार नाही अशी खातरी झाल्यावर आम्ही तिथून निघालो. केबिनला वळसा घालून मागच्या बाजूला गेलो. मेरी स्टयुअर्टच्या खिडकीतल्या कट्ट्यावर ठेवलेली ती काळी चपटी पेटी मी उचलून

घेतली. ती तिथे खिडकीत उभी होती. तिने आम्हाला नक्की पाहिले असणार; पण तिने तसे काहीही दर्शवले नाही, की आम्हाला हात हलवून निरोपही दिला नाही. दोन्ही मेरींमध्ये काहीतरी समान विचार असावा, असे मला वाटले.

आम्ही बर्फातून व अंधारातून वाट काढीत धक्क्यापाशी गेलो. त्या वर्क बोटीच्या पुढच्या भागातील रबरी सीटखाली मी पेटी ठेवून दिली. ती बोट फक्त ५॥ हॉसपॉवरची होती. पण एवढे इंजिन त्या १४ फुटी नौकेला पुरेसे होते. कॉनरॅड म्हणाला, ‘‘काय मिट्ट काळोख आहे. अशा काळोखात कसे काय आपण जाणार व त्यांचा शोध घेणार?’’

‘‘मला त्यांच्या दिसण्याची फारशी पर्वा नाही. तसेच, मी त्यांचा शोधही घेणार नाही. उलट मीच त्यांना इकडे कसे येतील हे पाहणार आहे.’’ कॉनरॅड मुकाट्याने माझे ऐकून घेत होता. मग मी नौकेचे इंजिन सुरू केले व काही यार्ड समुद्रात जाऊन सोर-हम्ना उपसागराच्या उत्तर सीमेवर गेलो आणि इंजिन बंद करून टाकले. नौका थांबल्यावर मी नौकेतील नांगर समुद्रात सोडला.

मी कॉनरॅडला सांगू लागलो, ‘‘नकाशानुसार या ठिकाणी फक्त ३ फॅदम, म्हणजे १८ फूट खोली आहे. त्यामुळे तज्ज्ञांच्या मतानुसार ५० फूट दोर नांगराला बांधला तर नौका फार भरकटणार नाही. ती एकाच ठिकाणी थांबून राहील. आपण जमिनीच्या पार्श्वभूमीवर असल्याने आपल्याला बाह्यरेषा लांबून दिसणार नाहीत. त्यामुळे दक्षिणेकडून जर कोणी आपल्या दिशेने आले, तर त्याच्या दृष्टीने आपण अदृश्य आहोत. शिवाय आपण सिगारेटी ओढत नाही.’’

‘‘बरोबर आहे.’’ कॉनरॅड म्हणाला. नंतर क्षणभराने तो काळजीपूर्वक विचारू लागला, ‘‘तुम्ही दक्षिणेकडून कोण येईल याची अपेक्षा करत आहात?’’

‘‘हिमगौरी व सात बुटके!’’ मी विनोदाने म्हणालो.

‘‘ठीक आहे, ठीक आहे. तेव्हा जे कोणी येणार आहे त्यांच्यापासून कसलाही धोका नाही, असे तुम्हाला वाटते आहे तर. ’’

‘‘जे कोणी येणार आहेत त्यांनी फार मोठे गुन्हे केले आहेत; पण तुमच्या दृष्टिकोनानुसार तसे नाही.’’

‘‘म्हणजे थोडक्यात असे की, हिमगौरीची परीकथा सांगून माझ्यापासून तुम्हाला सत्य लपवायचे आहे तर.’’ कॉनरॅड म्हणाला.

मग मी त्याला सारे काही सांगून टाकले. मला जेवढे ठाऊक होते तेवढे सर्व सांगितले. त्याने माझे सर्व बोलणे शांतपणे ऐकून घेतले. जेव्हा मी बोलायचा थांबलो तेव्हा तो काहीतरी बोलेल याची मी वाट पाहू लागलो; पण तो बोलला नाही. मग मीच म्हणालो, ‘‘मला तुमच्याकडून एक वचन पाहिजे. जेव्हा हेसमान दिसेल तेव्हा तुम्ही त्याच्याशी मारामारी करायची नाही किंवा त्याच्यावर तुटून पडायचे नाही.’’

''ठीक आहे, मी नाइलाजाने तसे वचन देतो.'' मग थंडीने कापत तो पुढे म्हणाला, ''बापरे, काय ही थंडी!''

''हो ना. आता ऐका जरा.''

त्या हिमवृष्टीत, वाऱ्याच्या आवाजात लांबून एक इंजिनाचा बारीक आवाज ऐकू येऊ लागला. हळूहळू तो आवाज जवळ-जवळ येऊ लागला. दोन मिनिटांतच आम्हाला इंजिनाच्या एक्झॉस्टचेही लयबद्ध आवाज ऐकू येऊ लागले. अगदी स्पष्टपणे ऐकू येऊ लागले. कॉनरॅड म्हणाला, ''याचा अर्थ त्यांनी आपले बंद पडलेले इंजिन दुरुस्त केले आहे.''

आम्ही जिथे होतो तिथेच थांबून राहिलो होतो. आमची नौका संथपणे डुलत होती. थंडीने आम्ही कुडकुडत होतो. हेसमानच्या बोटीने एक मोठे वळण घेऊन धक्क्याला आपली वर्क-बोट लावली व इंजिन बंद केले. हेसमान, जंगबेक व गोईन यांनी आपली बोट बांधून ते लगेच धक्क्यावर उतरले नाहीत. ते बोटीतच दहा मिनिटे थांबले होते. ते काय करत आहेत हे लांबून आम्हाला दिसणे अशक्य होते. काळोख आणि हिमवृष्टी यामुळे फक्त त्यांच्या छायाकृती आम्हाला जाणवत होत्या; पण अनेकदा आम्हाला त्यांच्या धक्क्याच्या मागच्या बाजूला टॉर्चचे झोत पडलेले दिसत होते. अनेकदा मला काही धातूच्या वस्तूंच्या आदळण्याचे आवाज ऐकू आले. दोन वेळा तर काहीतरी अवजड वस्तू पाण्यात पडल्याचे आवाज मी ऐकले. शेवटी आम्ही तीन टॉर्चचे प्रकाश धक्क्यावरून जाताना पाहिले. ते केबिनच्या दिशेने जात होते.

कॉनरॅड म्हणाला, ''मला वाटते की, या अशा वेळी आता तुम्हाला मी काही बौद्धिक प्रश्न विचारतो.''

''अन् त्या प्रश्नाला मीही बौद्धिक उत्तरे देईन. लवरकच आपले हे सवाल-जबाब होतील. तेव्हा आता आपल्या नौकेचा नांगर आपण उचलावा.''

मी नौकेचे इंजिन चालू केले; पण ते अत्यंत संथ गतीने चालू ठेवले. मग पूर्वेच्या दिशेने आम्ही पाच-सहाशे फूट गेलो, मग दक्षिणेकडे वळलो. अंतर आणि उत्तरेकडे वाहणारे वारे यांचा अंदाज घेऊन आम्ही परतीचा प्रवास चालू केला. आता इंजिनाचा आवाज मोठ्याने झाला तरी हरकत नाही असे वाटून मी थ्रॉटल जास्तीत जास्त ठेवली.

आम्ही बराच वेळ बाहेर होतो; पण आमची कामगिरी फलद्रूप झाली होती, अगदी पुरेपूर फलद्रूप झाली होती. मला किनाऱ्याकडे येण्यासाठी फारसा त्रास झाला नाही. यापेक्षा जास्त काळोखी रात्र असती तर किनाऱ्यावरचे कडे आणि टेकड्या ओळखणे कठीण गेले असते. सुदैवाने समुद्र खवळलेला नव्हता. तसेच वाराही कालच्या रात्रीपेक्षा बरा होता. नौकेच्या उजव्या बाजूला 'काप मामेग्रेन' हा भूभाग

आलेला दिसल्यावर मी आमची नौका ऊर्फ वर्क-बोट नैर्ऋत्येला वळवली. आम्ही आता इव्हेबुक्ता उपसागरात आलो होतो. आता तिथले कडे लक्षात येऊ लागले. समुद्रातले छोटे खडक पाण्यावर आलेले होते. त्यांचे आकार एकावर एकेक ठेवलेल्या खडकांच्या चळतीसारखे होते. पण ते एकदम लक्षात येत नव्हते. मला तिकडे जायचेच नव्हते. या उपसागराचा उत्तर भाग मी सकाळी पाहून ठेवला होता.

कॉनरॅडचा संयम दांडगा होता. त्याने आता मात्र न राहवून विचारले, ''मी आता एक प्रश्न विचारू का?''

''होय. अन् तुला त्या प्रश्नाचे उत्तर ऐकण्याचीही परवानगी दिली आहे. त्या कड्यांजवळ असलेले व पाण्यातून वर आलेले खडक व सुळके आठवतात ना? *मॉर्निंग रोज* बोटीतून येताना आपण ते पाहिले होते.''

''होय आठवतात.''

''आता आज रात्री पुन्हा ते आपल्याला दिसतील.''

''काय?''

''होय, खरोखरच दिसतील.''

''*मॉर्निंग रोज*मधून पाहिलेले कडे, सुळके, खडक?''

''दुसरे काय असणार! पण आत्ता नाही, नंतर ते दिसतील. ते एकमेकांवर रचून ठेवल्यासारखे जे खडक दिसतात त्यांचा आकार तसा असल्याचे कारण त्यांची झीजच तशा रीतीने झालेली आहे. ती झीज समुद्राच्या लाटा, खवळलेल्या समुद्राचे तडाखे आणि खडकावर पडलेले पाणी गोठल्याने तसे आकार बनले आहेत. या बेटाची किनारपट्टी अशीच झिजत-झिजत तिचे तुकडे समुद्रात कोसळलेले आहेत. किनाऱ्यावरील खडकांच्या या अशा झिजण्यामुळे ते कडे निर्माण झालेले आहेत; पण आणखीही काही घडवले गेले आहे. ती माझ्या मते जगातील एकमेव अशी गोष्ट आहे. मला त्याबद्दल आज दुपारपर्यंत काहीही माहिती नव्हती. या उपसागराच्या दक्षिणेकडच्या शेवटच्या टोकापासून २०० ते ३०० फुटांवर एक समुद्रात घुसलेला जमिनीचा भाग ऊर्फ भूशिर आहे. त्याला 'काप कोल्टॉक' असे नाव दिलेले आहे. तो एक घोड्याच्या नालाच्या आकाराचा बंदराचा भाग आहे. मी आज सकाळी दुर्बिणीतून तो पाहिला.''

''काय सांगता?''

''मी फिरण्यासाठी बाहेर पडलो होतो. त्या बंदराच्या आतल्या बाजूला टोकाशी एक जागा उघडी पडली आहे. त्यातून आतमध्ये एक बोगदा जातो. तो किमान ६०० फूट तरी लांबीचा असावा. त्याला 'पर्ली पोर्टेन' असे नाव दिले गेलेले आहे. तो शोधण्यासाठी बेअर आयलन्डचा एक खूप मोठा केलेला नकाशाच पाहायला हवा. आज दुपारी तसा नकाशा माझ्या पाहण्यात आला.''

"माय गॉड! एवढ्या लांबीचा बोगदा सरळसोट आहे? याचा अर्थ तो कोण्या माणसांनी खोदला असावा.''

"पण एवढा ६०० फूट लांबीचा बोगदा खोदण्यास किती मोठ्या प्रमाणावर पैसे घालावे लागतील. केवळ एका बिंदूपासून दुसऱ्या बिंदूपर्यंत जाण्यासाठी एवढे पैसे कोण खर्च करेल. त्याऐवजी बाहेरून तेवढेच त्या दोन बिंदूतले अंतर कोणालाही पाच मिनिटांत चालत जाता येईल.''

"हेसमान व इतर दोघे जण तिथे गेले असतील?''

"ते कुठे गेले होते हे मला आत्ता सांगता येणार नाही. आज सकाळी मी त्यांच्या शोधासाठी सर्व संभाव्य ठिकाणे दुर्बिणीतून धुंडाळली. या उपसागरातील आणि सोर-हम्ना उपसागरातीलसुद्धा. पण मला ते कोठेही दिसले नाहीत.''

यावर कॉनरॅड गप्प बसला. योग्य वेळी गप्प राहण्याची कॉनरॅडची सवय मला आवडत होती. म्हणूनच तो मला आवडायला लागला होता. तो मला आता डझनभर प्रश्न विचारू शकत होता आणि त्याची उत्तरे माझ्याकडे नव्हती. अन् त्यालाही ते ठाऊक असल्याने त्याने मला ते प्रश्न विचारण्याचा मोह आवरला होता. आमची यांत्रिक नौका आवाज करत चालली होती. दहा मिनिटांत मला दक्षिणेकडेच्या कड्यांच्या बाह्यरेषा दिसू शकणार होत्या. डाव्या बाजूला ते भूशिर सहज दिसणार होते. तिथे मला समुद्राच्या फुटणाऱ्या लाटांचा पांढरा फेस दिसेल, अशी मी कल्पना केली.

मी म्हणालो, "आपल्याला आता कोणीही पाहत नाही आणि आपल्यालाही आता अंधारात समोरचे दृश्य दाखवणाऱ्या दुर्बिणीची गरज नाही. जवळपास एकही बेट नाही, हे मला ठाऊक आहे. तेव्हा आतले टॉर्च वेळ आली तर उपयोगात येतील.''

कॉनरॅड नौकेच्या नाळेवर गेला आणि त्याने दोन शक्तीशाली टॉर्च पेटवले. दोन मिनिटांतच मला ३०० फुटांवर काळ्या रंगाचे व पाण्याने निथळणारे कडे दिसू लागले. मग आम्ही एक मिनिटात उजव्या बाजूला वळून त्या कड्यांना समांतर जाऊ लागलो. आम्ही नैर्ऋत्य दिशा धरली होती. आणखी एक मिनिटाने आम्ही त्या बोगद्याच्या छोट्या तोंडाशी पोहोचलो. ते तोंड पूर्व दिशेकडे होते. मी आमची यंत्रनौका उत्साहाने त्या ठिकाणी आतमध्ये नेली. ती एक अत्यंत चिंचोळी व छोटी जागा होती. इंजिन बंद करून आम्ही त्या दिशेने बोट संथपणे जाऊ दिली. कॉनरॅड त्या जागेकडे मान वळवून पाहत होता.

तो म्हणाला, "मला अशा छोट्या जागेची भीती वाटते. मी क्लॉस्ट्रोफोबिक आहे. मला कोंडले गेल्याची भीती वाटण्याचा भयगंड आहे.''

"मलाही तसलाच भयगंड आहे.''

“आपली बोट आत अडकली तर?”

मी मनातल्या मनात देवाची प्रार्थना केली आणि अगदी सावकाश त्या बोगद्यात आमची नौका घुसवली. आतली बोगद्याची रुंदी प्रत्येक ठिकाणी कमी-अधिक होत गेली होती. तसेच, बोगद्याची आतली उंचीही सर्वत्र सारखी नव्हती, कमी-अधिक होती. बोगदा बाहेरून वाटला त्यापेक्षा आतमध्ये बऱ्यापैकी मोठा होता. अर्थातच फार मोठाही नव्हता. अचानक कॉनरॅड ओरडला आणि त्याने आपले बोट पुढे करून उजवीकडे दाखवले. पण मला ते नीट दिसू शकले नाही. तिथे भिंतीमध्ये एक कोनाडा तयार झाला होता. तसे एक-दोन कोनाडे आम्हाला आत शिरल्यावर दिसले होते. पण त्यांच्यापेक्षा हा कोनाडा वेगळा होता. चारही बाजूने तो सपाट होता व त्याला फडताळासारखा आकार दिलेला होता. तो एक कृत्रिम कोनाडा किंवा फडताळ माणसाने खोदून बनवले आहे हे समजून येत होते; पण त्या बोगद्यात कुतूहल वाटावे अशा अनेक चमत्कारिक गोष्टी होत्या. त्यामुळे कदाचित हे फडताळ नैसर्गिकरीत्याही तयार झालेले असू शकते. पण एक गोष्ट मात्र असे दर्शवत होती की, तो कोनाडा किंवा इतर काही खोदकाम हे नैसर्गिकरीत्या तयार झालेले नव्हते. तिथे एके ठिकाणी धातूचे बार (दांडकी) रचून ठेवलेले होते. त्यांना करडा रंग दिलेला होता. ते सर्व बार आडवे-उभे असे एकमेकांवर रचून ठेवलेले होते. त्यामुळे झालेल्या चौकोनी आकारात सर्वत्र सारखेपणा आला होता.

आम्ही आता आपसात बोलत नव्हतो. बाकीचे दोन्ही टॉर्चही आता आम्ही पेटवले. ते टॉर्च त्या फडताळात असे ठेवले की, त्यांचे झोत वरच्या छतावर पडतील. ती छोटी जागा आता प्रकाशाने भरून गेली. मी नौकेतील ती टोकाला हूक असलेली लांब काठी घेतली व खाली पाण्याचा तळ कोठवर आहे हे पाहायचा प्रयत्न केला. तळ अवघा पाच फुटांवर होता. मग एक दोराचा फास करून त्याने तिथला एक बार ओढून घेतला. मी पाण्यात घातलेली लांब काठी उचलून खालचा तळ पुन:पुन्हा चाचपून पाहत होतो. अचानक मला काठीचा हूक कसल्यातरी कठीण व धातूच्या वस्तूला लागल्याचे जाणवले. मी ती वस्तू हुकात अडकवून वर ओढून घेतली. ती एक अर्धा इंच रुंदीची साखळी होती. जागोजागी गंजलेली होती. पण तरीही टिकून राहिलेली होती. त्या साखळीच्या टोकाला एक बोल्टही लावलेला होता. मी ती साखळी व बार खाली पाण्यात तळाशी सोडून दिले.

त्या चमत्कारिक शांततेत मी खिशातून एक चाकू काढला आणि एका बारवरचा थर खरवडू लागलो. आतला धातू लगेच उघडा पडला. त्यावरून तो धातू शिसे आहे हे मला कळले. ते मऊ होते व सहज वाकणारे होते. पण त्याचा उपयोग केवळ काहीतरी कठीण गोष्ट झाकण्यापुरताच होऊ शकत होता. मी तरीही खोलवर खरवडत एक इंच आत गेलो. तेव्हा मला उजेडात आतला पिवळा धातू उघडा

पडलेला दिसला. तो धातू प्रकाशात चमकत होता.

कॉनरॅड म्हणाला, "छान! हा तर जॅकपॉट लागला आहे असे मला वाटते."

"होय, असाच काहीतरी प्रकार दिसतो आहे."

"अन् हे पाहा काय आहे ते," असे म्हणून कॉनरॅडने त्या बार ठेवलेल्या जागेमधून एक रंगाचा डबा बाहेर काढला. त्यावर लिहिलेले होते Instant Grey (झटकन वाळणारा करडा रंग)

"हे झकास झाले," मी म्हणालो. मग मी तिथला एक बार हातात घेतला व पुढे म्हटले, "यावरचा रंग वाळला आहे. काय हुशारी दाखवली आहे. त्यांनी ते बोल्ट कापून काढले व सर्व बार रंगवले. आता आणखी काय पुरावा हवा आहे?"

"आपल्या त्या नकली पाणबुडीमधील जो बॅलास्ट आहे तो अशाच बारपासून बनवलेला आहे."

"म्हणजे आता सारे काही कळून आले. तो बॅलास्ट ४५ पौंड वजनाचा आहे. तेवढ्या वजनाचे बार त्यांनी उचलले. आता ते बॅलास्टच्या जागी बसवतील."

"कशासाठी असे म्हणता?" कॉनरॅडने विचारले.

"कारण मी ट्रेझरी ट्रेनिंग घेतलेले आहे. आत्ताच्या बाजारभावाने याचे मूल्य होईल ३० हजार डॉलर्स. त्या चळतीमध्ये किती बार आहेत. तुमचा काय अंदाज आहे?"

"शंभर किंवा त्यापेक्षाही जरा जास्तच."

"अन् हे केवळ सुरुवात करण्याकरता. बाकी मोठा खजिना हा पाण्यातच असेल. नेहमीच तसे ठेवले जाते. तिथे रंग लावण्याचे ब्रशही आहेत का?"

"होय!" कॉनरॅडने त्या चळतीच्या मागे हात घालून चाचपडत सांगितले. मग तो काही गणित मनातल्या मनात करून म्हणाला, "म्हणजे हा खजिना एकूण ३० लाख डॉलर्सचा आहे तर."

"अन् तोही मूळ खजिन्याच्या काही टक्के आहे."

कॉनरॅड म्हणाला, "मला वाटते की आपण आता येथून निघावे. नाहीतर आपल्यालाच याचा लोभ सुटेल."

आम्ही तेथून निघालो. बोगद्यातून बाहेर आल्यावर आम्ही त्या भयानक अंधाऱ्या बोगद्याकडे एकदा वळून पाहिले. कॉनरॅड म्हणाला, "कोणाला ही जागा सापडली?"

"मला काही कल्पना नाही."

"पेर्लिपोर्टेन या नावाचा अर्थ काय?"

"मोत्यांचे प्रवेशद्वार."

"म्हणजे जवळ-जवळ हे नाव सार्थ आहे तर."

आमचा परतीचा प्रवास हा सुखाचा झाला नाही. समुद्र आमच्याविरुद्ध वागत

होता. गारठणक वारे आणि तेवढीच गार हिमवृष्टी आमच्या चेहऱ्यावर मारा करत होती. हिमवृष्टीमुळे दृश्यता खूपच कमी झाली होती; पण आम्ही तासाभरात परतलो. आमची शरीरे गारठून लाकडासारखी झाली होती आणि आम्ही हुडहुडी भरल्याने थरथरत होतो. धक्क्याला नौका बांधताच कॉनरॅड चढून वर धक्क्यावर गेला. मी त्याला ती काळी चपटी पेटी दिली. नांगर खाली सोडला. त्यातून सुमारे ३० फूट लांबीची दोरी कापून घेतली. तिच्या एका टोकाशी पाळणा केला व त्यात ती चपटी पेटी ठेवून उघडली. वरचे झाकण एक-तृतीयांश उघडले व बाजूची दोन झाकणे दोन-तृतीयांश उघडली. तिथल्या काळोखात आतली बटणे, खटके, डायल्स अंधूक दिसत होती. पण हे उपकरण चालवायला मला उजेडाची गरज नव्हती. ते चालवणे अगदीच सोपा प्रकार होता. मी त्यातून एक टेलिस्कोपिक एरियल ओढून बाहेर काढली व हवेत उंच केली. मग दोन बटणे दाबली. एक अंधूक हिरवा प्रकाश तिथे चमकू लागला आणि एक 'हम्' असा बारीक आवाज ऐकू येऊ लागला. तो आवाज तीन फुटांपेक्षा जास्त लांब जाऊ शकत नव्हता.

कॉनरॅड म्हणाला, "ही वायरलेस खेळणी भलतीच प्रभावी झाली आहेत; पण यावर बर्फ पडला तर ते बिघडणार नाही का?"

"याची किंमत एक हजार पौंडापेक्षा जास्त आहे. हे उपकरण अगदी ॲसिडमध्ये जरी बुचकळून काढले, उकळत्या पाण्यात ठेवले, चौथ्या मजल्यावरून खाली टाकले तरीही याला काहीही होणार नाही. हे उपकरण काम करत राहीलच. याचेच दुसरे एक भावंड असलेले उपकरण तर असे आहे की, ते एखाद्या आरमारी तोफेतून उडवले तरीही काम करत राहील. तेव्हा यावर थोडासा बर्फ पडला म्हणून काहीही बिघडत नाही."

"माझा यावर विश्वास बसत नाही," असे कॉनरॅड म्हणाला व गप्प बसून मी काय करतो ते पाहू लागला. मी ती पेटी ऊर्फ उपकरण खाली ठेवले. त्याचा पायलट दिवा लागला होता. मग दोरीचे दुसरे टोक एका रुतलेल्या मोठ्या धोंड्याला बांधले. त्याच्याभोवती फिरून उरलेली दोरी त्याला गुंडाळून टाकली आणि ते उपकरण खालच्या बर्फाच्या ढिगाऱ्यात गाडून टाकले. कॉनरॅडने विचारले, "याचा पल्ला कितपत दूरवरचा आहे?"

"चाळीस मैल. पण आज रात्री फक्त पावपट अंतराचीच गरज आहे," मी सांगितले.

"आता ते वायरलेस लहरी प्रक्षेपित करत आहे?"

"होय, ते चालू झाले आहे."

मग आम्ही मुख्य धक्क्यावर गेलो. जाताना मागे उमटलेल्या आमच्या पावलांच्या बर्फातील खुणा पुसून टाकत गेलो. मी म्हणालो, "आपण परत आल्याचा आवाज त्यांनी ऐकला असेल असे मला वाटत नाही; पण उगाच चान्स कशाला घ्या. चला

आपण त्या नकली पाणबुडीत जाऊ या. म्हणजे हिमवृष्टीतून आपली सुटका होईल.''

दोन मिनिटांत कॉनरॅड तिथे आत गेला. मी त्याच्या मागून आत उतरलो. त्याने विचारले, ''काही अडचण नाही ना आली?''

''काहीही नाही. पण ते रंगवलेले दोन्ही करडे रंग एकमेकांशी जुळत नाहीत. पण नीट बारकाईने पाहिले तरच ते लक्षात येते.''

तेवीस

आम्ही अखेर केबिनमध्ये शिरलो; पण आमचे स्वागत एखाद्या युद्धावरून परतणाऱ्या वीरासारखे झाले नाही; परंतु कोणीही आम्ही लवकर आल्याबद्दल चेहऱ्यावर निराशा दर्शवली नाही. सर्वांनी निर्विकारपणे स्वागत केले. कदाचित हेसमान, जंगबेक व गोईन सुखरूप परत आल्यामुळे त्यांना एवढी सहानुभूती दाखवली गेली असेल की, ती सहानुभूती संपल्याने आमच्या वाट्याला आली नसेल. त्या तिघांनी एवढा उशीर का झाला याचे कारण असे दिले की, त्यांच्या नौकेचे, वर्क-बोटीचे, इंजिन दुपारी बंद पडले. मग ते दुरुस्त करण्यात बहुतेक वेळ गेला होता. मला हे असले कारण ते देणार हे अपेक्षितच होते. हेसमानने आमचे सुखरूप परतल्याबद्दल आभार मानले, अगदी व्यवस्थित मानले. पण त्याच्या बोलण्यात मला एक सूक्ष्म असा 'गंमत झाल्याचा' भाव दिसला. एरवी जर असे तो बोलला असता, तर मला हेसमानबद्दल शत्रुत्व वाटले असते. कॉनरॅड व मी अशा आम्ही दोघांनी ते तिघे सुखरूप परतल्याबद्दल हायसे वाटल्याचे त्यांना दाखवले. कॉनरॅडने या बाबतीत फारच चांगला अभिनय केला. त्याला अभिनयाच्या क्षेत्रात पुढे नक्कीच चांगला वाव मिळून तो पुढे येईल.

केबिनमधले वातावरण हे आता असह्य होण्याइतपत सुतकी झाले होते. आम्ही पाच जण समुद्रसफारीवरून सुखरूप परतलो म्हणून येथे जरासे दबके का होईना; पण आनंदी वातावरण असेल असे मला वाटले होते. पण उलट आम्ही आल्यामुळे ज्यूडिथच्या मृत्यूची बातमी उचलून धरली गेली होती. दिवसभरात आपल्याला निरनिराळ्या ठिकाणी कशी योग्य पार्श्वभूमीची स्थळे चित्रीकरणासाठी सापडली याची

वर्णने हेसमान करू लागला. त्याने अनेक ठिकाणी कड्यांना पडलेली भोके व त्यातून आत गेलेल बोगदे याबद्दलही सांगितले; परंतु तशा अडचणींच्या ठिकाणी कॅमेरे लावणे व लाईट मारणे हे किती अवघड असते हे त्याने लक्षात घेतले नव्हते. हळूहळू हेसमानच्या लक्षात आले की, आपल्या बोलण्याकडे फारसे कोणीही लक्ष देत नाही. ओटोने माझ्याशी बोलण्याचा एक प्रयत्न अर्धवट उत्साह दाखवत करून पाहिला. त्याने मला बळेबळेच एक स्कॉच व्हिस्कीचा ग्लास माझ्या हातात दिला. मी थँक्स न देता तो ग्लास स्वीकारला व पिऊ लागलो. मग तो हेसमानने सांगितलेल्या कड्यांना पडलेल्या भोकांबद्दल काही विनोदी शेरे मारू लागला. या बोगद्याच्या भोकाकडे मी परत कधीच जाणार नव्हतो. उलट आता मला अशा गुहा व बोगदे यांच्याबद्दल घृणाच वाटू लागली.

मी माझ्या घड्याळात पाहिले. बस्स, आणखी दहा मिनिटे, जास्त नाही. मग आम्ही सगळेच बाहेर एक छोटे अंतर चालणार होतो. ऑलिम्पस प्रॉडक्शनचे चार संचालक, लोनी व मी. बास, एवढेच सहा जण. जास्त नाहीत. ते चारही संचालक हजर होतेच. लोनीही हजर होता. तो काही वेळातच त्याच्या भावविश्वातून वास्तवात येत होता. मग मी पॅसेजमधून त्याच्या क्युबिकलमध्ये गेलो.

तिथली खिडकी उघडी असल्याने खोलीतली हवा भलतीच गार झाली होती. लोनी तिथे नव्हता. त्याच्या कॉटवर एक टॉर्च पडलेला होता. तो मी उचलून घेतला व खिडकीतून बाहेर डोकावलो. अजूनही हिमवृष्टी चालूच होती; पण मघासारखी जोरदार नव्हती. फक्त खिडकीपासून दूर जाणाऱ्या पाऊलखुणा मिटवण्याइतपत ती हिमवृष्टी होती. पुसटशा अशा पाऊलखुणांचे मार्ग मला दिसले. ते दोन मार्ग होते. लोनीला कोणीतरी मन वळवून नेले असावे. त्याचे मन वळवायला फारसे प्रयास पडलेले नसावेत.

मी तिथून मुख्य केबिनमध्ये येऊन बाहेर असलेल्या कोठीच्या खोलीकडे जाऊ लागलो. त्या वेळी अनेक जणांनी कुतूहलपूर्ण नजर माझ्यावर पडली. पण मी त्याकडे दुर्लक्ष केले. कोठीच्या खोलीचे दार उघडे होते; पण आतमध्ये लोनी नव्हता. तो येथे येऊन गेल्याची एकमेव व खातरीची खूण तिथे होती. एक झाकण उघडलेली अर्धी भरलेली स्कॉचची बाटली तिथे होती. लोनीला भुरळ घालायला हे एवढे एक कारण सहज पुरेसे होते. तो त्याची प्रतिज्ञा, वचन वगैरे एका हातात स्कॉचची बाटली घेऊन बोलणारा होता.

बाहेर अनेक पावलांच्या रांगा होत्या व त्या गोंधळात टाकणाऱ्या होत्या. त्यातली कोणती रांग निवडायची हे कठीण होते. मी केबिनमध्ये परतलो. लोनीचा शोध घेण्यासाठी माझ्याबरोबर कोणी येईल असा स्वयंसेवक मला तिथे सापडेना. लोनीने आपल्या आयुष्यात कोणाशीही शत्रुत्व केले नव्हते. तरीही ऐन वेळी कोणी

माझ्या मदतीसाठी येत नव्हते.

शेवटी काऊंटने लोनीला एक मिनिटात शोधले. लोनी जनरेटरच्या शेडमध्ये सापडला. तो जमिनीवर पालथा पडलेला होता. त्याच्या अंगात साधेच कपडे होते, गरम कपडे नव्हते. पायात जुन्या स्लीपर्स होत्या. त्याच्या डोक्याजवळ बर्फ पडला होता. त्यावर पिवळे डाग होते. ते डाग त्याने हातात धरलेल्या बाटलीतील द्रवाचे होते. ती बाटली फुटलेली होती.

आम्ही त्याला वळवून उलथा केला. लोनी मेलेला वाटत होता. त्याची कातडी थंडगार लागत होती. त्याचा चेहरा पांढराफटक पडला होता. त्याचे डोळे उघडे होते, स्थिर होते व चकाकत होते. त्याची छाती खालीवर होत नव्हती. ही सगळी मेल्याची लक्षणे होती. पण तरीही कदाचित त्याच्यात अजून धुगधुगी राहिली असेल असे वाटून मी त्याच्या छातीला कान लावला. मला आतून रक्तप्रवाहाचा मंद मर्मर आवाज ऐकू आला.

आम्ही दोघांनी त्याला उचलून आत आणला व कॉटवर ठेवला. मग ऑइल-हीटर, शेकायची गरम पाण्याची पिशवी, गरम ब्लँकेट आणून त्याच्या शरीरात ऊब आणण्याचे आमचे प्रयत्न चालू झाले. सर्व जण हळहळत त्या कामाला मदत करू लागले. मी माझा स्टेथोस्कोप काढून त्याच्या छातीला लावला. खरोखरच हृदयाच्या ठोक्यासारखा आवाज ऐकू येत होता. पण तो आवाज अत्यंत मंद होता. हृदयाला उत्तेजना देणारी काही औषधे किंवा ब्रॅन्डी वापरण्याचे माझ्या मनात आले होते; पण त्याच्या आत्ताच्या अवस्थेत तसे काही करणे हे त्याच्या हृदयाला झेपले नसते व ते बहुदा बंदही पडले असते. म्हणून आम्ही त्याच्या थंडगार पडलेल्या शरीरात फक्त ऊब आणण्याचे प्रयत्न चालू ठेवले. चार जण त्याच्या शरीराला सतत चोळत होते, मसाज करत होते. त्याच्या हातापायात काहीतरी रक्तप्रवाह चालू करण्याचा प्रयत्न करत होते.

पंधरा मिनिटांच्या आमच्या प्रयत्नानंतर त्याचा श्वासोच्छ्वास चालू झाल्याचे लक्षात आले. त्याचे शरीर उबदार झाले होते. मग मी मदत करणाऱ्यांचे आभार मानून त्यांना जाण्यास सांगितले. मी दोन्ही मेरींना थांबण्यास सांगितले. त्यांच्याकडून मला नर्सेसची कामे करून घ्यायची होती. कारण माझ्या घड्याळानुसार ती नियोजित वेळ आता आलेली होती. त्यासाठी मला येथून निघायचे होते. तसा मला दहा मिनिटे उशीरच झाला होता.

लोनीने आपले डोके हलवले. त्याचे बाकी शरीर निपचित होते, फक्त डोळे हलत होते. मग काही क्षणांनी त्याने आपली नजर माझ्यावर रोखली. तो खरोखरच शुद्धीवर आला होता.

"अरे ब्लडी म्हाताऱ्या!" मी त्याला म्हणालो. ज्याचा एक पाय मृत्यूच्या दारात

आहे, अशा व्यक्तीशी मी असे हे बोलणे योग्य नव्हते. पण मी त्या वेळी बोललो खरे तसे. पुढे मी म्हणालो, ''तुम्ही तसे का केलेत?''

''हंऽ!'' त्याने कुजबुजत्या आवाजात म्हटले.

''तुम्हाला येथून कोणी बाहेर नेले? कोणी तुम्हाला दारू पाजली?'' दोघी मेरी या माझ्याकडे पाहत आहेत याची मला जाणीव होती.

बराच वेळ लोनीचे ओठ काहीतरी सांगण्यासाठी हलत होते. मग त्याच्या पापण्या फडफडल्या. मग त्याने खालच्या आवाजात कसेबसे शब्द उच्चारत सांगितले, ''एका दयाळू माणसाने, एका अत्यंत दयाळू माणसाने.''

मी यावर त्याला गदागदा हलवणार होतो. पण तसे केल्याने कदाचित त्याचा जीवही गेला असता. मी मोठ्या संयमाने विचारले, ''लोनी, कोणता दयाळू माणूस?''

''दयाळू माणूस. दयाळू माणूस,'' तो पुटपुटत राहिला.

मग त्याने आपला एक हात उंचावून मला जवळ येण्याची खूण केली. मी वाकून त्याच्या तोंडाजवळ माझा कान केला. तो म्हणत होता, ''तुम्हाला ठाऊक आहे?''

''लोनी, मला त्याचे नाव सांग.''

''शेवटी-'' त्याचा आवाज विरत गेला.

''सांग लोनी.''

मग त्याने मोठ्या प्रयासाने म्हटले, ''शेवटी-'' नंतर तो काही क्षण थांबला व पुढे म्हणाला, ''शेवटी फक्त दयाळूपणाच उरलेला असतो,'' असे म्हणून त्याने आपल्या पापण्या मिटल्या.

त्या दोन्ही मेरी माझ्याकडे धक्का बसल्यासारख्या पाहत होत्या. मी मेरी स्ट्युअर्टला म्हटले, ''कॉनरॅड-चार्लस यांच्याकडे जा. त्याला म्हणावे की, काऊंटला येथे पाठवून द्या. आत्ता. कॉनरॅडला काय करायचे ते ठाऊक आहे.''

ती ताबडतोब तेथून गेली. मग मेरी डार्लिंग मला म्हणाली, ''लोनी जगेल ना, डॉ. मार्लो?''

''ते मला सांगता येणार नाही.''

''पण आता त्यांच्या शरीरात ऊब आली आहे.''

''कदाचित त्यापुढे त्याचे शरीर टिकणार नाही.''

तिने माझ्याकडे पाहिले. मला तिच्या डोळ्यांत कळकळ व भीती दिसली. ''म्हणजे शेवटी ते दारूच्या विषबाधेमुळे जाणार?''

''कदाचित. मला काहीच सांगता येत नाही.''

मग ती फटकन मला म्हणाली, ''डॉ. मार्लो, तुम्हाला काहीच कसे वाटत नाही हो?''

"नाही, नाही वाटत." मी उत्तरलो. तिने माझ्याकडे पाहिले. तिच्या चेहऱ्यावर धक्का बसल्याचा भाव होता. मी तिच्या दंडाला धरून म्हटले, "मेरी मी त्यांची काळजी का करू? कारण तेच स्वतःची काळजी करत नाहीत. लोनी ही व्यक्ती कित्येक दिवसांपूर्वी केव्हाच संपलेली होती."

मग मी माझ्या क्युबिकलमध्ये गेलो. तिथे काऊंट कॉनरॅड आला होता. मी वेळ न घालवता त्याला घाईघाईने म्हणालो, "लोनीच्या जिवावर कोणीतरी मुद्दाम घाला घालण्याचे प्रयत्न केले, हे तुम्हाला कळले का?"

"नाही. मला या गोष्टीचे आश्चर्यच वाटते आहे." काऊंटच्या अंगातला नेहमीचा कोट आता गळून पडला होता.

"ज्यूडिथ हेनिस हिचा खून झाला, हे ठाऊक आहे?"

"खून!" काऊंट चांगलाच हादरला होता.

"कोणीतरी तिला मॉर्फिनचा मोठा डोस इंजेक्शनने टोचला होता. अन् ती इंजेक्शनची सिरिंज व ते मॉर्फिन माझ्याच बॅगेतून चोरलेले होते." तो यावर गप्प बसला.

"म्हणजे आता आपण गुपचूप शोधून काढलेला तो खजिना आता एका गोष्टीचा भाग बनला आहे. अन् असे बघा. आपण सर्व वेळ त्या खुनी मंडळींशी नेहमी बातचीत करत होतो. यातून कायदा काय काय अर्थ काढेल त्याची कल्पना करणेही कठीण आहे."

"होय, तुम्ही म्हणता ते खरे आहे."

"तुमच्याकडे तुमचे पिस्तूल आहे ना?"

यावर त्याने होकारार्थी मान डोलवली.

"तुम्हाला ते वापरता येईल ना?"

"सर, मी एक पोलंडमधला काऊंट आहे. असे मला न करता येणे अशक्य आहे," तो गर्वाने म्हणाला.

"अन् पोलंडमधल्या एका काऊंटला शेवटी कोर्टाच्या साक्षीदाराच्या पिंजऱ्यातही उभे राहावे लागेल. अर्थातच तुम्हाला त्याची कल्पना असणारच म्हणा. कारण संपूर्ण खटल्याला कलाटणी देणे हे फक्त तुमच्यावरतीच अवलंबून आहे. हो ना?"

"होय, मला ठाऊक आहे ते."

चोवीस

मी ओटोला म्हणत होतो, ''मिस्टन गेरान, मिस्टर हेसमान, मिस्टर गोईन व काऊंट, आपण सगळे जण जर माझ्याबरोबर काही वेळ बाहेर आलात, तर मला बरे वाटेल.''

''बाहेर? आत्ता?'' ओटोने आपल्या घड्याळात पाहत म्हटले. तीनही संचालकांकडे पाहिले, पुन्हा एकदा आपल्या घड्याळात पाहिले व पुढे म्हटले, ''या अशा रात्री आणि अशा वेळी? कशासाठी?''

''प्लीज!'' मी बाकीच्यांकडे पाहिले व पुढे म्हटले, ''बाकीच्यांनी येथेच थांबावे, मी परत येईपर्यंत थांबावे, अशी माझी तुम्हाला विनंती आहे. आम्हाला बाहेर फार वेळ लागणार नाही, असे मला वाटते. मी तुमच्यावर कसलीही सक्ती करत नाही, पण मी तुमच्या भल्यासाठी हे तुम्हाला सुचवतो आहे. आता मला ते समजले आहे. आज सकाळीच मला ते समजले आहे की, आपल्यामधला खुनी कोण आहे. पण त्याचे नाव सांगण्यापूर्वी मी मला मिस्टर गेरान आणि त्यांच्या तीन संचालकांबरोबर यावर काही चर्चा करायची आहे.''

माझे हे बोलणे ऐकून त्यांना जरा आश्चर्य वाटले. ते सर्व जण गप्प उभे होते. माझ्या अपेक्षेप्रमाणे ओटोने प्रथम बोलायला सुरुवात केली. त्याने आपला घसा साफ करत म्हटले, ''तुम्हाला तो माणूस ठाऊक आहे असा तुमचा दावा आहे?''

''अर्थातच!''

''त्यासाठी तुमच्याजवळ भरपूर पुरावे आहेत?''

"म्हणजे मी ते सिद्ध करू शकतो का? असे तुम्हाला म्हणायचे आहे का?"

"होय."

"नाही. आता ते शक्य नाही."

"हाऽऽ!" ओटो सूचकपणे म्हणाला. त्याने बाकीच्यांकडे नजर फिरवून पाहिले आणि पुढे म्हटले, "डॉ. मार्लो, तुम्ही खूपच पुढे जाण्याचे धाडस करत आहात. बऱ्याच जबाबदाऱ्या आपण होऊन आपल्या अंगावर ओढून घेत आहात. हो की नाही?"

"कोणत्या अर्थाने म्हणत आहात?"

"तुम्ही एक हुकूमशाहीचा दृष्टिकोन स्वीकारला असून, दिवसेंदिवस त्यात वाढ होत चालली आहे. जर तुम्हाला खुनी ठाऊक झाला असेल किंवा तुम्हाला तसे वाटत असेल तर, कृपा करून आम्हाला त्याचे नाव सांगा आणि हा सारा खेळ थांबवा. नाही तर कोणीही उठून असा खेळ खेळू लागेल व कुणावरही आरोप केले जातील, हे लक्षात ठेवा. डॉ. मार्लो मी तुम्हाला जाणीव करून देतो की, तुम्ही एका गटातील फक्त एक व्यक्ती आहात, कर्मचारी आहात, ऑलिम्पस प्रॉडक्शनचे नोकर आहात."

"मी ऑलिम्पस प्रॉडक्शनचा नोकर नाही. मी ब्रिटिश ट्रेझरी या सरकारी खात्याचा एक नोकर असून, मला येथे ऑलिम्पस कंपनीबद्दलच्या काही गोष्टींचा शोध घेण्यासाठी पाठवले आहे. माझा शोध आता पूर्ण झाला आहे."

यावर ओटोची प्रतिक्रिया जराशी जादाच झाली. त्याने आश्चर्याने आपला जबडा वासला. गोईनने फारशी प्रतिक्रिया व्यक्त केली नाही. पण त्याच्या नेहमीच्या गुळगुळीत व निर्विकार चेहऱ्यावर एक चमत्कारिक भाव उमटला. हेसमान हा तावातावाने म्हणाला, "म्हणजे तुम्ही एक सरकारी एजंट आहात! एका सिक्रेट सर्व्हिसचे सभासद–"

"तुमचा देशांच्या बाबतीत काहीतरी घोटाळा होतो आहे. अमेरिकेतील यू.एस. ट्रेझरीच्या माणसांना एजंट्स म्हणतात. ब्रिटनमध्ये तसे म्हणत नाही. मी फक्त एक सिव्हिल सर्व्हन्ट आहे, सरकारी नोकर आहे आणि मी आयुष्यात कधीही पिस्तुलातून एकही गोळी झाडलेली नाही की, एखादे पिस्तूल जवळसुद्धा बाळगले नाही. मला जे अधिकार आहेत ते एखाद्या पोस्टमनला किंवा कारकुनाला असावेत असे आहेत. त्यापेक्षा जास्त नाहीत. म्हणून तर मी तुम्हाला मला सहकार्य करण्याची विनंती करतो आहे." मग मी ओटोकडे पाहून म्हटले, "म्हणून मी तुमच्याशी आधी चर्चा करावी म्हणून विनंती केली."

"तुम्ही शोध घेण्यासाठी आला आहात?" ओटो म्हणाला. मी त्यावर आधी

अर्धा मिनिट काहीच बोललो नाही. ओटो पुढे म्हणाला, ''कसल्या प्रकारचा शोध घेता आहात? आणि तुमच्यासारख्या एका डॉक्टरला अशा कामासाठी का लावले गेले आहे?'' एवढे बोलून ओटो एकदम थांबला. मग त्याने आपले डोके 'काय गोंधळ आहे' अशा अर्थाने हलवले.

''ओटो, मी विचारतो की तुम्ही डॉक्टरच्या नेमणुकीसाठी माझ्याखेरीज आणखी सात जणांना मुलाखतीसाठी बोलावले होते. पण ते कोणीच कसे फिरकले नाहीत? असला उद्धटपणा आम्हाला वैद्यकीय शिक्षण देताना कधीच शिकवला जात नाही. तेव्हा काय ते लक्षात येते ना? तर मग आता मी पुढे बोलू?''

गोईन यावर शांतपणे म्हणाला, ''ओटो, मला वाटते की त्यांना काय बोलायचे आहे ते आधी आपण ऐकून घ्यावे.''

यावर कॉनरॅड गोईनला म्हणाला, ''मला वाटते की, तुम्हालाच यावर काय म्हणायचे आहे ते आधी तुम्ही बोला.'' तो माझ्याकडे बघत नव्हता. जणू काही मी परग्रहावरचा एक प्राणी म्हणून येथे आलो होतो.

मी बोलू लागलो, ''तसे झाले तर अधिकच बरे पडेल, असे मला वाटते. तुमचे म्हणणे काहीही असले तरी मला तुमच्याशी खासगीत बोलायचे आहे. बोलू का मी?'' मी त्यांच्याकडून उत्तराची वाट पाहिली व माझ्या क्युबिकलमध्ये मी जाऊ लागलो. पण ओटोने माझी वाट अडवली.

ओटो म्हणाला, ''तुम्ही चार्लसला जे काही बोलला आहात तेच आम्हा सगळ्यांना सांगू नका.''

''मी त्यांना काय बोललो? अन् बोललो असेल तर ते तुम्हाला कसे समजणार?'' असे म्हणून मी हाताने ओटोला बाजूला सारले व माझ्या क्युबिकलमध्ये आत गेलो. माझ्या पाठोपाठ कॉनरॅड क्युबिकलमध्ये आला. मी त्याला म्हणालो, ''या प्रकरणात तुम्ही येऊ नये असे मला वाटते. यासाठी दोन कारणे आहेत. जर मी वायरलेस संदेश देऊन बोलावलेली माझी माणसे येथे उगवली तर मी त्यांना धक्क्यावर कदाचित सापडणार नाही. मग ते सरळ इकडे येतील. अशा वेळी मी कुठे आहे हे तुम्ही त्यांना सांगावे. अन् अधिक महत्त्वाचे असे आहे की, तुम्ही त्या जंगबेकवर लक्ष ठेवावे. तो जर निघून जाण्याचा प्रयत्न करू लागला तर त्याला समजावून सांगावे. त्याने जर ते ऐकले नाही तर त्याला जाऊ द्यावे. पण फक्त तीन फूटच जाऊ द्यावे. तुमच्याजवळ जर त्या वेळी एखादी भरलेली बाटली असेल तर सरळ ती त्याला मारावी. मात्र डोक्यावर न मारता खाली खांद्यावर मानेच्या जवळ मारावी. बाटली नसेल तर दुसरे काही हाताशी ठेवा. मग त्याच्याशी झगडून त्याला ताब्यात घ्यावे. पण कोणत्याही परिस्थितीत त्याच्या डोक्यावर प्रहार करून त्याचा मृत्यू होऊ देऊ नका. पण

काहीही करून तो हतबल कसा होईल ते पाहा.''

कॉनरॅडने यावर आपली भुवयीसुद्धा उंचावली नाही. तो म्हणाला, ''तुमचे पिस्तूलावाचून का अडत नाही ते मला आता कळले.''

''होय, त्याचे दुष्परिणाम लक्षात घेता स्कॉचची बाटली त्यापेक्षा उत्तम आहे. त्यामुळे हवे ते साध्य होते,'' मी म्हणालो.

मी मग एक कोलमन कंदील पेटवून बाहेर गेलो. माझ्या मागोमाग ओटो, ते तिघे संचालक, कॉनरॅड इत्यादी बाहेर आले. त्या नकली पाणबुडीच्या कॉनिंग टॉवरमध्ये आतमध्ये एक लोखंडी शिडी गेलेली होती. त्या शिडीच्या एका पायरीला तो कंदील अडकवला. कंदिलाचा झगझगीत प्रकाश आतील भाग उजळवून टाकत होता. आतल्या एकूणएक वस्तू व तिथला इंचन् इंच प्रकाशित झाला होता. सर्व जण मी काय करतो आहे त्याकडे लक्ष ठेवून होते. मग मी जमिनीवरची एक फळी स्क्रू फिरवून उचलून बाजूला केली. त्याखालून बॅलास्टचा एक बार बाहेर काढला व तो कॉम्प्रेसरवर ठेवला. माझ्याजवळच्या चाकूने त्याचा पृष्ठभाग मी खरवडून काढू लागलो.

मी ओटोला म्हणालो, ''तुम्ही आता पाहाल की, मी कसलेही नाटक करत नाही. प्रस्तावना करण्याचे सोडून आपण वेळ न घालवता एकदम आता मुद्द्यावर येऊ या.'' मग मी चाकू मिटला, बारवरचे खरवडणे पाहिले व ते त्यांना दाखवत म्हणालो, ''जे चमकते ते सर्व काही सोने असतेच असे नाही; पण हे जे काही तुम्हाला आतला पिवळा धातू दिसतो आहे, ते जर सोने नसेल, तर मग ते काय एखादी टॉफी आहे? तुम्हाला काय वाटते?''

मी प्रत्येकाकडे पाहत गेलो. सर्वांना ते सोनेच आहे याची खातरी पटली होती.

''तुम्ही यावर अजिबात प्रतिक्रिया व्यक्त करत नाही. तुम्हाला त्याचे साधे आश्चर्यही वाटत नाही.'' मी माझा चाकू मिटवून खिशात घातला. मग त्या चौघांच्या कठीण चेहऱ्याकडे पाहून एक हास्य केले. मी पुढे म्हणालो, ''आम्ही सिव्हिल सर्व्हन्ट कधीही पिस्तूल बाळगत नाही. अन् तुम्हाला तरी या वस्तुस्थितीचे आश्चर्य का वाटावे? कारण तुम्हाला हे आधीच ठाऊक होते. कदाचित माझ्याकडून असे काही उघडकीस आणले जाईल, अशी तुम्हाला आधीपासून अपेक्षा असावी. सोने दिसताच तुम्ही आश्चर्य का व्यक्त करावे? कारण केवळ या कारणासाठीच तुम्ही येथे बेअर आयलन्डवर आला आहात ना?''

यावर कोणीच बोलेना. ते माझ्या नजरेला नजर देत नव्हते. ते फक्त या सोन्याच्या बारकडे पाहत होते. जणू काही माझ्यापेक्षा ते सोने त्यांना अत्यंत महत्त्वाचे वाटत होते. त्यांच्या दृष्टिकोनातून ते साहजिकच होते म्हणा. कारण

ते सोन्यालाच प्राधान्य देत आले होते.

"आता मला सांगा," मी जरासा आवेशाने त्यांच्याशी बोलू लागलो, "इतका वेळ मी विचारलेल्या प्रश्नांना तुम्ही तडकाफडकी नकार देत होता, धक्का बसल्याचा आविर्भाव आणत होता. मला ओरडून म्हणत होता की, 'अरे देवा, हे तुम्ही काय बोलता आहात?' या ठिकाणी कोणताही त्रयस्थ असता तर तुमची ती नकारात्मक प्रतिक्रिया पाहून तुम्ही एका अर्थाने मान्य करून एक कबुलीजबाब देत आहात, असाच तो अर्थ काढेल." मी त्यांच्याकडे पाहत राहिलो. ते आणखी काही प्रतिक्रिया व्यक्त करतील या अपेक्षेने वाट पाहू लागलो. हेसमान आपल्या ओठावरून जीभ फिरवीत होता. काहीही कारण नसताना तो आपले ओठ ओले करत होता. मग मी बोलू लागलो, "तुमचा जो कोणी बचावासाठी न्यायालयातील वकील असेल तोही तिथे मान्य करेल की, ही सारी एक अत्यंत हुशारीने रचलेली योजना होती. ती योजना नक्की काय आहे हे तुमच्यापैकी कोण मला सांगेल?"

ओटो आता गंभीरपणे बोलू लागला, "असे पाहा डॉ. मार्लो, गेल्या काही दिवसांतील ताणतणावामुळे तुमच्या मनावरचा तोल ढळला आहे."

"वा:! छान आहे ही तुमची प्रतिक्रिया! दुर्दैवाने तुम्ही ती दोन मिनिटे उशिरा व्यक्त केली अहे. कोणीही येथे काही स्वयंस्फूर्तीने हे सोन्याचे बार आणून लपवले नाहीत. खरे ना? मिस्टर गोईन, तुम्ही याबद्दल काहीच का बोलत नाही? शेवटी मी तुमच्यावर काही उपकार केले आहेत, हे विसरू नका. माझ्याखेरीज, मी तुम्हाला सरळ कबुलीजबाबासाठी उभे केले नसते तर या आठवडाभरात तुमचा मृत्यू झाला असता."

गोईन आता बोलू लागला. पण त्याने आपल्या आवाजावर हवे तसे नियंत्रण ठेवून पाहिजे तो भाव प्रगट करत म्हणाला, "मला वाटते की मिस्टर गेरान यांचे बरोबर असावे. मी? आणि मी आठवडाभरात मरणार होतो?" मग आपले डोके हलवत तो पुढे म्हणाला, "डॉ. मार्लो, तुमच्या मनावरचा ताण तुम्हाला आता अगदी असह्य झाला असणार. मी समजू शकतो ते. अशा परिस्थितीत तुमच्यासारख्या वैद्यकीय क्षेत्रातील माणसाला हे ठाऊक असेलच की, अशा वेळी व्यक्तीची कल्पनाशक्ती ही सहज भरकटू शकते."

"कल्पनाशक्ती? ही चाळीस पौंड वजनाची सोन्याची लगड माझ्या कल्पनेतील आहे?" मग खालच्या बॅलास्टकडे बोट दाखवत मी पुढे म्हणालो, "अशा पंधरापेक्षा जास्त सोन्याच्या लगडी माझ्या कल्पनेतल्या आहेत? का त्या बोगद्यातल्या कोनाड्यातील शंभरपेक्षा जास्त लगडी याही माझ्या कल्पनेतल्या आहेत? मी जेव्हा पेर्ली पोर्टेन बोगद्याचे नाव घेऊन बोललो तेव्हा तुम्ही काहीच प्रतिक्रिया दाखवली नाहीत. याचा अर्थ तुम्हाला तो बोगदा कुठे आहे व त्याचे महत्त्व

काय आहे हे ठाऊक आहे. तिथल्या बोगद्यातील पाण्यात अशा हजारो शिसे चढवलेल्या सोन्याच्या लगडी पडून आहेत हेही माझ्या कल्पनेतले आहे काय? तेव्हा हा जो छोटा खेळ तुम्ही मूर्खासारखा खेळत आहात तो थांबवा आता. हा खेळ तुम्ही हुशारीने खेळत आलात खरा; पण आता तो संपला आहे. कोट्यवधीची संपत्ती हुडकून मिळवण्यासाठी चित्रपट काढायच्या नावाखाली इथल्या आर्क्टिक भागात तुम्ही आला आहात. चित्रपटसृष्टीतील माणसे तऱ्हेवाईक असतात, अशी त्यांची ख्याती असल्याने तुमच्या या बर्फाळ भूमीत जाऊन चित्रीकरण करण्याच्या कामाकडे फारसे कोणाचे लक्ष गेले नाही. तुम्ही असले काही तऱ्हेवाईक करता म्हणून नेहमीप्रमाणे त्याकडे कोणी लक्ष दिले नाही. त्यामुळे तुमचे फावले आणि तुम्ही दिवसाउजेडी हा खजिना लुटण्याची योजना आखली व प्रत्यक्षात ते काम रात्रीच्या अंधारात थांबून केलेत. मग त्या सोन्याच्या लगडी येथे आणून तुम्ही नकली पाणबुडीतील बॅलास्टच्या जागी ठेवल्यात. मग ही नकली पाणबुडी परत इंग्लंडला न्यायची, अगदी कस्टम्सच्या लोकांच्या देखत देशात न्यायची. खरे ना? यापेक्षा दुसरी कोणती योजना चांगली असू शकणार होती?'' मग मी खाली पाहून जरासे निरीक्षण केले. ''मिस्टर हेसमान यांनी जी माहितीपत्रिका लिहिली आहे त्यात या बॅलास्टचे वजन चार टन दाखवले आहे. माझ्या मते ते पाच टन तरी असावे. म्हणजे एखाद्या वजनाच्या सोन्याची किंमत आत्ताच्या भावाने येते १ कोटी डॉलर्स. एवढ्या रकमेसाठी आर्क्टिक भागात खास जहाजे भाड्याने घेऊन शूटिंग करणे हे तसे किरकोळ खर्चाचे काम आहे. खरे आहे ना?''

यावर ते काहीही बोलले नाहीत. बोलूच शकणार नव्हते.

मग मी पुढे बोलू लागलो. ''आता ही नकली पाणबुडी तुम्ही मोटर-बोटला बांधून ओढत-ओढत त्या बोगद्यापाशी नेणार. त्यासाठी काहीतरी निमित्तही तुम्ही शोधून ठेवले असणार. मग तिथे असलेले कोनाड्यातले व पाण्यातले सारे सोने पाणबुडीत भरणार आणि नंतर एकदम इंग्लंडकडे कूच करणार. त्यानंतर तुम्ही या कष्टाची फळे जन्मभर चाखत बसणार. बरोबर आहे ना मी म्हणतो ते?''

''होय,'' ओटो शांतपणे म्हणाला, ''बरोबर आहे; पण मला एक सांगा की हे सारे कोणत्या गुन्ह्यात बसू शकते? कशाबद्दल खटला भरणार? आमच्यावर काय आरोप ठेवणार? चोरीचे आरोप? सोने शोधले म्हणून की सोने जवळ बाळगले म्हणून?''

''सोने शोधले, जवळ बाळगले? काही टन वजनाचे सोने शोधून जवळ बाळगले? तुमच्या या सोन्याच्या महत्त्वाकांक्षा अगदीच तुच्छ आहेत, क्षुद्र आहेत. तुमच्याकडे असलेल्या लुटीच्या खजिन्याचा हे सोने म्हणजे केवळ वरवरचा

पापुद्रा आहे. हो की नाही मिस्टर हेसमान?''

सर्व जण हेसमानकडे पाहू लागले. हेसमान मात्र सर्वांच्या नजरा टाळीत होता.

''मी येथे का आलो? याचा विचार तुम्हा मूर्खांच्या डोक्यात कधी आला नाही?'' मी बोलत होतो, ''तुम्ही चित्रपट करण्याची जी फसवी योजना आखली ती ब्रिटिश सरकारला काय ठाऊक नव्हती? सरकारला हेही ठाऊक होते की, तुम्ही त्यासाठी बेअर आयलन्डवर जाणार आहात. तसेच तुम्ही तुमच्या चित्रपटाच्या कामासाठी जाणार याची तुम्ही कुठेही वाच्यता केली नाही की जाहिरात केली नाही, हेही सरकारच्या लक्षात आले होते. तुम्हाला हे ठाऊक आहे का, की काही बाबतीत युरोपातील सरकारे ब्रिटिश सरकारला पुरेपूर मदत करतात. यातील बऱ्याच सरकारांना जोहान हेसमान यांच्या कारवाया जाणून घेण्यात खूप रस आहे. तुम्हाला हेसमान यांच्याबद्दल जेवढी माहिती आहे त्यापेक्षा बरीच अधिक माहिती त्या सरकारांना ठाऊक आहे. कदाचित तुम्हाला हे ठाऊक नसेल की, गेली तीस एक वर्षे ज्या हेसमानबरोबर काम करत आहात तो हेसमान सोव्हिएट सरकारसाठी काम करत आहे.''

ओटोने हेसमानकडे रोखून पाहिले. त्याचा मोठा जबडा आश्चर्याने वासला होता. गोईनच्या चेहऱ्याचे स्नायू ताणले गेले होते. त्यामुळे त्याच्या गुळगुळीत चेहऱ्यावरचा नेहमीचा निर्विकारपणा अदृश्य झाला होता. काऊंटच्या चेहऱ्यावरचे भाव बदलले नव्हते. त्याने आपली मान 'शेवटी सारा काही उलगडा झाला' अर्थी हलवली. हेसमानचा चेहरा दुःखी झाला होता.

मी पुढे म्हणालो, ''हेसमान यांना कोणालाही काहीही सांगायचा उद्देश दिसत नाही. म्हणून मी असे समजतो की, त्याबद्दल जे काही बोलायचे ते फक्त मीच बोलेन. हेसमान हे एका विशिष्ट क्षेत्रामध्ये अत्यंत हुशार व निष्णात असे आहेत, याबद्दल शंकाच नाही. ते एक खजिन्याचा शोध घेणारे आहेत. याबाबतीत कोणीही त्यांचा हात धरू शकणार नाही; पण तुम्हा लोकांना वाटते तसला खजिना ते शोधत नाही. या बाबतीत त्यांनी जर तुम्हाला काही सांगितले असेल किंवा सांगत आले असतील, तर ते तुम्हाला नक्कीच फसवत आहेत, असे मला वाटते. तसेच ते तुम्हाला आणखीही एका बाबतीत फसवत आलेले आहेत. मी तुम्हाला लक्षात आणून देतो की या तुमच्या लुटीत त्यांनी जसा आपला हिस्सा ठेवला आहे, तसाच त्यांनी आपल्या भाचीचाही हिस्सा ठेवला आहे. त्यांची भाची म्हणजे मेरी स्ट्युअर्ट जिला ऑलिम्पस प्रॉडक्शन्सने नोकरी दिली आहे. तुमचे स्वभाव संशयखोर असल्याने आता तुम्हाला बहुधा असे वाटत असेल की, मेरी स्ट्युअर्ट ही हेसमान यांची भाचीच नसावी. अन् तसेच ते

आहे. हेसमान यांनी तिला एका अगदी वेगळ्याच हेतूसाठी येथे आणले आहे आणि ते त्यांनी तुम्हाला अजिबात सांगितलेले नाही किंवा कळू दिलेले नाही,'' असे म्हणून मी थोडा वेळ थांबून खोल श्वास घेतला.

मग मी सांगू लागलो, ''मिस स्ट्युअर्ट हिचे वडील हे एक पाप-पुण्याचा कसलाही विचार न करणारा आणि कोणतीही तत्त्वे न मानणारा असा एक तुमच्यासारखाच गुंड माणूस आहे. ते महायुद्धात जर्मन आरमार व नाझी पक्षात फार वरच्या पदावर होते. मग त्यांनी आपल्याला मिळालेल्या सत्तेचा उपयोग आपले स्वत:चे घर भरण्यासाठी केला. हिटलरच्या हर्मान गोअरिंग याने जसे केले तसेच यांनीही केले. जेव्हा आपण युद्ध हरतो आहोत असे त्यांच्या लक्षात आले, तेव्हा त्यांनी पलायन केले. त्यामुळे युद्ध-गुन्हेगारांच्यात ते अडकू शकले नाहीत. नॉर्वेजियन बँकांतील व्हॉल्टमधील सोने त्यांनी ताब्यात घेतले. हे मी सिद्ध करू शकणार नाही याची मला कल्पना आहे. मग या माणसाच्या पाठीशी सर्व जर्मन आरमाराची सत्ता असल्याने त्याने बेअर आयलन्डवर पर्ली पोर्टेनसारख्या गुप्त बोगद्यात लपवून ठेवले. ते बहुधा त्यांनी पाणबुडीतून तिकडे नेले असावे. पण कसे नेले ते महत्त्वाचे नाही.''

मी पुढे सांगत गेलो, ''परंतु नुसते त्या बोगद्यात सोने नेऊन ठेवणे एवढेच काम करायचे नव्हते. म्हणून तर मेरी स्ट्युअर्टला येथे आणले आहे. तिच्या वडिलांच्या घरट्यासाठी नुसती पिसे पुरेशी नाहीत, आणखीही त्यांना काहीतरी हवे होते. ते 'काहीतरी' म्हणजे बँकांचे बॉन्ड्स, सिक्युरिटीज हव्या आहेत. कदाचित त्याही गोष्टी मिळवल्या असतील; पण विकत घेऊन नव्हे. १९३० नंतरच्या दशकाअखेर त्यांनी मिळवले असेल. त्या सिक्युरिटीज आजही व्यवस्थित चालू शकतात व वटवता येतात. नुकत्याच ३ कोटी पौंडाच्या सिक्युरिटीज परकीय चलनाद्वारे विकायचा प्रयत्न झाला होता. पण वेस्ट जर्मन फेडरल बँकेने नकार दिला. कारण सिक्युरिटीजच्या मालकाची ओळख दाखवली नव्हती. पण आता या वेळी मात्र तशी ओळख बँकेला दाखवण्याचा प्रश्न येणार नाही. हो ना मिस्टर हेसमान?''

यावर हेसमानने मौन धारण केले.

''अन् त्या सिक्युरिटीज आता कोठे आहेत?'' मी सांगू लागलो, ''त्या एका पोलादी लगडीमधे गुंडाळून त्यावर धातूचे आवरण चढवून ते पक्के वेल्डिंगने बंद करून ठेवले आहे. बरोबर आहे ना मिस्टर हेसमान?'' हेसमान अजूनही यावर कसलीच प्रतिक्रिया देत नव्हता. म्हणून मी पुढे सांगितले, ''काही हरकत नाही, ती सिक्युरिटी आमच्या ताब्यात येईलच. मग मेरी स्ट्युअर्टच्या वडिलांची त्यावर सही आणि बोटांचे ठसे उमटवता येणार नाही आणि पुढची तपासणीही

अर्थातच थांबेल.''

''तुम्हाला याची एवढी खातरी वाटते?'' हेसमान अखेर म्हणाला. त्याचे आता मूळचे अवसान जागृत झालेले होते.

''आपल्या या सततच्या बदलत्या जगात कशाकशाची हमी देता येईल? पण तरीही मी ठामपणे सांगतो की होय, मला खातरी आहे.''

''मला वाटते की, तुम्ही या बाबीकडे जरा जादाच रीतीने लक्ष देत आहात व त्यामुळे काही बाबींकडे तुमचे दुर्लक्ष होते आहे.''

''होय का? काय बरे आहे ते?''

''आमच्या बाजूला ॲडमिरल हेसमान हे आहेत.''

''म्हणजे मिस स्ट्युअर्ट यांच्या वडिलांचे ते खरे नाव?''

''तुम्हाला तेही ठाऊक नाही?''

''नाही, ते फारसे महत्त्वाचे नाही. मी या बाबीकडे दुर्लक्ष केले नव्हते. लवरकच मी त्याबद्दल तुम्हाला सांगेन. तुमच्या इथल्या काही मित्रांकडे बघितल्यावर मी ते सांगेन. कदाचित तो एक चुकीचा शब्द असेल किंवा कदाचित हे तुमचे आता मित्र राहिले नसतील. म्हणजे ते तसे तुमचे मित्र असावेत असे आता दिसत नसतीलही. दिसतात का तसे?''

यावर ओटो एकदम ओरडून म्हणाला, ''काय हा राक्षसी प्रकार आहे? अगदी राक्षसी! याबद्दल कदापि मी माफ करणार नाही. हे फारच भयंकर आहे! माझे स्वत:चे भागीदार असे कधीच नाहीत!'' एवढे बोलून तो गप्प बसला.

''हा नीचपणा आहे,'' गोईन थंडपणे बोलू लागला, ''अगदी अपमानास्पद प्रकार आहे.''

''असे आहे ना?'' मी बोलू लागलो, ''मग मला सांगा बरे हा अनैतिक वाटणारा अपमान हेसमान यांनी महायुद्धानंतर केलेल्या बेइमानीतून, विश्वासघातातून मुळात उगम पावलेला आहे किंवा त्यांनी सिक्युरिटीज वटविण्याच्या प्रकारातून तुम्हाला वगळण्यातून निर्माण झालेल आहे ना? या प्रश्नाचे उत्तर देण्याच्या भानगडीत पडू नका. हा एक शुद्ध वक्तृत्वाचा भाग आहे असे समजा. कारण हेसमानसारखेच तुमचेही चित्र खलनायक म्हणून काळ्या रंगाने रंगवलेले आहे. मला असे म्हणायचे आहे की, तुम्ही ऑलिम्पस प्रॉडक्शन्सचे संचालक म्हणून इतर बोर्ड सभासदांपासून तुमच्या खऱ्या कारवाया व हेतू लपवलेले आहेत. त्यासाठी तुम्ही खूप काळजी घेतली आहे. याबाबतीत मात्र हेसमान सामील नाही.''

थोडा श्वास घेऊन मी पुढे बोलू लागलो, ''काऊंटचेच उदाहरण बघा. तुम्हा बाकीच्यांशी तुलना केली तर तो एक देवदूतच ठरेल, मग जरी त्याने या तुमच्या चिखलात प्रवेश केला असला, भाग घेतला असला तरीही. तीस वर्षांपेक्षा जास्त

काळ ते ऑलिम्पस कंपनीच्या बोर्डाचे सभासद आहेत. त्यांना कायमचे सभासदत्व देण्यात आले आहे. कारण जेव्हा ओटो व्हिएन्नात गेले तेव्हा ते तिथे होते. त्या वेळी हेसमानही तिथे होते. त्यांनी चित्रपट उद्योगात रस दाखवल्यामुळे त्यांच्यावर कंपनीची जबाबदारी टाकली व त्यांच्यामार्फत कंपनीचे त्या देशातील भांडवल बाहेर काढून घेतले. आपला कार्यभाग साधण्यासाठी ओटो हे केव्हाही आपल्या जवळच्या मित्राला प्रवाहात ढकलून द्यायला मोकळे असतात.'' थोडासा दम खाऊन मी पुढे सांगू लागलो, ''ओटो यांना जे ठाऊक नव्हते ते काऊंट यांना ठाऊक होते. हेसमान हे अचानक गायब झाले. ते स्वयंस्फूर्तीने त्यांनी केले होते. पण ही बातमी काऊंट यांनी ओटो यांना सांगण्याचे टाळले. हेसमान हे एक जर्मन गुप्तहेर म्हणून काही काळ काम करत होते. ज्या देशात त्यांनी आश्रय घेतला त्या देशाला त्यांची गरज होती. पण त्या देशाला हे ठाऊक नव्हते की, हेसमान यांनी आधीच रशियाचा आश्रय घेतला होता. पण हा काही मुख्य मुद्दा मला सांगायचा नाही. सोने मिळविण्यासाठी आपण आपल्या एका मित्राला फसवले आहे, हे ओटो यांना ठाऊक होते. तसेच ही गोष्ट काऊंटलाही ठाऊक झाली होती. दुर्दैवाने हे सिद्ध करण्यास खूप कठीण होते. काऊंटनेही याबद्दल ओटोला कधी विचारले नाही की बोलून दाखवले नाही. ते फक्त आपल्या पगाराची मागणी ओटोकडे करत राहिले. या प्रकारात कुठेही ते दोघे एकमेकांना ब्लॅकमेल करू शकत नव्हते. म्हणून मी काऊंट यांना हाताशी धरले व त्यांनीही मला आपला रुकार दिला. मग ते सरकारच्या पक्षाला येऊन मिळाले व ऑलिम्पस कंपनीच्या डायरेक्टर बोर्डाविरुद्ध उभे राहिले.''

हेसमान आता ओटोच्या बाजूने बोलू लागला आणि गोईन काऊंटकडे आजवर कधीही पाहिले नाही, अशा विचित्र नजरेने पाहू लागला.

मी सांगतच राहिलो, ''किंवा ओटोच्या बाबतीतच पाहा. ते अनेक वर्षे आपल्या चित्रपट कंपनीमधून पैसे काढत राहिले. मोठमोठ्या रकमा काढून कंपनीला लुटत राहिले,'' आता हेसमान व काऊंट यांची ओटोकडे रोखून पाहण्याची वेळ आली. मी म्हणालो, ''गोईन यांचेच पाहा. त्याने ही ओटो यांची कंपनीतील चाललेली उचल उघडकीस आणली व ते ओटो यांना दोन-तीन वर्षे ब्लॅकमेल करू लागले व त्यांच्याकडून पैसे काढू लागले. थोडक्यात, तुम्ही जर किळसवाणे, कसलेही तत्त्व न मानणारे अशी माणसे एकत्र गोळा केलीत तर तुमच्यावर दुर्दैव ओढवणारच. पण मी तुमच्या दुष्कर्मांचा पृष्ठभागही खरवडला नाही किंवा तुमच्यापैकी कोणाचीही मी निंदानालस्ती केली नाही. आत्तापर्यंत जे जे मृत्यू घडलेत त्याबद्दलही मी अजून कसलीच चर्चा केली नाही. तुमच्यातला एक जण नक्की खुनी आहे. तो अर्थातच अति वेडा आहे आणि त्याचे दिवस ब्रॉडमूर

शहरात पुरेपूर भरतील. त्या खुन्याच्या विचारामागे व कृतीमागे एक चमत्कारिक तर्कशास्त्र आहे. पण तरीही मूर्ख व वेड्या गुन्हेगारांसाठी कोणताही तुरुंग फाशीची शिक्षा मागे घेत नाही, कधीच नाही, हे पक्के समजा. ती व्यक्ती कोण आहे? कदाचित मिस्टर ओटो हेही असतील. कारण संशयाची बोटे त्यांच्याकडेच वळतात. तुम्ही त्यांच्या जागी असाल तर तुम्हीही आता फार काळ जिवंत राहू शकणार नाही,'' यावर ओटो काहीही बोलला नाही. त्याने आपला चेहरा अगदी मख्ख ठेवला होता. मी पुढे बोलू लागलो, ''तुमच्या भाडोत्री खुन्यांसाठी, म्हणजे जंगबेक व हेटर यांच्यासाठी जास्तीत जास्त जन्मठेपेची शिक्षा एखाद्या भक्कम तुरुंगात होऊ शकते.''

त्या नकली पाणबुडीतील हवा बर्फासारखी गार झाली होती. तापमान खूप खाली घसरले होते. पण त्याची जाणीव प्रत्येकाला अजूनही झाली नव्हती. इतके ते आपापल्या विचारात गढून गेले होते. मनाच्या स्थितीने बाह्य सृष्टीवर मात केली होती. अन् अशी मनाची स्थिती ही एखाद्या विचाराने आत्यंतिक भारावून टाकल्यावर होते. मग त्या व्यक्तीला आजूबाजूच्या त्रायदायक व परकीय परिस्थितीचा विसर पडतो.

मी म्हणालो, ''ओटो गेरान हे एक दुष्ट गृहस्थ आहेत. त्यांनी केलेले गुन्हे एवढे मोठे आहेत की, ते आकलनशक्तीच्या पलीकडचे आहेत, असे म्हणावे लागेल. एक गोष्ट मात्र मान्य करावी लागेल की, त्यांनी इतरांच्या सहकार्याने जे उद्योग केले त्यात त्यांच्या बाजूने नशिबाचा वाटा फार मोठा होता. त्यांना सहकार्य करणाऱ्यांना काही प्रमाणात जे भयानक घडत गेले त्याबद्दल दोष देता येईल. त्यांच्याजवळ असलेली पैशांची अमर्याद हाव व स्वार्थीपणा यामुळेच ओटो हे एका कोंडीत ढकलले गेले. यातून ते फक्त आता आत्यंतिक उपायांनीच आपली सुटका करून घेऊ शकतात.''

सर्वांच्या चेहऱ्यावरचे भाव नीट निरखून मी पुढे बोलू लागलो, ''आपण आत्ता पाहिलेच की, तुमच्यापैकी तिघे जण हे ओटो यांना ब्लॅकमेलिंग करत आलेले आहेत. असे सावकाश पण कित्येक वर्षे चाललेले होते. त्यांचे बाकीचे दोन संचालक हे त्यांची कन्या व जावई स्ट्रायकर हे होते. कारण आता खूप काळ लोटल्याने सर्व काही भूतकाळात जमा झालेले होते. पण ते आता एका वेगळ्या पायावर ओटो यांना ब्लॅकमेल करू लागले होते. तो पाया मी सिद्ध करू शकणार नाही. सत्यस्थिती म्हणून केवळ सांगू शकेन; परंतु तीही वस्तुस्थिती कालांतराने सिद्ध होईल. ती वस्तुस्थिती ही एका कार अपघाताबद्दलची आहे. तो अपघात वीस वर्षांपूर्वी कॅलिफोर्नियात झालेला होता. त्यात दोन कार्सची, मोटारगाड्यांची एकमेकांना टक्कर झालेली होती. यातली एक मोटारगाडी लोनी

गिल्बर्ट यांची होती आणि त्यात तीन स्त्रिया होत्या. लोनीची पत्नी व दोन कन्या त्यात होत्या. त्यांनी पार्टीतून निघताना भरपूर मद्यपान केलेले होते. दुसरी मोटारगाडी ही स्ट्रायकरची होती; पण ते त्यांच्या गाडीत नव्हते किंवा त्यांच्या कुटुंबापैकी कोणी गाडीत नव्हते. ती पार्टी स्ट्रायकरच्याच घरी झाली होती. स्ट्रायकरच्या गाडीत ओटो व नील डिव्हाईन हे होते. हे खरे आहे ना मिस्टर ओटो?''

''हा सारा फालतू बकवास आहे. यातले तुम्ही काहीही सिद्ध करू शकणार नाही,'' ओटो म्हणाला.

''होय, अद्याप नाही. तर ओटो हे ड्रायव्हिंग करत होते व त्यांच्या गाडीने लोनीच्या गाडीला धडक दिली. जेव्हा नील त्या धक्क्यातून सावरला तेव्हा त्याला कळून चुकले की, स्टीअरिंग व्हील हातात धरलेल्या ओटोमुळेच ही टक्कर झालेली आहे. तेव्हापासून आत्तापर्यंत नील डिव्हाईन असे मानत आलेला आहे की, केवळ ओटोच्या गप्प राहण्यामुळेच आपण या अपघातात अडकू शकलो नाही. नाहीतर आपल्यावरही सदोष मनुष्यवधाचा आरोप ठेवला गेला असता. ऑलिम्पसची पगारपत्रिका असे दर्शवते आहे की–''

''तुम्ही ती पगारपत्रिका कुठून मिळवलीत?'' गोईनने विचारले.

''तुमच्याच क्युबिकलमधून मिळवली. त्याबरोबरच मला तुमचे ते बँकेचे दिव्य पासबुकही मिळाले. पगारपत्रिकेतील पगारदार नोकरांच्या यादीत डिव्हाईन यालाही काही क्षुद्र स्वरूपाचा मेहनताना मिळत होता, पगार नव्हे. अनेक वर्षे तसा तो दिला जात होता. वा:! आपले ओटोसाहेब यांचे त्याबद्दल करावे तेवढे कौतुक थोडेचे आहे. ते दुसऱ्याला नुसते माणसांची हत्या करण्याचे काम देत नव्हते. अशा हत्या तर ते स्वत:ही करू शकत होते. पण त्याचबरोबर हत्येची सुपारी ज्याला दिली आहे तो या उपक्रमात गरीब कसा होत जाईल हेही पाहत होते. ज्या माणसाला ब्लॅकमेल केला जात होते तोच माणूस आपल्याकडून मनाला येईल तसे इतरांनाही ब्लॅकमेल करत होता. काय घडत होते याचे चित्र मी तुम्हाला दाखवले. आले ना तुमच्या लक्षात?''

माझ्या बोलण्यावर ते सर्व जण गंभीर झालेले होते. मग मी पुढे सांगू लागलो, ''पण कोणी मोटारीची धडक दिली हे स्ट्रायकरला ठाऊक होते. कारण त्या दिवशी ओटोच ड्रायव्हिंग करत होते. मग त्याचे तोंड बंद करण्यासाठी त्याला ऑलिम्पस कंपनीच्या डायरेक्टर बोर्डावर घेण्यात आले व त्याला भरमसाठ पगार देऊ केला. याच ओटोने, या लठ्ठ राक्षसाने रात्री लोनीचा खून करण्याचा प्रयत्न केला. का केला? कारण ज्यूडिथ हेनिस ही नुकतीच मरण पावली होती. त्या मोटारगाडीच्या टकरीबद्दल जे काही सत्य होते ते तिने शेवटी लोनीला

सांगून टाकले होते. तेव्हा आता लोनी जिवंत असेपर्यंत ओटोवर टांगती तलवार लटकू लागली.''

पुन्हा एकदा दम खाऊन मी पुढे बोलू लागलो, ''तो खजिना ताब्यात घेण्यासाठी चित्रपटाची मोहीम ही वरवरचा देखावा म्हणून काढण्यात आली. कोणाच्या डोक्यातून ही शक्कल निघाली ते मला ठाऊक नाही. मला वाटते की, ही कल्पना हेसमानला सुचली असावी. पण त्यामुळे फारसे काही बिघडत नाही. ओटो यांनी पाहिले की, या अफलातून योजनेत व मोहिमेत मिळणारी संधी ही एकमेव अशी आहे. अशी संधी परत कधीही मिळणार नाही. यामध्ये सारेच त्रास एका फटक्यात नाहीसे करता येतील. आपल्याला नको असलेल्या त्या पाच जणांना संपवून टाकता येईल. त्यात त्याची कन्या ज्यूडिथही होती. तो तिचा द्वेष करत होता व तीही ओटोचा द्वेष करत होती. तेव्हा त्याने दोन मारेकरी नेमले, हेटर व जंगबेक. त्यांना त्याने चक्क पैसे देऊन हे हत्येचे काम करायला लावले. पण जंगबेकच्या बॅगेत आज दुपारी पाच-पाच पौंडाच्या नोटात एकूण दोन हजार पौंड सापडले. हे दोन मारेकरी फक्त ओटोलाच ठाऊक होते, बाकी कोणालाच ठाऊक नाही. परिणामी, ओटो आपल्या बोर्डावरून एका सपाट्यात दोघांना दूर करणार होता. त्याला आवडत नसलेल्या दोघांपासून त्याने स्वत:ची सुटका करून घेतली. त्यांचा मृत्यू झाल्याने त्याला आपली आर्थिक अफरातफर दडवायला पुरेसा वेळ मिळाला. ओटो आता विमा कंपनीकडून बरेच पैसे मिळवेल आणि मग त्याला आपल्या भ्रष्टाचारातील काळ्या पैशांचा हिशेब जुळवायला मदत होईल. तो ते सर्व सोने स्वत:कडे ठेवणार आहे. अन् याहीपेक्षा जास्त म्हणजे त्याची ब्लॅकमेल होण्यातून कायमची सुटका होणार आहे. या ब्लॅकमेलिंगचे त्यांच्या आयुष्यावर इतके दिवस सारखे दडपण येत होते. त्यामुळेच त्यांचे मन खचून गेले होते आणि त्यांना पार वेडाच्या कड्यापर्यंत पोहोचवले होते.'' मग मी गोईनकडे पाहून म्हटले, ''मी जे काही आत्ता म्हणालो त्यावरून तुम्हाला कल्पना येते का, की मी नसतो तर तुमचाही या आठवड्यात बळी गेला असता?''

''होय होय. मला आता वाटते खरे तसे. तुमच्या सांगण्यावर विश्वास ठेवण्यावाचून माझ्यापुढे दुसरा कोणताही पर्यायच नाही,'' मग त्याने ओटोकडे आश्चर्याने पाहिले व पुढे म्हटले, ''पण जर ते फक्त डायरेक्टर बोर्डाच्या विरुद्ध असतील तर–''

''तर मग बाकीची माणसे का मेली? असेच ना? ते त्यांचे कमनशीब म्हणा किंवा त्याला जबाबदार भिकार व्यवस्थापन आहे असे काहीही म्हणा. पहिला बळी हा काऊंटचा घ्यायचा होता. तोच हेतू होता अन् येथेच कमनशीब हा घटक आडवा आला. म्हणजे काऊंटचे कमनशीब नव्हे, ॲन्टॉनिओचे कमनशीब

मला म्हणायचे आहे. ओटो यांचा भूतकाळ शोधून पाहिला तर त्यांना अनेक गोष्टी ठाऊक होत्या. ते अत्यंत हरहुन्नरी होते, त्यांच्याजवळ अनेक गूढ कला होत्या. त्यांना रसायनशास्त्र व औषध शास्त्रातील बरेच ज्ञान होते. ओटो यांच्या घरी अनेक प्रकारच्या विषांचा साठा आहे. बऱ्याच लठ्ठ माणसांना कोणत्याही पदार्थाचे महत्त्व व खरी किंमत कळते तशीच कला त्यांच्यापाशी आहे. ज्या रात्री अॅन्टॉनिओ मरण पावला त्या रात्री ओटो हे जेवणाच्या मुख्य टेबलापाशी बसले होते. सर्वांना अन्नपदार्थांचे वाटप हे एका ट्रॉलीवरून केले जात होते. ट्रॉलीतील एका बशीतील अन्नपदार्थात ओटोने चिमूटभर अॅकोनाईट ऊर्फ बचनागाची पूड टाकली. ती बशी काऊंटसाठी तयार केलेली होती. पण काऊंटला तो अन्नपदार्थ आवडत नसल्याने त्याने ती बशी शेजारी बसलेल्या अॅन्टॉनिओकडे सारली. बिचारा अॅन्टॉनिओ अशा रीतीने बळी पडला,''

क्षणभर ऐकणारे सुन्न झाले. मग काही सेकंदांनी मी परत माझे बोलणे सुरू केले, ''त्याच वेळी ओटो यांनी हेसमान यांच्यावरही विषप्रयोग करण्याचा प्रयत्न केला. पण त्या दिवशी संध्याकाळी हेसमान यांना अस्वस्थ वाटत होते. हो ना हेसमान? तुम्ही घाईघाईने जेवणाचे टेबल सोडून निघून गेला होतात. आठवते आहे का? टेबलावरील तुमच्या प्लेटसना हातही लावला नाही. हॅगर्टी हा आचारी अत्यंत काटकसरी होता. त्याने त्या प्लेटमधील पदार्थ फेकून देण्याऐवजी त्या प्लेट कॅसीरोलमध्ये ठेवून दिल्या. मग बोटीवरील स्कॉट व मॉक्सेन या दोन स्ट्युअर्ट्सनी तेच पुन्हा नंतर रात्री खाल्ले. ड्यूकनेही त्याच अन्नाची थोडीशी चोरी करून ते खाल्ले होते. परिणामी तिघेही आजारी पडले व दोघांचा मृत्यू झाला. हे सारे त्यांच्या कमनशिबामुळे घडले.''

''पण ओटो यांना स्वत:लाही विषबाधा झाली होती हा मुद्दा तुम्ही विसरता आहात,'' काऊंट म्हणाला.

''होय, त्यांनाही विषबाधा झाली होती. पण ती त्यांच्या स्वत:च्या हातामुळे झाली. त्या रात्री संशयास्पद गोष्टी टाळण्यासाठी त्यांनी परत अॅकोनाईट विष वापरले नाही. त्यांना ओकारी काढणारे औषध वेळ पडली तर जवळ हवे होते. जर आपल्याच हाताला लागलेल्या विषामुळे आपल्याला चुकून जरी विषबाधा झाली तर जवळ डॉक्टर हवा होता. ओकारीचे औषध देऊन पोटातून उलटीवाटे विष बाहेर काढून टाकणारा डॉक्टर हवा होता. म्हणून त्यांनी मला बोटीच्या प्रवासात घेतले. 'समुद्र लागला तर उपचार करण्यासाठी डॉक्टर हवा' असे ते त्याबद्दल सांगत होते. जेव्हा अॅन्टॉनिओचा मृत्यू त्यांनी ऐकला तेव्हा त्यांनी जरा जादाच प्रतिक्रिया व्यक्त केली होती. त्या वेळी त्याचा अर्थ माझ्या लक्षात आला नाही.''

आतली हवा आता आणखी थंड झाली होती. मी बोलत होतो, "त्या संध्याकाळी आणखी वाईट दिशेने घटना घडल्या. माझ्या केबिनमध्ये दोघे जण गुपचूप घुसले व मी नसताना माझे सामान तपासले. त्यातला एक जण जंगबेक होता किंवा हेटर होता. दुसरा होता तो हॅलिडे होता." मग मी हेसमान याच्याकडे पाहून म्हणालो, "हॅलिडे हा तुमचा माणूस होता ना?"

यावर हेसमानने मूकपणे आपली मान होकारार्थी हलवली.

"हेसमान यांना माझा संशय येत होता. त्यांना माझा बायोडेटा, माझे डॉक्टरीचे शिक्षण, पूर्वानुभव हे तपासायचे होते. त्यासाठी त्यांनी माझे मागचे रेकॉर्ड तपासण्यासाठी हॅलिडेला माझ्या केबिनमध्ये पाठवले होते. ओटो हेही माझ्याबद्दल संशयी होते. त्यांच्या भाडोत्री माणसाला मी ॲकोनाईट या विषावरचा लेख वाचत आहे हे समजले होते. आणखी एक मृत्यू झाला तरी त्याची ओटो यांना फारशी पर्वा नव्हती. म्हणून त्यांनी मलाच संपवायचे ठरवले. त्यासाठी त्यांनी त्यांचे नेहमीचे विष हे शस्त्र वापरले. त्यांनी स्कॉचच्या बाटलीत विष घातले. हॅलिडे याच्या दुर्दैवाने तो माझ्या केबिनमध्ये माझी मेडिकलची बॅग पळवण्यासाठी आला होता. पण मी ती घेऊन डायनिंग सलूनमध्ये गेलो होतो. त्या वेळी त्याने तिथे ठेवलेली ती स्कॉचची बाटली उचलून त्यातले थोडेसे मद्य तो 'नाईट कॅप' म्हणून प्यायला. मला मारण्यासाठी जे मद्य तयार ठेवले होते तेच तो प्यायला."

माझ्या बोलण्याचा ऐकणाऱ्यांच्यावर काय परिणाम होतो आहे याचा मी अंदाज घेतला व पुढे सांगत गेलो, "बाकीचा पुढचा तपशील खुलासा करणे सोपे आहे. जेव्हा स्मिथीला सर्व जण या बेटावर शोधत होते, तेव्हा जंगबेक व हेटर यांनी ॲलनवर हल्ला चढवला आणि स्ट्रायकरला ठार मारले. आणि या खुनात ॲलनला गोवायचा प्रयत्न केला. त्याच रात्री ओटोने आपल्या मुलीचा, ज्यूडिथचा खून करण्याची योजना आखली. जंगबेक आणि ओटो हे संधी शोधत होते. तिचा खून त्याच रात्री केला गेला," असे म्हणून मी ओटोकडे पाहिले व त्याला म्हटले, "तुम्ही तुमच्या मुलीच्या क्युबिकलची खिडकी पाहायला हवी होती. ती खिडकी मी स्क्रू पिळून पक्की बंद केली होती. त्यामुळे तुम्हाला ती बाहेरून उघडता येणे अशक्य करून ठेवले होते. बाहेरून तिच्या खोलीत जाणे तुम्हाला अशक्य होते. माझ्या बॅगेतील ती इंजेक्शनची हायपोडर्मिक सिरिंज आणि मॉर्फिन असलेली कुपी चोरीस गेलेली मला नंतर कळले. तुम्ही हे कबूल केले नाही तरी चालेल. पण जंगबेक व हेटर हे पोलिसांपुढे भडाभडा ओकून टाकतील हे नक्की."

आता ओटो बोलू लागला, "मी हे सगळे कबूल करतो," तो कमालीचा थंड स्वरात बोलत होता, "तुम्ही सांगितलेला प्रत्येक तपशील अचूक आहे

नि तो मी मान्य करतो. पण त्यामुळे तुमचे काय भले होणार आहे?'' मी मघाशी म्हणालो होतो की ओटो हा एक हरहुन्नरी माणूस होता. तसाच तो अभिनय निपुणही होता. परिस्थिती कशी हाताळावी हे त्याला चांगलेच ठाऊक होते. म्हणून तो आता ते करण्यासाठी पुढे सरसावला. त्याने एवढ्या वेगाने आपल्या खिशातून एक काळे ऑटोमॅटिक पिस्तूल काढून हातात घेतले की, जणू काही ते त्याच्या हातातच आपोआप उगवले आहे असे पाहणाऱ्याला वाटावे.

''या अशा कृतीमुळे तुमचा काही फायदा होईल असे मला मुळीच वाटत नाही,'' मी म्हणालो, ''शेवटी तुम्ही सर्व गोष्टी कबूल केल्या आहेत, आपण दोषी आहोत हेही मानले आहे. माझे आरोप तुम्ही मान्य केलेत.'' मी त्या नकली पाणबुडीतील कॉनिंग टॉवरच्या झडपेखाली बरोबर तिथेच उभा होतो. मला जे काही दिसत होते ते ओटोला दिसत नव्हते. येथे आल्यावर मी मुद्दामच ही उभी राहण्याची जागा निवडून तिथे उभा राहिलो होतो. *''मॉर्निंग रोज* ही बोट आत्ता कुठे असेल असे तुम्हाला वाटते?''

''म्हणजे काय?'' ओटो म्हणाला. त्याच्या लठ्ठ बोटांनी पिस्तुलाचा दस्ता आवळला होता. मला ते आवडले नव्हते.

''ती बोट येथून फार दूर गेलेलीच नाही. ती ट्यूनहीमला जाऊन थांबली आहे आणि माझ्याकडून सूचना मिळण्याची वाट पाहत आहे. मी त्यांच्याशी थेट वायरलेसने संपर्क साधू शकत नाही. कारण तुमच्या माणसांनी ट्रॉलर बोटीतील वायरलेस सेट फोडून नष्ट केला, हो ना? पण *मॉर्निंग रोज* येथून जाण्यापूर्वी मी येथे वायरलेस यंत्र लावून ठेवले होते. त्यातून दर काही सेकंदांनी 'बीप' आवाज प्रसारित होतो आहे. त्याचा माग काढत व त्यामागचा अर्थ शोधत ती बोट येथे केव्हाही पोहोचू शकते. तो वायरलेस सेट दीड तास आपोआप बॅटरीवर चालत राहतो. बोटीवर सशस्त्र सैनिक आहेत आणि पोलीस अधिकारीही आहेत. ते सर्व नॉर्वे व ब्रिटन अशा दोन्ही देशांचे आहेत. जेव्हा या वायरलेस होमर यंत्राकडून ठराविक आवाज येऊ लागतील, तेव्हा ताबडतोब कूच करून इकडे यायच्या सूचना त्यानुसार आधीच ठरवून दिलेल्या आहेत. आता ते सर्व जण नक्कीच निघालेले आहेत. उगाच गरज नसलेला रक्तपात घडवू नका.''

पण ओटोचा माझ्या सांगण्यावर विश्वास बसला नाही. तो झटकन पुढे आला व त्याने आपले पिस्तूल वर केले. कारण त्याने वरच्या झडपेकडे पाहिले होते. दुर्दैवाने ओटो आता प्रकाशात उभा राहिला होता. शेवटी त्याने एक गोळी झाडलीच. त्या गोळीचा आवाज तिथल्या बंदिस्त जागेत फारच मोठा झाला. त्या क्षणानंतर ओटोचा वेदनेने ओरडण्याचा आवाज ऐकू आला. मग त्याच्या हातातील पिस्तूल गळून पडल्याने खालच्या धातूच्या जमिनीवर एक खणकन

आवाज झाला. त्याचा हात रक्ताळलेला होता. तो हात एका सोन्याच्या लगडीवर आपटला होता.

"आय ॲम सॉरी," मी म्हणत होतो, "आता खास ट्रेनिंग घेतलेले सैनिक येथे आलेले आहेत हे सांगण्यासाठी तुम्ही मला वेळच दिला नाहीत."

मग आतमध्ये वरून चार जण उतरले. त्यातल्या दोघांनी नार्वेच्या सैनिकांचे गणवेष अंगावर चढवलेले होते. तर दोघे जण साध्या नागरी वेषात होते. त्यातला एक जण मला म्हणाला, "मी इन्स्पेक्टर मॅथ्यूसन व हे इन्स्पेक्टर नील्सन. आम्ही अगदी वेळेवर पोहोचलो असे दिसते आहे."

"होय. थँक यू," पण ॲन्टॉनिओ व हॅलिडे, ते दोन स्ट्युअर्ट्स, ज्यूडिथ हेनिस, तिचा नवरा स्ट्रायकर यांचे प्राण मात्र वाचले नाहीत. कायद्याचे हात उशिराने पोहोचल्याने त्या सहा जणांचे प्राण हकनाक गेले. पण त्यासाठी अधिकारी जबाबदार नव्हते. असलोच तर मीच जबाबदार होतो, असे म्हटले पाहिजे. मी त्यांना म्हणालो, "तुम्ही अगदी त्वरेने आलात."

"आम्ही काही वेळापूर्वीच येथे आलो होतो. तुम्हाला या पाणबुडीत आत जातानाही आम्ही पाहिले होते. आम्ही येथे एका रबराच्या छोट्या बोटीतून आलो. अजिबात आवाज न करता आलो. कॅप्टन इम्री याने आपली बोट इकडे आणली नाही. रात्रीच्या वेळी सोर-हम्ना उपसागर ओलांडण्यात त्यांना धोका वाटत होता. त्यांना ही मोहीम फारशी ठीक वाटत नव्हती."

"पण मला ती ठीक वाटते," वरून एका कर्कश आवाजात कोणीतरी म्हटले, "तुमच्या हातातील शस्त्र खाली टाका. नाहीतर मी तुमच्यावर गोळ्या झाडून तुम्हाला ठार करेन," वरून हेटर म्हणाला. त्याच्या आवाजातून त्याचा निर्धार प्रगट झाला होता. येथे खाली फक्त एका सैनिकाकडे पिस्तूल होते. त्यानेच ओटोवर गोळी झाडली होती. त्या नॉर्वेजियन इन्स्पेक्टरने त्याला हुकूम केल्यामुळे त्याने झटकन आपले पिस्तूल खाली टाकले. हेटर आतमध्ये शिडीवरून खाली आला. तो अत्यंत सावध रीतीने सर्वत्र पाहत होता. त्याच्या हातातील पिस्तूल वर्तुळाकार आडवे फिरत होते.

"शाबास हेटर! वेल डन!" ओटो विव्हळत म्हणाला.

"वेल डन?" मी म्हणालो, "अजून एक मृत्यू तुम्ही आपल्या अंगावर ओढून घेणार? यात हेटरचे जीवन संपून जाईल. ही त्याची शेवटची कृती ठरेल. चालेल तुम्हाला असे?"

"हे शब्द उच्चारायला आता तुम्हाला खूप उशीर झाला आहे," ओटो म्हणाला. त्याचा चेहरा आता करड्या रंगाचा झाला होता. त्याच्या हातातले रक्त सोन्याच्या लगडीवर गळत होते. "फार उशीर झाला." तो परत म्हणाला.

"फार उशीर? अरे मूर्खा, हेटर मोकळा आहे हे मला ठाऊक होते. तुम्ही हे विसरलात की मी एक डॉक्टर आहे. हेटरच्या बुटातील त्याचे पाऊल मोडलेले आहे, जखमी झालेले आहे, गुंतागुंतीचे फ्रॅक्चर झालेले आहे. असे फ्रॅक्चर क्वचितच होते. वेदना देणाऱ्या अशा फ्रॅक्चरमुळे कातडी फाटते व जखम होते. हेटर अशा रीतीने हिंडून स्वतःलाच जखम करून घेतो आहे. त्याला त्याचा नीट विचारच करता येत नाही. स्ट्रायकरला ठार करताना, स्मिथीलाही मारताना त्याने कसलाही मागचा-पुढचा विचार असाच केला नव्हता. हेटर तूच स्ट्रायकरला मारलेस ना?"

"होय," असे म्हणून त्याने आपले पिस्तूल माझ्यावर रोखले. "मला लोकांना ठार करायला आवडते."

"ते पिस्तूल खाली ठेव. नाहीतर तूच आता मारला जाशील."

यावर त्याने माझ्याकडे भेसूरपणे पाहिले. त्याचा अपमान झाल्याने तो चिडला होता. तो अजून माझ्याकडे हिंस्र नजरेने पाहत होता. तो माझ्यावर केव्हाही गोळी झाडणार होता. अन् अचानक त्याच्या कपाळावर एक लाल गुलाब दिसू लागला व तो गुलाब हळूहळू उमलत गेला. काऊंटने आपले बेरेटा पिस्तूल खाली केले. त्याच्या पिस्तुलातून अजूनही धूर येत होता. तो म्हणाला, "मी एक पोलंडमधला काऊंट आहे, सरदार आहे. आता मला अशा गोळीबाराची प्रॅक्टिस राहिलेली नाही."

"ठीक आहे, ठीक आहे," मी म्हणत होतो. "तुमचा नेम जरी ढोबळ असला, अगदी अचूक नसला, तरी काहीही हरकत नाही. त्या शॉटमुळे आपले काम झालेले आहे."

धक्क्यावर गेल्यावर पोलीस इन्स्पेक्टरने गोईन, हेसमान व जखमी झालेला ओटो यांना बेड्या घालण्याचा आग्रह धरला. मग मी काऊंटबद्दल सांगितले की, तो काही धोकादायक माणूस नाही. तसेच हेसमानशी बोलण्याची मी परवानगी मागितली. हे सारे बोलणे केबिनकडे जाता-जाता झाले. जेव्हा आम्ही म्हणजे मी व हेसमान एकटे होतो तेव्हा मी म्हणालो, "येथल्या बंदरातील पाणी हे नेहमी शून्याखालच्या तापमानाला असल्याने गोठलेले असते. तुमच्या अंगावरचे जाडजूड कपडे व बेड्या घालून मागे आणलेले हात यामुळे तुम्ही अर्ध्या मिनिटात गोठून मरून जाल, असे मी पोलिसांना सांगितले आहे. त्यामुळे तुम्हाला त्यांनी बेड्या घातल्या नाहीत. डॉक्टर असल्यामुळे माझे सल्ले मानले जातात व माझा फायदा होतो." मग मी हेसमानच्या दंडाला धरून त्याला धक्क्याकडे ढकलले.

तो जराशा उंच आवाजात म्हणाला, ''तुम्ही शेवटी हेटरला अगदी ठरवून मारलेत. हो ना?''

''अर्थातच. तुम्हाला हे ठाऊक आहे का, की इंग्लंडमध्ये आता मृत्युदंडाची शिक्षा रद्द केली आहे; पण येथे ती शिक्षा देण्याला कोणताच अडथळा नाही. गुडबाय, हेसमान!''

''ठीक आहे, ठीक आहे. मी मेरी स्ट्युअर्टच्या आई-वडिलांना सोडवून एकत्र आणून दाखवेन,'' तो जवळ-जवळ किंचाळत म्हणाला.

''हेसमान, शेवटी तुमचे आयुष्य तुम्हीच ठरवले आहे.''

''होय.'' तो काकडत म्हणाला. तो खूप थरथर कापत होता; पण गार वाऱ्यामुळे तो कापत नव्हता. ''होय मला ते आता समजले.''

केबिनमध्ये आता कमालीची शांतता पसरली होती. सर्व जण दबक्या आवाजात हालचाली करत होते. एका मोठ्या संकटातून सुटल्याची भावना पसरल्यामुळेही तसे झाले असेल. ती सुटकेची भावना खरोखरीच अविश्वसनीय वाटत होती. इन्स्पेक्टर मॅथ्यूसन हा सारा काही खुलासा करत होता.

जंगबेक हा खाली जमिनीवर पडला होता. आपल्या उजव्या हाताने त्याने आपला डावा खांदा पकडला होता. त्याला खूप वेदना होत असल्याने तो विव्हळत होता. मी कॉनरॅडकडे पाहिले. कॉनरॅड खाली पडलेल्या जंगबेककडे पाहत होता. मग त्याने मला जमिनीवर पडून फुटलेल्या काचेकडे बोट करून दाखवले.

तो मला म्हणाला, ''तुम्ही सांगितल्याप्रमाणे मी त्याला बाटली मारली. पण बाटली फुटली.''

''ठीक आहे. ती स्कॉचची बाटली होती ना?'' मी मेरी डार्लिंगकडे पाहिले. ती हुंदके देत रडत होती. तर मेरी स्ट्युअर्ट तिचे सांत्वन करू पाहत होती. मी त्या दोघींना उद्देशून म्हणालो, ''अश्रू ढाळू नका. आता सारे काही संपले आहे.''

''लोनी मरण पावले आहेत,'' ती मागच्या काचेतून पाहत म्हणाली, ''पाच मिनिटांपूर्वीच ते वारले.''

''आय ॲम सॉरी,'' मी म्हणालो, ''पण त्यासाठीही अश्रू ढाळू नका. त्यानेच मला असे सांगितले होते की, आपल्या मृत्यूमुळे कोणीही रडू नये. 'जो कोणी या अडचणीच्या व रांगड्या जगातील फडताळात नको तितके पाय लांब करून राहू बघतो, त्याचा मी तिरस्कार करतो,' असेही त्याने मला म्हटले होते.''

न समजल्यामुळे ती त्याच्याकडे पाहत म्हणाली, ''हे असे ते म्हणाले?''

“नाही. हे मूळ उद्‌गार केन्ट या लेखकाचे आहेत.”

यावर मेरी स्ट्युअर्ट म्हणाली, “ते आणखीही काही म्हणाले होते. ते म्हणाले की, आपण त्यांच्याशी खूप दयाळूपणे वागल्याने त्यांचे दुःख खूप हलके झाले होते. बहुतेक हे उद्‌गार त्यांनी तुम्हाला उद्देशून काढले असावेत. तसेच ते असेही म्हणाले होते की, त्यामुळे ड्रिंक्स घेताना पहिल्या फेरीमध्ये आधी ‘छाप-काटा’ करण्यासाठी आपल्या जवळचे नाणे प्रथम आपण बाहेर काढतो. मला त्याचा अर्थ नीट समजला नाही.”

“मरताना ते पापक्षालनासारखी धार्मिक भाषा वापरून बोलत होते का?”

“मला त्यांचे बोलणे समजले नाही.”

“पण मला समजले काय ते मी माझे नाणे कधीच विसरणार नाही,” लोनीबरोबर बोलण्याचा मागचा एक संदर्भ आठवून मी म्हणालो, “आमच्या दोघातले ते एक खासगी संभाषण होते. बाकीच्यांना त्यातला संदर्भ समजणे शक्यच नव्हते.”

◆

Printed in the USA
CPSIA information can be obtained
at www.ICGtesting.com
CBHW022315230124
3713CB00007B/119

9 789386 888419